# വല്മീകത്തിൽനിന്നും പതിയെ

അതിജീവനത്തിന്റെ അനുഭവക്കുറിപ്പുകൾ

**Valmeekathilninnum Pathiye**
Athijeevanathinte Anubhavakurippukal
Life

Prema Chirayil

CHINTHA PUBLISHERS
Thiruvananthapuram



*First Edition*
December 2024

*Published & Typesetting*
Chintha Publishers, Thiruvananthapuram

*Printed at*
Akshara Offset, Thiruvananthapuram

*Cover Design*
Vinod Mangoes

ISBN : 978-93-48573-24-7

CO - 3581 / 7291

**₹ 320**

Email: chinthapublishers@gmail. com
Website: www. chinthapublishers. com

A version is available at National Libraries
Kolkata, Mumbai, Chennai and Delhi

Distribution
**DESHABHIMANI BOOKHOUSE**
H O Thiruvananthapuram 695035

Branch
Head Office Kunnukuzhi • Statue Thiruvananthapuram
Saphalyam Complex Thiruvananthapuram
Machingal Lane Thrissur • IG Road Kozhikode
Mavoor Road Kozhikode • NGO Union Building Kannur
Central Bus Terminal Complex Thavakkara Kannur

# വല്മീകത്തിൽനിന്നും പതിയെ

## അതിജീവനത്തിന്റെ അനുഭവക്കുറിപ്പുകൾ

പ്രേമ ചിറയിൽ

**ചിന്ത പബ്ലിഷേഴ്സ്**
തിരുവനന്തപുരം 695 035
വില: ₹ **320**

## പ്രേമ ചിറയിൽ

കണ്ണൂർ ജില്ലയിലെ പയ്യന്നൂരിൽ ജനനം.
അച്ഛൻ: ഡോ. സി കുഞ്ഞമ്പു. അമ്മ: പി കമലാക്ഷി. നാല് സഹോദരങ്ങൾ.

പയ്യന്നൂർ കേളോത്ത് സെൻട്രൽ യു പി സ്കൂളിൽ പ്രാഥമിക വിദ്യാഭ്യാസം. പത്താം വയസ്സിൽ പോളിയോ ബാധിതയായതോടെ വിദ്യാഭ്യാസം മുടങ്ങി. സ്വപ്രയത്നത്താൽ പഠിച്ച്, എസ് എസ് എൽ സിയും പ്രീ ഡിഗ്രിയും പാസായി. പോസ്റ്റലായി ഹോമിയോപ്പതിയിൽ ഡിപ്ലോമ നേടി.

വായന, എഴുത്ത്, ചിത്രരചന, തയ്യൽ എന്നിവ പ്രധാന ഹോബികൾ.

ഓൺലൈൻ മാസികകൾ, *ചിറക്* മാഗസിൻ, മറ്റു സോഷ്യൽ മീഡിയകൾ എന്നിവയിൽ ചെറുകഥ, കവിത, ആസ്വാദനക്കുറിപ്പുകൾ തുടങ്ങിയവ എഴുതുന്നു. വീൽച്ചെയറിലാണ് സഞ്ചാരം.

താമസം കാലിക്കടവിൽ.

വിലാസം: പ്രേമജ സി
'വികാസ് ഭവൻ'
ഏച്ചിക്കൊവ്വൽ ടെമ്പിൾ റോഡ്
കാലിക്കടവ്, കാസർകോട് ജില്ല
Pin : 671 353
Mob : 9446268759

# ഉള്ളടക്കം

# പ്രസാധകക്കുറിപ്പ്

ജീവിതം വെല്ലുവിളിയുമായി മുഖാമുഖം നില്ക്കുമ്പോൾ നമുക്ക് എന്തുചെയ്യാനാകും? ഈ ചോദ്യത്തിനുള്ള ഉത്തരമാണ് പ്രേമ ചിറയിൽ എന്ന സ്ത്രീയുടെ ജീവിതം. പത്താം വയസ്സിൽ പോളിയോ കവർന്ന ചലനശേഷിക്കുമുന്നിൽ പതറാതെ ആത്മാവിൽ ഘടിപ്പിച്ച വീൽച്ചെയറുമായി ജീവിതത്തോടു പൊരുതിനില്ക്കുന്ന പ്രേമ ചിറയിൽ തന്റെ അതിജീവനത്തിന്റെ കഥ വരച്ചിടുകയാണീ പുസ്തകത്തിൽ. നഷ്ടമായ കുട്ടിക്കാലം, വിദ്യാഭ്യാസം, സൗഹൃദങ്ങൾ.... ഒക്കെയും തിരിച്ചുപിടിക്കാൻ ദൃഢനിശ്ചയമാനസം തുനിഞ്ഞാൽ ആർക്കുമതിനെ തടയാനാവില്ലെന്നു പ്രേമയുടെ ജീവിതം നമ്മെ പഠിപ്പിക്കുന്നു. അനുഭവങ്ങളുടെ അലകളിലൂടെ വായനക്കാരനും സഞ്ചരിക്കും. പലപ്പോഴും ഗദ്ഗദത്താൽ തൊണ്ട അടഞ്ഞുപോകും. കണ്ണുനിറയും. ലളിത സുഭഗമായ ഭാഷയിലൂടെയും മികവാർന്ന ആഖ്യാനത്തിലൂടെയും ശക്തയായ ഒരു എഴുത്തുകാരിയുടെ ഉദയം കുറിക്കുകയാണിവിടെ.

**ചിന്ത പബ്ലിഷേഴ്സ്**

# സമർപ്പണം

*സ്നേഹത്തിന്റെ കരങ്ങൾനീട്ടി,*
*തളരാതെ മുന്നോട്ടുനയിച്ച*
*സ്നേഹനിധികളായ അച്ഛനമമ്മയ്ക്കും.*
*അതിജീവനത്തിന്റെ കരുത്തുപകർന്ന കൂട്ടുകാർക്ക്.*
*അക്ഷരവെളിച്ചമേകിയ ഗുരുക്കന്മാർക്ക്.*
*മറ്റെല്ലാ ആത്മബന്ധങ്ങൾക്കും.*

# ആമുഖം

ആത്മകഥ എഴുതാൻമാത്രം സംഭവബഹുലമൊന്നുമല്ല എന്റെ ജീവിതം. പുറംലോകവുമായി എനിക്ക് അധികം ബന്ധങ്ങളൊന്നും ഇല്ലാത്തതുകൊണ്ട് സാമൂഹികമായ അനുഭവങ്ങൾ അധികം എഴുതാനുമില്ല.

ഓർമ്മവെച്ചനാൾ മുതൽ എന്നെ വ്യക്തിപരമായി ബാധിച്ചിരുന്ന കുറച്ചനുഭവങ്ങൾ മാത്രമാണ് ഈ പുസ്തകത്തിൽ ഉൾപ്പെടുത്തിയിരിക്കുന്നത്. ബാല്യകാലം, സ്കൂൾജീവിതം, അദ്ധ്യാപകർ, സഹപാഠികൾ, കുടുംബം, അടുത്ത സ്നേഹബന്ധങ്ങൾ... അങ്ങനെ ഓർമ്മവെച്ച നാൾ മുതൽ ഇതുവരെയുള്ള ജീവിതത്തിലെ ചെറിയ ചെറിയ സംഭവങ്ങൾ എന്നിവയുമായി ബന്ധപ്പെട്ട ജീവിതാനുഭവക്കുറിപ്പുകൾ. ഇങ്ങനെയൊരാൾ ഇവിടെ ജീവിച്ചിരുന്നുവെന്നുള്ള ഒരു ചെറിയ അടയാളപ്പെടുത്തൽ മാത്രം.

ഏതാനും വർഷങ്ങൾക്കുമുൻപ് എപ്പോഴോ ഒരിക്കൽ വല്ലാതെ വിരസത തോന്നിയ ദിവസങ്ങളിലാണ് ഇതുവരെയുള്ള ജീവിതാനുഭവങ്ങൾ എഴുതിവെക്കണമെന്ന തോന്നൽ ഉണ്ടായതും അതിന് തുടക്കം കുറിച്ചതും. ഇത് എഴുതി പൂർത്തിയാക്കുവാൻ സാധിക്കുമെന്നോ പുസ്തകമാക്കണമെന്നോ ഉള്ള വിദൂര പ്രതീക്ഷപോലും അന്നെന്റെ മനസ്സിൽ ഇല്ലായിരുന്നു. പുസ്തകമാക്കുക എന്നതൊക്കെ എനിക്ക് സ്വപ്നം കാണാൻപോലും വയ്യാത്ത, കൈയെത്താദൂരത്തുള്ള വലിയ സംഭവമാണെന്ന ധാരണയായിരുന്നു എന്നും മനസ്സിൽ. ഒരു രസത്തിന് എഴുതാൻ തുടങ്ങി എന്നതാണ് സത്യം. 2019 ൽ തുടങ്ങി ഏതാണ്ട് ഒരു വർഷം ആകുമ്പോഴേക്കും എന്റെ ജീവിതം മുഴുവൻ ചുരുക്കി ഒരു നോട്ട് ബുക്കിൽ

എഴുതിവെച്ചു. അടുക്കുംചിട്ടയുമൊന്നും ഇല്ലാത്ത എഴുത്ത്. അതിനിട യിലാണ് അപ്രതീക്ഷിതമായി എന്റെ അമ്മയുടെ വേർപാട്. അത് ഉൾക്കൊള്ളാൻ പറ്റാതെ ആ ശൂന്യതയിൽ സ്തംഭിച്ചുപോയ ഞാൻ മാ നസികമായി തളർന്നുപോയി. ആ ദിവസങ്ങളിൽ എന്നെ ആശ്വസിപ്പി ക്കുവാനും സാന്ത്വനിപ്പിക്കുവാനുമായി വീട്ടിലെത്തിയ പ്രിയ കൂട്ടുകാരിയും എഴുത്തുകാരിയുമായ മണിയേച്ചി എന്ന രാജാമണിയാണ് അനുഭവക്കു റിപ്പുകൾ പ്രസിദ്ധീകരിക്കണമെന്നുപറഞ്ഞ് പ്രോത്സാഹിപ്പിച്ചത്. ആ കുറിപ്പുകൾ വായിച്ചുകഴിഞ്ഞതിനുശേഷം അവർ ഒരു ദിവസം എന്നെ വിളിച്ച് എഴുതാൻ വിട്ടുപോയ എന്തെങ്കിലും അനുഭവങ്ങൾ ഉണ്ടെങ്കിൽ അതെല്ലാം ഉൾപ്പെടുത്തി, സങ്കടകരമാണെങ്കിലും അമ്മയുടെ വേർപാ ടിന്റെ കാര്യങ്ങൾകൂടി കൂട്ടിച്ചേർത്ത് കുറച്ചുകൂടി വിപുലപ്പെടുത്തി ഓരോ അദ്ധ്യായങ്ങളായി മാറ്റി എഴുതണമെന്ന് നിർദ്ദേശിച്ചു. എനിക്ക് നിരന്ത രം നിർദ്ദേശങ്ങളും പ്രോത്സാഹനവും നൽകിയ മണിയേച്ചിക്ക് ഹൃദയം നിറഞ്ഞ സ്നേഹവും കൃതജ്ഞതയും അറിയിക്കുന്നു.

അതിനുശേഷം ഒന്നരവർഷത്തെ മാനസിക തയ്യാറെടുപ്പിന് ശേഷമാണ് ഓരോ സംഭവങ്ങളും കുറച്ചുകൂടി വിശദീകരിച്ച് ഓരോ അദ്ധ്യായങ്ങളായി ആദ്യം മുതൽ മൊബൈലിൽ ടൈപ്പ് ചെയ്യാൻ തുട ങ്ങിയത്. മൊബൈലിൽ അത് ടൈപ്പ് ചെയ്തു പൂർത്തിയാക്കാൻ പിന്നെ യുമെടുത്തു ആറുമാസം.

എഴുതി പൂർത്തിയാക്കി ഒരുമാസം കഴിഞ്ഞപ്പോഴാണ് അവിചാ രിതമായി ഞങ്ങളുടെ സഹപാഠിസംഗമം നടക്കുന്നതും എന്റെ പ്രിയ അദ്ധ്യാപികയായ ചന്ദ്രമതി ടീച്ചറെ അമ്പത് വർഷത്തിനുശേഷം അവി ടെവെച്ച് കണ്ടുമുട്ടുന്നതും. ഏറെ വികാരനിർഭരമായിരുന്നു ആ കൂടിക്കാ ഴ്ച. എന്റെ കുറിപ്പുകൾ പുസ്തകമാക്കാൻ അതൊരു നിമിത്തമായി മാറി. ഞാൻ അനുഭവക്കുറിപ്പുകൾ എഴുതിവെച്ചിരുന്നെന്ന് അറിഞ്ഞപ്പോൾ യു എ ഇയിൽ റേഡിയോ അവതാരകനായി ജോലിചെയ്തിരുന്ന തന്റെ മകനായ രമേഷ് പയ്യന്നൂരിനോട് അത് പുസ്തകമാക്കാൻ സഹായിക്ക ണമെന്ന് ടീച്ചർ ആവശ്യപ്പെടുകയായിരുന്നു. എന്നെ ഒട്ടും പരിചയമി ല്ലാതിരുന്നിട്ടും രണ്ടാമതൊന്നാലോചിക്കാതെ രമേഷ് അതേറ്റെടുത്ത പ്പോൾ സന്തോഷാശ്രുക്കളാൽ എന്റെ കണ്ണ് നിറഞ്ഞു. ഞാനെഴുതി വെച്ചതെല്ലാം ആത്മാർത്ഥമായും ക്ഷമയോടെയും എഡിറ്റുചെയ്ത് പുസ്തക മാക്കാനുള്ള എല്ലാ സംവിധാനങ്ങളും ചെയ്തുതന്നത് രമേഷ് പയ്യന്നൂരാ ണ്. ഈ അനുഭവക്കുറിപ്പുകൾ പുസ്തകമാക്കാനുള്ള പ്രവർത്തനത്തിന്റെ ഓരോ ഇഞ്ചിലും രമേഷിന്റെ കൈയൊപ്പ് ഉള്ളതുപോലെതന്നെ, കേരള ത്തിലെ പ്രശസ്ത എഴുത്തുകാരിയായ കെ പി സുധീരച്ചേച്ചി അവതാരിക എഴുതി ഈ പുസ്തകത്തെ അനുഗ്രഹീതമാക്കിയതും രമേഷ് മുൻകൈ

എടുത്തതുകൊണ്ട് തന്നെയാണ്. എന്നെക്കുറിച്ച് രമേഷ് പറഞ്ഞപ്പോൾ തന്നെ അവതാരിക എഴുതാനുള്ള സന്മനസ്സ് കാണിക്കുകയും കുറിപ്പുകൾ മുഴുവനും വായിച്ച് ആഴത്തിൽ മനസ്സിലാക്കി ഹൃദയസ്പർശിയായി എഴുതിത്തരികയും ചെയ്ത അവരുടെ ആ വലിയ മനസ്സിന്റെ മുന്നിൽ കൈകൂപ്പുന്നു. അനുഭവക്കുറിപ്പുകൾ മുഴുവനും വായിച്ചുകഴിഞ്ഞപ്പോൾ പ്രശസ്തയായ ആ എഴുത്തുകാരി എന്നെ വിളിക്കുകയും അനുഭവക്കുറിപ്പുകളെക്കുറിച്ച് സ്നേഹവാത്സല്യങ്ങളോടെ സംസാരിക്കുകയും ചെയ്തപ്പോൾ അത്ഭുതവും ആഹ്ലാദവുംകൊണ്ട് എന്റെ കണ്ണ് നിറഞ്ഞു. അവരുടെ സ്നേഹവായ്പിന് മുന്നിൽ കൃതജ്ഞതയോതാൻ വാക്കുകളില്ല. എങ്കിലും ആദരവോടെ എന്റെ സ്നേഹവും സന്തോഷവും അറിയിക്കുന്നു.

സ്വന്തം തിരക്കുകൾ മാറ്റിവെച്ച് പുസ്തകത്തിന്റെ ഓരോ കാര്യങ്ങളിലും മുൻകൈയെടുത്ത രമേഷിനോടും നന്ദി പറയാൻ വാക്കുകളില്ല. പുസ്തകത്തിന്റെ കവർഡിസൈൻ, പേര് എല്ലാം തീരുമാനിക്കുന്നതിൽ അദ്ദേഹമെടുത്ത താല്പര്യം എടുത്തുപറയേണ്ടിയിരിക്കുന്നു. ഓരോ അദ്ധ്യായങ്ങൾക്കും ഉചിതമായ പേരുകൾ നൽകാൻ ഞങ്ങൾ നിരന്തരം ആശയ വിനിമയം നടത്തി. തന്റെ ക്ലാസ് റൂമിൽനിന്നും ഒരു സുപ്രഭാതത്തിൽ അപ്രത്യക്ഷയായ പ്രിയ ശിഷ്യയോടുള്ള സ്നേഹവാത്സല്യങ്ങൾ അമ്പതുവർഷങ്ങളോളം നൊമ്പരമായി ഹൃദയത്തിൽ കാത്തുസൂക്ഷിച്ച പ്രിയ ചന്ദ്രമതിടീച്ചറോടും വാക്കുകളിൽ ഒതുങ്ങാത്ത സന്തോഷവും സ്നേഹവും കടപ്പാടും അറിയിക്കുന്നു. ഈ അനുഭവക്കുറിപ്പുകൾ തയ്യാറാക്കുമ്പോൾ നിർദ്ദേശങ്ങളും അഭിപ്രായങ്ങളും അറിയിച്ച് ഏറെ പ്രോത്സാഹിപ്പിച്ച എന്റെ സഹോദരിയുടെ മകളും പയ്യന്നൂർ കോളേജിലെ ഇംഗ്ലീഷ് അദ്ധ്യാപികയും എഴുത്തുകാരിയുമായ ഷൈമയ്ക്കും ഹൃദയം നിറഞ്ഞ സ്നേഹവാത്സല്യങ്ങൾ.

അച്ഛൻ എന്റെ മനസ്സിൽ കൊളുത്തിവെച്ച അക്ഷരദീപം അണയാതെ കാത്തുസൂക്ഷിക്കുവാനും ധാരാളം പുസ്തകങ്ങൾ എത്തിച്ച് തന്ന് നിരർത്ഥകമാകുമായിരുന്ന എന്റെ ജീവിതം വായനയിലൂടെയും എഴുത്തിലൂടെയും സാർത്ഥകമാക്കാനും സഹായിച്ച സഹപാഠിയും പയ്യന്നൂരിലെ എം എൽ എയുമായ ടി ഐ മധുസൂദനനും ജീവിതവഴിത്താരയിൽ എന്നും സ്നേഹമായി ചേർത്തുനിർത്തുന്ന എന്റെ മറ്റെല്ലാ പ്രിയ സഹപാഠികൾക്കും ഹൃദയം നിറഞ്ഞ കൃതജ്ഞതയും സ്നേഹവും സന്തോഷവും അറിയിക്കുന്നു. ജീവിതം നാല് ചുവരുകൾക്കുള്ളിൽ കരഞ്ഞു തീർക്കാനുള്ളതല്ലെന്നും ചിറകില്ലാതെ എത്ര ഉയരത്തിലും പറക്കാൻ സാധിക്കുന്ന വിശാലമായ ആകാശംതന്നെ പുറംലോകത്ത് ഓരോരുത്തരെയും കാത്തിരിപ്പുണ്ടെന്നുമുള്ള പ്രത്യാശാഭരിതമായ ചിന്തകൾ എന്നിലുണർത്തിയ ഞങ്ങളുടെ ഫ്ലൈ സൗഹൃദ കൂട്ടായ്മക്കും നന്ദി. എഴുത്തിലേക്ക്

ചുവടുവെക്കാൻ പ്രചോദനവും പ്രോത്സാഹനവും നൽകിയ ഫൈല്ല കൂട്ടായ്മയുടെ മാഗസിനായ *ചിറകി*ന്റെ എഡിറ്റർ ഷാജിതലോറയ്ക്കും എന്റെ നന്ദിയും സന്തോഷവും സ്നേഹവും അറിയിക്കട്ടെ.

*വല്മീകത്തിൽനിന്നും പതിയെ...* എന്ന എന്റെ അനുഭവക്കുറിപ്പുകൾ പുസ്തകരൂപത്തിലാക്കിയ ചിന്ത പബ്ലിഷേഴ്സിനോടും പുസ്തകവിതരണക്കാരായ *ദേശാഭിമാനി* ബുക്ക്ഹൗസിനോടുമുള്ള നന്ദിയും കടപ്പാടും ഇവിടെ രേഖപ്പെടുത്തുന്നു. അതിനു മുൻകൈയെടുത്ത ടി ഐ മധുസൂദനൻ (എം എൽ എ), പിന്തുണ നൽകി കൂടെനിന്ന പ്രിയ സുഹൃത്ത് ടി എ രാജീവൻ എന്നിവരോടുള്ള സ്നേഹവും ഇവിടെ ചേർത്തുവയ്ക്കട്ടെ.

വേദനയുടെ നെരിപ്പോടിൽ പാകപ്പെടുത്തിയെടുത്ത എന്റെ ജീവിതസഹനത്തിന്റെ, കദനത്തിന്റെ, കുഞ്ഞുകുഞ്ഞു സന്തോഷങ്ങളുടെ ഈ അനുഭവക്കുറിപ്പുകൾ വായിച്ച് വിലയിരുത്തി ഉപദേശ നിർദ്ദേശങ്ങളും പ്രോത്സാഹനങ്ങളുംനൽകിഅനുഗ്രഹിക്കണമെന്ന്അപേക്ഷിച്ചുകൊണ്ട് എല്ലാ പ്രിയപ്പെട്ടവർക്കും കൂട്ടുകാർക്കും ആത്മബന്ധുക്കൾക്കും എല്ലാ വായനക്കാർക്കുമായി ഈ പുസ്തകം സമർപ്പിക്കുന്നു.

സ്നേഹത്തോടെ,

**പ്രേമ ചിറയിൽ**

# ആത്മപ്രപഞ്ചത്തിന്റെ ശുഭ്രവെളിച്ചം

**കെ പി സുധീര**

ഈശ്വരനിലുള്ള ദൃഢവിശ്വാസം മനുഷ്യന്റെ ആലംബമാണ്. ചിറക് കരിഞ്ഞുവീഴുമ്പോഴും മുകളിലേക്ക് ഉയരാൻ വെമ്പുന്ന ജീവിതങ്ങളുണ്ട്, ഈ ഭൂമിയിൽ. പ്രേമയുടെ ജീവിതം അത്തരത്തിലുള്ളതാണ്.

10 വയസ്സുള്ളപ്പോൾ പോളിയോവിന്റെ ആക്രമണം ആ കുരുന്ന് ഹൃദയത്തിൽ ഉണ്ടാക്കിയ ആഘാതം വലുതായിരുന്നു. അവളുടെ കാലുകൾ തളർന്നു. ശരീരത്തിൽ കൊടിയ വേദന. ഏറ്റവും ഗുരുതരമായ അവസ്ഥയിൽ ഹോമിയോ ഡോക്ടറായ അച്ഛൻ അവളെ ജീവിതത്തിലേക്ക് തിരികെ കൊണ്ടുവരുന്നു. ഹോമിയോയും അതുപോലെ ആയുർവേദവും മാറിമാറി ചികിത്സ ഒരു വർഷത്തോളം ചെയ്തപ്പോൾ അവൾക്ക് എഴുന്നേറ്റിരിക്കാം എന്നായി - ഉരുളുന്ന വീൽചെയറിലിരുന്ന് 'മുൻപോട്ട് പായുന്ന കാലചക്രത്തെ പിന്നോട്ട് തിരിച്ചുവെച്ച്' തന്റെ ജീവിതത്തിന്റെ കഥ പറയുകയാണ് പ്രേമ ഈ പുസ്തകത്തിൽ.

മരണത്തേക്കാൾ വലിയ ദുരന്തങ്ങൾ മനുഷ്യന് ജീവിതത്തിൽ സംഭവിക്കാറുണ്ട്. ജീവിതദുരിതങ്ങൾ തടവറയിലാക്കിയ പെൺകിടാവാണ് പ്രേമ. തിക്താനുഭവങ്ങളുടെ തീച്ചൂളയിലൂടെ കടന്നുപോയ പ്രേമയുടെ ജീവിത കഥയാണ്, *വല്മീകത്തിൽ നിന്നും പതിയെ...* എന്ന അതിജീവനത്തിന്റെ പുസ്തകം.

വായന മുന്നേറുമ്പോൾ പലപ്പോഴും നമ്മുടെ തൊണ്ടയിൽ ഒരു ഗദ്ഗദം വന്ന് തടയും -നമ്മുടെ കണ്ണിൽനിന്ന് കണ്ണുനീർ ചാലിട്ട് നെഞ്ച് കവിഞ്ഞൊഴുകും - ഹൃദയം അനന്യമായ വേദനയാൽ പിടയും. പക്ഷേ, പോസിറ്റീവായ ജീവിതചിന്തയാൽ പിന്നീട് വായനക്കാരായ നമ്മെ

അവൾ സമാശ്വസിപ്പിക്കുകയാണ്.

ആറാം ക്ലാസുവരെ മാത്രമേ സ്കൂളിൽ പോകാൻ ആയുള്ളൂ. പിന്നെ സ്വന്തം പരിശ്രമത്താൽ വീൽച്ചെയറിൽ ഇരുന്നുകൊണ്ട് എസ് എസ് എൽ സിയും പ്രീഡിഗ്രിയുമെല്ലാം അവൾ എഴുതിയെടുത്തു. വർഷങ്ങൾ കഴിഞ്ഞ് അദ്ധ്യാപക - പൂർവ്വവിദ്യാർത്ഥി സംഗമത്തിൽ സ്നേഹനിധി യായ ചന്ദ്രമതി ടീച്ചർ അവളെ തിരിച്ചറിയുന്നു. ഒരിയ്ക്കൽ വീൽച്ചെയറിൽ ടീച്ചറെ കാണാൻ പോയപ്പോൾ ടീച്ചറുടെ മകനായ രമേഷ് പയ്യന്നൂരി നെ കാണുന്നു. യു എ ഇയിൽ ഏഷ്യാനെറ്റ് റേഡിയോവിലും റേഡിയോ ഏഷ്യയിലും മേധാവിയായിരുന്ന തികഞ്ഞ കലാകാരനായ, മനുഷ്യസ്നേ ഹിയായ രമേഷ് പയ്യന്നൂർ, പ്രേമ എഴുതിത്തുടങ്ങിയ അനുഭവ പുസ്തകം വെളിച്ചം കാണിക്കാമെന്ന് വാക്കു കൊടുക്കുന്നു. ഈ പുസ്തകം മുഴുവനാ ക്കാൻ അതാണ് പ്രേരകശക്തി.

വായന, ചിത്രരചന, കവിതാരചന, പുസ്തകങ്ങളെക്കുറിച്ചുള്ള കു റിപ്പുകൾ എല്ലാം വീൽച്ചെയറിലിരുന്ന് അവൾ ചെയ്തു. വലിയ വൃത്തി ക്കാരിയായ അവൾ വീട് ശുചിയാക്കി വെയ്ക്കും. അമ്മയ്ക്ക് പച്ചക്കറി നുറുക്കിക്കൊടുക്കും. സ്വന്തം വസ്ത്രങ്ങൾ അലക്കി, കുളിമുറി കഴുകി വൃത്തി യാക്കി കുളിച്ചിട്ടേ അവൾ പ്രഭാതചര്യകൾ ആരംഭിക്കൂ - പുറംലോകം കാണാൻ ഭാഗ്യമില്ലാത്ത അവൾ വീട്ടിൽ പുസ്തകങ്ങൾ അടുക്കിവെച്ചു. വിളക്ക് തുടച്ചു മിനുക്കി , അച്ഛന്റെ വസ്ത്രങ്ങൾ ഇസ്തിരിയിട്ടു, തയ്യൽപ്പണി ചെയ്തു. അസ്ഥിരോഗ വിദഗ്ധനും ഹോമിയോ ഡോക്ടറുമായ അച്ഛനാണ് അവൾക്ക് വഴികാട്ടി. അച്ഛന്റെ പ്രേരണയാണ് അവളുടെ കെടാറായ പ്രജ്ഞയെ ആളിക്കത്തിച്ചത്. അവളിൽ വായനയുടെ ശീലം നട്ടുവെച്ച തും ഒരു രാഷ്ട്രീയ അവബോധമുണ്ടാക്കിയതും അച്ഛനാണ്. ഉന്നതമായ സംസ്കാരത്തിനുടമയായിരുന്നു ചിറയിൽ കുഞ്ഞമ്പു എന്ന അവളുടെ അച്ഛൻ. നാവികന് വഴികാട്ടുന്ന നക്ഷത്രമെന്നോണം അച്ഛൻ എപ്പോഴും മുമ്പിലുണ്ടായിരുന്നു. അച്ഛന്റെ ഓർക്കാപ്പുറത്തുള്ള വേർപാട് അവളുടെ ആത്മാവിനേറ്റ ഏറ്റവും മാരകമായ മുറിവായിരുന്നു. പിന്നീട് അനിയനും ഭാര്യയും ജോലിക്കുപോയാൽ അവളും അമ്മയും മാത്രമാവും വീട്ടിൽ. അച്ഛൻ പോയശേഷം മറവിരോഗം സ്നേഹനിധിയായ അമ്മയെ വന്നു മൂടി. അമിതമായ ദേഷ്യം, അകാരണമായി മകളെ വഴക്കുപറയൽ, നിര ന്തരമായ സംസാരം. അങ്ങനെ അഞ്ച് മക്കൾക്ക് ജന്മംനൽകി, സ്വന്തം കാലിൽ നടക്കാൻകഴിയാത്ത മകളെ നന്നായി സംരക്ഷിച്ച സ്നേഹി ക്കാൻ മാത്രമറിയുന്ന അമ്മ, അച്ഛനുശേഷം ആറ് വർഷങ്ങൾ കഴിഞ്ഞ് യാത്രയായി. പ്രേമ വിഷാദ മൗനത്തിലേക്ക് ആണ്ടുപോയി. എന്നാൽ അങ്ങനെ തളരുവാൻ അവളുടെ വാട്സ്ആപ്പിലും സോഷ്യൽ മീഡിയ

യിലുമുള്ള സുഹൃത്തുക്കൾ അനുവദിച്ചില്ല.

എല്ലാ വസന്തത്തേയും കരിച്ചുകളഞ്ഞ പ്രേമയുടെ ജീവിതം പതുക്കെ തളിരിടുകയായിരുന്നു. അവൾ കൂടുതൽ കൂടുതൽ ദൈവത്തിൽ വിശ്വസിച്ചു. ദൈവം ഏത് കുരുന്നു ശിഖരത്തെയും സ്പർശിച്ചാൽ ജീവിതം വീണ്ടും തളിരിടാതെ വയ്യ. സ്വപ്നചിത്ര എന്ന സംഘടന അവളുടെ ചിത്രങ്ങൾ ലോകത്തിന് കാണിച്ചുകൊടുത്തു. അവളുടെ പല എഴുത്തുകളും വാട്സ്ആപ്പ് ഗ്രൂപ്പിലൂടെ വെളിച്ചംകണ്ടു. അവൾ സമ്മാനങ്ങൾ വാങ്ങിക്കൂട്ടി. കോവിഡ് കാലത്ത് മാസ്ക് നിർമ്മിച്ചു സൗജന്യമായി വിതരണം ചെയ്ത് അവളും രോഗപ്രതിരോധ പോരാട്ടത്തിൽ പങ്കാളിയായി. അക്കാലത്ത് സോഷ്യൽ മീഡിയയിൽ പല ഗ്രൂപ്പുകളിൽ നടത്തപ്പെട്ട മത്സരങ്ങളിലും പങ്കെടുത്തു. ഫ്ലൈ എന്ന ഭിന്നശേഷിക്കാരുടെ സംഘടനയിൽ അംഗമായി അവൾ കർമ്മനിരതയായി. ഏകാന്തതയിലേക്കും മൗനത്തിലേക്കും വഴുതിവീണ പ്രേമ ജീവിതത്തിലേക്ക് തിരികെ വന്നു. സഹോദരന്റെ കൂടെയാണ് ഇപ്പോൾ ജീവിക്കുന്നത്. കയ്പേറിയ അനുഭവത്തിന്റെ വെളിപ്പെടുത്തലുകൾ, ലളിതമായ സ്നേഹത്തിന്റെ നിർവൃതികൾ ഇതെല്ലാം ഈ പുസ്തകത്തിൽ നമുക്ക് വായിക്കാം. ഈശ്വരനിലുള്ള പ്രേമയുടെ വിശ്വാസം അചഞ്ചലമാണ്. വലിയ ദുരന്തങ്ങളെ അതിജീവിക്കുമ്പോഴും ജീവിതത്തിന്റെ നഗ്നലാവണ്യത്തെ അവൾ ആസ്വദിക്കുകയാണ്. ആനന്ദധാരയുടെ ഉറവിടം തന്റെയുള്ളിൽത്തന്നെ എന്ന കണ്ടെത്തലാണ് ജീവിതം അവൾക്ക് നൽകിയ ഏറ്റവും വലിയപാഠം എന്ന് എനിക്ക് തോന്നിപ്പോകുന്നു.

അച്ഛനെക്കുറിച്ചുള്ള ദീപ്തമായ ഓർമ്മകൾ വിഷമസന്ധികളെ നേരിടാൻ അവളെ പ്രാപ്തയാക്കുന്നു. പരുഷമായ സാഹചര്യങ്ങൾ വേണം മനുഷ്യാത്മാവിന് കൂടുതൽ ദൃഢത കൈവരിക്കുവാൻ എന്ന് ഈ പുസ്തകം നമ്മെ തെര്യപ്പെടുത്തുന്നു. *വല്മീകത്തിൽനിന്നും പതിയെ...* എന്ന ഈ അതിജീവനത്തിന്റെ പുസ്തകം എല്ലാവരും വായിക്കണം. കാരണം ഇതിൽ ജീവിതമുണ്ട്, ജീവിതത്തിന്റെ നഗ്നയാഥാർത്ഥ്യങ്ങളുണ്ട്, ഈശ്വരാനുഗ്രഹത്തിന്റെ സ്പർശമുണ്ട്. കൊടിയ നിരാശയിലും കൈവിടാത്ത പ്രത്യാശയുണ്ട്.

പ്രേമ ഇപ്പോൾ വീൽച്ചെയറിൽ കയറിയിരുന്ന് പുറംലോകം കാണുന്നു, വായിക്കുന്നു, എഴുതുന്നു. ജീവിതത്തെ ശുഭപ്രതീക്ഷയോടെ നോക്കിക്കാണുന്ന പ്രേമയുടെ ജീവിതകഥയാണിത്. മനസ്സെത്തുന്നിടത്ത് ശരീരം എത്താത്ത വേദനയറിഞ്ഞ അവൾ സ്വപ്നാത്മക ജീവിതമല്ല, യഥാതഥമായ ജീവിതമാണ് നയിക്കുന്നത്. ശരീരപീഡകൾ അവളുടെ സർഗാത്മകതയെ വർദ്ധിപ്പിക്കുകയായിരുന്നു, ധിഷണയെ മൂർച്ച

യുള്ളതാക്കുകയായിരുന്നു. ജീവിതമേകിയ മുറിവുകൾക്ക് ശമനൗഷധമാണ് സ്നേഹം എന്ന് അവൾ മനസ്സിലാക്കി. സംയോഗത്തിന്റെ തേൻകണങ്ങളും വിയോഗത്തിന്റെ കണ്ണുനീരുമാണ് ജീവിതത്തിന്റെ കാതലെന്ന് നാം അറിയണം. ഹൃദ്യമായ ഭാഷയിലെഴുതപ്പെട്ട ഒരു പുസ്തകമാണിത്.

അന്യരെ സ്നേഹിക്കുന്നതിനൊപ്പം സ്വയം സ്നേഹിക്കുക എന്ന തിരിച്ചറിവുണ്ടായ പ്രേമയുടെ ജീവിതത്തെ അറിയുവാൻ, വായനക്കാരാ നിങ്ങളെ സ്നേഹത്തോടെ ഞാൻ ക്ഷണിക്കുന്നു.

# പ്രേമയുടെ എഴുത്തും വായനയും

**ടി പി ഭാസ്കരപൊതുവാൾ**

പ്രേമയെക്കുറിച്ച് എഴുതുമ്പോൾ എന്റെ മനസ്സുനിറയെ സ്നേഹം കുമിഞ്ഞുകൂടും. അത് വാത്സല്യമായി രൂപാന്തരപ്പെടും. മകളേ എന്ന് അവളെ അഭിസംബോധന ചെയ്യുമ്പോൾ ഞാൻ അനുഭവിക്കുന്ന ആത്മ നിർവൃതി അനിർവചനീയമാണ്. ശാരീരിക പരിമിതികളെ അക്ഷരങ്ങൾകൊണ്ട് അതിജീവിക്കാൻ കഴിയുമെന്ന് ബോദ്ധ്യപ്പെടുത്തുന്നു പ്രേമ. ചെറുപ്രായത്തിൽത്തന്നെ ശരീരം തളർന്നുപോവുക, എന്തു ചെയ്യേണ്ടൂ എന്നറിയാതെ മനസ്സ് പതറിപ്പോവുക. അവിടെ പ്രേമയ്ക്ക് താങ്ങായത് ഹോമിയോ ഡോക്ടർകൂടിയായ അച്ഛനാണ്. നിരന്തര പരിചരണത്തിലൂടെ അവളെ ജീവിക്കാൻ പ്രാപ്തയാക്കിയത് ആ സ്നേഹനിധിയായ പിതാവ് തന്നെ. ഇപ്പോഴും മകളുടെ ഓരോ ചിന്തയിലും ആ അച്ഛൻ നിറഞ്ഞുനിൽക്കുന്നു എന്നത് ഒരു സൗഭാഗ്യമാണ്. ഇന്ന് അവൾക്ക് വീൽച്ചെയറാണ് ആശ്രയമെങ്കിലും പൂർണ്ണമായും നിശ്ചയദാർഢ്യത്തോടെ ജീവിക്കാനുള്ള ശക്തി അവളുടെ മനസ്സിനുണ്ട്. അരോഗദൃഢമായ ആ മനസ്സാണ് അവളുടെ കരുത്ത്. വായനയുടെ ലോകത്തേക്ക് ചെറുപ്രായത്തിൽത്തന്നെ അച്ഛൻ കൈപിടിച്ചു നടത്തിച്ചു. കുട്ടികളുടെ പ്രസിദ്ധീകരണങ്ങൾ വായിക്കാൻ കൊടുത്തു. പിന്നെ പ്രശസ്തരുടെ പുസ്തകങ്ങൾ. നിരന്തരമായ വായന അവളെ ഊർജസ്വലയാക്കി മാറ്റി. ഈ പ്രായത്തിനിടയിൽ എത്രയെത്ര പുസ്തകങ്ങളാണ് വായിച്ചുതീർത്തത്. ആ പുസ്തകങ്ങളെക്കുറിച്ച് പ്രേമ അവലോകനങ്ങൾ എഴുതിയത് വായിച്ച് ഞാൻ അത്ഭുതംകൂറിയിട്ടുണ്ട്.

ഇന്ദിരാബാലൻ എഴുതിയ എന്റെ ജീവചരിത്രം *അക്ഷരസൂര്യൻ* വായിച്ച് പ്രേമ എഴുതിയ അവലോകനമാണ് എന്നെ അവളുമായി കൂട്ട

തൽ അടുപ്പിച്ചത്. ആ പുസ്തകത്തിന്റെ ആത്മാംശത്തെ ഉൾക്കൊണ്ടെഴുതിയ ഗംഭീരമായ കുറിപ്പായിരുന്നു അത്. ഇങ്ങനെ അവൾ വായിച്ച പുസ്തകങ്ങളെക്കുറിച്ചെഴുതിയ അവലോകനക്കുറിപ്പുകൾ ഒട്ടനവധിയാണ്. ആഴവും പരപ്പുമുള്ള വായനയുടെ പ്രതിഫലനമാണ് ആ കുറിപ്പുകൾ. ഒരു പുസ്തകം കയ്യിലെത്തിയാൽ അത് വായിച്ചുതീർക്കാതെ പ്രേമയ്ക്ക് ഇരിപ്പുറയ്ക്കില്ല. എഴുതിയ ആളിനെക്കാൾ ആഴത്തിൽ വായിച്ച് അവലോകനം എഴുതാൻ എഴുത്തുകാരനെക്കാൾ മിടുക്കുവേണം എന്ന് പറയാറുണ്ട്. പ്രേമയ്ക്ക് ആ കഴിവ് ആവോളമുണ്ട്. വായനയ്ക്കും എഴുത്തിനുമപ്പുറം ചിത്രകലയിലും അവൾ മികവ് കാട്ടി. തന്റെ ചിത്രങ്ങളുമായി പ്രദർശനങ്ങളിൽ പങ്കെടുത്ത് പ്രശംസ നേടിയിട്ടുമുണ്ട്.

അവൾക്കിന്ന് ധാരാളം സൗഹൃദങ്ങളുണ്ട്. ജീവിതത്തെ പ്രസാദാത്മകമായി നോക്കിക്കാണാൻ എഴുത്തും വായനയും ചിത്രരചനയും സൗഹൃദങ്ങളും അവളെ സഹായിക്കുന്നു.

അച്ഛൻ കാണിച്ചുകൊടുത്ത വഴി, സുഹൃത്തുക്കളുടെ പ്രചോദനം, പുസ്തകങ്ങൾ നൽകിയ ആത്മവിശ്വാസം, അക്ഷരങ്ങൾ നൽകിയ കരുത്ത് ഇവയെല്ലാം ഒരാളെ എങ്ങനെയാണ് എഴുത്തിന്റെ ലോകത്ത് ഉയർത്തിക്കൊണ്ടുവരുന്നതെന്ന് പ്രേമ തന്റെ ജീവിതത്തിലൂടെ നമ്മെ ബോദ്ധ്യപ്പെടുത്തുന്നു. അതിന്റെ സാക്ഷ്യപത്രമാണ് പ്രേമ എഴുതിയ *വല്മീകത്തിൽ നിന്നും പതിയെ...* എന്ന പുസ്തകം. പ്രേമയുടെ എഴുത്തിനെ പുസ്തകരൂപത്തിലേക്ക് മാറ്റിയെടുത്ത രമേഷ് പയ്യന്നൂർ അവൾക്ക് നൽകിയ ആത്മവിശ്വാസവും കരുത്തും ചെറുതല്ല. രമേഷിന്റെ എഡിറ്റിങ്ങിലൂടെ ഈ പുസ്തകത്തിന് പുതിയ മുഖച്ഛായതന്നെ കൈവന്നിരിക്കുന്നു. ഒപ്പം പ്രമുഖ എഴുത്തുകാരി കെ പി സുധീരയുടെ അവതാരികയും. എല്ലാംകൊണ്ടും ഈ പുസ്തകം വലിയ സ്വീകാര്യത നേടുമെന്നതിൽ ഒരു സംശയവുമില്ല. *വല്മീകത്തിൽ നിന്നും പതിയെ* എന്ന പേരുതന്നെ ഒരു പുതിയ വഴിയിലൂടെയുള്ള യാത്രയാണ് സൂചിപ്പിക്കുന്നത്.

പിതൃസ്ഥാനത്തുനിന്നുകൊണ്ടാണ് ഞാൻ ഈ വരികൾ കുറിക്കുന്നത്. അകാലത്തിൽ നഷ്ടപ്പെട്ട എന്റെ മകളുടെ സ്ഥാനത്താണ് പ്രേമയെ ഞാൻ കാണുന്നത്. പ്രേമയുടെ വിജയത്തിനായി പ്രാർത്ഥിക്കുന്നു.

## അതിജീവനത്തിന്റെ കഥ

അവതാരികയിൽ സൂചിപ്പിച്ചതുപോലെ ഈ പുസ്തകം അതിജീവനത്തിന്റെ കഥയാണ് നമ്മോട് പറയുന്നത്. ഒരുപക്ഷേ ജീവിതാന്ത്യം വരെ വീൽച്ചെയറിൽ നാലുചുവരുകൾക്കുള്ളിൽ കഴിയേണ്ടിവരുമായിരുന്ന പ്രേമ ചിറയിലിന്റെ ജീവിതത്തിൽ പ്രകാശരേണുക്കൾ ചൊരിയുന്നത് സുഹൃത്തുക്കളാണ്. സ്വന്തം വീടിന്റെ വാതിലുകൾ മലർക്കെത്തുറന്ന് പുറംലോകത്തെ കാണാനും കേൾക്കാനും സ്പർശിച്ചറിയാനും അവളെ പ്രേരിപ്പിച്ചത് ആ സൗഹൃദങ്ങളാണ്.

ഈ പുസ്തകത്തിന്റെ ചുമതല എന്നിലേക്കെത്തുന്നത് വളരെ യാദൃച്ഛികമായാണ്. പ്രേമ ആറാം ക്ലാസിൽ പഠിക്കുമ്പോഴാണ് പോളിയോ വന്നു ജീവിതത്തിന്റെ ഇരുണ്ട കോണിലേക്ക് ഒതുങ്ങിയത്. അച്ഛനും അമ്മയും നഷ്ടപ്പെട്ടപ്പോൾ ആ ഇരുട്ടിന്റെ കാഠിന്യം കൂടി. മനസ്സിലും ഇരുട്ട് പടരുന്നതിന് മുൻപാണ് കൂട്ടുകാർ അവളെ പുറംലോകത്തിന്റെ വെളിച്ചത്തിലേക്ക് നയിച്ചത്. നഷ്ടപ്പെട്ടുപോയ വസന്തവും ശിശിരവുമെല്ലാം അങ്ങനെയാണ് പ്രേമയുടെ മനസ്സിലേക്ക് തിരിച്ചെത്തുന്നത്. കൂട്ടുകാർ അവളെയുംകൊണ്ട് യാത്രചെയ്തു, സഹപാഠി സംഗമം ഒരുക്കി, പ്രിയപ്പെട്ട അദ്ധ്യാപകരെ ഒരിക്കൽക്കൂടി കാണാൻ അവസരമുണ്ടാക്കി. അങ്ങനെയൊരു യാത്രയ്ക്കിടയിലാണ് പ്രേമ എന്റെ വീട്ടിലുമെത്തുന്നത്.

എന്റെ അമ്മ ചന്ദ്രമതി ടീച്ചർ പ്രേമയുടെ പ്രിയപ്പെട്ട അദ്ധ്യാപികയായിരുന്നു. തന്റെ അദ്ധ്യാപികയെത്തേടി 2022 ലാണ് പ്രേമ ഞങ്ങളുടെ വീട്ടിലെത്തുന്നത്.

ഞങ്ങൾ തമ്മിൽ പരിചയപ്പെടുന്നത് അങ്ങനെയാണ്. ആദ്യ കൂടിക്കാഴ്ചയിൽത്തന്നെ പ്രേമയുടെ എഴുത്തും ചിത്രരചനയുമെല്ലാം വിഷയ

ങ്ങളായി. അനുഭവക്കുറിപ്പുകൾ എഴുതിവെച്ചിട്ടുണ്ടെന്നു പറഞ്ഞപ്പോൾ അതൊരു പുസ്തകമാക്കിക്കൂടേ എന്ന എന്റെ ചോദ്യത്തിന് മുന്നിൽ ആ മുഖം വാടി. ആ മനസ്സിന്റെ വികാരങ്ങൾ വായിച്ചെടുക്കാൻ കഴിഞ്ഞതുകൊണ്ടുതന്നെ കുറിപ്പുകൾ പുസ്തകമാക്കാൻ സഹായിക്കാമെന്നു ഞാനേറ്റു.

സന്തോഷവതിയായി തിരിച്ചുപോയ പ്രേമ, എഴുതിയ കുറിപ്പുകളെല്ലാം എനിക്കയച്ചുതന്നു. ഞാൻ ഓരോന്നായി വായിച്ച് ആവശ്യമായ തിരുത്തലുകളും കൂട്ടിച്ചേർക്കലുകളുമൊക്കെ നടത്തി ഒരു പുസ്തകത്തിനാവശ്യമായ കാര്യങ്ങളൊക്കെ ഒരുക്കി. ഓരോ അദ്ധ്യായത്തിന്റെയും ശീർഷകം, പുസ്തകത്തിന്റെ പേര് എല്ലാം നിരന്തര ചർച്ചകളിലൂടെ ഞങ്ങൾ തീരുമാനിച്ചു. ഏതാണ്ട് ഒരു കൊല്ലക്കാലമെടുത്തു എല്ലാം പൂർത്തിയാക്കാൻ.

അവതാരിക ആരെഴുതും എന്നതായിരുന്നു പിന്നെയുള്ള ചിന്ത. മലയാളത്തിന്റെ പ്രിയ എഴുത്തുകാരി കെ പി സുധീരയോട് പ്രേമയുടെ ജീവിതത്തെക്കുറിച്ചും പുസ്തകത്തെക്കുറിച്ചും പറഞ്ഞപ്പോൾ ഒരെതിർപ്പും കൂടാതെ പൂർണ്ണമനസ്സോടെ അവതാരിക എഴുതാമെന്ന് അവർ സമ്മതിച്ചു. അവരുടെ ശൈലിയിൽ അവതാരിക കൂടിയെത്തിയപ്പോൾ പുസ്തകത്തിന് കൂടുതൽ ശോഭ കൈവന്നു.

ഇരുൾപടർന്നു കാണാൻ വയ്യാത്തവിധം ഒതുങ്ങിപ്പോകുമായിരുന്ന ഒരു ജീവിതത്തിലേക്ക് പ്രകാശംപരത്തുന്ന ഒരു പുസ്തകമായി ഇത് മാറും എന്നതിൽ ഒട്ടും സംശയമില്ല. ഒപ്പം ഈ പുസ്തകം വായനക്കാരുടെ കയ്യിലെത്തുമ്പോൾ പ്രേമയുടെ അനുഭവത്തിന്റെ തീക്ഷ്ണത അവരിലേക്കും പടരും. എഴുത്തുകാരിയുടെ മനസ്സിന്റെ നന്മയും പ്രകാശവും വായനക്കാരിലും നിറയും.

**രമേഷ് പയ്യന്നൂർ**

## ഓർമ്മകളുടെ വാതായനങ്ങൾ

സായാഹ്ന സൂര്യന്റെ സുവർണ്ണകിരണങ്ങൾ ജനാലയിൽക്കൂടി കവിളിൽ തൊട്ടുതലോടിയപ്പോൾ ഉച്ചമയക്കത്തിൽനിന്നും മെല്ലെ ഞാൻ കണ്ണ് തുറന്നു. കട്ടിലിന്റെ നേരെ എതിർവശത്തുള്ള ക്ലോക്കിലേക്ക് നോക്കിയപ്പോൾ മണി അഞ്ച്. എന്നും ഉറങ്ങാൻ പോകുമ്പോഴും ഉറക്കം ഉണരുമ്പോഴും കണ്ണുകൾ സഞ്ചരിക്കുന്നത് എന്റെ ഇളയച്ഛന്റെ സ്നേഹസമ്മാനമായ ആ ക്ലോക്കിന്റെ നേരെയാണ്. അച്ഛന്റെ അനിയനായ ഗോപാല ഇളയച്ഛൻ അച്ഛനെപ്പോലെതന്നെ എനിക്ക് സ്നേഹം വാരിക്കോരി തരുമായിരുന്നു. വാച്ച് വർക്സിന്റെ ജോലി ചെയ്തിരുന്ന ഇളയച്ഛൻ ഞങ്ങളുടെ വീട്ടിൽ വരുമ്പോഴൊക്കെ വാച്ചോ ക്ലോക്കോ എനിക്ക് സമ്മാനമായി തരാറുണ്ടായിരുന്നു. ഇളയച്ഛൻ ഓർമ്മയായിട്ട് വർഷങ്ങളേറെയായെങ്കിലും ആ സ്നേഹമിന്നും ക്ലോക്കിന്റെ സ്പന്ദനത്തിലൂടെ സമയം അറിയിച്ചുകൊണ്ട് എന്റെ കൺമുന്നിൽ മിടിച്ചുകൊണ്ടേയിരിക്കുന്നു...!

ദൂരെയുള്ള വയലിൽനിന്നും കുട്ടികളുടെ ആരവം കേട്ടപ്പോൾ ഞാൻ ചിന്തകളിൽനിന്നും ഞെട്ടിയുണർന്നു. വേനലവധി ആഘോഷിച്ചുകൊണ്ട് ആർത്തുല്ലസിക്കുകയാണ് ബാല്യങ്ങൾ. ഞാൻ മെല്ലെ കൈകുത്തി എഴുന്നേറ്റ് വീൽച്ചെയർ കട്ടിലിന്റെ അടുത്തേക്ക് ഉരുട്ടിനീക്കി അതിൽ കയറിയിരുന്നു. എന്റെ ബാല്യവും ഇങ്ങനെയായിരുന്നു. തുള്ളിച്ചാടി ആർത്തുല്ലസിച്ച്... പക്ഷേ, വിധി ബാല്യത്തിൽത്തന്നെ എന്നെ വീട്ടിനുള്ളിൽ തളച്ചിട്ടു, വീൽച്ചെയറിൽ.

വീണ്ടും എന്റെ ശ്രദ്ധ ക്ലോക്കിലേക്ക് തിരിഞ്ഞു. ക്ലോക്കിലെ സൂചിപോലെ ഒറ്റ വൃത്തത്തിൽ മാത്രമാണ് എന്റെ ജീവിതവും. എന്ത്

മനോഹരമായിരുന്ന എന്റെ കുട്ടിക്കാലം. അച്ഛന് ഏഴ് സഹോദരങ്ങളായിരുന്നു. അച്ഛനടക്കം നാല് ആണും നാല് പെണ്ണും.

അവരെല്ലാവരും വല്യച്ഛനും വല്യമ്മയും ഇളയച്ഛന്മാരും ഇളയമ്മമാരുമൊക്കെ സ്നേഹസമ്പന്നരായിരുന്നു. സ്നേഹിക്കാൻ മാത്രമറിയുന്ന അവരിൽ ഇനി അച്ഛന്റെ ഇളയ സഹോദരി (ഇളയമ്മ)മാത്രമേ ബാക്കിയുള്ളൂ. മറ്റെല്ലാവരും നൊമ്പരപ്പെടുത്തുന്ന ഓർമ്മയായി കാലയവനികയ്ക്ക് പിന്നിൽ മറഞ്ഞുപോയി. ഇളയമ്മ ഞങ്ങളുടെ ഭാഗ്യമായി ഇടയ്ക്കൊക്കെ ഞങ്ങളെ കാണാൻവരുകയും ഒന്നോരണ്ടോ ദിവസം താമസിച്ചിട്ട് തിരിച്ചുപോകുകയും ചെയ്യും. വർഷങ്ങളായി അച്ഛന്റെ വേർപാടിന്റെ നൊമ്പരവുംപേറി ഞാൻ ഈ മുറിയിൽ നീറിനീറി ജീവിക്കുന്നു. അച്ഛന്റെസ്നേഹംനഷ്ടപ്പെട്ടാൽപിന്നെഎനിക്കൊരുജീവിതമില്ലെന്ന്കരുതിയിരുന്ന ഞാൻ ആ വെളിച്ചമണഞ്ഞിട്ടും വർഷങ്ങൾ തള്ളിനീക്കി എന്നത് എനിക്കുതന്നെ അവിശ്വസനീയമാണ്. ഒരു ഫെബ്രുവരി മാസത്തിലായിരുന്നു അച്ഛന്റെ വേർപാട്. അസുഖമായതിനു ശേഷം ഞാൻ ലോകം കണ്ടത് എന്റെ അച്ഛനിലൂടെയായിരുന്നു. അതുകൊണ്ടുതന്നെ അച്ഛനില്ലാത്ത ഒരു ലോകം സങ്കൽപ്പിക്കാനേ വയ്യായിരുന്നു. ഓരോ ഫെബ്രുവരി മാസം കടന്നുവരുമ്പോഴും മനസ്സിൽ നിണമൊഴുകും മുറിപ്പാടുമായി ഞാൻ ദിനരാത്രങ്ങൾ തള്ളിനീക്കും. എന്റെ അച്ഛന്റെയും അച്ഛന്റെ സഹോദരങ്ങളുടെയും സനേഹത്തിന്റെ മാധുര്യം എന്റെ മരണംവരെ നിറദീപമായി എന്നിൽ പ്രകാശിച്ചുകൊണ്ടിരിക്കും. പുറത്ത് കുട്ടികളുടെ ആർപ്പുവിളികൾ. ചിന്തകളിൽ നിന്നുമുണർന്ന് ഞാൻ വീണ്ടും വീൽച്ചെയർ ഉരുട്ടി. ചുമലിൽ കൊളുത്തിപ്പിടിക്കുന്ന വേദന. വർഷങ്ങളായി സ്വയം വീൽച്ചെയർ ഉരുട്ടുന്നതിന്റെ അനന്തരഫലം. ചുമലിൽ തേയ്മാനം വന്നെന്ന് തോന്നുന്നു. മനസ്സിന്റെ ഉള്ളറകളിൽ കയറി ഞാൻ കാലചക്രം പിന്നിലേക്ക് തിരിച്ചുവെച്ചു. സ്മൃതികളെ മറച്ചുകൊണ്ടു വർഷങ്ങളായി തൂങ്ങിക്കിടക്കുന്ന വിസ്മൃതിയുടെ തിരശീലകൾ ഞാൻ മെല്ലെ വലിച്ച് നീക്കി. ഓർമ്മകളുടെ വാതായനങ്ങൾ ബാല്യകാലത്തേക്ക് മലർക്കെ തുറക്കുകയായി.

എന്റെ അച്ഛനും അമ്മയ്ക്കും ഞങ്ങൾ അഞ്ച് മക്കളാണ്. മൂത്തത് മൂന്നു പെണ്ണും താഴെ രണ്ടാണും. ഞാൻ രണ്ടാമത്തെ മകളാണ്. ഹോമിയോ ഡോക്ടറായിരുന്ന അച്ഛൻ പ്രാക്ടീസിന്റെ സൗകര്യത്തിനുവേണ്ടി ഒരു സുഹൃത്തിന്റെ നിർബന്ധത്താൽ പയ്യന്നൂരിൽ ഒരു വാടകവീടെടുത്ത് താമസം തുടങ്ങുകയായിരുന്നു. അച്ഛന്റെ നാട് തളിപ്പറമ്പിലും അമ്മയുടെ വീട് കണ്ണപുരത്തുമായിരുന്നു. രണ്ടുപേരുടേയും നാട്ടിൽനിന്നും അകന്ന് അപരിചിതമായ നാട്ടിൽ, പയ്യന്നൂരിൽ താമസമായത് അമ്മയ്ക്ക് തീരെ ഇഷ്ടപ്പെട്ടിരുന്നില്ല. അപ്പോൾ ഏച്ചിയും ഞാനും മാത്രമേ ജനിച്ചിരുന്നുള്ളൂ.

13 വയസ്സിൽ തളിപ്പറമ്പിൽ കുവോട് എന്ന ഗ്രാമത്തിൽ അച്ഛന്റെ വീട്ടിൽ കല്യാണം കഴിഞ്ഞുവന്ന അമ്മയെ 18 വയസ്സുള്ളപ്പോഴാണ് പയ്യന്നൂരിലുള്ള വാടക വീട്ടിലേക്ക് പുതിയജീവിതം തുടങ്ങുവാൻ വേണ്ടി അച്ഛൻ കൂട്ടിക്കൊണ്ടുവന്നത്. അച്ഛന്റെ വീട്ടിൽ അച്ഛാച്ഛന്റെയും അമ്മമ്മയുടേയും സഹോദരങ്ങളുടേയുമടക്കം വലിയൊരു കുടുംബത്തിന്റെ സ്നേഹവാത്സല്യങ്ങൾ നുകർന്ന് ഒരു കുട്ടിയെപ്പോലെ ഓടിനടന്നിരുന്ന അമ്മയ്ക്ക് പയ്യന്നൂരിലെ വാടകവീട്ടിലെ രണ്ടു കൊച്ചുകുട്ടികളെയും കൊണ്ടുള്ള ഒറ്റപ്പെട്ട ജീവിതം ഏറെ സങ്കടകരമായിരുന്നത്രെ. കുറെ ദിവസം അമ്മ കരച്ചിൽതന്നെയായിരുന്നു. പയ്യന്നൂർ റെയിവേ സ്റ്റേഷനടുത്തുള്ള കൊറ്റിയിലായിരുന്നു ആദ്യം താമസിച്ചിരുന്ന വാടകവീട്. പിന്നീട് കുറെ വീടുകളിൽ മാറിമാറി അവസാനം എന്റെ ഓർമ്മകൾ തുടങ്ങുന്നത് കേളോത്ത് റെയിൽവേ ഗെയിറ്റിനടുത്തുള്ള വാടകവീട്ടിൽ നിന്നാണ്. അപ്പോഴേക്കും അമ്മ 4 കുട്ടികളെ പ്രസവിച്ച് അഞ്ചാമത്തെ കുട്ടിയായ എന്റെ ഇളയ അനിയനെ ഗർഭം ധരിച്ചിരുന്നു. അമ്മയ്ക്കപ്പോൾ വയസ്സ് 25..! ആ വീട്ടിൽ ഏകദേശം 16 വർഷത്തോളം താമസിച്ചതിനു ശേഷമാണ് അതിനടുത്ത് സ്വന്തമായി വീടെടുത്ത് താമസം തുടങ്ങിയത്. എനിക്ക് കഷ്ടി ഒരു വയസ്സാകുന്നതിനുമുമ്പേ എന്റെ അനിയത്തി ജനിച്ചിരുന്നു. അതുകൊണ്ട് എനിക്ക് അമ്മയുടെ മുലപ്പാൽ അധികം കുടിക്കാനുള്ള ഭാഗ്യം കിട്ടിയിരുന്നില്ല. അമുൽ പാൽപ്പൊടിയും ബിസ്കറ്റും ആയിരുന്നത്രേ മൂന്ന് നാല് വയസ്സുവരെ എന്റെ ആഹാരം. അമ്മയുടെ മടിയിലുള്ള എന്റെ സ്ഥാനം അനിയത്തി കൈയേറിയതിനാൽ അച്ഛന്റെ അടുത്തായിരുന്നു പിന്നെ എന്റെ സ്ഥാനം. പാട്ട് പാടിയും കഥകൾ പറഞ്ഞുതന്നും ഉറക്കുന്നതും കുപ്പിപ്പാൽ തരുന്നതുമൊക്കെ അച്ഛനായിരുന്നു. അതുകൊണ്ടു ചെറുപ്പം മുതൽ അച്ഛനോടായിരുന്നു കൂടുതൽ അടുപ്പവും സ്വാതന്ത്ര്യവും, എല്ലാ കാര്യത്തിനും ആശ്രയിക്കുന്നതും. പെൺകുട്ടികൾ അമ്മയോടു മാത്രം പറയുന്ന കാര്യങ്ങൾപോലും ഞാൻ എന്നും അച്ഛനോടായിരുന്നു പറഞ്ഞിരുന്നത്. ഞാൻ ജീവിതത്തിൽ നേരിട്ടിരുന്ന പ്രതിസന്ധികളിലും പ്രയാസങ്ങളിലും വേദനകളിലുമൊക്കെ ആശ്വാസവും സാന്ത്വനവുമായി അച്ഛൻ എന്നും കൂടെ ഉണ്ടാകാറുണ്ടായിരുന്നു. അമ്മയും സാന്ത്വനമായി ഒപ്പമുണ്ടെങ്കിലും എന്തുകാര്യത്തിനും മാനസിക പിന്തുണ തേടി അച്ഛനെയാണ് ഞാൻ സമീപിച്ചിരുന്നത്. കഥ പറഞ്ഞ് തരാതെ ഉറങ്ങില്ലെന്ന് വാശിപിടിച്ച് കരയുന്ന ഞാൻ അച്ഛനെ ഒരുപാട് കഷ്ടപ്പെടുത്തിയിരുന്നു. ചെറുപ്പം മുതൽ പൊടിപ്പാലിന്റെ മധുരം നുകർന്ന് വളർന്ന ഞാൻ നാലഞ്ച് വയസ്സായിട്ടും ചോറിനോട് വിമുഖത കാണിച്ചിരുന്നു. അതിപ്പോഴും അങ്ങനെതന്നെ. അച്ഛന്റെയും അമ്മയുടെയും തല്ല് എനിക്ക് ഏറ്റവും കൂടുതൽ കിട്ടിയത് ചോറ് തിന്നാത്ത കാരണത്താലാ

ണ്. വലുതായിട്ടും അതിനൊരു കുറവും ഉണ്ടായിരുന്നില്ല.

അമ്മ എന്റെ ഏറ്റവും ഇളയ അനുജനെ പ്രസവിക്കുമ്പോൾ വീടി നടുത്തുതന്നെയുള്ള കേളോത്ത് സ്കൂളിൽ ഞാൻ ഒന്നാം ക്ലാസിലും ഏച്ചി നാലാം ക്ലാസിലും പഠിക്കുന്നു. ഞങ്ങൾ നാണിയേച്ചി എന്നു വിളിക്കു ന്ന അച്ഛന്റെ ഇളയ പെങ്ങൾ അതേ സ്കൂളിൽ ഏഴാം ക്ലാസിലായിരുന്നു. അവർ രണ്ടുവർഷം ഞങ്ങളുടെ കൂടെ താമസിച്ചു. പിന്നീട് അവരുടെ മൂത്ത സഹോദരിയായ അച്ഛന്റെ മറ്റൊരു പെങ്ങൾ അവരെ കൂടെക്കൂട്ടി. അച്ഛ ന്റെ അച്ഛനും അമ്മയും മരിക്കുമ്പോൾ ഈ രണ്ടു പെങ്ങന്മാരും ചെറിയ കുട്ടികളായതുകൊണ്ട് വിവാഹം കഴിയുവോളം അവർ ആങ്ങളമാരുടെ കൂടെ മാറിമാറി നിന്നു. അമ്മയുടെ പ്രസവസമയം അടുത്തതിനാൽ അമ്മ മ്മയും കൂടെ ഉണ്ടായിരുന്നു.

ഒരുദിവസം സ്കൂൾ വിട്ടുവന്ന് വീട്ടിൽ ഇറയത്തിരുന്നു ഞാൻ പിറ്റേ ദിവസം സ്കൂളിൽ എഴുതിക്കൊണ്ടു പോകേണ്ട തറ, പറയൊക്കെ എഴു തുകയായിരുന്നു. അമ്മ കിടന്ന മുറിയുടെ വാതിൽ അടച്ചിരിക്കുന്നു. വീട്ടിൽ ഏതൊക്കെയോ സ്ത്രീകൾ വന്നതായാണ് എന്റെ ഓർമ്മ. കുറ ച്ചുകഴിഞ്ഞപ്പോൾ അമ്മമ്മ ഞങ്ങളെ കുട്ടികളെയൊക്കെ വിളിച്ചു. പൂച്ച കരയുന്നതുപോലെയുള്ള ചെറിയൊരു ശബ്ദവും കേട്ടു. ഞങ്ങൾ എല്ലാവ രും അമ്മയുടെ മുറിയിലേക്ക് ഓടിപ്പോയി. എന്റെ കൈയിൽ സ്ലെയ്റ്റും ഉണ്ടായിരുന്നു. അമ്മ കണ്ണടച്ചു കിടക്കുന്നു. അമ്മയുടെ അടുത്ത് ചുകന്ന ചെമ്പരത്തിപ്പൂവ് പോലെയുള്ള ഒരു കുഞ്ഞ്. എന്റെ ചെറിയ അനിയൻ. ഞങ്ങൾ എല്ലാവരും കൗതുകത്തോടെ നോക്കി. "നീ അതിന്റെ മേലേ ഇടുമോ" എന്ന് ശാസിച്ചുകൊണ്ട് അമ്മമ്മ വേഗം എന്റെ കൈയിൽ നിന്നും സ്ലെയ്റ്റ് പിടിച്ചുവാങ്ങി. പിന്നെ ഞങ്ങളെ എല്ലാവരെയും പുറ ത്താക്കി വാതിലടച്ചു. അങ്ങനെ ഒന്നും രണ്ടും മൂന്നും വയസ്സിന് മാത്രം വ്യത്യാസമുള്ള അഞ്ചു മക്കളുമായി എന്റെ അച്ഛനും അമ്മയും ജീവിതമാ കുന്ന ദുരിതത്തോണി തുഴഞ്ഞ് പ്രയാണം തുടർന്നു.

അനിയന് നാല്പത് ദിവസം മാത്രം പ്രായമായപ്പോൾ എനിക്ക് ചിക്കൻപോക്സ് പിടിച്ചു. മുലപ്പാൽ അധികം കിട്ടാത്തതുകൊണ്ടാണോ എന്നറിയില്ല ചെറുപ്പം മുതൽ എനിക്ക് പകർച്ചവ്യാധികൾ പെട്ടെന്ന് പി ടിപെടാറുണ്ടായിരുന്നു. എന്റെ ഒന്നാം ക്ലാസിലെ വാർഷിക പരീക്ഷ സമ യവുമായിരുന്നു അത്. സ്കൂൾ ജീവിതത്തിലെ ആദ്യത്തെ പരീക്ഷ. ഒന്നാം ക്ലാസിലെ വാർഷിക പരീക്ഷ എനിക്കെഴുതാൻ പറ്റാതായി. അമ്മ പ്രസ വിച്ച് കിടക്കുന്നതുകൊണ്ട് അമ്മമ്മയും അച്ഛനുമായിരുന്നു എന്നെ ശുശ്രൂ ഷിച്ചിരുന്നത്. ഏറെ പരിമിതികളുള്ള കൊച്ചു വാടക വീട്ടിൽ ചെറിയ രണ്ടു ബെഡ്റൂം മാത്രമേ ഉണ്ടായിരുന്നുള്ളൂ. ഒരു മുറിയിൽ അമ്മയും മറ്റൊരു ചെറിയ മുറിയിൽ ഞങ്ങൾ മൂന്നു പെൺമക്കളും കിടക്കുമായി

രുന്നു. അച്ഛന്റെകൂടെ നാലാമത്തെ അനിയനും വീതിയില്ലാത്ത ചെറിയ ഹാളിൽ നിലത്തുകിടക്കും. അമ്മമ്മ അമ്മയുടെ മുറിയിൽ നിലത്തും. ഇതിനിടയിലാണ് ചിക്കൻപോക്സിന്റെ താണ്ഡവം. എന്നെ ചെറിയ മുറിയിൽ ഒരു പായയിട്ട് നിലത്ത് കിടത്തിയിട്ട് മറ്റെല്ലാവരും അമ്മയുടെ മുറിയിൽ നിലത്ത് ഒതുങ്ങിക്കൂടി. അച്ഛൻ എന്നെ നോക്കുവാൻ വേണ്ടി ഹാളിൽ നിലത്ത് പായ വിരിച്ച് ഞാൻ കിടക്കുന്ന മുറിയുടെ മുന്നിലാണ് കിടന്നിരുന്നത്. എന്റെ മുറിയുടെ വാതിൽ തുറക്കാൻ വിടാറില്ല. ശക്തി യായ പനിയും ചിക്കൻപോക്സുംകൊണ്ട് ഗുരുതരാവസ്ഥയിലായ ഞാൻ ഒറ്റയ്ക്കായതുകൊണ്ട്, അച്ഛൻ ഉറങ്ങാതെ ഇടയ്ക്കിടയ്ക്ക് എന്നെ വിളിക്കും. ഒരു ദിവസം ഞാൻ ബോധമില്ലാതെ എഴുന്നേറ്റ് ഓടിയത്രെ. അന്ന് ഏറെ പ്രയാസപ്പെട്ട് അച്ഛൻ എന്നെ പിടിച്ച് കിടത്തുകയായിരുന്നു. അങ്ങനെ എന്നെ ശുശ്രൂഷിച്ച് അച്ഛനും പകർന്നു ചിക്കൻ പോക്സ്. അച്ഛനുംകൂടി വന്ന പ്പോൾ എല്ലാവർക്കും ആധിയായി. ഒരുവിധം എല്ലാം ശരിയായി ഞാൻ കുളിച്ചിരുന്നെങ്കിലും അവശയായിരുന്നു. അച്ഛൻ തന്നെയാണ് ചികി ത്സിച്ചിരുന്നത്. എന്നെ കുളിപ്പിച്ചതും കണ്ണിൽ മല്ലിവെള്ളം ഒഴിച്ചതന്നതു മൊക്കെ എന്റെ അമ്മമ്മയും. അച്ഛനും വന്നപ്പോൾ അമ്മമ്മയ്ക്കും മറ്റ് എല്ലാ കുട്ടികൾക്കും കുഞ്ഞിമോനും പ്രസവിച്ച് കിടക്കുന്ന അമ്മയ്ക്കും പകരുമോ എന്ന് എല്ലാവരും പേടിച്ചു. അമ്മമ്മയെ തിരിച്ചയക്കാമെന്ന് തീരുമാനി ച്ചു. അമ്മമ്മ മനസ്സില്ലാമനസ്സോടെ തിരിച്ചുപോയപ്പോൾ പാവം എന്റെ അമ്മതന്നെ അച്ഛന്റെ കാര്യങ്ങൾ ഏറ്റെടുത്തു.

എന്നെപ്പോലെതന്നെ അച്ഛനും ഗുരുതരാവസ്ഥയിൽത്തന്നെ ആയി രുന്നു. ഒരുദിവസം അബോധാവസ്ഥയിൽ കിടക്കുന്ന അച്ഛനെ കണ്ട് എല്ലാ വരും പേടിച്ചു നിലവിളിച്ചു. അച്ഛന്റെ ക്ലിനിക്കിൽ ചികിത്സാ സഹായ ങ്ങൾക്ക് മരുന്നെടുത്തു കൊടുക്കാൻവേണ്ടി വർഷങ്ങളായിട്ട് വീട്ടിൽ ദിവസവും വരുന്ന രാജേട്ടൻ ഈ സങ്കീർണ്ണാവസ്ഥയിൽ അച്ഛനെ നോക്കാനും വീട്ടിലെ മറ്റുകാര്യങ്ങൾക്കുമെല്ലാം കൂടെനിന്നത് ഒരിക്കലും മറക്കാൻപറ്റാത്ത കാര്യമാണ്. എനിക്ക് ചെറിയ ഓർമ്മയെ ഉള്ളുവെ ങ്കിലും അച്ഛനും അമ്മയും പറഞ്ഞുകേട്ട് ആ കാലഘട്ടം എന്തു മാത്രം വിഷമങ്ങളാണ് അനുഭവിച്ചതെന്ന് അറിയാമായിരുന്നു. അച്ഛന്റെയും അമ്മയുടെയും പ്രാർത്ഥനയോ ദൈവാനുഗ്രഹമോ എന്തോ അച്ഛന് സു ഖമായതിനുശേഷം ഏച്ചിക്കും അനിയത്തിക്കും അനിയനും ഇളയമ്മയ്ക്കും ചെറുതായി ഒന്നോ രണ്ടോ കുമിളകൾമാത്രം വന്നിട്ട് വേഗം സുഖമായി.

# പൂമ്പാറ്റക്കാലം

ഞങ്ങൾ മക്കൾ അഞ്ചുപേരും അച്ഛനും അമ്മയും അടങ്ങുന്നതായിരുന്നു എന്റെ കുടുംബം. ചേച്ചി സുശീല. പിന്നെ ഞാൻ. എനിക്ക് താഴെ അനിയത്തി ശോഭയും അനിയന്മാരായ സത്യനും രാജുവും. എന്റെ അനിയത്തിയായ ശോഭയോട് അമ്മയുടെയടുത്തുള്ള എന്റെ സ്ഥാനം കൈയേറാൻ വന്നവൾ എന്നതുകൊണ്ട് എനിക്ക് നാലഞ്ച് വയസ്സുവരെയൊക്കെ അസൂയ കലർന്ന കുശുമ്പായിരുന്നു. അമ്മ അവളോട് അധികം സ്നേഹം കാണിക്കുകയോ എന്നെക്കൂട്ടാതെ അവളെ മാത്രം കൂടെക്കൂട്ടിയിട്ട് എവിടെയെങ്കിലും പോകുകയോ ചെയ്താൽ എനിക്കത് സഹിക്കാൻ പറ്റാതെ ഞാൻ വാശിപിടിച്ച് കരയുമായിരുന്നു. എന്നാൽ കുറച്ചുകൂടെ വലുതായപ്പോൾ അനിയത്തിയും ഞാനും രണ്ടു ശരീരവും ഒരാത്മാവുമായിട്ടാണ് വളർന്നത്. ഏച്ചി നന്നായി പഠിക്കുന്ന കുട്ടി ആയതിനാൽ എപ്പോഴും പുസ്തകത്തിന്റെ മുന്നിൽ അച്ഛന്റെയും അമ്മയുടെയും നല്ലകുട്ടിയായിട്ട് ഇരിക്കുമായിരുന്നു. ഞങ്ങളുടെ കൂടെ കളിക്കാനൊന്നും അധികം വരാറില്ല. എന്നാലും ഞങ്ങൾ മൂന്നുപേരും സഹോദരികൾ എന്നതില്ലുപരി അടുത്ത കൂട്ടുകാരികളെപ്പോലെ ആയിരുന്നു. സംസാരിക്കാൻ തുടങ്ങിയ കാലം മുതൽതന്നെ എല്ലാ കാര്യങ്ങളും പരസ്പരം പങ്ക് വെക്കുമായിരുന്നു.

ഒരു വയസ്സിന്റെ വ്യത്യാസം മാത്രമുള്ള ഞാനും അനിയത്തിയും എനിക്ക് വയ്യാതാകുന്നതുവരെ എന്നും ഒരുമിച്ചായിരുന്നു എല്ലാ ഉണ്ടായിസവും കുസൃതികളും കാട്ടിക്കൊണ്ടിരുന്നത്. ഞങ്ങൾ രണ്ടും ഭയങ്കര വികൃതികളായിരുന്നു. പ്രായമായ ഒരു അച്ഛാച്ഛനും അമ്മമ്മയും താമസിക്കുന്ന, നിറയെ മാവുകളും പിലാവുകളും നിറഞ്ഞ വലിയൊരു പറമ്പാ

യിരുന്നു ഞങ്ങളുടെ തൊട്ടയൽവക്കത്തുള്ളത്. അച്ഛാച്ഛൻ പാവമായിരുന്നുവെങ്കിലും ആ അമ്മമ്മ ഭയങ്കര വഴക്കാളിയായിരുന്നു. മാവ് പൂത്ത് ഉണ്ണിമാങ്ങകൾ ഉണ്ടാകാൻ തുടങ്ങിയാൽപ്പിന്നെ കുട്ടികളെ ആരെയും അമ്മമ്മ വളപ്പിൽ കയറ്റില്ല. കുട്ടികളോട് "മാങ്ങ ഇഷ്ടംപോലെ പറിച്ചോ"എന്ന് അച്ഛാച്ഛൻ പറഞ്ഞാലും ആ അമ്മമ്മ സമ്മതിക്കില്ല. ഒരാൾ ഉയരത്തിൽ കയ്യാലകെട്ടി ഉയർത്തിയ പറമ്പായതുകൊണ്ടു കുട്ടികൾക്കൊന്നും അത്ര എളുപ്പത്തിൽ ആ പറമ്പിൽ കയറിപ്പോകാൻ പറ്റില്ല. എന്നാൽ ഞങ്ങൾ രണ്ടുംകൂടി ചെറിയ വിറകിന്റെ കമ്പുകൊണ്ട് ചുരണ്ടി ഞങ്ങൾക്ക് കയറാൻ പറ്റുന്നവിധം ചെറിയ സ്റ്റെപ്പ് ഉണ്ടാക്കിവെക്കും. ആരുടേയും ശ്രദ്ധയിൽപ്പെടാത്ത വിധമാണ് ഞങ്ങൾ അതാക്കിവെയ്ക്കുക. ആ അമ്മമ്മക്ക് മേലെനിന്ന് നോക്കിയാൽ അതുകാണാൻ പറ്റില്ല. എന്റെ അമ്മ അതു കണ്ടുപിടിച്ചാലും അടിയുടെ പൂരംതന്നെയായിരിക്കും. ഞങ്ങൾ രണ്ടാളും പിന്നെ ഞങ്ങളെപ്പോലെ കുസൃതികളുമായ ഒന്നു രണ്ടു കുട്ടികളും അതുവഴിയാണ് അവരുടെ പറമ്പിൽ കയറി മാവിന് കല്ലെറിയുകയും കാറ്റിൽ താഴെ വീഴുന്ന മാങ്ങകളൊക്കെ പെറുക്കിയെടുത്ത് ഉപ്പും മുളകും കൂട്ടി പൂഴിമണലിലിരുന്നു തിന്നുകയും ചെയ്യുക. അവർ വടിയെടുത്ത് പൂരത്തെറി പറഞ്ഞുകൊണ്ട് പിന്നാലെ ഓടുമ്പോൾ ഞങ്ങൾ കയ്യാലപ്പുറത്തുനിന്നും താഴെക്ക് ചാടി അവിടെയിരുന്ന് ആരുടേയും ശല്യംകൂടാതെ പച്ചമാങ്ങയുടെ രുചി പൂർണ്ണമായും ആസ്വദിച്ച് തിന്നും. ഞങ്ങളെപ്പോലുള്ള വികൃതി പിള്ളാരിൽനിന്നും തങ്ങളുടെ

പറമ്പും മാവും മാങ്ങകളുമൊക്കെ സംരക്ഷിക്കാനായിരിക്കും ആ പാവങ്ങൾ ഇത്ര ഉയരത്തിൽ കയ്യാല കെട്ടുന്നത്. എങ്ങനെ കെട്ടാതിരിക്കും. ഞങ്ങളെപ്പോലുള്ള വില്ലത്തികൾ അവരുടെ പറമ്പ് കുട്ടിച്ചോറാക്കുമെന്ന് അവർക്ക് ഭയമുണ്ടാകുന്നതിൽ അത്ഭുതപ്പെടാനില്ലല്ലോ. പക്ഷേ, എന്തു കാര്യം. ഞങ്ങളുടെ ഗുണ്ടായിസത്തിനു മുന്നിൽ അവർക്ക് തോൽവി സമ്മതിക്കേണ്ടി വന്നു. സമാനമായ സാഹസിക പ്രവർത്തനംതന്നെയാണ് ഉപ്പും മുളകും മോഷ്ടിക്കാൻവേണ്ടി ഞാനും അനിയത്തിയുംകൂടെ വീട്ടിൽനിന്നു ചെയ്യുന്നതും. ഞങ്ങളുടെ വികൃതിയെക്കുറിച്ച് പൂർണ്ണബോധമുള്ള അമ്മ എല്ലാ മുൻകരുതലും എടുക്കുന്നു. അടുപ്പിന്റെ ഉയരമുള്ള തിണ്ണയിലാണ് അമ്മ ഞങ്ങളുടെ ശ്രദ്ധയിൽപ്പെടാത്തവിധം ഉപ്പും മുളകും എടുത്തുവെക്കുന്നത്. അമ്മ ഉച്ചമയക്കത്തിലാകുന്ന സമയം നോക്കിയാണ് ഞാനും അനിയത്തിയും ഊഴംവെച്ച് തിണ്ണയിൽ വലിഞ്ഞ് കയറി ഇതൊക്കെ എടുത്തുകൊണ്ടോടുന്നത്. ചിലപ്പോൾ ശബ്ദംകേട്ടിട്ട് അമ്മ വന്നാൽ ഏച്ചി എന്ന നിലയിൽ എനിക്കായിരിക്കും പൊതിരെ അടി കിട്ടുന്നത്. അനിയത്തിയെ നേർവഴിക്ക് നടത്തേണ്ട ഞാനാണല്ലോ ഇതിനൊക്കെ നേതൃത്വം കൊടുക്കുന്നത്.

അമ്മ അടിക്കാൻ തയ്യാറെടുത്തു വരുമ്പോഴേക്കും ഞാനും ശോഭയും സൂപ്പർഫാസ്റ്റ് വേഗതയിൽ ഞങ്ങളുടെ പറമ്പിന്റെ അതിരിലുള്ള ചെമ്പക മരത്തിന്റെ മുകളിൽ എത്തിയിരിക്കും. ഞങ്ങളെ അടിക്കാൻ കൈയിൽ കിട്ടുന്നത് അപൂർവമായിട്ടായിരുന്നു. കുറച്ച് ചാഞ്ഞുകിടക്കുന്ന മരമായതുകൊണ്ടു വേഗം അതിൽ വലിഞ്ഞുകയറാൻ പറ്റും. അമ്മയ്ക്ക് ദേഷ്യം വരുമ്പോഴും അനിയൻമാരുമായിട്ട് അടിപിടി കൂടുമ്പോഴും എന്നും ഞങ്ങളുടെ സുരക്ഷിതസ്ഥാനമായിരുന്നു അത്. അമ്മയുടെ ദേഷ്യം തണുക്കുന്നതുവരെ ഞങ്ങൾ രണ്ടും അതിന്റെ ഉയരമുള്ള കൊമ്പിൽ കയറിയിരിക്കും.

ഞങ്ങൾ ചോറും കറിയുംവെച്ചുകളിക്കുമ്പോൾ അനിയൻമാരുമായി അടിപിടി കൂടിയ സമയമാണെങ്കിൽ അവർ അതു തട്ടിമറിക്കും. അപ്പോൾ ഞാനും ശോഭയും ആ ചെമ്പകത്തിന്റെ വീതിയുള്ള ഒരു കൊമ്പിൽ ചിരട്ടകളൊക്കെ കയറ്റിവെച്ച് അവിടെയിരുന്നാണ് 'ചോറും കറിയും' ഉണ്ടാക്കുക.! അങ്ങനെ ആ മരത്തിന് ഞങ്ങളുടെ ജീവിതത്തിൽ വലിയ ഒരു സ്ഥാനമുണ്ടായിരുന്നു.

ഞങ്ങളുടെ വാടകവീട് വലിയൊരു പറമ്പിലായിരുന്നു. ഒരുഭാഗം മുഴുവൻ ഉയരമില്ലാത്ത തെങ്ങിൻതൈക്കൂട്ടമായിരുന്നു. ഈ തൈകളുടെ ഓല ഒടിച്ചുതാഴ്ത്തി അതിൽക്കൂടി പിടിച്ചുകയറി തെങ്ങിന്റെ മണ്ടയിൽ കയറി ഇരിക്കുക എന്നതും ഞങ്ങളുടെ ഒരു പ്രധാനപ്പെട്ട വിനോദമായിരുന്നു. ഇങ്ങനെ എന്തൊക്കെ വികൃതികളും കുസൃതികളുമാണ് ഞങ്ങൾ ഒപ്പിച്ചിട്ടുള്ളതെന്ന് കൈയും കണക്കുമില്ല.

മഴക്കാലത്ത് നിറഞ്ഞുകവിയുന്ന വയലിൽനിന്നും കിണറിൽനിന്നു മൊക്കെ കണ്ണിമീനിനെ പിടിക്കുന്നത് എനിക്ക് ഏറെ ഇഷ്ടപ്പെട്ട വിനോദ മായിരുന്നു. കിണറിൽ ബക്കറ്റ് താഴ്ത്തിവെച്ച് മീൻ അതിൽ കയറുന്നതു വരെ മണിക്കൂറുകളോളം കാത്തിരിക്കുന്ന എന്റെ ക്ഷമ കാണുമ്പോൾ വീട്ടിൽ എല്ലാവർക്കും അത്ഭുതമായിരുന്നു. കോരിച്ചൊരിയുന്ന മഴയ്ക്ക് നിറഞ്ഞ വയലിൽ മീൻപിടിക്കാൻ ഇരിക്കുന്നതിനും മഴയത്ത് ഓടിക്ക ളിക്കുന്നതിനും അമ്മയുടെ കൈയിൽനിന്നും എനിക്ക് ഒരുപാട് അടികി ട്ടിയിട്ടുണ്ട്.

കിട്ടേണ്ടത് കിട്ടിയാൽ ഞാൻ എല്ലാവരോടും പിണങ്ങി മടക്കി വെച്ച കിടക്കയുടെ ചുരുളിനിടയിൽ ഒളിച്ചിരിക്കും. അച്ഛനും അമ്മയും എന്നെ തിരഞ്ഞ് കാണാതിരിക്കുമ്പോൾ പരിഭ്രമിക്കുന്നതുവരെ ഞാൻ ശ്വാസംപോലും കഴിക്കാതെ അതിനുള്ളിൽ കിടക്കും. പുറത്തുവന്നാൽ അതിനും പാവം ഞാൻ അടിമേടിയ്ക്കും.!!

അച്ഛന്റെ കൈയിൽനിന്നും എനിക്ക് തല്ല് കിട്ടിയത് കൂടുതലും ഭക്ഷണം കഴിക്കാത്തതിനായിരുന്നു. ചോറ് തിന്നാൻ വിമുഖത കാ ണിക്കുന്നത് അച്ഛന് സഹിക്കാൻ പറ്റില്ല. അതിനുവേണ്ടി അച്ഛന്റെയും അമ്മയുടേയും വഴക്കും തല്ലും ഞാൻ ഒരുപാട് വാങ്ങിക്കൂട്ടിയിട്ടുണ്ട്. വാശിപിടിച്ച് ഉറക്കെ കരയുന്നത് അച്ഛനെ ഏറെ ദേഷ്യം പിടിപ്പിക്കു ന്നകാര്യമാണ്. ഒരിക്കൽ ചികിത്സയുടെ ആവശ്യത്തിനുവേണ്ടി ഒരു അമ്മയും മകളും വീട്ടിൽ താമസിച്ചിരുന്നു. അച്ഛൻ ഹോമിയോ ഡോക്ടർ എന്നതിലുപരിയായി പേരുകേട്ട ഒരു അസ്ഥിരോഗ വിദഗ്ധനുമായിരു ന്നു. എല്ല് പൊട്ടി വരുന്നവരെ വീട്ടിൽ താമസിപ്പിച്ച് ചികിത്സിക്കാറു ണ്ടായിരുന്നു. ആ ചേച്ചിക്ക് കൈയ്ക്ക് എന്തോ വേദന ആയിട്ടാണെന്ന് തോന്നുന്നു വീട്ടിൽ താമസിച്ചത്. എനിക്ക് നാല് വയസ്സ് മാത്രമേ പ്രാ യമുള്ളൂ എന്നാണ് ഓർമ്മ. സ്കൂളിൽ ചേർത്തിരുന്നില്ല. ഞാൻ കളിക്കുന്ന ഒരുപെട്ടി ആ ചേച്ചിയുടെ കൈയിൽനിന്ന് വീണ് പൊളിഞ്ഞുപോയി. അതിനുവേണ്ടി ഞാൻ വാശിപിടിച്ചു കരഞ്ഞു. അച്ഛൻ ഉച്ചമയക്കത്തി ലായിരുന്നു. ഞെട്ടിയുണർന്നുവന്ന അച്ഛൻ ദേഷ്യം സഹിക്കാതെ മേശ പ്പുറത്തുണ്ടായിരുന്ന രണ്ടു സ്കെയിലുമെടുത്ത് എന്നെ പൊതിരെ തല്ലി. രണ്ടു സ്കെയിലും ഒടിഞ്ഞുപോയി. ആ ചേച്ചി ഓടിവന്ന് എന്നെ എടു ത്തുകൊണ്ടുപോയി ചുകന്നുതിണർത്ത കാലിന് നെയ്യ് പുരട്ടി തടവി ത്തന്നു. എന്റെ അമ്മയും ആ ചേച്ചിയും കരയുന്നുണ്ടായിരുന്നു. അമ്മ ഒരുപാട് അടിക്കുമെങ്കിലും അച്ഛൻ മക്കളെ അടിക്കുന്നത് കാണുമ്പോൾ അമ്മ സഹിക്കില്ല.

വല്ലാതെ ദേഷ്യം വന്നാൽ അപൂർവമായി മാത്രമേ അച്ഛൻ ഞങ്ങളെ അടിക്കാറുള്ളൂ. പേടിപ്പിക്കുവാൻ വേണ്ടി ഞങ്ങളുടെ പ്രായത്തിന് കണ

ക്കാക്കി വലുതും ചെറുതുമായി 5 ഈർക്കിലുകൾ കൈ എത്തുന്നിടത്ത് തട്ടിൻപുറത്തായി അച്ഛൻ വെക്കാറുണ്ട്. മക്കളിൽ ആരെയെങ്കിലും അടിച്ചാൽ അതിന് പ്രായശ്ചിത്തമായി ഞങ്ങൾക്ക് എന്തെങ്കിലും വാങ്ങിത്തരികയും വൈകുന്നേരം ഞങ്ങളെയുംകൂട്ടി നടക്കാൻ പോകുകയും ചെയ്യുമായിരുന്നു എന്റെ അച്ഛൻ. ഒളവറ റെയിൽവേ പാലത്തിന് മുകളിലും പുഴക്കരയിലും നടക്കാൻ കൂട്ടിക്കൊണ്ടു പോകാറുണ്ട്.

എനിക്ക് അസുഖമായതിനുശേഷം അച്ഛൻ പിന്നെ മക്കളിൽ ആരേയും അടിക്കാറില്ലായിരുന്നു. എന്നെ അടിച്ചതിന്റെ കാര്യമൊക്കെ പറഞ്ഞ് അച്ഛൻ ഏറെ സങ്കടപ്പെടുകയും പശ്ചാത്തപിക്കുകയും ചെയ്യാറുണ്ടായിരുന്നു. അതു കേൾക്കുമ്പോൾ എനിക്ക് വല്ലാത്ത വിഷമം തോന്നും. "ഞാൻ അത്രമാത്രം കുസൃതി കാട്ടിയതുകൊണ്ടല്ലേ," എന്ന് പറഞ്ഞ് ഞാൻ അച്ഛനെ സമാധാനിപ്പിക്കും. 5 വയസ്സിൽ എന്റെ ഭാഗത്തുനിന്നുംവന്ന ഒരു തെറ്റ് ഒരിക്കലും മറക്കാൻ പറ്റാതെ ഇന്നും മനസ്സിൽക്കിടന്ന് വിങ്ങുന്നുണ്ട്. അന്ന് എന്റെ ചെറിയ അനിയന് കഷ്ടിച്ച് ആറ് മാസമേ ആയിട്ടുണ്ടാകൂ എന്നാണ് എന്റെയോർമ്മ. എനിക്കപ്പോൾ 5 വയസ്സ് കഴിഞ്ഞതേയുള്ളൂ. എനിക്ക് അനിയനെ എടുക്കാനും തൊട്ടിലിൽ കിടത്തി ആട്ടാനുമൊക്കെ വലിയ ഇഷ്ടമായിരുന്നു. പക്ഷേ, ഞാൻ ചെറിയ കുട്ടി ആയതിനാൽ അമ്മ എപ്പോഴും കുഞ്ഞിനെയെടുക്കാൻ സമ്മതിക്കാറില്ല. ഒരു ദിവസം കുഞ്ഞിനെ തൊട്ടിലിൽ ഉറക്കിക്കിടത്തിയിട്ട് അമ്മയും അമ്മമ്മയും ഭക്ഷണം കഴിക്കുകയായിരുന്നു. ഞാൻ അമ്മയെ കാണാതെ മെല്ലെ അനിയനെയെടുത്ത് പുറത്ത് ഇറയത്തേക്ക് പോയി. ഇറയത്ത് ചുറ്റോടും ഇരുത്തി ഉണ്ടായിരുന്നു. ഇരുത്തിയെന്നാൽ അരച്ചുമർ. അവിടെയാണ് എല്ലാവരും ഇരിക്കാറ്. അപ്പോഴേക്കും ഉറക്കം ഉണർന്നിരുന്ന കുഞ്ഞ് എന്റെ കൈയിലിരുന്ന് കളിക്കാൻ തുടങ്ങി. ഒരു കളിപ്പാട്ടം കൈയിൽ കൊടുത്ത് അവനെ അവിടെയിരുത്തി. പെട്ടെന്ന് കളിപ്പാട്ടം താഴെ വീണപ്പോൾ ഞാൻ കുനിഞ്ഞ് അത് എടുക്കുകയായിരുന്നു. എന്റെ കൈവിട്ടപ്പോൾ അവൻ ഇരുത്തിയിൽനിന്നും തലയും കുത്തി താഴെ വീണു. ശ്വാസം കിട്ടാതെ കരയുന്ന കുഞ്ഞിനെയുമെടുത്ത് ഞാൻ അമ്മയെ വിളിച്ച് ഉറക്കെ കരഞ്ഞു. അമ്മയും അമ്മമ്മയും ഓടിവന്ന് മോനെ വാങ്ങിയപ്പോൾ മുഖമൊക്കെ നീലക്കളറായി. ശ്വാസം കിട്ടാത്ത കുഞ്ഞിനെ കണ്ട് അമ്മയും അമ്മമ്മയും പേടിച്ച് നിലവിളിച്ചു.

എന്റെ കാര്യം വിവരിക്കാൻ വാക്കുകളില്ല. പേടിച്ച് അന്ധാളിച്ച് എന്ത് ചെയ്യണമെന്നറിയാതെ കുഞ്ഞേച്ചിയായ ഞാൻ തരിച്ച് നില്ക്കുകയായിരുന്നു. കുഞ്ഞനിയനോടുള്ള എന്റെ അതിരുവിട്ട സ്നേഹം ഇങ്ങനെയൊരാപത്തിൽ കലാശിക്കുമെന്നറിയാനുള്ള അറിവോ പക്വതയോ ഒരു അഞ്ച് വയസ്സുകാരിക്കുണ്ടാവില്ലല്ലോ. എന്ത് പറയാൻ അവസാനം

കുഞ്ഞ് നോർമലായപ്പോഴാണ് എന്നോടുള്ള എല്ലാവരുടേയും പ്രതികരണത്തെക്കുറിച്ച് എനിക്ക് ബോധം വന്നത്. അപ്പോൾത്തന്നെ ഞാൻ വിറയ്ക്കുന്ന കാലോടെ ഹൈസ്പീഡിൽ ഓടിപ്പോയി എന്റെ അഭയസ്ഥാനമായ ചെമ്പകമരത്തിന്റെ ഏറ്റവും ഉയരം കൂടിയ കൊമ്പിൽ എങ്ങനെയോ പിടിച്ചിരുന്നു. കുഞ്ഞിന് ആപത്തൊന്നും ഇല്ലെന്ന് ഉറപ്പായപ്പോൾ അച്ഛനും അമ്മമ്മയും എന്നെ വിളിക്കാൻ വന്നെങ്കിലും തല്ലില്ലെന്ന് ഉറപ്പ് കിട്ടിയിട്ട് മാത്രമേ ഞാൻ താഴെ ഇറങ്ങിയുള്ളൂ. എന്റെ പേടിച്ച് വിരണ്ട കരിവാളിച്ച മുഖം കണ്ടപ്പോൾ ആരും ഒന്നും പറഞ്ഞില്ല. അച്ഛൻ എന്നെ ചേർത്തുപിടിച്ച് വീട്ടിന്റെ ഉള്ളിലേക്ക് കൊണ്ടുപോയി.

വീട്ടിലേക്ക് ആവശ്യമുള്ള സാധനങ്ങൾ വാങ്ങാൻ കടയിൽ പോകുന്നത് മിക്കവാറും ഏച്ചി ആയിരുന്നു. വീടിനടുത്തുള്ള കടയിൽ വല്ലപ്പോഴും എന്നെ അയയ്ക്കും. അവിടെയില്ലാത്ത സാധനങ്ങൾ റെയിവേ സ്റ്റേഷനടുത്തുള്ള കൊറ്റിയിൽ നിന്നാണ് വാങ്ങുക. അതിന് ഏച്ചിയെ ആണ് അയക്കാറുള്ളത്. ഏച്ചിയുടെ കൂടെ ഷോപ്പിൽ പോകാൻ എനിക്ക് ഭയങ്കര ഇഷ്ടമായിരുന്നു. വീട്ടിൽനിന്നും ആരെങ്കിലും പുറത്തുപോകുമ്പോൾ അവരുടെ കൂടെ പോകാൻ എനിക്കെന്നും ഉത്സാഹമായിരുന്നു. ഇന്നത്തെപ്പോലെ റോഡിൽ വാഹനങ്ങളൊന്നും ഇല്ലെങ്കിലും ചെറിയകുട്ടിയായ എന്നെ ഏച്ചിയുടെ കൂടെ പുറത്ത് പോകാനൊന്നും അമ്മ അനുവദിക്കാറില്ലായിരുന്നു. അതിന് ഞാൻ ഒരു മാർഗം കണ്ടുപിടിച്ചിരുന്നു. ഏച്ചിയെ കടയിൽ അയയ്ക്കാൻ അമ്മ സാധനങ്ങളുടെ ലിസ്റ്റും പൈസയും കൊടുക്കുന്നത് കാണുമ്പോൾത്തന്നെ ഞാൻ ഓടിപ്പോയി ഗെയിറ്റിന്റെ മറവിൽ ഒളിച്ചുനില്ക്കും. ഏച്ചി ഗെയിറ്റ് കടന്ന് റോഡിൽ കയറിയ ഉടനെ ഞാൻ ഏച്ചിയുടേ കൂടെ ഒറ്റ ഓട്ടമായിരിക്കും. അമ്മ കാണുമ്പോഴേക്കും അമ്മ വിളിച്ചാൽ കേൾക്കാത്ത അകലത്തിൽ ഞങ്ങൾ എത്തിയിരിക്കും. ഏച്ചിയുടെ കൂടെ കൊറ്റിവരെ നടന്നുപോകേണ്ട ഉത്സാഹത്തിൽ തിരിച്ചുവന്നാൽ കിട്ടുന്ന അമ്മയുടെ അടിയുടെ വേദനയെക്കുറിച്ചൊന്നും ഞാൻ ചിന്തിക്കാറേയില്ല. കുറച്ചുദൂരം നടക്കാൻ ഉണ്ടായിരുന്നു. റോഡിന് സമാന്തരമായാണ് റെയിൽ പോകുന്നത്. ചിലപ്പോൾ നമ്മൾ പോകുന്ന സമയമായിരിക്കും തീവണ്ടി പോകുക. യാത്രക്കാരോട് റ്റാ റ്റാ പറഞ്ഞുകൊണ്ടും കൊച്ചുവർത്താനം പറഞ്ഞുകൊണ്ടും നടക്കുമ്പോൾ ദൂരം അറിയുകയേ ഇല്ല. സാധനങ്ങൾ വാങ്ങി തിരിച്ച് വരുമ്പോൾ സമയം കുറെ ആയിട്ടുണ്ടാകും. അതിനും ചിലപ്പോൾ അമ്മയുടെ വഴക്ക് കേൾക്കേണ്ടി വരും.

പത്ത്, പന്ത്രണ്ട് വയസ്സൊക്കെ ആയതിനുശേഷം ഏച്ചിയെ കടയിൽ അയക്കാറില്ല. പിന്നീട് ഞാനാണ് സാധനം വാങ്ങാനും റേഷൻ കടയിലും മില്ലിലുമൊക്കെ പോകുന്നത്. ചിലപ്പോൾ അനിയത്തിയേയും

ഞാൻ കൂടെക്കൂട്ടും. അന്നൊക്കെ പെൺകുട്ടികൾക്ക് പത്ത് വയസ്സൊക്കെ കഴിഞ്ഞാൽ പീടികയിൽ അയയ്ക്കുന്നത് നാണക്കേടായിട്ടാണ് കരുതുന്നത്. എനിക്കും ഏച്ചിക്കുമൊക്കെ ഏതാണ്ട് ഒമ്പത് വയസ്സായപ്പോൾ തന്നെ മുതിർന്ന കുട്ടികളായിട്ടാണ് എല്ലാവരും കരുതിയിരുന്നത്. അലക്കുക, അരയ്ക്കുക, അടിച്ചുവാരുക ഈ ജോലികളൊക്കെ ഞാനും ഏച്ചിയും കൂടെയാണ് ചെയ്തിരുന്നത്. ഞങ്ങളുടെ താഴെ മൂന്ന് ചെറിയ കുട്ടികളുണ്ടല്ലോ. അതുകൊണ്ടു സ്വാഭാവികമായിത്തന്നെ മുതിർന്ന കുട്ടികളുടെ പക്വതയും അറിവും ഞങ്ങൾക്കുണ്ടായിരുന്നു.

പിന്നെ വീട്ടുപണിയും അഞ്ചു ചെറിയ കുട്ടികളെ നോക്കിവളർത്താനുമൊക്കെ അമ്മ ഒറ്റയ്ക്ക് കഷ്ടപ്പെടുന്നുണ്ടല്ലോ. അങ്ങനെയൊരു തിരിച്ചറിവ് ഞങ്ങൾക്കുള്ളതുകൊണ്ട് ആരും പറയാതെതന്നെ വീട്ട് ജോലികളിൽ അമ്മയെ ആ കുഞ്ഞുപ്രായത്തിൽത്തന്നെ കഴിയുന്നപോലെയൊക്കെ ഞങ്ങൾ സഹായിക്കാറുണ്ടായിരുന്നു.

അങ്ങനെയങ്ങനെ കുറെ കുസൃതികളും വികൃതികളും മറ്റു ബാല്യകാല സാഹസിക കൃത്യങ്ങളും അച്ഛന്റെയും അമ്മയുടെയും സ്നേഹവാത്സല്യങ്ങളും ഞങ്ങൾ അഞ്ചു സഹോദരങ്ങൾ തമ്മിലുള്ള പിണക്കങ്ങളും ഇണക്കങ്ങളുമൊക്കെയായി എന്റെ പൂമ്പാറ്റക്കാലം മിന്നാമിനുങ്ങിന്റെ നുറുങ്ങുവെട്ടംപോലെ അവസാനിക്കാറായി എന്നറിയാതെ ഞാൻ പാറിപ്പറന്ന് കളിച്ചുകൊണ്ട് മുന്നോട്ടുപോയി.

# അമ്മയുടെ തറവാട്

കണ്ണപുരത്തുള്ള അമ്മയുടെ വീടിനെ ചുറ്റിപ്പറ്റിയാണ് എന്റെ ബാല്യകാലസ്മരണകൾ ഏറെയും. വേനലവധികളിൽ അവിടെയായിരുന്നു ഞാൻ ചെലവഴിച്ചിരുന്നത്. സ്കൂൾ അവധി തുടങ്ങുന്ന അന്നുതന്നെ ചെറിയമ്മാവൻ എന്നെ കൂട്ടിക്കൊണ്ടുപോകാൻ വരും.

സ്കൂൾ തുറക്കുന്നതിന്റെ തലേദിവസം മാത്രമേ പിന്നെ ഞാൻ തിരിച്ചുവരാറുള്ളൂ. അവിടെ വീടിന്റെ മുന്നിലുള്ള മെയിൻ റോഡിന്റെ എതിർവശത്ത് ഗവൺമെന്റ് ഹൈസ്കൂളാണ്. സ്കൂൾ ഗ്രൗണ്ടിലും വീടിന്റെ പടിഞ്ഞാറ് വശത്തുള്ള വിശാലമായ കൊയ്ത്തുകഴിഞ്ഞ വയലിലുമാണ് ഞങ്ങൾ കുട്ടികളുടെ ആഘോഷത്തിമിർപ്പുകൾ. രാവിലെ മുതൽ വൈകുന്നേരം വരെ വെയിലത്ത് ഓടിച്ചാടി കളിച്ച് കരിവാളിച്ച മുഖവും അഴുക്കും മണ്ണും പുരണ്ട ഉടുപ്പുമായി സന്ധ്യക്ക് വീട്ടിൽ വന്നുകയറുമ്പോൾ അമ്മമ്മയുടെയും മാമന്മാരുടെയും വഴക്ക് ദിവസവും കേൾക്കാറുണ്ടായിരുന്നു. എന്റെ അഴുക്കുപുരണ്ട വസ്ത്രങ്ങൾ നോക്കി ഇനി നല്ല ഉടുപ്പുകളൊന്നും ഇടാൻ തരില്ലെന്ന് സ്നേഹവും വാത്സല്യവുമൊക്കെ മാറ്റിവെച്ച് അമ്മമ്മ കർശനമായിട്ട് പറയും. ഞാൻ പിണങ്ങുകയും ചിണുങ്ങി കരയുകയും ചെയ്യുമ്പോൾ അമ്മമ്മയുടെ ദേഷ്യമൊക്കെ എവിടെയോ മറയും. എന്നെ ചേർത്തുപിടിക്കുകയും മടിയിലിരുത്തി പുരാണകഥകളൊക്കെ പറഞ്ഞുതരുകയും ചെയ്യും.

സന്ധ്യയ്ക്ക് വിളക്ക് വെച്ചാൽ നാമം ജപിക്കണമെന്നത് അമ്മമ്മയുടെ കർശനനിയമമാണ്. ഞാൻ അമ്മമ്മയുടെ അനുസരണയുള്ള കൊച്ചുമകളായിരുന്നു. അമ്മമ്മയുടെ പിന്നാലെതന്നെയായിരുന്നു ഏത് നേരവും. അയൽവക്കത്തെ വീട്ടിലെ അമ്മയും അവരുടെ മകളായ ചേച്ചിയും അമ്മ

മ്മയുടെ വാലെന്ന് പറഞ്ഞ് എന്നെ കളിയാക്കും. അമ്മമ്മയുടെ തറവാട് വീടായ ആന്തൂറില്ലും അമ്മമ്മയുടെ അനിയത്തി താമസിക്കുന്ന പറശ്ശിനിക്കടവില്ലുമൊക്കെ പോകുമ്പോൾ ഞാനും അമ്മമ്മയുടെ കൂടെ പോയി ദിവസങ്ങളോളം അവിടെ തങ്ങാറുണ്ടായിരുന്നു. തിരിച്ചുവരുമ്പോഴേക്കും ചെറിയമ്മാവൻ പിണങ്ങിയിട്ടുണ്ടാകും. തറവാട് വീട്ടിൽ അമ്മമ്മയെ കൂടാതെ വലിയമ്മാവനും അമ്മായിയും അവരുടെ ചെറിയ മൂന്ന് കുട്ടികളും ചെറിയമ്മാവനും മാത്രമേ ഉള്ളൂ. അമ്മായി അധികവും അവരുടെ വീട്ടിലായിരിക്കും. അതുകൊണ്ടു ഞാൻ മാത്രമേ വേനലവധിക്കാലത്ത് കുട്ടിയായിട്ട് അവിടെ ഉണ്ടാകുകയുള്ളൂ. ചെറിയമ്മാവന് (ഭരതൻ മാമൻ) എന്നോട് വലിയ സ്നേഹമായിരുന്നു. വലിയമ്മാവനും (ബാലൻ മാമൻ) എന്നെ ഏറെ ഇഷ്ടമായിരുന്നുവെങ്കില്ലും എനിക്ക് അക്കാലങ്ങളിൽ വലിയമ്മാവനെ പേടിയായിരുന്നു. എന്നാൽ പിൽക്കാലത്ത് എന്റെ അച്ഛന്റെ സ്ഥാനത്ത് തന്നെയായിരുന്നു വലിയമ്മാവനും എനിക്ക്. എവിടെ യാത്രപോകണമെങ്കില്ലും വലിയമ്മാവൻ കൂടെ വരുമായിരുന്നു. എന്നോടുള്ള കരുതല്ലും സ്നേഹവും പറഞ്ഞറിയിക്കാൻ പറ്റാത്തതും ഒരിക്കല്ലും മറക്കാൻ പറ്റാത്തതുമാണ്. ഇപ്പോൾ വലിയമ്മാവന് പ്രായമേറേയായി. എങ്കില്ലും ഫോൺ വിളികളില്ലൂടെ എന്റെ സുഖവിവരങ്ങൾ അന്വേഷിക്കാറുണ്ട്.

ചെറിയമ്മാവന് എന്നും ഞാൻ കുട്ടിയായിരുന്നു. എനിക്കപ്പോൾ എട്ടൊമ്പത് വയസ്സൊക്കെ പ്രായമായിരുന്നുവെങ്കില്ലും എന്നെ ഏറെ ലാളിക്കുകയും സിനിമയ്ക്കൊക്കെ കൂട്ടിക്കൊണ്ടുപോവുകയും ചെയ്യാറുണ്ടായിരുന്നു. അവിടെ അന്നപൂർണ്ണേശ്വരി ക്ഷേത്രത്തിൽ ഏഴു ദിവസത്തെ ഉത്സവത്തിന് എന്നെയുംകൂട്ടി ചെറിയമ്മാവൻ പോയതൊക്കെ ഇന്നും എനിക്കോർമ്മയുണ്ട്. മാമൻ ജോലികഴിഞ്ഞ് വീട്ടില്ലുള്ള സമയത്തൊക്കെ ഞാൻ കൂടെത്തന്നെയുണ്ടാകും. അതുകൊണ്ട് അമ്മമ്മയുടെ കൂടെ ഞാൻ എവിടെയും പോകുന്നത് മാമന് ഇഷ്ടമല്ല. എന്നാൽ ഞാൻ മാമന്റെ വിസമ്മതമൊന്നും കാര്യമാക്കാതെ അമ്മമ്മയുടെ കൂടെ എന്നും വാലായി നടക്കുന്നുണ്ടാകും. സർക്കീട്ടൊക്കെ കഴിഞ്ഞ് തിരിച്ച് വരുമ്പോൾ മാമൻ പിണങ്ങുകയും മിണ്ടാതിരിക്കുകയും ചെയ്യുമായിരുന്നു. അതുകാണുമ്പോൾ എനിക്ക് വലിയ സങ്കടമായിരിക്കും. അപ്പോൾ അമ്മമ്മതന്നെ നയത്തിൽ ഇടപെടുകയും എന്നോടുള്ള പിണക്കം മാറ്റുകയും ചെയ്യും.

സ്കൂൾ തുറന്ന് തിരിച്ച് വരുമ്പോൾ മാമൻ എനിക്ക് പുതിയ ഉടുപ്പുകളും പുതിയ അദ്ധ്യയനവർഷത്തേക്കുള്ള പുസ്തകങ്ങളുമൊക്കെ വാങ്ങിത്തരും. ഞങ്ങൾ അഞ്ച് മക്കളിൽ ഞാൻ മാത്രമേ സ്കൂൾ അവധിക്കാലം മുഴുവൻ തറവാട്ടിൽ താമസിക്കുമായിരുന്നുള്ളൂ. മറ്റ് നാലുപേരും ഒരാഴ്ച

യിൽ കൂടുതൽ അവിടെ താമസിക്കാറില്ല. അതുകൊണ്ട് അമ്മമ്മയ്ക്കും രണ്ടു മാമന്മാർക്കും അമ്മായിക്കുമൊക്കെ എന്നോടായിരുന്നു ഏറെ സ്നേഹവും വാത്സല്യവും. അമ്മമ്മക്ക് മൂന്നു മക്കളായിരുന്നു. അമ്മയെക്കൂടാതെ രണ്ടു ആൺമക്കൾ.

പാവം എന്റെ അമ്മമ്മ. 32 വയസ്സിൽ വിധവയായ അവർക്ക് മക്കളും പേരക്കുട്ടികളും മാത്രമായിരുന്നു ലോകം. പേരക്കുട്ടികളിൽ സ്നേഹഭാജനം ഞാനായിരുന്നു. അമ്മയുടെ അച്ഛൻ മരിക്കുമ്പോൾ അമ്മയ്ക്ക് ഒമ്പത് വയസ്സുമാത്രമേ പ്രായമുണ്ടായിരുന്നുള്ളൂ. വലിയ ഫുട്ബോൾ കളിക്കാരനായിരുന്ന അച്ഛാച്ഛൻ ദിവസവും സ്കൂൾ ഗ്രൗണ്ടിൽ ഫുട്ബോൾ കളിക്കാൻ പോകുമായിരുന്നത്രെ. കളിക്കിടയിൽ ബോൾ നെഞ്ചത്ത് കൊണ്ടതിന്റെ ഫലമായിട്ട് നെഞ്ചിൽ പഴുപ്പ് ബാധിച്ചതിനാലാണ് നാല്പത് വയസ്സിൽത്തന്നെ അച്ഛാച്ഛന് അകാലമരണം സംഭവിച്ചത്. ഒരു പെൺകുട്ടി മാത്രമായതിനാൽ ഏറെ സ്നേഹവാത്സല്യങ്ങളും ലാളനയുമേറ്റുവളർന്ന അമ്മയ്ക്ക് അച്ഛാച്ഛന്റെ മരണം വലിയൊരു ഷോക്ക് തന്നെയായിരുന്നു. പഠിക്കാൻ ഒരുപാട് ഇഷ്ടമുണ്ടായിരുന്ന അമ്മയുടെ വിദ്യാഭ്യാസവും അതോടെ അവസാനിച്ചു.

ഹോട്ടലിലേക്ക് വേണ്ട പലഹാരങ്ങളൊക്കെ വീട്ടിൽനിന്നും ഉണ്ടാക്കുന്നതുകൊണ്ട് അതിന്റെ സഹായത്തിനായി പത്ത് വയസ്സുമാത്രം പ്രായമുണ്ടായിരുന്ന അമ്മയെ പിന്നീട് സ്കൂളിൽ അയച്ചിരുന്നില്ല. അച്ഛന്റെ മരണത്തിന് പിന്നാലെ സ്കൂളിൽപ്പോകാൻ പറ്റാത്ത നിരാശയും ചെറിയപ്രായത്തിൽ തന്നെയുള്ള വിവാഹവും ചെറിയ കുട്ടികളെയും കൊണ്ടുള്ള കഷ്ടപ്പാടുമെല്ലാം എന്റെ അമ്മയെ മാനസികമായി വല്ലാതെ ബാധിച്ചിരുന്നു. അതുകാരണം ഭാവിയിൽ അമ്മ ഒരു കർക്കശസ്വഭാവക്കാരിയായി മാറി. മനസ്സിൽ കടലോളം സ്നേഹമുണ്ടെങ്കിലും അത് പ്രകടിപ്പിക്കാൻ അമ്മയ്ക്ക് മടിയായിരുന്നു. അമ്മ ആ സ്നേഹക്കടൽ മനസ്സിൽ സൂക്ഷിച്ചുകൊണ്ടുതന്നെ ഈ ലോകത്തോട് വിടപറഞ്ഞു.

അച്ഛാച്ഛന്റെ മരണത്തിനുശേഷം അമ്മയുടെ ഏട്ടനും അനിയനുമായ എന്റെ മാമന്മാർ ഉൾപ്പെടുന്ന മൂന്നു ചെറിയകുട്ടികളെയുംകൊണ്ട് എന്റെ അമ്മമ്മ ജീവിതം എങ്ങനെ മുന്നോട്ട് കൊണ്ടുപോകുമെന്നറിയാതെ സ്തംഭിച്ച് നില്ക്കുന്ന സമയം. അമ്മമ്മയുടെ മൂത്ത സഹോദരൻ പെങ്ങളുടെയും മരുമക്കളുടെയും സംരക്ഷണം ഏറ്റെടുത്തുകൊണ്ട് അവരുടെ കൂടെ താമസിക്കുകയായിരുന്നു. അമ്മയുടെ അച്ഛന് ഹോട്ടൽ ആയിരുന്നു. മരണശേഷം വലിയമ്മാവൻ (അമ്മയുടെ അമ്മാവൻ) അതേറ്റെടുത്ത് നടത്തുകയും മക്കൾ പ്രായപൂർത്തിയാകുന്നതുവരെ അവിടെ താമസിച്ച് അവരെ സംരക്ഷിക്കുകയുമായിരുന്നു. അമ്മയെ വിവാഹം കഴിച്ചയച്ചതിന് ശേഷമായിരുന്നത്രെ വലിയമ്മാവൻ അവിടെനിന്നും

പോയത്. അപ്പോഴേക്കും രണ്ടു മാമന്മാരും ജോലിചെയ്യാൻ തുടങ്ങിയിരുന്നു. അമ്മയ്ക്കും അമ്മമ്മയ്ക്കും ആ വലിയമ്മാവനോട് എന്നും പിതൃതുല്യമായ സ്നേഹവും ബഹുമാനവുമുണ്ടായിരുന്നു. അമ്മയുടെ അച്ഛന്റെ ഏട്ടന്റെ മക്കളും കുടുംബവും തറവാട്ടുവീടിന്റെ തൊട്ടടുത്ത പറമ്പിൽത്തന്നെയായിരുന്നു താമസം. അതുകൊണ്ട് ഏട്ടന്മാരും അനിയന്മാരും അനിയത്തിമാരുമായി ഒരുപാട് കുട്ടികൾ എനിക്ക് കളിക്കൂട്ടുകാരായി അവിടെ ഉണ്ടായിരുന്നു. ഞങ്ങൾ അവിടത്തെ സ്കൂൾ ഗ്രൗണ്ടിൽ അവധിക്കാലം ആർത്തുല്ലസിക്കുകയായിരുന്നു. അമ്മയുടെ വല്യച്ഛന്റെ മകളുടെയും മകന്റെയും കുട്ടികളാണ് എന്റെ അവിടത്തെ പ്രധാനപ്പെട്ട കൂട്ടുകാർ. സ്കൂൾ അവധി കഴിഞ്ഞാലും അവിടെനിന്നും തിരിച്ചുവരാൻ എനിക്ക് മടിയായിരുന്നു. അവരൊക്കെ സാമ്പത്തികമായി ഏറെ കഷ്ടപ്പെടുന്നവരായിരുന്നു. ചെറിയ വീടാണ് അവരുടേത്. അമ്മയുടെ വല്യച്ഛന്റെ മകളായ അമ്മയുടെ ഏച്ചി ചെറിയ പ്രായത്തിൽത്തന്നെ വിധവയായി മാറി. രണ്ടു ആൺകുട്ടികളെ പോറ്റിവളർത്താൻ അവർ ഏറെ കഷ്ടപ്പെട്ടു. അവിൽ ഇടിച്ച് വിറ്റിട്ടാണ് അവർ ജീവിച്ചിരുന്നത്. അവർ അവിൽ ഇടിക്കുമ്പോൾ ഞാൻ അവരുടെ തൊട്ടടുത്ത് കൗതുകത്തോടെ എല്ലാം നോക്കിയിരിക്കും. സ്നേഹത്തിന്റെ നിറകുടമായിരുന്നു ആ വല്യമ്മ. ഞാൻ അവരുടെ സ്വന്തം മോളെപ്പോലെയാണ്. അവരുടെ മോനും ഞാനും സമപ്രായമാണ്. അവനും ഞാനും കളിക്കുമ്പോൾ വഴക്ക് കൂടിയാൽ ആ അമ്മവന്നു മധ്യസ്ഥം പറഞ്ഞ് ഞങ്ങളുടെ പിണക്കം മാറ്റും. പത്താംക്ലാസ് കഴിഞ്ഞപ്പോൾ തുടർന്ന് പഠിക്കാൻ മാർഗമില്ലാതെ ജോലി തേടി അന്യസംസ്ഥാനത്തേക്ക് പോകുകയായിരുന്നു ആ കൂട്ടുകാരൻ.

ഒരുപാട് കഷ്ടപ്പാട് അനുഭവിച്ചതിനുശേഷം ഉയർന്ന ജോലികിട്ടി ഇപ്പോൾ കുടുംബസമേതം നാട്ടിൽ നല്ല രീതിയിൽ ജീവിക്കുന്നു. ആ കുടുംബത്തിൽത്തന്നെയുള്ള എന്റെ കളിക്കൂട്ടുകാരായ വേറെ രണ്ടുമൂന്നു കുട്ടികളും ആ കാലം സമാനമായ സാഹചര്യത്തിൽ സാമ്പത്തികമായി ഏറെ ബുദ്ധിമുട്ടുകളനുഭവിച്ച് ജീവിക്കുന്നവരായിരുന്നു. വെക്കേഷൻ കാലത്തുമാത്രം കാണുന്ന എന്നോട് അവരൊക്കെ ആരാധന നിറഞ്ഞ സ്നേഹഭാവത്തോടെയാണ് പെരുമാറുന്നത്. കളിക്കൂട്ടുകാരായ അവരൊക്കെ എപ്പോഴും എന്റെ കൂടെത്തന്നെ ആയിരിക്കും. ഇപ്പോൾ അവരൊക്കെ സാമ്പത്തികമായി ഉയർന്ന് നല്ല രീതിയിൽ ജീവിക്കുന്നു.

ഞങ്ങളുടെ തൊട്ടയൽവക്കത്തുള്ള വീട്ടിൽ വലിയ പണക്കാരായ സ്വർണ്ണപ്പണി ചെയ്യുന്ന ഒരു ചെട്ടിയാരാണ് താമസിച്ചിരുന്നത്. രണ്ടു നിലയുള്ള വലിയ വീടാണ് അവരുടേത്. അവിടെ ധാരാളം പണിക്കാരൊക്കെയുണ്ടാകും. ഒരു അമ്മയും കുടുംബവുമാണ് അവിടെ താമസിക്കുന്നത്. അവരുടെ മകൾ കോളേജിൽ പഠിക്കുന്ന ചേച്ചിയാണ്. ആ

അമ്മ എന്റെ അമ്മമ്മയുടെ അടുത്ത കൂട്ടുകാരിയാണ്. അവർ എപ്പോഴും വേലിയുടെ അപ്പുറവും ഇപ്പുറവുംനിന്ന് അന്നന്നുള്ള എല്ലാ വിശേഷങ്ങളും പരസ്പരം പങ്കുവെക്കും. അവർക്കിടയിലെ ചെറിയ ചെറിയ പിണക്കങ്ങൾ കാണാൻ ഏറെ രസമാണ്. അപ്പോൾ കൊച്ചുകുട്ടിയായ ഞാൻ പിണക്കം മാറ്റാൻ 'ഹംസമായി' നിൽക്കാറുണ്ട്.

എനിക്ക് എവിടെയെങ്കിലും പോകണമെങ്കിൽ അവിടത്തെ ചേച്ചിയാണ് മുടി കെട്ടിത്തരുന്നതും പൊട്ടുതൊട്ടുവിക്കുകയും കൺമഷി ഇട്ടുതരുകയുമൊക്കെ ചെയ്യുന്നത്. വല്ലപ്പോഴും മാത്രം കാണുന്നതുകൊണ്ട് എന്നോട് വലിയ സ്നേഹമായിരുന്നെങ്കിലും എനിക്കാ ചേച്ചിയോട് ഉള്ളിൽ ചെറിയ പിണക്കമുണ്ടായിരുന്നു. എന്റെ കളിക്കൂട്ടുകാരെക്കുറിച്ച് ഞാൻ പറഞ്ഞല്ലോ. അവർ എപ്പോഴും എന്റെ കൂടെത്തന്നെയുണ്ടാകും. എന്നെ വല്ലപ്പോഴുമല്ലേ കിട്ടുന്നുള്ളൂ. അതുകൊണ്ടായിരിക്കാം കല്യാണി വല്യമ്മയും ഈ കുട്ടികളുമൊക്കെ രാത്രി കുറെ വൈകിയാലേ അവരവരുടെ വീട്ടിലേക്ക് പോകുകയുള്ളൂ. ഞങ്ങൾ എല്ലാവരും കളിച്ചും ചിരിച്ചും നല്ല രസമാണ് തറവാട്ടിൽ താമസിക്കുന്ന ദിവസങ്ങൾ. അയൽപക്കത്തെ ഏച്ചി എന്നെ ഇടയ്ക്കൊക്കെ അങ്ങോട്ട് പോകാൻ വിളിക്കും. ഞാൻ പോകുമ്പോൾ എന്റെ പിന്നാലെ ഈ കുട്ടികളും വരാറുണ്ട്. എനിക്കാവീട്ടിൽ എല്ലാ സ്വാതന്ത്ര്യവും ഉണ്ടായിരുന്നു. ഏച്ചി എന്നെ എല്ലാ റൂമിലും കൊണ്ടുപോയിട്ട് അവിടെയുള്ള കൗതുക സാധനങ്ങളൊക്കെ കാണിച്ചുതരും. എന്നാൽ ആ കുട്ടികളെയൊന്നും അവർ വീടിന്റെ ഇറയത്ത് പോലും കയറാൻ സമ്മതിക്കാറില്ല. അവരുടെ കാലിന്റെ ചളിയും മണ്ണുമൊക്കെ വീട്ടിനകത്തൊക്കെയാകും എന്നാണ് അവർ അതിന് കണ്ടെത്തുന്ന ന്യായീകരണം. ആ ചെറിയപ്രായത്തിൽത്തന്നെ അവർ കാണിക്കുന്ന ഈ വിവേചനം എന്നെ ഏറെ വേദനിപ്പിച്ചിട്ടുണ്ട്. എന്നെയും കാത്ത് ആ കൂട്ടുകാർ മുറ്റത്തിരിക്കുന്നത് കാണുമ്പോൾ എനിക്ക് വല്ലാത്ത വിഷമം തോന്നും. അതുകൊണ്ട് ചേച്ചി ഏറെ നിർബന്ധിച്ചാലും ഞാൻ ആ വീട്ടിൽ അധികസമയമൊന്നും ഇരിക്കാറില്ല.

എന്നോട് ഏറെ സ്നേഹം കാണിക്കുന്ന അമ്മയും മകളും ആ പാവം കുട്ടികളെ അവഗണിക്കുന്നത് എനിക്ക് സഹിക്കാൻ പറ്റുമായിരുന്നില്ല. അതുകൊണ്ട് എപ്പോഴും ഉള്ളിൽ അവരോട് എനിക്ക് വെറുപ്പായിരുന്നു. ആ ചേച്ചി എന്നെ ഒരുക്കി സുന്ദരി ആക്കിയാലും അവരോട് എനിക്ക് വല്യ സ്നേഹമൊന്നും തോന്നാറില്ല.

അമ്മയുടെ വല്യച്ഛന്റെ പേരക്കുട്ടികളായ എന്റെ ഈ കളിക്കൂട്ടുകാരൊക്കെ സാമ്പത്തികസ്ഥിതി മോശമായതുകൊണ്ടു പത്താം ക്ലാസ് വരെയൊക്കെ മാത്രമേ പഠിച്ചിരുന്നുള്ളൂ. അതിനുശേഷം അവർ ജോലി അന്വേഷിച്ച് അന്യസംസ്ഥാനങ്ങളിൽപോയി നല്ല ഉയർന്ന ജോലി

സമ്പാദിച്ച് ഇപ്പോൾ ഉന്നതസ്ഥാനത്തിരിക്കുന്നു. രണ്ടുമൂന്നു പേർ വർഷ ങ്ങളായിട്ട് ഡൽഹിയിൽ സ്വന്തമായി ഫ്ലാറ്റെടുത്തു കുടുംബമായിട്ട് താമ സിക്കുന്നു.

ജീവിതവഴികളിൽ അവരെല്ലാം ഏറെ ഉന്നതസ്ഥാനത്ത് എത്തി യിട്ടും ചെറുപ്പത്തിലെ ഈ കളിക്കൂട്ടുകാരിയെയും ആർത്തുല്ലസിച്ച ആ ബാല്യകാലഘട്ടത്തെയും അവരൊന്നും ഒരിക്കലും മറന്നിട്ടില്ല എന്നത് എന്നെ ഏറെ സന്തോഷിപ്പിക്കുന്ന കാര്യമാണ്. വല്ലപ്പോഴും നാട്ടിൽ വന്നാൽ അവർ എന്നെക്കാണാൻ ഇവിടെ വരുകയും ഇന്നും ഫോൺ വിളികളിലൂടെ സുഖവിവരങ്ങൾ അന്വേഷിക്കുകയും ചെയ്യാറുണ്ട്. ആ ചേച്ചിയെ ഉയർന്ന ഒരു ഉദ്യോഗസ്ഥൻ വിവാഹം കഴിച്ച് കൽക്കത്തയി ലോ മറ്റോ ആയിരുന്നു കുറെക്കാലം. വർഷങ്ങൾ കഴിഞ്ഞപ്പോൾ ദുരൂഹ സാഹചര്യത്തിലുള്ള അവരുടെ മരണവിവരം കേൾക്കേണ്ടി വന്നപ്പോൾ ഒരുപാട് സങ്കടം തോന്നി.

സ്കൂൾ അവധിക്കാലത്ത് കണ്ണപുരത്ത് അമ്മയുടെ വീട്ടിലെത്തു മ്പോൾ അവിടെയുള്ള എന്റെ മറ്റൊരു കളിക്കൂട്ടുകാരിയായിരുന്നു സരള.

ഞങ്ങളുടെ വീടിന് കുറച്ചപ്പുറത്താണ് അവളുടെ വീട്. അവൾ രാവിലെ വീട്ടിൽ നിന്നിറങ്ങിയാൽ അയൽപക്കത്തുള്ള വീടുകളിലെ കളിയൊക്കെ കഴിഞ്ഞ് വൈകുന്നേരമേ തിരിച്ചുപോകുള്ളൂ. സന്ധ്യയ്ക്ക് വീട്ടിൽ വന്നുകയറുന്ന മകളെ അവളുടെ അമ്മ എപ്പോഴും വഴക്ക് പറയും. അവൾ അതൊന്നും കാര്യമാക്കാതെ അടുത്തദിവസവും അതുപോലെ തന്നെ ആയിരിക്കും വീടണയുന്നത്.

എന്റെ അമ്മമ്മയ്ക്കും ഈ കാരണത്താൽ അവളെ അത്ര ഇഷ്ടമല്ല. അവളുടെകൂടെ കളിക്കാൻ പോയാൽ ഞാനും അതുപോലെയാകുമെന്ന് പറഞ്ഞ് എന്നെ അവളുടെകൂടെ പോകാൻ വിടില്ല. മറ്റു പെൺകുട്ടിക ളൊക്കെ എന്നെക്കാൾ ചെറിയകുട്ടികളാണ്. പക്ഷേ, അവിടെ എന്റെ സമപ്രായക്കാരിയായ ഒരേയൊരു പെൺകുട്ടിയായിരുന്നു അവൾ. അതുകൊണ്ടു സരളയെ എനിക്ക് ഒരുപാടിഷ്ടമായിരുന്നു. അമ്മമ്മയുടെ അനിഷ്ടമൊന്നും നോക്കാതെ ഞാനും അവളുടെകൂടെ അയൽവീടുക ളിലൊക്കെ കറങ്ങാൻ പോകും. അതിന് എന്റെ ചെറിയമാമന്റെ ഫുൾ സപ്പോർട്ടും ഉണ്ടായിരുന്നു.

തന്റെ കൺവെട്ടത്ത് കാണുന്നിടത്തുമാത്രം കളിക്കാൻ പോയാൽ മതി എന്നാണ് എന്റെ അമ്മമ്മയുടെ ഉഗ്രശാസന..! എന്നാൽ മാമന് എന്നോട് സഹതാപം തോന്നുകയും സരളയുടെകൂടെ അടുത്തുള്ള വീടുക ളിലൊക്കെ പോകാൻ സമ്മതം തരികയും ചെയ്യും.

വീടിന്റെ കുറച്ച് ദൂരെയായി ഗേൾസ് ഹൈസ്കൂളിന്റെ പിറകിലായിട്ട് കൃഷിചെയ്യുന്ന കുറച്ചു വയൽ ഞങ്ങൾക്കുണ്ടായിരുന്നു.

അമ്മമ്മ അതിൽ വിത്തിടാനും ഞാറുനടാനും മൂരാനുമൊക്കെ പോകാറുണ്ട്. അമ്മമ്മ കണ്ടത്തിൽ പണിക്ക് പോകുമ്പോൾ അമ്മായിയും മൂന്ന് ചെറിയ മക്കളും വീട്ടിലുണ്ടാകും. അപ്പോൾ ആറുമാസം മാത്രം പ്രായമുള്ള ചെറിയ മോനെ നോക്കേണ്ട ചുമതല എനിക്കായിരിക്കും.

എന്നാലും ചിലപ്പോൾ അമ്മായിയുടെ സമ്മതത്തോടെ ഞാൻ അമ്മമ്മയുടെകൂടെ കണ്ടത്തിൽ കൃഷിപ്പണി കാണാൻ പോകാറുണ്ട്.

അമ്മമ്മ വീട്ടിലില്ലാതിരിക്കുമ്പോൾ എനിക്ക് വല്ലാത്ത ബോറടിയാണ്.

വിത്തിട്ടാൽ എനിക്ക് ഒരു സ്പെഷൽ ഡ്യൂട്ടി അമ്മമ്മ തരാറുണ്ട്. വിത്ത് തിന്നാൻ കണ്ടത്തിലേക്ക് വരുന്ന അയൽവീട്ടുകളിലെ കോഴികളെ ഓടിക്കേണ്ട ചുമതല എന്നെയാണ് ഏല്പിക്കുന്നത്.

രാവിലെ ചായകുടിച്ചതിനുശേഷം അവിടെ ഒറ്റയ്ക്കിരിക്കുന്ന ബോറടി മാറ്റാൻ സരളയേയും കൂട്ടിയാണ് ഞാൻ വയലിൽ പോകാറുള്ളത്.

സ്കൂളിന്റെ ഇറയത്താണ് ഞങ്ങൾ ഒരു വടിയും പിടിച്ചിരിക്കുന്നത്.

ഉച്ചവരെയാണ് 'ഡ്യൂട്ടി.' നല്ല വെയിലുണ്ടാകുമ്പോൾ കോഴികൾ വരില്ല.

ഞങ്ങൾ ഈർക്കിൽ കളിയും കൊത്തങ്കല്ലുമൊക്കെ കളിച്ചും ചിലപ്പോൾ കണ്ടത്തിനടുത്തുള്ള ഒന്നു രണ്ടു വീടുകളിൽ കയറി ഇറങ്ങിയും ബോറടി മാറ്റും. ഒരുസ്ഥലത്തും അടങ്ങിയിരിക്കാൻ സാധിക്കാത്ത സരള ചിലപ്പോൾ എന്നെയുംകൂട്ടി വിശാലമായ സ്കൂൾ ഗ്രൗണ്ടിൽ കാട്ടുപൂക്കൾ പറിച്ചും തുമ്പിയെപ്പിടിച്ചുമൊക്കെ കറങ്ങിനടക്കും. ആ സമയത്തുതന്നെ കോഴികൾ കണ്ടത്തിലിറങ്ങി കിട്ടിയ അവസരം പാഴാക്കാതെ നെല്ല് കൊത്തിത്തിന്നുന്നുണ്ടാകും. പാവം, എന്റെ അമ്മമ്മ..! കൊച്ചുമോളുടെ ഉഴപ്പൊന്നുമറിയാതെ താൻ കൊടുത്ത ഡ്യൂട്ടി നന്നായി ചെയ്യുന്നുണ്ടെന്ന് വിശ്വസിച്ച് എന്തെങ്കിലും പലഹാരവുമുണ്ടാക്കി ക്ഷീണിച്ച് വരുന്ന മോളെയും കാത്തിരിക്കുന്നുണ്ടാവും..!

ഒരിക്കൽ ഞാനും സരളയും സ്കൂൾ ഗ്രൗണ്ടിൽ നിൽക്കുമ്പോൾ എന്റെ വലിയമ്മാവൻ എന്തോ ആവശ്യത്തിന് അതുവഴി സൈക്കിളിൽ പോകുന്നുണ്ടായിരുന്നു. എന്നെ അവിടെ കണ്ടിട്ട് അടുത്തുവന്ന് എന്താണിവിടെ എന്ന് ഗൗരവത്തോടെ ചോദിച്ചപ്പോൾ ഞാൻ പേടിച്ചുപോയി. മാമൻ പറഞ്ഞ് അമ്മമ്മ വഴക്ക് പറയുമോയെന്ന് പേടിച്ച് അന്ന് ഞാൻ പേടിയോടെയാണ് വീട്ടിൽ പോയത്. എന്നാൽ അമ്മമ്മയും മാമനും എന്നോടുള്ള സ്നേഹം കാരണമായിരിക്കും വഴക്കൊന്നും പറഞ്ഞില്ല. എന്നെയും ഏച്ചിയെയും കണ്ണപുരം സ്കൂളിൽ ചേർക്കാൻ അമ്മമ്മയും മാമന്മാരും ശ്രമിച്ചിരുന്നുവെങ്കിലും അച്ഛൻ സമ്മതിച്ചിരുന്നില്ല. ഏച്ചിയെ ഒന്നാംക്ലാസിൽ അവിടെ ചേർത്തിരുന്നുവെങ്കിലും രണ്ടാം

ക്ലാസിൽ എത്തിയപ്പോൾ അച്ഛന്റെ നിർബന്ധത്താൽ പയ്യന്നൂരുതന്നെ മാറ്റിച്ചേർത്തു. ഞങ്ങൾ അഞ്ച് മക്കളും എപ്പോഴും കൂടെത്തന്നെ വേണമെന്ന് അച്ഛന് വലിയ നിർബന്ധമായിരുന്നു. പ്രത്യേകിച്ച് ഞങ്ങൾ പെൺമക്കൾ. പെൺകുട്ടികൾ അച്ഛന്റെയും അമ്മയുടെയും കൂടെ കുറച്ചുകാലമല്ലേ ഉണ്ടാകുകയുള്ളൂ എന്ന കാരണത്താൽ ഞങ്ങൾ മൂന്നുപേരും എവിടെയുംപോയി താമസിക്കുന്നത് അച്ഛന് ഇഷ്ടമല്ലായിരുന്നു. അതുകൊണ്ടുതന്നെ ഞാൻ തറവാട്ടിൽ രണ്ടുമാസമൊക്കെ താമസിക്കുന്നത് അച്ഛന് വലിയ സമ്മതമൊന്നുമല്ലായിരുന്നു. എന്റെ നിർബന്ധത്തിന് വഴങ്ങി അച്ഛൻ വിസമ്മതം പറയുന്നില്ലെന്ന് മാത്രം. ഞാൻ അവിടെ നില്ക്കുമ്പോൾ അച്ഛൻ എന്നെ കാണാൻ ഇടയ്ക്കിടെ വരികയും എന്നെ വീട്ടിലേക്ക് കൂട്ടാൻ ശ്രമിക്കുകയും ചെയ്യാറുണ്ട്. അമ്മമ്മയുടെ കരഞ്ഞു കലങ്ങിയ കണ്ണുകളും എന്റെ വാടിയ മുഖവുമൊക്കെ കാണുമ്പോൾ അച്ഛൻ എന്നെ കൂട്ടാതെതന്നെ തിരിച്ചുപോകുകയാണ് പതിവ്. അച്ഛൻ നിരാശയോടെ പോകുന്നത് കാണുമ്പോൾ എന്റെ മനസ്സ് വല്ലാതെ വേദനിക്കുകയും അച്ഛന്റെ കൂടെപ്പോകാൻ കൊതിക്കുകയും ചെയ്യാറുണ്ട്. എന്നാൽ അമ്മമ്മയുടെ നിറഞ്ഞ കണ്ണുകൾ എന്നെ പിന്തിരിപ്പിക്കും. അച്ഛന്റെ നിരാശയുടെയും അമ്മമ്മയുടെ സങ്കടത്തിന്റെയും നടുവിൽ എന്തുചെയ്യണമെന്നറിയാതെ ഞാൻ ധർമ്മസങ്കടത്തോടെ നില്ക്കും. അച്ഛൻ തിരിച്ചുപോയാൽ അന്നുമുഴുവൻ ഞാൻ മൗനവ്രതത്തിൽ ആയിരിക്കും. അമ്മമ്മ എന്റെ വിഷമം മാറ്റുവാൻവേണ്ടി മടിയിൽ പിടിച്ചിരുത്തി പുരാണകഥകളും വടക്കൻ പാട്ടുകഥകളും പാട്ടുകളുമൊക്കെ പാടിത്തരും. ചിലപ്പോൾ പിണക്കത്തോടെ അച്ഛന്റെകൂടെ പോകാമായിരുന്നില്ലേ എന്ന് ചോദിക്കും. പാവം എന്റെ അമ്മമ്മ. 32 വയസ്സ് മുതൽ വൈധവ്യ ദുഃഖം അനുഭവിക്കുന്ന അവർക്ക് മക്കളുടെയും പേരക്കുട്ടികളുടെയും സ്നേഹമായിരുന്നു ഏക ആശ്വാസം.

ഞാൻ അഞ്ചാം ക്ലാസിലെ വേനലവധിയിൽ അവിടെ താമസിക്കുന്ന കാലത്താണ് ചെറിയമ്മാവന് വിവാഹപ്രായമായത്. അതുകൊണ്ടുതന്നെ അനുയോജ്യയായ ഒരു പെൺകുട്ടിയെ അന്വേഷിച്ചു കൊണ്ടിരിക്കുകയായിരുന്നു. എന്നാൽ അശനിപാതംപോലെ അപ്രതീക്ഷിതമായി എനിക്കുവന്ന അസുഖം എന്റെ അച്ഛനെയും അമ്മയെയും എന്നപോലെ എന്റെ അമ്മമ്മയെയും രണ്ടു മാമന്മാരെയും കുടുംബത്തെ മുഴുവനും തളർത്തിയ കാര്യമായിരുന്നു. ഞാൻ ഇത്ര ചെറുപ്പത്തിലേ തളർന്നു കിടപ്പിലായിപ്പോകുമെന്നു ആരും കരുതിയിരുന്നില്ലല്ലോ. അവരൊക്കെ ആ കാലത്ത് ഞങ്ങളുടെ വീട്ടിൽ എന്റെ കട്ടിലിൽത്തന്നെയായിരുന്നു.

"എന്റെ മോൾക്ക് നടക്കാൻ സാധിച്ചിട്ട് മതി ഇനി കല്യാണം"

എന്നുള്ള മാമന്റെ നിർബന്ധം കാരണം വിവാഹം രണ്ടുവർഷത്തോളം താമസിക്കുവാൻ ഇടയായി. പിന്നീട് മണിപ്പാലിൽപോയി കാലിപ്പർ ഉപയോഗിച്ച് ഞാൻ പിടിച്ചുനടക്കാൻ തുടങ്ങിയപ്പോഴാണ് മാമൻ വിവാഹത്തിന് സമ്മതിച്ചത്. കല്യാണത്തിന് ഒരാഴ്ചമുമ്പേ മാമൻ ഒരു ടാക്സി പിടിച്ച് എന്നെ തറവാട്ട് വീട്ടിലേക്കുകൊണ്ടുപോയി. വിവാഹത്തിനു ശേഷം രണ്ടാഴ്ച കഴിഞ്ഞാണ് ഞാൻ തിരിച്ചുവന്നത്. വിവാഹദിവസം മാമൻ എന്റെ കൈപിടിച്ചു പൊട്ടിക്കരഞ്ഞത് ഇന്നും ഒരു തേങ്ങലായി മനസ്സിൽ നനവ് പടർത്തുന്നു. തിരിച്ചുവരാറാകുമ്പോഴേക്കും ഞാൻ പുതിയ മാമിയുമായി നല്ല കമ്പനിയായിരുന്നു. ഞാൻ വരുമ്പോൾ രണ്ടു മാമിമാരും അമ്മമ്മയുമൊക്കെ വല്ലാതെ സങ്കടപ്പെട്ടു. ഞാനും ഏറെ കരഞ്ഞു. എന്റെ ബാല്യകാല സ്മരണകൾ ഉറങ്ങിക്കിടക്കുന്ന ആ വീട്ടിലെ എന്റെ അവസാനത്തെ താമസമായിരുന്നു അത്. അതിനുശേഷം എനിക്കൊരിക്കലും തറവാട്ടിൽ പോകാൻ പറ്റിയിട്ടില്ല.

അമ്മമ്മയ്ക്ക് പ്രായമായപ്പോൾ വീട്ടിലൊന്നും തീരെ വരാൻ കഴിയാതെയായി. ഒരു ദിവസം അമ്മമ്മയെ കാണണമെന്നുപറഞ്ഞ് ഞാൻ കരഞ്ഞപ്പോൾ അച്ഛനും അമ്മയുംകൂടി ഒരു വണ്ടി ഏർപ്പാടാക്കി എന്നെ അമ്മമ്മയുടെ അടുത്തുകൊണ്ടുപോയി.

എന്നാൽ എനിക്ക് വണ്ടിയിൽനിന്നും ഇറങ്ങാൻ പറ്റിയിരുന്നില്ല.

അമ്മമ്മയെ വണ്ടിയുടെ അടുത്തുകൊണ്ടുവന്നു കാണിക്കുകയായിരുന്നു. എന്റെ അമ്മമ്മയെ ഞാൻ അവസാനമായി കണ്ടത് അന്നായിരുന്നു. മുടിയൊക്കെ മുറിച്ച് എന്നെ തിരിച്ചറിയാത്ത ആ രൂപംകണ്ട് ഞാൻ പൊട്ടിക്കരഞ്ഞുപോയി. അന്ന് അവിടെ എന്നെ കാണാൻവന്ന എല്ലാവരും വല്ലാതെ സങ്കടപ്പെട്ടു. അമ്മമ്മയുടെ ആ രൂപം കത്തിമുനകൊണ്ടു വരച്ചതുപോലെ ഇന്നും മനസ്സിൽ ഒരു നൊമ്പരമായി നീറിനിൽക്കുന്നു.

എനിക്ക് എന്നും കടലോളം സ്നേഹവും വാത്സല്യവും പകർന്നുതന്ന എന്റെ അമ്മമ്മ മരിച്ചിട്ട് രണ്ടുപതിറ്റാണ്ട് കഴിഞ്ഞെങ്കിലും ആ സ്നേഹവും കരുതലും ഇന്നും നിറദീപമായി എന്റെ മനസ്സിൽ പ്രകാശം ചൊരിഞ്ഞു നിൽക്കുന്നു.

പറശ്ശിനിക്കടവിലും ആന്തൂറുമായിട്ടായിരുന്നു അമ്മമ്മയുടെ ബന്ധങ്ങൾ മിക്കവാറുമുള്ളത്. അമ്മമ്മയുടെ തറവാട് ആന്തൂറായിരുന്നു. എന്റെ സ്കൂൾ അവധിക്കാലത്ത് അവിടെയും രണ്ടുമൂന്നു ദിവസം താമസിക്കാനുള്ള ഭാഗ്യം എനിക്ക് ലഭിച്ചിട്ടുണ്ട്. അമ്മമ്മ പോകുമ്പോൾ ഞാനുമുണ്ടാകും കൂടെ.

അമ്മമ്മയുടെ അമ്മയായ വലിയമ്മമ്മ മരിക്കുമ്പോൾ ഞാൻ നാലാം ക്ലാസിൽ ആയിരുന്നു. അമ്മമ്മയുടെ പിന്നാലെയുള്ള ഈ യാത്രകൾകൊണ്ടു വലിയമ്മമ്മയുടെ സ്നേഹവാത്സല്യങ്ങളും ഏഴെട്ട് വയസ്സ്

വരെ അനുഭവിക്കാനുള്ള ഭാഗ്യം എനിക്ക് കിട്ടിയിരുന്നു. മുടിയൊക്കെ ഉണ്ണിയാർച്ച സ്റ്റൈലിൽ ചരിച്ച് കെട്ടിയിട്ട് വെള്ളമുണ്ടൊക്കെ പുതച്ചി ട്ടാണ് വലിയമ്മമ്മയെ കാണാറുള്ളത്. എന്റെ അമ്മയെപ്പോലെതന്നെ സ്നേഹവാത്സല്യങ്ങളൊന്നും പുറമേ പ്രകടിപ്പിക്കാത്ത നല്ല ധൈര്യവും ആഢ്യത്തവും ആജ്ഞാശക്തിയുമുള്ള ഒരാളായിരുന്നു എന്റെ വലിയമ്മ മ്മ. ഒരിക്കൽ വീണ് കൈയുടെ എല്ലൊടിഞ്ഞതിനാൽ ഒരുമാസത്തോ ളം അച്ഛന്റെ ചികിത്സയിൽ ഉണ്ടായിരുന്നു. എന്റെ അച്ഛനോട് ഭയങ്കര സ്നേഹമായിരുന്നു അവർക്ക്. ആന്ത്രുറുള്ള തറവാട് പുഴക്കരയായിരുന്നു. പിൻഭാഗം കണ്ണെത്താത്ത ദൂരത്തോളം വയലാണ്. അതിന്റെ നടുക്കാണ് വീട്. ഞാനും അമ്മമ്മയും അവിടെ പോകുമ്പോൾ വലിയമ്മമ്മ ഞങ്ങൾ നടന്നുവരുന്നത് ദൂരെനിന്ന് കണ്ടയുടൻ ഞങ്ങളെക്കൂട്ടാൻ വയൽ വരമ്പി ലൂടെ മുന്നോട്ടുവരും. എത്രയോ വർഷങ്ങൾ കഴിഞ്ഞിട്ടും കല്ലിൽ കൊ ത്തിയപോലെ ആ മുഖം ഇന്നും എന്റെ മനസ്സിൽ തെളിയാറുണ്ട്.

എന്നെ ചേർത്തുപിടിച്ച് മുടിയിൽ വിരലോടിച്ചുകൊണ്ടാണ് നടക്കുക. അവിടെനിന്നും തിരിച്ചുവരുന്നതിനിടയിൽ മുടിയിലെ പേനൊക്കെ വൃത്തിയാക്കി മേലാസകലം എണ്ണതേച്ച് കുളിപ്പിച്ചിട്ടേ വിടുള്ളൂ. ചെറുപ്പംമുതലേ കടലും പുഴയുമൊക്കെ കാണാൻ എനിക്ക് വലിയ ഇഷ്ടമായിരുന്നു. അതുകൊണ്ടുതന്നെ പുഴക്കരയുള്ള ആന്ത്രുറിലെ തറവാട് വീട്ടിലെ താമസം ഒരിക്കലും മറക്കാൻപറ്റാത്ത ഓർമ്മയായി ശീതളച്ഛായയായി ഇന്നും മനസ്സിൽ കിടക്കുന്നു. വലിയമ്മമ്മയുടെ നാല് ആൺമക്കളും അവരുടെ കുടുംബങ്ങളുമെല്ലാം ഒരുമിച്ച് താമസിക്കുന്ന വലിയൊരു കൂട്ടുകുടുംബമായിരുന്നു അത്. അവർക്ക് എട്ട് മക്കളായിരു ന്നു. അമ്മമ്മയടക്കം നാല് പെണ്ണും നാലാണും.

പെൺമക്കൾ വിവാഹിതരായി വേറെ കുടുംബമായിരുന്നു.

വലിയമ്മമ്മയോട് അവർ മരിക്കുന്നതുവരെ മക്കൾക്കും മരുമക്കൾ ക്കും പേരക്കുട്ടികൾക്കുമൊക്ക എന്നും സ്നേഹവും അനുസരണയും ബഹു മാനവുമായിരുന്നു. അവരുടെ ആജ്ഞാശക്തിക്ക് മുന്നിൽ ആരും ചെറുവി രൽപോലും അനക്കില്ല. അത്രയേറെ സ്നേഹവും ബഹുമാനവുമായിരുന്നു ആ അമ്മയോട്.

ഞാൻ അവിടെപ്പോകുന്ന കാലത്ത് വല്യമ്മാവന്മാരുടെ മക്കളാ യിട്ട് ചുരുങ്ങിയത്, ഒരു ഡസൻ കുട്ടികളെങ്കിലും അവിടെ കളിക്കുവാനു ണ്ടാകും. ഞങ്ങൾ ആ പുഴക്കരയിൽ ആർത്തുല്ലസിച്ച് കളിക്കുമായിരുന്നു. അവിടെനിന്നും തിരിച്ചുവരാൻ എനിക്കെന്നും മടിയായിരുന്നു. അത്രയേ റെ രസമായിരുന്നവിടെ. രാത്രിയിൽ ഞങ്ങൾ കുട്ടികൾ മച്ചിൻപുറത്ത് നിലത്ത് പായവിരിച്ച് നിരന്നുകിടക്കും. അവിടെ പറമ്പിൽ പുഴയിലേ ക്ക് ചാഞ്ഞുകിടക്കുന്ന രണ്ടുമൂന്ന് മരങ്ങളുണ്ട്. കാല് പുഴവെള്ളത്തിൽ മു

ട്ടിച്ചുകൊണ്ട് ആ മരങ്ങളുടെ മീതെ കയറിയിരിക്കുക എന്നത് അവിടെ എനിക്കേറെ ഇഷ്ടപ്പെട്ട ഒരു വിനോദമായിരുന്നു. അതിന് വലിയമാമന്മാരുടെയും അമ്മമ്മയുടെയും വഴക്ക് ഒരുപാട് കേട്ടിട്ടുണ്ട്. എത്ര വഴക്ക് കേട്ടാലും അവരുടെ കണ്ണുവെട്ടിച്ച് ഞാൻ അങ്ങോട്ടുതന്നെ ഓടിപ്പോയി ആ മരത്തിൽ കയറിയിരിക്കും. അന്നത് എന്റെ പ്രധാന ഹോബിയായിരുന്നു.

വലിയമ്മമ്മയുടെ ആൺമക്കൾ എല്ലാവരും 1940-50 കാലഘട്ടത്തിലെ കമ്യൂണിസ്റ്റ് വേട്ടയുടെ ഇരകളായിരുന്നു. മച്ചിന്മേൽ ഒളിവിൽ താമസിച്ചിരുന്ന അവരെ പൊലീസുകാർ പിടിച്ചുകൊണ്ടുപോയതും തല്ലിച്ചതച്ചതും മക്കളെ പൊലീസ് പിടിച്ചുകൊണ്ടുപോകുമ്പോൾ കരഞ്ഞുകൊണ്ടു വലിയമ്മമ്മ പിന്നാലെ പോയതും അതിൽ ദയവുള്ള ഒരു പൊലീസുകാരൻ അവരുടെ കൈപിടിച്ച് മക്കളെ ഒന്നും ചെയ്യില്ലെന്ന് സമാധാനിപ്പിച്ച് തിരികെ അയച്ചതുമായ കാര്യങ്ങളൊക്കെ അമ്മമ്മ ആ കാലങ്ങളിൽ എനിക്ക് പറഞ്ഞുതരാറുണ്ടായിരുന്നു. പ്രമുഖ കമ്യൂണിസ്റ്റ് നേതാവ് എ കെ ജി അവിടെ ഒളിവിൽ താമസിച്ചിരുന്നെന്നും വലിയമ്മമ്മയുടെ കൈകൊണ്ടു ഭക്ഷണം കൊടുത്തിരുന്നെന്നും പറഞ്ഞുകേട്ടിരുന്നു. അമ്മമ്മയുടെ രണ്ടു സഹോദരന്മാർ (അമ്മയുടെ അമ്മാവന്മാർ) പൊലീസ് മർദ്ദനംകൊണ്ടുണ്ടായ അസുഖത്താൽ അധികം പ്രായം ആകുന്നതിന് മുമ്പുതന്നെ മരിച്ചുപോയിരുന്നു. ആ പ്രായത്തിൽ എനിക്കതിനെക്കുറിച്ചൊന്നും മനസ്സിലാകാറില്ലെങ്കിലും ഇപ്പോൾ ആ കാലഘട്ടങ്ങളെക്കുറിച്ചുള്ള പുസ്തകങ്ങൾ ധാരാളം വായിക്കാറുള്ളതുകൊണ്ട് അമ്മമ്മ പറഞ്ഞുതരാറുള്ള ആ സംഭവങ്ങൾ ഫ്ലാഷ്ബാക്കുപോലെ എന്റെ മനസ്സിൽ നിറഞ്ഞുനിൽക്കുന്നു.

ആന്തൂരിൽ രണ്ടുമൂന്നു ദിവസം താമസിച്ചതിനുശേഷം അമ്മമ്മയും ഞാനും പറശ്ശിനിക്കടവിലുള്ള അമ്മമ്മയുടെ അനിയത്തിയുടെ വീട്ടിലേക്കാണ് പോകാറുള്ളത്. അമ്മമ്മയുടെ അനിയത്തി യശോദമ്മമ്മയെ പറശ്ശിനിക്കടവ് ക്ഷേത്രത്തിന്റെ മഠപ്പുരയിലാണ് കല്യാണംകഴിച്ച് കൊണ്ടുവന്നത്. അതിന്റെ തൊട്ടടുത്ത് വീടെടുത്തിട്ടാണ് അവരും കുടുംബവും താമസിക്കുന്നത്. അമ്മമ്മയെപ്പോലെതന്നെ ചെറുപ്രായത്തിൽത്തന്നെ വിധവയായിരുന്നു അവരും. പറശ്ശിനിക്കടവ് ക്ഷേത്രത്തിന് തൊട്ടടുത്തായിരുന്നു അവരുടെ വീട്. ഞങ്ങൾ അവിടെ രണ്ടുമൂന്നു ദിവസം താമസിച്ചിട്ടേ മടങ്ങാറുള്ളൂ.

യശോദിളയമ്മമ്മയുടെ ഇളയമകളാണ് എന്നെയുംകൂട്ടി ദിവസവും ക്ഷേത്രത്തിലൊക്കെ പോകുന്നത്. ആ ഏച്ചി അപ്പോൾ കല്യാണപ്രായമായിരുന്നു. ആ ഏച്ചിയുടെ കൈപിടിച്ച് ഞാൻ ക്ഷേത്രത്തിന് മുന്നിലുള്ള പുഴയിലേക്കിറങ്ങുന്ന കല്പടവുകളിൽ ഇരിക്കുകയും പുഴവെള്ളം

കോരി മേലൊക്കെ ഒഴിച്ച് കളിക്കുകയും ചെയ്യാറുണ്ട്. ആ പുഴക്കരയും കല്പടവുകളുമായിരുന്നു എന്നെയെന്നും ഏറെ ആകർഷിക്കുന്ന സ്ഥലം. അവിടെനിന്നും തിരിച്ചുവരാൻ മടികാണിക്കുന്ന എന്നെ ഏച്ചി എടുത്തിട്ടാണ് കൊണ്ടുവരാറുള്ളത്. ചെറിയ കുട്ടിയായ എന്നെയുംകൂട്ടി എപ്പോഴും അവിടെ കറങ്ങി നടക്കുന്നതിന് ഏച്ചിയെ യശോദമ്മമ്മ വഴക്ക് പറയാറുണ്ട്. ഞാൻ തിരിച്ചുവരാൻ മടികാണിക്കുന്നതിന് പാവം ഏച്ചിയാണ് വഴക്ക് കേൾക്കുന്നത്.

# അച്ഛന്റെ നാട്

തളിപ്പറമ്പിൽ നന്മകളാൽ സമൃദ്ധമായ കുവോട് എന്ന ഗ്രാമത്തിലാണ് എന്റെ അച്ഛൻ ജനിച്ചുവളർന്നത്. കുവോട് എന്നത് പ്രസിദ്ധനായ ചിറയിൽ വൈദ്യരുടെ നാടാണെന്നാണ് പറയുക. അനുഭവജ്ഞാനത്തിൽ അധിഷ്ഠിതമായ നാട്ടറിവുകളും പരമ്പരാഗതചികിത്സാരീതികളും വൈദ്യവിജ്ഞാനമാക്കി മാറ്റിയ നാട്ടുവൈദ്യമാണ് ചിറയിൽ വൈദ്യന്മാരുടേത്. പ്രശസ്തരായ ചിറയിൽ വൈദ്യന്മാരുടെ പിന്തുടർച്ചക്കാരാണ് എന്റെ അച്ഛന്റെ അച്ഛൻ കുഞ്ഞപ്പ വൈദ്യർ, എന്റെ അച്ഛൻ ഡോ. ചിറയിൽ കുഞ്ഞമ്പു, അച്ഛന്റെ ഏട്ടൻ കുഞ്ഞിരാമൻവൈദ്യർ, അച്ഛന്റെ വല്യച്ഛന്റെ മകൻ ചിറയിൽ കുഞ്ഞിക്കണ്ണൻ വൈദ്യർ തുടങ്ങിയവരൊക്കെ. ആധുനിക വൈദ്യശാസ്ത്രത്തിന്റെ ഇഞ്ചക്ഷനേക്കാൾ വേഗത്തിൽ ശരീരത്തിൽ പ്രവർത്തിച്ച് രോഗം പൂർണ്ണമായി സുഖപ്പെടുത്തുന്ന പച്ചില മരുന്നുകളുടെ ഒറ്റമൂലിചികിത്സ ചിറയിൽ വൈദ്യരുടെ പിന്തുടർച്ചക്കാർ ഇന്നും തുടരുന്നുണ്ട്. അച്ഛാച്ഛൻ കുഞ്ഞപ്പ വൈദ്യർ ചിറയിൽ തറവാട് വീട്ടിൽനിന്നുമാണ് നാട്ടുകാരെ ദീർഘകാലം ചികിത്സിച്ചിരുന്നത്. തന്റെ നാട്ടുകാരെ കൂടാതെ മറ്റ് നാടുകളിലും പോയി ചികിത്സ ചെയ്തിരുന്നു. ഒരിക്കൽ ആലക്കോട് തമ്പുരാന്റെ ആവശ്യപ്രകാരം അവിടെവരെ നടന്നുപോയിട്ട് ചികിത്സിച്ചിരുന്നത്രെ...!! അപ്പോൾ അച്ഛാച്ഛന്റെ കൂടെ സഹായിയായി പോകാറുണ്ടെന്ന് അച്ഛൻ ഞങ്ങളോട് പറയാറുണ്ടായിരുന്നു.

അങ്ങനെ ബാല്യംമുതൽ ആ വൈദ്യപാരമ്പര്യത്തിന്റെ നൈപുണ്യവും കൈപ്പുണ്യവും കണ്ടുവളർന്ന എന്റെ അച്ഛനിലും ആ ചികിത്സാ വൈഭവം പാരമ്പര്യമായി പകർന്ന് കിട്ടുകയായിരുന്നു. അച്ഛൻ പിന്നീട്

ആയുർവേദത്തിന്റെയും ഹോമിയോപ്പതിയുടെയും കോഴ്സുകൾ പാസ്സായ തിനുശേഷം ഒരു സുഹൃത്തിന്റെ നിർബന്ധത്താൽ പയ്യന്നൂരിൽ വന്ന് പ്രാക്ടിസ് തുടങ്ങുകയായിരുന്നു. ഹോമിയോപ്പതിയും ആയുർവേദവും സമന്വയിപ്പിച്ചുള്ള ചികിത്സയായിരുന്നു അച്ഛൻ ചെയ്തിരുന്നത്. എന്റെ അച്ഛൻ പ്രഗത്ഭനായ ഒരു അസ്ഥിരോഗചികിത്സാവിദഗ്ധൻ കൂടിയായിരുന്നു. അച്ഛന്റെ ജ്യേഷ്ഠനായ കുഞ്ഞിരാമൻ വൈദ്യർ പാരമ്പര്യ നാട്ടു വൈദ്യചികിത്സ നടത്തിക്കൊണ്ടിരിക്കുമ്പോൾത്തന്നെ കമ്യൂണിസ്റ്റ് പാർട്ടി പ്രവർത്തനവും നടത്തിയിരുന്നു. ചിറയിൽ കുടുംബത്തിലെ എല്ലാവരും ഉറച്ച കമ്യൂണിസ്റ്റ് പാർട്ടി വിശ്വാസികളായിരുന്നു. ഉച്ചനീചത്വങ്ങളെയും ജാതിവിവേചനങ്ങളെയും അച്ഛൻ എന്നും ശക്തിയായി എതിർത്തിരുന്നു. അവിടെ പണിക്കുവരുന്ന സ്ത്രീ പുരുഷന്മാരോട് ഏതെങ്കിലും വിധത്തിൽ ആരെങ്കിലും വിവേചനം കാണിച്ചാൽ, ഭക്ഷണം മുറ്റത്തു വച്ചോ മറ്റോ കൊടുക്കാൻ ശ്രമിച്ചാൽ ചെറിയപ്രായം മുതൽതന്നെ അച്ഛനതു അനുവദിക്കാറില്ലായിരുന്നു. 1948 ൽ കമ്യൂണിസ്റ്റ് പാർട്ടി നിരോധനസമയത്ത് പാർട്ടി സഖാക്കളുടെ ഒളിസങ്കേതങ്ങളിൽ ഒന്നായിരുന്നു ചിറയിൽ തറവാട്. അപകടങ്ങളിലും അക്രമങ്ങളിലും പരിക്കുപറ്റിയവരായ നാട്ടിലും പുറംനാട്ടിലുമുള്ള സഖാക്കളെ ചികിത്സിച്ചിരുന്നത് ചിറയിൽ വൈദ്യന്മാരായിരുന്നു. അച്ഛന്റെ വല്യച്ഛന്റെ മകനായിരുന്ന കുവോട്ടെ പ്രശസ്തനായ ചിറയിൽ കുഞ്ഞിക്കണ്ണൻ വൈദ്യർ അദ്ദേഹം മരിക്കുന്നതുവരെ അച്ഛനുമായിട്ട് നല്ല സ്നേഹബന്ധമായിരുന്നു. അച്ഛന് കൂടപ്പിറപ്പുകളായി നാല് സഹോദരിമാരും മൂന്നു സഹോദരന്മാരും ആയിരുന്നു.

അമ്മയെ പതിമൂന്നാമത്തെ വയസ്സിലാണ് അച്ഛൻ ചിറയിൽ തറവാട്ടിലേക്ക് വിവാഹംചെയ്ത് കൊണ്ടുവരുന്നത്. അന്ന് അച്ഛന് 22-23 വയസ്സായിരുന്നു പ്രായം. അച്ഛന്റെ ഇളയ രണ്ടു സഹോദരിമാർ മാത്രമേ അപ്പോൾ വിവാഹിതരാകാൻ ബാക്കിയുണ്ടായിരുന്നുള്ളു. അവർ രണ്ടാളും എന്റെ അമ്മയെപ്പോലെതന്നെ കുട്ടികളായിരുന്നു. നാരാണിയിളയമ്മയും യശോദയിളയമ്മയും. ഇവർ രണ്ടുപേരും അമ്മയും കളിക്കൂട്ടുകാരായിരുന്നത്രെ. ചെറിയ കുട്ടിയോടുള്ള സ്നേഹവാത്സല്യങ്ങളായിരുന്നു എന്റെ അമ്മയോട് അവിടത്തെ അച്ഛാച്ഛനും അമ്മമ്മയ്ക്കും സഹോദരങ്ങൾക്കുമെല്ലാം. അമ്മയ്ക്ക് അച്ഛന്റെ വീട്ടുകാരോടൊക്കെ വലിയ സ്നേഹവും ബഹുമാനവുമായിരുന്നു. അവരുടെ സ്നേഹവാത്സല്യങ്ങളെക്കുറിച്ച് എത്രപറഞ്ഞാലും അമ്മക്ക് മതിയാകില്ല. അവിടെ ഏത് സമയവും അടുപ്പത്ത് മരുന്നുകൾ ആയിരുന്നത്രെ. പലവിധം എണ്ണയും നെയ്യും കഷായങ്ങളും പച്ചമരുന്നുകളുടെ വിവിധയിനം കൂട്ടുകളും ചേർത്ത് വിദഗ്ധമായി കുഞ്ഞപ്പ അച്ഛാച്ഛൻ ഉണ്ടാക്കുന്ന മരുന്നുകളുടെ ഗന്ധം ആ പരിസരമാ

കെ നിറയും. ദൂരസ്ഥലത്തുനിന്നും നാട്ടിൽനിന്നുമൊക്കെയായി ധാരാളം രോഗികൾ വരാറുണ്ടെന്ന് അമ്മ ഞങ്ങൾക്ക് പറഞ്ഞുതരാറുണ്ടായിരുന്നു. അമ്മയ്ക്ക് ആ കാലഘട്ടത്തെക്കുറിച്ച് എത്രപറഞ്ഞാലും മതിയാകുമായിരുന്നില്ല. അവരോട് അത്രമാത്രം സ്നേഹമായിരുന്നു.

അവിടെ താമസിച്ച് കൊതിമാറുന്നതിനുമുമ്പ് അച്ഛൻ അമ്മയേയും കൂട്ടി പയ്യന്നൂരിൽ വന്നതിൽ അമ്മയ്ക്ക് നല്ല സങ്കടമുണ്ടായിരുന്നു. അമ്മ അത് എന്നും പറയുമായിരുന്നു. അപ്രതീക്ഷിതമായി ആ അച്ഛാച്ഛനും അമ്മമ്മയും ഈ ലോകത്തുനിന്നും വിടപറഞ്ഞപ്പോൾ ഞങ്ങൾക്കാണ് വലിയ നഷ്ടമുണ്ടായത്. സ്നേഹത്തിന്റെ നിറകുടങ്ങളായിരുന്ന അച്ഛാച്ഛന്റെയും അമ്മമ്മയുടേയും സ്നേഹവാത്സല്യങ്ങൾ അനുഭവിക്കാനുള്ള ഭാഗ്യം ഞങ്ങൾക്കുണ്ടായില്ല. അമ്മയുടെ അച്ഛനും നേരത്തെ മരിച്ചതുകൊണ്ട് അവിടത്തെ അച്ഛാച്ഛന്റെ സ്നേഹവും ഞങ്ങൾക്ക് നഷ്ടപ്പെട്ടിരുന്നു.

അച്ഛന്റെ അമ്മ ഇടയ്ക്കൊക്കെ ഞങ്ങളുടെ കൂടെവന്ന് താമസിക്കാറുണ്ടായിരുന്നു. അപ്പോൾ ഞാനും ഏച്ചിയും മാത്രമേ ഉണ്ടായിരുന്നുള്ളൂ. ഞങ്ങളുടെ ചെറിയകുട്ടികളായിരുന്നു. അമ്മമ്മ വന്നാൽ പിന്നെ ഞങ്ങളുടെ ഊണും ഉറക്കവുമൊക്കെ അമ്മമ്മയുടെകൂടെ ആയിരുന്നു. ഞങ്ങളോട് അത്രയേറെ സ്നേഹമായിരുന്നു ആ അമ്മമ്മയ്ക്ക്. എന്നാൽ മക്കളെയും പേരക്കുട്ടികളെയും അതിരുകളില്ലാതെ സ്നേഹിച്ച ആ അമ്മയുടെ മരണം ഏറെ ദയനീയമായിരുന്നു. ഭ്രാന്തൻ നായയുടെ കടിയേറ്റതായിരുന്നു ആ അമ്മയുടെ മരണകാരണം. അതിന്റെ ലക്ഷണങ്ങൾ കാണുന്നതിന് ഒരാഴ്ചമുന്നേ അമ്മമ്മ ഞങ്ങളുടെ കൂടെവന്ന് രണ്ടു മൂന്ന് ദിവസം താമസിച്ചിരുന്നത്രെ. പോയിട്ട് കുറച്ച് ദിവസം കഴിഞ്ഞ് നായ കടിച്ചതിന്റെ ലക്ഷണങ്ങൾ കണ്ടുതുടങ്ങിയപ്പോൾ അച്ഛനോട് വിവരം പറയാൻ ആളെ വിടുകയായിരുന്നു. അച്ഛനും അമ്മയും അപ്പോൾത്തന്നെ ഞങ്ങൾ രണ്ടു കുട്ടികളെയുംകൂട്ടി കുവോട്ടേക്ക് പോയി. തന്റെ അമ്മയെ കണ്ടപ്പോൾ അച്ഛനും അമ്മയ്ക്കും മറ്റു മക്കൾക്കും സഹിക്കാൻ പറ്റാത്ത ദയനീയമായ അവസ്ഥയായിരുന്നത്രെ. ഒരു മുറിയിൽ പൂട്ടിയിട്ട നിലയിലായിരുന്നു അമ്മമ്മ. വെള്ളം കാണുമ്പോൾ ഭയന്ന് നിലവിളിക്കും. ജനാലയിൽക്കൂടിയായിരുന്നു എല്ലാവരും നോക്കിക്കൊണ്ടിരുന്നത്. മരിക്കുന്നതുവരെ അമ്മമ്മയ്ക്ക് ബോധം നഷ്ടപ്പെട്ടിരുന്നില്ല. പത്തുമാസം മാത്രം പ്രായമുണ്ടായിരുന്ന എന്നെ എടുക്കാൻവേണ്ടി ജനാലയിൽ കൂടെ കൈനീട്ടി അമ്മമ്മ കരഞ്ഞത്രെ. സഹിക്കാൻ കഴിയാതെ അച്ഛൻ എന്നെയുമെടുത്ത് ജനാലയുടെ അടുത്തുപോയപ്പോൾ നാട്ടുകാർ അച്ഛനെ പിടിച്ചുമാറ്റുകയായിരുന്നു. തന്റെ മക്കളെയും പേരക്കുട്ടികളെയും ഒന്നു തൊടാനുള്ള ആഗ്രഹംപോലും സാധിക്കാത്ത വേദനയുമായാണ് ആ അമ്മ ദാരുണമായി

മരിച്ചത്. പിൽക്കാലത്ത് അച്ഛനും അമ്മയും സങ്കടത്തോടെ അമ്മമ്മയുടെ അവസാന രംഗങ്ങൾ പറഞ്ഞുതരുമ്പോൾ നിറഞ്ഞകണ്ണുകളോടെ മാത്രമേ ഞങ്ങൾക്കതു കേട്ടിരിക്കാൻ സാധിച്ചിരുന്നുള്ളൂ.

തന്റെ എട്ട് മക്കളേയും കടലോളം സ്നേഹവും വാത്സല്യവും കൊട്ടുത്തുവളർത്തിയ ആ അമ്മമ്മയുടെ ദയനീയമായ അകാലമരണം ഇന്നും നീറുന്ന നോവായി ഞങ്ങളിൽ നിറഞ്ഞുനിൽക്കുന്നു. അയൽവക്കത്തെ വീട്ടിൽ പാല് വാങ്ങാൻ പോയപ്പോഴാണത്രെ അമ്മമ്മയ്ക്ക് നായയുടെ കടിയേറ്റത്. അമ്മമ്മയെ കടിച്ച ദേഷ്യത്തിനു അയൽവീട്ടുകാർ അപ്പോൾത്തന്നെ നായയെ കൊന്നുകളഞ്ഞു. അതുകൊണ്ട് അതിനു പേയുണ്ടായിരുന്നോ എന്നറിയാൻ പറ്റിയില്ല. അമ്മമ്മയ്ക്കാണെങ്കിൽ ആശുപത്രിയോട്ടും ഇഞ്ചക്ഷനോട്ടുമൊക്കെ എന്നും വലിയ ഭയമായിരുന്നു. മക്കളും മറ്റു ബന്ധുക്കളും എല്ലാവരും നിർബന്ധിച്ചിട്ടും അമ്മമ്മ ആശുപത്രിയിൽ പോകാനോ ഇഞ്ചക്ഷനെടുക്കാനോ സമ്മതിച്ചില്ല. നായയ്ക്ക് പേയുള്ളകാര്യം തിരിച്ചറിയാൻ കഴിയാതെ പോയതാണ് ഈ ദുരന്തത്തിന് കാരണമായത്. ആ വീട്ടുകാരോട് അതിനുശേഷം എല്ലാവർക്കും ദേഷ്യമായിരുന്നു. അമ്മമ്മയുടെ അവസാന മണിക്കൂറുകളിൽ കുവോട് നാട്ടിലെ ജനങ്ങൾ മുഴുവൻ അവിടെ കൂടിയിരുന്നു. മരണത്തിനു ശേഷം അമ്മമ്മയെ തൊട്ടവരൊക്കെ, നാട്ടുകാരും ബന്ധുക്കളുമായിട്ടുള്ള നൂറോളം ആൾക്കാർ ഇഞ്ചക്ഷനെടുത്തിരുന്നു.

അമ്മമ്മയുടെ ദാരുണമായ മരണം ഇപ്പോൾ വീണ്ടും മനസ്സിനെ മുറിപ്പെടുത്തുന്നു. അടുത്തകാലത്തായി തെരുവുനായ്ക്കളുടെ കടിയേറ്റ് മനുഷ്യർ പിടയുന്നത് കാണുമ്പോൾ അമ്മമ്മയുടെ മരണവും ഓർമ്മവരും. അമ്മമ്മയുടെ കാലത്ത് അങ്ങനെ തെരുവ് നായ്ക്കളൊന്നുമില്ല. പക്ഷേ, ഇന്ന് തെരുവുനായ്ക്കളെ പേടിച്ച് ജീവിക്കേണ്ട നിസ്സഹായാവസ്ഥയിലാണ് നാം. കാൽനടയാത്രക്കാരെ മാത്രമല്ല ഇരുചക്രവാഹനങ്ങളിലും സൈക്കിളിലും സഞ്ചരിക്കുന്നവരെപ്പോലും തലങ്ങും വിലങ്ങും പാഞ്ഞ് ഭയപ്പെടുത്തിക്കൊണ്ടിരിക്കുകയാണ് തെരുവ് നായ്ക്കൾ. കാൽനടയായി സ്കൂളിൽ പോകുന്ന കുട്ടികളെ സ്കൂളിൽ അയയ്ക്കാൻപോലും ഭയക്കേണ്ട കാലം.

പേവിഷബാധയുണ്ടാക്കുന്ന വൈറസ് പേപ്പട്ടിയുടെ ഉമിനീർ ഗ്രന്ഥിയിലാണത്രെ കാണപ്പെടുന്നത്. ഈ വൈറസ് ബാധ തലച്ചോറിനെ ബാധിച്ചാൽപ്പിന്നെ ചികിത്സ ഏറെ ബുദ്ധിമുട്ടായിരിക്കും. നായയുടെ കടിയേറ്റാൽ എത്രയും പെട്ടെന്ന് ചികിത്സ തേടുകയും വാക്സിൻ എടുക്കുകയും ചെയ്യണം. വളർത്തുനായ്ക്കളാണെങ്കിലും ചെറിയ മുറിവാണെങ്കിൽപ്പോലും ഒട്ടും അവഗണിക്കാതെ എത്രയും പെട്ടെന്ന് വൈദ്യസഹായം തേടുകതന്നെ വേണം. എന്റെ അമ്മമ്മയ്ക്ക് കഴിയാതെ പോയതും അതാണ്. അമ്മമ്മയുടെ കാലത്ത് നായ കടിയേറ്റാൽ പൊക്കിളിന് ചുറ്റും

ഇഞ്ചക്ഷൻ എന്നത് എല്ലാവരുടേയും പേടിസ്വപ്നം തന്നെയായിരുന്നു. അമ്മമ്മക്കാണെങ്കിൽ സാധാരണ ഇഞ്ചക്ഷനും ആസ്പത്രിയുംതന്നെ ഭയമായിരുന്നു. ആ ഭയമാണ് അമ്മമ്മയെ മരണത്തിലേക്ക് കൊണ്ടുചെന്നെത്തിച്ചത്.

വാത്സല്യത്തിന്റെയും സഹജീവിസ്നേഹത്തിന്റെയും ആൾരൂപങ്ങളായ അച്ഛാച്ഛന്റെയും അമ്മമ്മയുടെയും പ്രതിരൂപങ്ങൾ തന്നെയായിരുന്നു അവരുടെ എട്ടുമക്കളും. ഞങ്ങളുടെ വല്യച്ഛൻ കുഞ്ഞിരാമൻ വൈദ്യരും അച്ഛന്റെ ഏച്ചി കല്യാണിവല്യമ്മയും അച്ഛന്റെ അനിയന്മാരായ ഗോപാലിളയച്ഛനും രാഘവനിളയച്ഛനുമൊക്കെ ഇടയ്ക്കിടെ കുടുംബസമേതം പയ്യന്നൂരിലുള്ള വീട്ടിൽ വരാറുണ്ടായിരുന്നു. കല്യാണിവല്യമ്മ ഒരാഴ്ചയൊക്കെ വീട്ടിൽവന്നു താമസിക്കാറുണ്ടായിരുന്നു. അവരുടെ സ്നേഹത്തെക്കുറിച്ചൊന്നും വിവരിക്കാൻ വാക്കുകളില്ല. അവർ എല്ലാവരും എന്റെ അച്ഛനെപ്പോലെതന്നെ സ്നേഹിക്കാൻ മാത്രം അറിയാവുന്നവരായിരുന്നു. എനിക്ക് സംഭവിച്ച ദുരന്തം അവരെയൊക്കെ ഏറെ വേദനിപ്പിച്ചിരുന്നു. കല്യാണിവല്യമ്മയൊക്കെ ഒരമ്മയുടെ വാത്സല്യമാണ് എനിക്ക് തന്നിട്ടുള്ളത്. എപ്പോൾ വരുമ്പോഴും എനിക്കെന്തെങ്കിലും സമ്മാനം കൊണ്ടുവരാറുള്ള ഗോപാലൻ ഇളയച്ഛന്റെ സ്നേഹസമ്മാനമായ ക്ലോക്കാണ് വർഷങ്ങൾ കഴിഞ്ഞിട്ടും ഇന്നും എന്റെ മുറിയിൽ സമയം അറിയിച്ചുകൊണ്ടു സ്പന്ദിക്കുന്നത്. എന്റെ അച്ഛനും ആറ് സഹോദരങ്ങളും നൊമ്പരപ്പെടുത്തുന്ന ഓർമ്മകളായി കാലയവനികക്കുള്ളിൽ മറഞ്ഞുകഴിഞ്ഞു. ഇന്ന് അവരുടെയെല്ലാം മക്കളും ഞങ്ങളും ഫോൺ വിളികളിലൂടെയും സന്ദർശനങ്ങളിലൂടെയും പരസ്പരം വിശേഷങ്ങൾ കൈമാറി സ്നേഹബന്ധങ്ങൾ തുടർന്നുകൊണ്ടിരിക്കുന്നു. അച്ഛന്റെ ഇളയ അനിയത്തിമാത്രം ഞങ്ങളുടെ ഭാഗ്യമായി ഇന്നും ഇടയ്ക്കിടെ വീട്ടിൽ വരികയും എന്റെ നിർബന്ധത്താൽ ഒന്നുരണ്ടു ദിവസം താമസിക്കുകയും ചെയ്യുന്നു എന്നത് ഏറെ ആശ്വാസകരമാണ്.

# എന്റെ വിദ്യാലയം

എന്റെ സ്കൂൾ ജീവിതത്തിന്റെ സുവർണ്ണകാലം ഒരു മിന്നാമിനു ങ്ങിന്റെ നുറുങ്ങുവെട്ടം മാത്രമായിരുന്നു. സ്കൂൾ, അദ്ധ്യാപകർ, സഹപാഠികൾ എല്ലാവരെയും ജീവനുതുല്യം സ്നേഹിച്ചിരുന്ന എനിക്ക് അപ്രതീക്ഷിതമായി ഒരുദിനം സ്കൂളിന്റെ പടിയിറങ്ങേണ്ടി വന്നപ്പോൾ അത് താങ്ങാനാകുന്നതിലും അപ്പുറമായിരുന്നു. എന്റെ ജീവിതത്തിലെ ഏക സ്കൂൾ - പയ്യന്നൂർ കേളോത്ത് സെൻട്രൽ യു പി സ്കൂൾ. വിദ്യാഭ്യാസ സ്വപ്നങ്ങൾ പൂർത്തീകരിക്കാൻ പറ്റാതെ പടിയിറങ്ങേണ്ടിവന്ന എന്റെ പ്രിയപ്പെട്ട സ്കൂൾ. സ്കൂളിൽ നിന്നിറങ്ങി പതിറ്റാണ്ടുകൾ കഴിഞ്ഞിട്ടും ഇന്ന് ഈ ഓർമ്മക്കുറിപ്പുകൾ എഴുതുന്നതും ഒരുപാട് വേദനയോടെ തന്നെയാണ്.

തന്റെ കുട്ടികൾക്ക് ഒരദ്ധ്യാപകൻ എന്നതിലുപരി ഒരു പിതാവിന്റെ സ്നേഹവാത്സല്യങ്ങൾ പകർന്നുനൽകിയിരുന്ന ഒരിക്കലും മറക്കാൻ പറ്റാത്ത ചന്തുമാഷ്. കൂടെ പഠിച്ചവരെ എവിടെയെങ്കിലും കണ്ടുമുട്ടിയാൽ ഇന്നും എന്റെ സുഖവിവരങ്ങൾ അന്വേഷിക്കുന്ന ചന്ദ്രമതി ടീച്ചർ, കാലയവനികയ്ക്ക് പിന്നിൽ മറഞ്ഞുപോയ പ്രിയ അദ്ധ്യാപകരായിരുന്ന ഗോവിന്ദൻ മാഷ്, കണ്ണൻ മാഷ്, ബാലൻ മാഷ്, പത്മാവതി ടീച്ചർ, സരോജിനി ടീച്ചർ, ഞങ്ങളുടെ കുടുംബസുഹൃത്തും അമ്മയെപ്പോലെ സ്നേഹോപദേശങ്ങളും വാത്സല്യവും പകർന്നുനല്കുകയും ചെയ്യുമായിരുന്ന സുകുമാരി ടീച്ചർ. അക്ഷരവെളിച്ചം പകർന്നുനൽകിയ ഗുരുക്കന്മാരൊക്കെ കാലത്തിനുപോലും മായ്ക്കാൻ പറ്റാതെ എന്റെ മനസ്സിലെ സരസ്വതീക്ഷേത്രത്തിൽ ഇന്നും പ്രകാശം ചൊരിഞ്ഞുനിൽക്കുന്നു. കാലചക്രം തിരി

യുന്നതനുസരിച്ച് ഏറെ കാൽപ്പാടുകൾ ആ സ്കൂൾ മുറ്റത്തുകൂടെ കടന്നുപോയിട്ടുണ്ടെങ്കിലും ആ പൂഴിമണലിന്റെ അടിയിലായി എന്നോ കടന്നുപോയ ഒരു പിഞ്ചുബാല്യത്തിന്റെ തകർന്നുപോയ വിദ്യാഭ്യാസ സ്വപ്നങ്ങളുടെ ശേഷിപ്പുകൾ ഇന്നും വീണുകിടപ്പുണ്ടാകാം. ഞാൻ പഠിച്ച ആ വിദ്യാലയം ഇന്നവിടെയില്ല. കുറച്ചപ്പുറത്തേയ്ക്ക് മറ്റൊരു കെട്ടിടത്തിലേക്ക് മാറ്റിയിരിക്കുന്നു. എങ്കിലും എന്റെ മനസ്സിൽ നിറഞ്ഞുനിൽക്കുന്നത് പഴയ ആ സ്കൂൾ കെട്ടിടവും മുറ്റവും തന്നെയാണ്. എല്ലാ കുട്ടികളേയുംപോലെ ഞാനും നാലാം വയസ്സിൽ ഒരു നവരാത്രി കാലത്ത് ഹരിശ്രീകുറിച്ചു. എനിക്ക് ഓർമ്മവെച്ച നാൾമുതൽ കാണുന്നതാണ് അച്ഛൻ എല്ലാവർഷവും നവരാത്രിക്ക് മൂന്നുദിവസം വീട്ടിൽ പൂജ ചെയ്യുന്നത്. അക്ഷരങ്ങൾ, എഴുത്ത്, വായന, പുസ്തകങ്ങൾ ഇവയൊക്കെ എന്നും ജീവനുതുല്യം സ്നേഹിച്ചിരുന്ന എന്റെ അച്ഛൻ മരിക്കുന്നതുവരെ എല്ലാവർഷവും നവരാത്രി പൂജ ചെയ്യാറുണ്ടായിരുന്നു. മക്കളെയും പേരക്കുട്ടികളെയും അച്ഛൻ തന്നെയായിരുന്നു എഴുത്തിന് ഇരുത്തിയിരുന്നത്. എന്നാൽ എന്റെ കാര്യത്തിൽ ഒരു വ്യത്യാസം വന്നു. പയ്യന്നൂരിൽ കൊറ്റിയിൽ താമസിച്ചിരുന്ന അച്ഛന്റെ പ്രിയസുഹൃത്തായ പുരുഷോത്തമൻ മാഷിനെക്കൊണ്ടാണ് എന്നെ അരിയിൽ എഴുതിച്ചത്. മാഷിന്റെ മോനെയും എന്നെയും ഒരുമിച്ച് എഴുത്തിനിരുത്തണമെന്ന മാഷിന്റെ നിർബന്ധംകൊണ്ടാണ് അച്ഛൻ എന്നെയുംകൂട്ടി അവരുടെ വീട്ടിലേക്ക് പോയത്. എന്റെ സമപ്രായക്കാരനായ ഇളയമകൻ ബാബുവിനെയും എന്നെയും ഇടതും വലതുമായി ഇരുത്തിയിട്ടാണ് മാഷ് ഹരിശ്രീ എഴുതിച്ചത്.

മാഷും കുടുംബവും ഞങ്ങളുടെ വീട്ടിലെ സ്ഥിരം സന്ദർശകരായിരുന്നു. മാഷിന്റെ ഭാര്യ ആനന്ദഭായിയും എന്റെ അമ്മയും നല്ല ചങ്ങാതിമാരായിരുന്നു. ഞങ്ങളെപ്പോലെതന്നെ അവർക്കും അഞ്ച് മക്കൾ, മൂന്ന് പെണ്ണും രണ്ടാണും. മൂത്തമകനായ സുഗുണേട്ടൻ ഹോമിയോമെഡിസിനെക്കുറിച്ച് പഠിക്കുവാൻവേണ്ടി രണ്ടുമൂന്ന് വർഷം അച്ഛന്റെകൂടെ ഉണ്ടായിരുന്നു. രോഗികൾക്ക് മരുന്നെടുത്ത് കൊടുക്കാനും മറ്റുമുള്ള സഹായത്തിനായി എപ്പോഴും അച്ഛന്റെ കൂടെത്തന്നെ ഉണ്ടാകുമായിരുന്നു ആ ഏട്ടൻ. ബാബുവിനെയും എന്നെയും ഒരുമിച്ചാണ് കേളോത്ത് സെൻട്രൽ യു പി സ്കൂളിൽ ഒന്നാം ക്ലാസിൽ ചേർത്തത്. ബാബുവിന്റെ മൂത്തസഹോദരി ചിത്രച്ചേച്ചിയും അപ്പോൾ ആ സ്കൂളിൽ മുതിർന്ന ക്ലാസിൽ ഉണ്ടായിരുന്നു. എന്റെ ഏച്ചി സുശീല നാലാം ക്ലാസിലായിരുന്നു. ഞങ്ങൾ നാലുപേരും ഒരുമിച്ചായിരുന്നു സ്കൂളിലേക്കുള്ള യാത്ര. ബാബുവും എന്റെ ക്ലാസിൽ തന്നെ ആയിരുന്നു. ഒന്നും രണ്ടും ക്ലാസുകൾ കുട്ടികളെ നന്നായി അടിക്കുന്ന സുബ്രമണ്യൻ മാഷ്, കണ്ണൻ മാഷ് എന്നിവരുടേതായിരു

ന്നു. എന്റെ സെക്യൂരിറ്റിയാണെന്ന ഭാവത്തിലായിരുന്നു ബാബു സ്കൂളിൽ എന്നോട് പെരുമാറിയിരുന്നത്. അതിന്റെ കാരണം എന്റെ അമ്മ തന്നെയായിരുന്നു. ഞാൻ സ്കൂളിൽ വികൃതികാണിക്കുന്നുണ്ടോ, മാഷ് ചോദ്യം ചോദിക്കുമ്പോൾ ഉത്തരം പറയാറുണ്ടോ, ഇതൊക്കെ അന്വേഷിക്കാൻ അമ്മ അവനെയാണ് ചുമതലപ്പെടുത്തിയിരുന്നത്.

പിന്നെ എങ്ങനെ എന്നോട് അവൻ 'വലിയേട്ടൻ' ഭാവം കാണിക്കാതിരിക്കും. എനിക്ക് പരീക്ഷയ്ക്ക് മാർക്ക് കുറഞ്ഞാൽ വലിയ 'പഠിപ്പിസ്റ്റായ' അവനെ ചൂണ്ടിയാണ് അമ്മയെന്നെ വഴക്ക് പറയുന്നത്. പരീക്ഷ കഴിഞ്ഞാൽ എന്റെ മാർക്കറിയാൻ അവനെന്തൊരു താല്പര്യമായിരുന്നു. ഓടിവന്ന് എന്നോട് മാർക്ക് ചോദിക്കും, വീട്ടിൽവന്നിട്ട് എന്റെ അമ്മയോട് പറഞ്ഞുകൊടുക്കാൻ. എനിക്ക് അമ്മയുടെ തല്ല് വാങ്ങിത്തരാനുള്ള അവന്റെ താല്പര്യം കാണുമ്പോൾ എനിക്ക് ദേഷ്യം പതഞ്ഞുപൊങ്ങും. പക്ഷേ, എന്തുചെയ്യാൻ..? അവന് എല്ലാ വിഷയത്തിനും ഫുൾ മാർക്കായിരിക്കും. അതിന്റെ അഹങ്കാരം തന്നെ...!! എനിക്ക് വലിയ മാർക്കൊന്നും കിട്ടാറുമില്ല. അങ്ങനെ എന്റെ ഒന്നാംക്ലാസും രണ്ടാംക്ലാസും ബാബുവിനോടുള്ള പേടി കാരണം ഒട്ടും സന്തോഷകരമായിരുന്നില്ല.

മൂന്നാംക്ലാസിൽ അവൻ ഇല്ലെന്നറിഞ്ഞപ്പോൾ എന്റെ കുഞ്ഞുമനസ്സ് സ്വാതന്ത്ര്യം കിട്ടിയപോലെ ഏറെ സന്തോഷിച്ചിരുന്നു. ഇന്നു തിരിഞ്ഞു നോക്കുമ്പോൾ ഏറെ രസകരമായി തോന്നുന്നുണ്ടെങ്കിലും അന്നു ബാബു എന്നെ "അമ്മയെക്കൊണ്ടു തല്ലുകൊള്ളിക്കുന്ന" എന്റെ ഒന്നാംനമ്പർ ശത്രുതന്നെയായിരുന്നു...!! ആ കുഞ്ഞു കുസൃതിക്കുട്ടി ഇപ്പോൾ ഗൾഫിൽ വലിയ ഉദ്യോഗസ്ഥനായി കുടുംബമായിട്ട് കഴിയുന്നു. വല്ലപ്പോഴും നാട്ടിൽ വരുമ്പോൾ സ്നേഹസമ്മാനങ്ങളുമായി അവനും സുഗുണേട്ടനും സഹോദരിമാരുമൊക്കെ ഞങ്ങളെക്കാണാൻ ഇടയ്ക്ക് വരാറുണ്ടായിരുന്നു.

ഞാൻ ആറാംക്ലാസിൽ എത്തിയപ്പോഴേക്കും മാഷും കുടുംബവും അവരുടെ വീടും സ്ഥലവുമൊക്കെ വിറ്റ് നീലേശ്വരത്ത് വേറെ വീടു വാങ്ങി താമസം മാറി. മാഷും കുടുംബവും പോയപ്പോൾ ഒരു കുടുംബം പോലെ സ്നേഹിച്ച് എല്ലാ സുഖദുഃഖങ്ങളും പരസ്പരം പങ്കുവെച്ച് കഴിഞ്ഞിരുന്ന ഞങ്ങൾക്കെല്ലാവർക്കും വലിയ വിഷമമായിരുന്നു. പ്രത്യേകിച്ച് അച്ഛന്. അച്ഛന്റെ പ്രിയപ്പെട്ട സുഹൃത്തുക്കളിൽ ഒരാളായിരുന്നു മാഷ്. എന്റെ അസുഖം ഗുരുതരമായ അവസ്ഥയിലായപ്പോൾ താങ്ങും തണലുമായി അച്ഛന്റെ കൂടെ മാഷുമുണ്ടായിരുന്നു. അച്ഛന്റെ സുഹൃത്തുക്കളൊക്കെ ഞായറാഴ്ച വൈകുന്നേരങ്ങളിൽ ഞങ്ങളുടെ വീട്ടിൽ ഒത്തുകൂടാറുണ്ടായിരുന്നു. അവരുടെ കൂട്ടത്തിൽ ഏറെ തമാശകൾ പറഞ്ഞ് ആ സ്നേഹസംഗമത്തെ ഒരു ചിരിയരങ്ങാക്കാനുള്ള മാഷുടെ കഴിവ് അപാരമായിരുന്നു.

അമ്മമാരും ഞങ്ങൾ മക്കളും ഞായറാഴ്ച പാർട്ടിക്കുവേണ്ടി ദിവസങ്ങൾ എണ്ണി കാത്തിരിക്കുമായിരുന്നു.

ഞാൻ ഒന്നാംക്ലാസിൽ പഠിക്കുമ്പോഴാണ് ഞങ്ങളെ കടൽ കാണിക്കുവാൻവേണ്ടി കൊണ്ടുപോയത്. ഞാൻ ചെറിയ കുട്ടിയായതു കൊണ്ട് അച്ഛനും അമ്മയും ആദ്യം എന്നെ പോകാൻ സമ്മതിച്ചിരുന്നില്ല. പിന്നീട് ഞാൻ കരഞ്ഞ് ബഹളംവെച്ചപ്പോൾ ഞങ്ങളുടെ കുടുംബ സുഹൃത്തും സ്കൂളിലെ ഇംഗ്ലീഷ് ടീച്ചറുമായിരുന്ന സുകുമാരി ടീച്ചറുടെ ഉത്തരവാദിത്വത്തിൽ എന്നെ പോകാൻ സമ്മതിക്കുകയായിരുന്നു. ഒന്നാം ക്ലാസിലെ കൂട്ടുകാർക്കൊപ്പം ടീച്ചറുടെ മടിയിലിരുന്ന ബോട്ടിൽ രണ്ടു മണിക്കൂറോളം യാത്രചെയ്തു കടൽ കാണാൻപോയതും, വൈകുന്നേരം കടൽക്കരയിൽനിന്ന് സൂര്യാസ്തമനംകൂടി കണ്ട് തിരിച്ചുവന്നതും ടീച്ചർ എന്നെ സുരക്ഷിതമായി വീട്ടിൽക്കൊണ്ടു വിട്ടതും ആ യാത്രയെ അവിസ്മരണീയമാക്കി മാറ്റി.

രണ്ടാംക്ലാസിൽ എത്തിയപ്പോൾ കുട്ടികളെ ഒരുപാട് തല്ലുമായിരുന്ന കണ്ണൻ മാഷുടെ ക്ലാസ് ഒരു പേടിസ്വപ്നമായിരുന്നു. എന്നാൽ ഞാൻ പേടിച്ചപോലെ എനിക്ക് മാഷുടെ അടുത്തുനിന്നും സ്നേഹമല്ലാതെ അടിയൊന്നും കിട്ടിയിരുന്നില്ല. മാഷുടെ മകളായ ലത എന്റെ അടുത്ത കൂട്ടുകാരിയായിരുന്നു. സ്കൂളിൽ ഞങ്ങൾ എവിടെ പോകുമ്പോഴും ഒരുമിച്ചായിരുന്നു. എന്തിനും എപ്പോഴും ഒരുമിച്ചു കാണുന്ന ഞങ്ങളെ ക്ലാസിൽ തമാശ പറഞ്ഞ് ചിരിപ്പിക്കുന്ന സരോജിനി ടീച്ചർ "പുട്ടും കടലയും"എന്നു പറഞ്ഞ് കളിയാക്കാറുണ്ടായിരുന്നത് ഇന്നും ഞാൻ ഓർക്കുന്നു. ഒന്നാം ക്ലാസിലും രണ്ടാംക്ലാസിലും ഒരുമിച്ചുണ്ടായിരുന്ന ഞങ്ങൾ മൂന്നാം ക്ലാസിലെത്തിയപ്പോൾ വേറെവേറെ ക്ലാസിലായത് ഏറെ സങ്കടപ്പെടുത്തി. കരഞ്ഞുകൊണ്ട് അവൾ മറ്റേ ക്ലാസിൽ പോയത് ഇന്നും എന്റെ ഓർമ്മയിലുണ്ട്. പിന്നീട് അഞ്ചാംക്ലാസിൽ എത്തിയപ്പോൾ ഞങ്ങൾ വീണ്ടും ഒരുക്ലാസിൽ ആവുകയും കൂട്ടുകാർ എന്ന നിലയിൽ പൂർവാധികം ശക്തമായി മുന്നോട്ടുപോകുകയും ചെയ്തു. അന്ന് ഗോവിന്ദൻ മാഷായിരുന്നു ക്ലാസ് ടീച്ചർ. ഞാനും ലതയുമായുള്ള സ്നേഹബന്ധം അറിയാമായിരുന്ന കണ്ണൻ മാഷ് മകളെപ്പോലെ തന്നെയായിരുന്നു എന്നെയും കരുതിയിരുന്നത്. ഞങ്ങൾ പയ്യന്നൂരിൽനിന്നും താമസം മാറുന്നതുവരെ വീടിന്റെ മുന്നിൽക്കൂടെ കടന്നുപോകുമ്പോഴൊക്കെ വീട്ടിൽ കയറി എന്റെ അടുത്തിരുന്ന് സുഖവിവരങ്ങൾ അന്വേഷിക്കുകയും കുറെ സമയം സംസാരിച്ചിരിക്കുകയും ചെയ്യുമായിരുന്നു മാഷ്.

അടുത്ത കാലംവരെ, എന്റെ സഹപാഠിയായിരുന്ന അടുത്ത കൂട്ടുകാരിയെ കാണുമ്പോൾ എന്റെ സുഖവിവരങ്ങൾ അന്വേഷിക്കുകയും

വന്നുകാണാൻ പറ്റാത്തതിലുള്ള വിഷമം പറയുകയും ചെയ്യാറുണ്ട്. ചന്തു മാഷെപ്പോലെതന്നെ എന്റെ പ്രിയഗുരുനാഥനായിരുന്ന കണ്ണൻ മാഷുടെ വിയോഗം അറിഞ്ഞപ്പോൾ ഒരിക്കൽക്കൂടി കാണാൻ പറ്റിയില്ലല്ലോ എന്നോർത്ത് ഞാൻ ഏറെ സങ്കടപ്പെട്ടു.

ഞങ്ങളുടെ പഠിപ്പിന്റെ കാര്യത്തിൽ അമ്മയായിരുന്നു ഏറെ ശ്രദ്ധിച്ചിരുന്നത്. പരീക്ഷയ്ക്ക് മാർക്ക് കുറഞ്ഞാൽ അമ്മ വഴക്ക് പറയുകയും അടിക്കുകയുമൊക്കെ ചെയ്യാറുണ്ട്. എന്നാൽ അച്ഛൻ അടുത്തപ്രാവശ്യം നല്ല മാർക്ക് വാങ്ങണമെന്ന് ഉപദേശിക്കുകമാത്രമേ ചെയ്യാറുള്ളൂ. ഞാൻ മൂന്നാംക്ലാസ് വരെയൊക്കെ പഠിക്കാൻ കുറച്ച് മോശമായിരുന്നു. ഏച്ചി അപ്പോഴേക്കും 'നന്നായി പഠിക്കുന്ന കുട്ടി' എന്ന് സ്കൂളിൽ പേരെടുത്തിരുന്നു. വാർഷികാഘോഷത്തിന് പഠിപ്പിന് ഏച്ചിക്ക് ധാരാളം സമ്മാനങ്ങൾ കിട്ടാറുണ്ടായിരുന്നു. മൂന്നാംക്ലാസിൽ എന്നെ പഠിപ്പിച്ചിരുന്ന പത്മാവതി ടീച്ചർ ചോദ്യത്തിന് ഉത്തരം കിട്ടിയില്ലെങ്കിൽ "നിനക്ക് നിന്റെ ഏച്ചിയെ കണ്ട് പഠിച്ചൂടെ" എന്നൊക്കെ പറഞ്ഞാണ് എന്നെ കളിയാക്കാറുണ്ടായിരുന്നത്. എന്റെ മനസ്സിൽ പഠിക്കാനുള്ള ഒരു വാശിയുണ്ടാക്കാൻ ആ കളിയാക്കൽ സഹായിച്ചു എന്നതിന് ടീച്ചറെ നന്ദിയോടെ ഓർക്കുന്നു. സരോജിനി ടീച്ചറും എന്നെ മൂന്നാംക്ലാസിൽ പഠിപ്പിച്ചിരുന്നു. നാലാം ക്ലാസിൽ എത്തിയപ്പോൾ ഒന്നുരണ്ടുവിഷയത്തിലൊഴികെ ഞാൻ ക്ലാസിൽ ഫസ്റ്റാകാൻ തുടങ്ങിയിരുന്നു. നാലാം ക്ലാസ് എനിക്കൊരിക്കലും മറക്കാൻപറ്റാത്ത എന്റെ പ്രിയപ്പെട്ട ചന്തുമാഷുടെ ക്ലാസായിരുന്നു. മാഷെന്നതിലുപരിയായി അച്ഛനെപ്പോലെയുള്ള വാത്സല്യമായിരുന്നു മാഷിന് ഞങ്ങൾ കുട്ടികളോട്. ചന്തു മാഷ് കണക്ക് പഠിപ്പിച്ചാൽ അത് മനസ്സിൽ മായാതെ കിടക്കും. പരീക്ഷ കഴിഞ്ഞാൽ സയൻസിൽ ഞാനും, കണക്കിൽ എന്റെ തൊട്ടടുത്തിരിക്കുന്ന സുധയുമാണ് എന്നും ഫസ്റ്റാകാറുള്ളത്. പരീക്ഷ കഴിഞ്ഞാൽ ഉത്തരക്കടലാസ് തരുന്ന ദിവസം ഞങ്ങൾ രണ്ടാളും രാവിലെതന്നെ മാഷ് വരുന്നവഴിയിൽ കാത്തിരുന്നു മാർക്ക് എത്രയാണെന്ന് ചോദിച്ച് പിന്നാലെതന്നെ സ്കൂളിലേക്ക് വരും. പേപ്പർ കിട്ടിയിട്ട് അറിഞ്ഞാൽ മതിയെന്നുപറഞ്ഞ് മാഷ് കുസൃതിയോടെ ചിരിക്കും. ഒരിക്കൽ ഒരു ക്ലാസ് പരീക്ഷക്ക് പനി കാരണം എനിക്ക് വരാൻ പറ്റാത്തതിൽ ഞാൻ ഏറെ വിഷമിച്ചിരുന്നു. എന്റെ വിഷമം ഒരച്ഛനെപ്പോലെ തൊട്ടറിഞ്ഞ മാഷ് അടുത്ത ദിവസംതന്നെ ഡ്രിൽ പിരിയേഡിൽ എനിക്ക് മാത്രമായിട്ട് പരീക്ഷവെച്ച് എന്റെ വിഷമം മാറ്റിത്തന്നു. ഞങ്ങൾ എന്തെങ്കിലും കുസൃതി കാണിച്ചാൽ വേദനിപ്പിക്കാതെ ചെവി പിടിക്കുമെന്നല്ലാതെ മാഷ് വേറെ ശിക്ഷയൊന്നും തരാറില്ല. മറ്റൊരിക്കൽ ഞാൻ വരാന്തയിൽനിന്നും ഓടിക്കളിക്കുമ്പോൾ

വീണ് കാലിന്റെ രണ്ടു മുട്ടുകളും മുറിഞ്ഞ് ചോരയൊലിപ്പിച്ചുകൊണ്ടു മാഷുടെ ക്ലാസിൽ ഇരുന്നിരുന്നു. എന്റെ വേദന മനസ്സിലാക്കിയ മാഷ് എന്നെ എഴുന്നേൽപ്പിച്ച് രക്തമൊക്കെ തുടച്ചുതരികയും വേദനയോടെ ക്ലാസിൽ ഇരിക്കേണ്ടെന്നു പറഞ്ഞ് സമാധാനിപ്പിച്ച്, മറ്റൊരു കുട്ടിയെ കൂടെവിട്ട് എന്നെ വീട്ടിലേക്ക് അയക്കുകയും ചെയ്തു സ്നേഹസമ്പന്നനായ ചന്തു മാഷ്. അങ്ങനെ മാഷുടെ കുട്ടികളോടുള്ള സ്നേഹത്തിന് എത്രയെത്ര ഉദാഹരണങ്ങൾ.

അപ്രതീക്ഷിതമായി സ്കൂളിന്റെ പടിയിറങ്ങേണ്ടിവന്ന എനിക്ക് സാന്ത്വനവും കരുത്തും പകർന്നുനല്കാൻ സ്നേഹവാത്സല്യങ്ങളുമായി എന്നും വീട്ടിൽ വരാറുണ്ടായിരുന്നു മാഷ്. സ്കൂളിൽപ്പോകാൻ പറ്റാതെ കൊളുത്തിപ്പിടിക്കുന്ന വേദനയും അനങ്ങാൻ പറ്റാത്ത ശരീരവും തകർന്ന മനസ്സുമായി കിടക്കുന്ന എന്റെ കിടക്കയിൽ വന്നിരുന്ന് എന്റെ അച്ഛനെപ്പോലെ ആശ്വാസവാക്കുകളാൽ സമാധാനിപ്പിക്കുമായിരുന്നു മാഷ്. കുറച്ചുദിവസം സ്കൂളിൽ വന്നില്ലെന്നുവെച്ച് മോളുടെ പഠിപ്പിനെ ബാധിക്കില്ലെന്നും ഹെഡ്മാഷോട് പറഞ്ഞ് ലീവിന്റെ കാര്യമൊക്കെ ശരിയാക്കാമെന്നും കുറച്ച് സുഖമായാൽ സ്കൂളിൽപ്പോകാനുള്ള സൗകര്യങ്ങളൊക്കെ ആക്കിത്തരാം, എന്നൊക്കെയാണ് വാത്സല്യത്തോടെ മാഷ് എന്നെ ആശ്വസിപ്പിക്കാൻ പറയുന്ന വാക്കുകൾ. എന്റെ സ്കൂൾ ജീവിതം തന്നെ അവസാനിച്ചിരിക്കുന്നു എന്ന് ഊഹിക്കാൻപോലും എന്റെ മാഷിനന്ന് സാധിച്ചിട്ടുണ്ടാകില്ല. ആറാംക്ലാസിൽ ഞങ്ങൾക്ക് സയൻസ് പഠിപ്പിച്ചുതന്നത് ചന്തുമാഷാണെന്നല്ലാതെ ഞങ്ങളുടെ ക്ലാസ് മാഷ് പോലുമായിരുന്നില്ല അദ്ദേഹം. എന്നിട്ടും, തന്റെ വിദ്യാർത്ഥിക്ക് സംഭവിച്ച ദുരന്തത്തിൽ ആത്മാർത്ഥമായി വേദനിച്ച് മിക്കവാറും ദിവസങ്ങളിൽ വീട്ടിൽവന്ന് എനിക്കും എന്റെ അച്ഛനും അമ്മയ്ക്കും, കരുത്തും പ്രത്യാശയും നൽകിയിരുന്ന ആ അദ്ധ്യാപകനെ കൂപ്പുകൈകളോടെ മാത്രമേ എനിക്ക് എന്നും ഓർമ്മിക്കാൻ പറ്റുള്ളൂ. എന്റെ പ്രിയപ്പെട്ട ആ ഗുരുനാഥന്മാരെക്കുറിച്ചുള്ള ഓർമ്മകൾ ആദരവായി എന്നും എന്റെ മനസ്സിൽ ഉണ്ടാകും. ആ ഓർമ്മകൾക്ക് മുന്നിൽ കണ്ണീർ പ്രണാമം..!

കുറച്ച് വർഷങ്ങൾ മാത്രമുള്ള എന്റെ സ്കൂൾജീവിതത്തിൽ ഒരുപാട് കാരണങ്ങൾകൊണ്ട് എനിക്ക് ഏറെ ഇഷ്ടപ്പെട്ട ഒരിക്കലും മറക്കാൻ പറ്റാത്ത നാലാം ക്ലാസിന്റെ ഓരോ ഇഞ്ച് സ്ഥലവും ഇന്നും എന്റെ ഓർമ്മയിലുണ്ട്. നാലാംക്ലാസിലെ ഫസ്റ്റ്ബഞ്ചിലെ കൂട്ടുകാരായ ചന്ദ്രി, സുധ, സൗദ, പങ്കജം, പത്മിനി, മധു, ശോഭ, ലേഖ എന്നിവരുമായി വർഷങ്ങൾ കഴിഞ്ഞിട്ടും ഇന്നും സ്നേഹബന്ധം തുടരുന്നുണ്ട് എന്നത് എന്റെ ഭാഗ്യമായി കരുതുന്നു. നാലാംക്ലാസിന്റെ വർഷാവസാനം എടുത്ത

ഫോട്ടോ ഇന്നും അമൂല്യനിധിയായി ഞാൻ സൂക്ഷിക്കുന്നു. കാലപ്പഴക്കത്താൽ മങ്ങിപ്പോയെങ്കിലും അതിലെ കുഞ്ഞുമുഖങ്ങളും, ചന്തു മാഷും അതിലെ എല്ലാ കൂട്ടുകാരുടെ പേരുകളും ഇന്നും എന്റെ ഓർമ്മയിൽ നിറഞ്ഞുനില്ക്കുന്നു. ഈ കൂട്ടുകാരികളിൽ പങ്കജവും ഞാനും സ്കൂൾ വാർഷികാഘോഷത്തിന് പയ്യന്നൂർ ഹൈസ്കൂളിൽപ്പോയി ഡാൻസ് കളിച്ചതും, ഡാൻസ് പ്രാക്ടീസിനുവേണ്ടി ഞാൻ എന്റെ അനിയത്തി ശോഭയേയും കൂട്ടി ശനിയും ഞായറും സ്കൂളിൽ പോകുന്നതും പങ്കജവും ഡാൻസ് പ്രാക്ടീസിന് വരുന്ന മറ്റു കൂട്ടുകാരികളുമായുള്ള കുസൃതികളുമൊക്കെ നാലാംക്ലാസിലെ രസകരമായ ഓർമ്മകളാണ്. സ്കൂളിലെ സ്ഥലപരിമിതിമൂലം പയ്യന്നൂർ ടൗണിലുള്ള ഹൈസ്കൂളിലാണ് വാർഷികോത്സവത്തോടനുബന്ധിച്ച പരിപാടികൾ അവതരിപ്പിച്ചത്. ഡാൻസ് പ്രാക്ടീസിനും പരിപാടി അവതരിപ്പിക്കാനും ഞങ്ങളെ കൊണ്ടുപോയതൊക്കെ ആറാംക്ലാസിലെ ക്ലാസ് ടീച്ചറായ ചന്ദ്രമതി ടീച്ചറുടെയും, അഞ്ചാം ക്ലാസിലെ ക്ലാസ് മാഷായ ഗോവിന്ദൻ മാഷുടേയും നേതൃത്വത്തിലായിരുന്നു. സ്കൂളിലെ എല്ലാ കലാസാംസ്കാരിക പരിപാടികളും നടന്നിരുന്നത് അറിയപ്പെടുന്ന കലാകാരൻ കൂടിയായ ഗോവിന്ദൻ മാഷുടെ നേതൃത്വത്തിലായിരുന്നു. പി ജി അന്നൂർ എന്ന പേരിലാണ് അദ്ദേഹം അറിയപ്പെടുന്നത്. മാഷാണ് സ്റ്റേജിൽ കയറുന്നതിനുമുമ്പേ ഞങ്ങൾക്ക് മെയ്ക്കപ്പൊക്കെ ഇട്ടുതന്ന് ഡാൻസിന് ഒരുക്കിത്തരുന്നത്. പരിപാടി നടക്കുന്ന ദിവസം ചെറിയ പനിയുണ്ടായിരുന്ന എന്നെയെടുത്ത് ഡസ്കിൽ കയറ്റിയിരുത്തി, കാപ്പിയൊക്കെ കുടിപ്പിച്ച് എന്റെ ക്ഷീണം മാറ്റാൻ ഒരമ്മയെപ്പോലെ ചന്ദ്രമതി ടീച്ചർ പ്രത്യേകം ശ്രദ്ധിച്ചത് ഇന്നും നനുത്ത ഓർമ്മയായി മനസ്സിൽ നിറഞ്ഞുനിൽക്കുന്നു. പരിപാടി കഴിഞ്ഞ് രാത്രി ഡാൻസ് ഡ്രസ്സോടെയും മെയ്ക്കപ്പോടേയുമായിരുന്നു ഞാൻ വീട്ടിൽ തിരിച്ചെത്തിയത്. അച്ഛൻ എന്നെ പൊക്കിയെടുത്ത് കണ്ണാടിയിൽ കാണിച്ചുതന്നത് ഓർമ്മയിലിന്നും ഒളിമങ്ങാതെ കിടക്കുന്നുണ്ട്. ചന്ദ്രമതി ടീച്ചറുടേയും ഗോവിന്ദൻ മാഷുടേയും സുകുമാരി ടീച്ചറുടേയുമൊക്കെ പ്രോത്സാഹനമായിരുന്നു അന്നതിലൊക്കെ പങ്കെടുക്കാൻ എനിക്ക് പ്രേരണയായത്.

ക്ലാസിൽ ഒന്നോ രണ്ടോ കുട്ടികളോടുമാത്രം സ്നേഹം കാണിച്ച് ബാക്കി കുട്ടികളെ ചെറിയ തെറ്റിനുപോലും ശിക്ഷിക്കുന്ന ഡ്രോയിങ് മാഷും നാലാംക്ലാസിലെ നല്ലൊരു ഓർമ്മയാണ്. ചിത്രം വരച്ചത് ശരിയായില്ലെങ്കിലോ ആവശ്യപ്പെടുമ്പോൾ പാട്ടു പാടിയില്ലെങ്കിലോ ഞങ്ങളെ അടിക്കുമായിരുന്നു ആ മാഷ്. ക്ലാസിൽ വല്ലപ്പോഴും പാട്ടുപാടുമായിരുന്ന എനിക്കും പങ്കജത്തിനും ഈ വകയിൽ കുറെ അടികിട്ടിയ കാര്യം ഞങ്ങൾ ഇപ്പോഴും പറഞ്ഞ് ചിരിക്കാറുണ്ട്. ഡ്രോയിങ് മാഷുട

ക്കം പഠിപ്പിച്ച ഗുരുക്കന്മാരിൽ പലരും മൺമറഞ്ഞുപോയി. എന്നും ആദരവോടെ മാത്രമേ അവരെയൊക്കെ ഓർക്കാൻ കഴിയൂ.

അഞ്ചാംക്ലാസ് ഗോവിന്ദൻ മാഷുടെ ക്ലാസായിരുന്നു. കുട്ടികളോടൊപ്പം ഒരു കുട്ടിയായി മാറി ഏറെ തമാശകൾ പറയുന്ന, സ്കൂളിലെ എല്ലാ കലാസാഹിത്യ സാംസ്കാരിക പരിപാടികളിലും നേതൃസ്ഥാനം വഹിക്കുന്ന, കുട്ടികളെ ഏറെ സ്നേഹിക്കുന്ന ഒരു മാഷായിരുന്നു ഗോവിന്ദൻ മാഷ്. ഒരിക്കൽ ഞാനും, കൂട്ടുകാരിയായ സുധയും പിണങ്ങിയപ്പോൾ മാഷ് മധ്യസ്ഥംനിന്ന് പിണക്കം മാറ്റിയ കാര്യം ഇപ്പോഴും ഓർമ്മയിലുണ്ട്. അഞ്ചാംക്ലാസിൽ ഇംഗ്ലീഷ് എടുക്കുന്ന സുകുമാരി ടീച്ചർ ഞങ്ങളുടെ കുടുംബസുഹൃത്തു കൂടിയാണ്. കുട്ടികളെ ശിക്ഷിക്കുമെങ്കിലും ആർക്കും മനസ്സിലാക്കാൻ പറ്റുന്നവിധം നന്നായിട്ട് ടീച്ചർ ക്ലാസെടുക്കുമായിരുന്നു. ചന്ദ്രമതി ടീച്ചറായിരുന്നു ആറാംക്ലാസിലെ എന്റെ ക്ലാസ് ടീച്ചർ. നാലാം ക്ലാസിലെ ഡാൻസ് പരിപാടിക്ക് ശേഷം ഞാനും ടീച്ചറും തമ്മിൽ വലിയ അടുപ്പമായിരുന്നു. അതുകൊണ്ട് ടീച്ചറുടെ ക്ലാസിൽത്തന്നെ ആറാം ക്ലാസിൽ എത്തിയത് എന്നെ ഏറെ സന്തോഷിപ്പിച്ചു. ടീച്ചറുടെ മകൾ ശ്രീലത ഞങ്ങളുടെ ജൂനിയർ ആയിരുന്നു. എന്നാൽ ആ ക്ലാസിലിരുന്നു കൊതിമാറും മുമ്പേ വിധി എന്റെ വിദ്യാഭ്യാസ സ്വപ്നങ്ങളൊക്കെ തകർത്ത് സ്കൂളിന്റെ പടിയിറക്കി.

ആറാംക്ലാസിലെ കണക്ക് മാഷായിരുന്നു ബാലൻ മാഷ്. മാഷുടെ ക്ലാസ് എല്ലാവർക്കും ഒരു പേടിസ്വപ്നമായിരുന്നു. മാഷ് കുട്ടികളെ ചെറിയ തെറ്റിനുപോലും ശിക്ഷിക്കും. കണക്കിന് എത്ര മോശമുള്ള കുട്ടികളായാലും മാഷെ പേടിച്ചിട്ടെങ്കിലും കുറച്ച് മെച്ചപ്പെടാതിരിക്കില്ല. 4, 5, 6 ക്ലാസുകളിൽ എത്തിയപ്പോൾത്തന്നെ എല്ലാ വിഷയങ്ങളിലും മെച്ചപ്പെട്ട മാർക്ക് വാങ്ങുന്നതുകൊണ്ട് എനിക്ക് മാഷുടെ ശിക്ഷയുടെ 'രുചി' അധികം അനുഭവിക്കേണ്ടി വന്നിട്ടില്ല. എങ്കിലും മറ്റുള്ള കുട്ടികളെ ശിക്ഷിക്കുന്നത് കാണുമ്പോൾത്തന്നെ പേടിച്ച് എന്റെ നെഞ്ചിടിപ്പ് കൂടാറുണ്ട്. ഞങ്ങളുടെ ക്ലാസിൽത്തന്നെ ഉണ്ടായിരുന്ന മാഷുടെ മകൻ സുരേഷിനെ ഒരിക്കൽ എല്ലാ കുട്ടികളുടേയും മുന്നിൽവെച്ച് മാഷ് അടിച്ചത് ഞാനോർക്കുന്നു. മാഷുടെ മകൻ തന്നെയാണെങ്കിലും അത് കണ്ടുനിന്ന മറ്റു കുട്ടികളെ ഏറെ നൊമ്പരപ്പെടുത്തിയ സംഭവമായിരുന്നു അത്.

ആറാംക്ലാസിൽ രണ്ടു മാസം കഴിഞ്ഞപ്പോഴാണ് എനിക്ക് അസുഖം വന്നത്. ആദ്യഘട്ടങ്ങളിൽ സ്കൂളിലെ എല്ലാ അദ്ധ്യാപകരും കുട്ടികളും എന്നെക്കാണാൻ വീട്ടിൽ വരാറുണ്ടായിരുന്നു. എന്നാൽ എനിക്ക് ക്ലാസെടുക്കുന്ന ബാലൻ മാഷുമാത്രം വന്നില്ല എന്നത് അച്ഛനെ വല്ലാതെ വിഷമിപ്പിച്ചു. ചികിത്സയുടെ കാര്യങ്ങളൊക്കെ അന്വേഷിച്ച് നേരത്തെ

മാഷ് അച്ഛന്റെ അടുത്ത് വരാറുണ്ടായിരുന്നു. അസുഖമാകുന്നതിന് തൊട്ടുമുമ്പ് കഴിഞ്ഞ ഓണപ്പരീക്ഷയ്ക്ക് എനിക്ക് എല്ലാ വിഷയത്തിനും നല്ല മാർക്കുണ്ടായിരുന്നു. കണക്കിന് ഫുൾ മാർക്കുണ്ടായിരുന്നു. അതിന്റെ ഉത്തരക്കടലാസ് മാഷ് വീട്ടിൽവരുന്ന മറ്റ് അദ്ധ്യാപകരുടെ കൈയിൽ കൊടുത്തയക്കുകയാണ് ചെയ്തത്. അതാണ് ഞങ്ങളെ വിഷമിപ്പിച്ചത്. എന്തുകൊണ്ടാണ് മാഷ് അകന്നുനിൽക്കുന്നതെന്ന് പിന്നീടാണറിഞ്ഞത്. മാഷുടെ ഭാര്യ ഇളയകുട്ടിയുടെ പ്രസവത്തോടെ മരിച്ചുപോയെന്നും അതിനുശേഷം അസുഖം, മരണംപോലുള്ള വിഷമങ്ങളുള്ള ഒരു വീട്ടിലും മാഷ് പോകാറില്ലെന്നും കുറച്ചുകാലം കഴിഞ്ഞ് ആരോ പറഞ്ഞാണ് അറിഞ്ഞത്. അതറിഞ്ഞപ്പോൾ മാഷെ തെറ്റിദ്ധരിച്ചതിൽ അച്ഛന് വിഷമം തോന്നിയിരുന്നു. പുറമേ കാണുന്ന കർക്കശസ്വഭാവം വെച്ച് ആരേയും വിലയിരുത്തരുതെന്നതിന്റെ ഉദാഹരണമാണ് ബാലൻ മാഷ്. ഉള്ളിൽ ഒരു ദുഃഖസാഗരം ഒളുക്കിവെച്ചതിന്റെ പ്രതിഫലനമായിരിക്കാം പലരുടെയും കർക്കശ സ്വഭാവത്തിന് കാരണം. കുട്ടികൾ നന്നായി പഠിക്കുന്നതിനുവേണ്ടി അദ്ധ്യാപകർ ശിക്ഷിച്ചേക്കാം. അതിനെ മറ്റൊരു രീതിയിൽ വ്യാഖ്യാനിക്കുന്ന സ്വഭാവം പലർക്കുമുണ്ട്. നന്നായി പഠിക്കാൻ വേണ്ടിയാകാം അവർ കുട്ടികളെ ശിക്ഷിക്കുന്നത്. അല്ലാതെ അവരോട് സ്നേഹമില്ലാത്തതുകൊണ്ടൊന്നും ആയിരിക്കില്ല. പുറമേ കാണുന്ന പ്രകൃതംവെച്ച് ആരും അതൊന്നും മനസ്സിലാക്കുന്നില്ലെന്നുമാത്രം. എന്തായാലും ബാലൻ മാഷെക്കുറിച്ചും എന്റെ ഓർമ്മപ്പുസ്തകത്തിന്റെ താളുകളിൽ സുവർണ്ണലിപികളിൽ തന്നെയാണ് ഞാൻ എഴുതിവെച്ചിരിക്കുന്നത്.

സ്കൂളിൽ പോകുമ്പോൾ അനിയൻ സത്യന്റെയും അനിയത്തിയുടെയും സംരക്ഷണ ചുമതല എനിക്കായിരുന്നു. ഒരു അനിയനെ മാത്രമേ അപ്പോൾ സ്കൂളിൽ ചേർത്തിരുന്നുള്ളൂ. രണ്ടാമത്തെ അനിയൻ സ്കൂളിൽ പോകാറായപ്പോഴേക്കും എന്റെ സ്കൂൾജീവിതം അവസാനിച്ചിരുന്നു. ഞാൻ അപ്പോൾ നാലാംക്ലാസിൽ ആണെന്നാണ് ഓർമ്മ. അനിയത്തി മൂന്നിലും. കാറ്റും പേമാരിയുമൊക്കെ ഉണ്ടാകുമ്പോൾ ഞാൻ നനഞ്ഞാലും അവർ രണ്ടുപേരും നനയാതെ ഞാൻ ചേർത്തുപിടിക്കുമായിരുന്നു. അനിയനെ ഒന്നാം ക്ലാസിൽ ചേർത്തപ്പോൾ അവനെ മാഷ് അടിക്കുമോ അവൻ കരയുമോ എന്നുള്ള വേവലാതിയോടെയാണ് ഞാൻ എന്റെ ക്ലാസിൽ ഇരിക്കാറുള്ളത്. കുട്ടികളെ ഒരുപാട് തല്ലുന്ന സുബ്രഹ്മണ്യൻ മാഷുടെ ക്ലാസിലായിരുന്നു അവൻ. അതോർത്തുകൊണ്ടുള്ള പരിഭ്രമത്താൽ എനിക്ക് പലപ്പോഴും എന്റെ ക്ലാസിൽ ശ്രദ്ധിക്കുവാൻ സാധിക്കാറില്ലായിരുന്നു. മൂന്ന് പെൺകുട്ടികൾക്കുശേഷം ഉണ്ടായ ആൺകുട്ടി എന്നനിലയിൽ പ്ര

ത്യേകം ശ്രദ്ധകൊടുത്താണ് അച്ഛനും അമ്മയും അവനെ വളർത്തിയത്. അവന് ഇടയ്ക്കിടക്ക് കഠിനമായ പനി വരാറുണ്ടായിരുന്നു. ശക്തിയായി കരഞ്ഞാൽ ശ്വാസം കിട്ടാത്ത അവസ്ഥയും ഉണ്ടായിരുന്നു. അതുകൊണ്ട് അച്ഛനും അമ്മയും കരയാനുള്ള സന്ദർഭം കൊടുക്കാതെ അവൻ പറയുന്ന തെല്ലാം വാങ്ങിച്ച് കൊടുക്കുമായിരുന്നു. അനിയനേയും കൂട്ടി ഞാൻ കളി ക്കാൻ പോയാൽ വീണിട്ട് കരയുന്നതോ മറ്റോ കണ്ടാൽ ശ്രദ്ധിച്ചില്ലെന്ന് പറഞ്ഞ് അമ്മ എന്നെ പൊതിരെ അടിക്കുമായിരുന്നു. എനിക്കപ്പോൾ അഞ്ചോ ആറോ വയസ്സേ പ്രായമുണ്ടായിരുന്നുള്ളൂ. അതുകൊണ്ടുതന്നെ സ്കൂളിൽ പോകുമ്പോഴും വരുമ്പൊഴുമൊക്കെ ഞാൻ അവനെ പ്രത്യേകം ശ്രദ്ധിക്കാറുണ്ടായിരുന്നു.

പയ്യന്നൂർ കേളോത്ത് സെൻട്രൽ യു പി സ്കൂൾ. എന്റെ വിദ്യാഭ്യാസ സ്വപ്നങ്ങൾ പൂർത്തീകരിക്കാൻ പറ്റാതെ പടിയിറങ്ങേണ്ടി വന്ന എന്റെ പ്രിയപ്പെട്ട സ്കൂൾ. കാലപ്പഴക്കത്താൽ എന്റെ കൈയിലുള്ള സ്കൂൾ ഫോ ട്ടോകളിലെ കുഞ്ഞുമുഖങ്ങളും സ്കൂളും അവ്യക്തമാണെങ്കിലും എന്റെ പ്രിയ അദ്ധ്യാപകരുടെയും സഹപാഠികളുടെയും മുഖങ്ങൾ കാലത്തിന് മാ യ്ക്കാൻ പറ്റാതെ എന്റെ മനസ്സിൽ നിറഞ്ഞുനില്ക്കുന്നു.

അവിചാരിതമായി മധുവും ചന്ദ്രിയും ഇവിടെ വന്നതിനുശേഷമാണ് സ്കൂളിലെ എന്റെ അടുത്ത കൂട്ടുകാരികളൊക്കെ ഓരോരാളായി എന്നെ തേ ടിയെത്താൻ തുടങ്ങിയത്. സ്കൂൾ ജീവിതമൊക്കെ കഴിഞ്ഞിട്ട് ഏറെ വർ ഷങ്ങൾ കഴിഞ്ഞെങ്കിലും എന്റെ കൂട്ടുകാരൊക്കെ ഇന്നും എന്നെ സ്വന്തം കൂടപ്പിറപ്പിനെ എന്നപോലെ സ്നേഹിക്കുകയും കൂടെ ചേർത്തുപിടിക്കു കയും ചെയ്യുന്നു. കുടുംബജീവിതത്തിന്റേതായ തിരക്കുകൾക്കിടയിലും അവർ എന്നെ കാണാൻവരുന്നത് എന്നോടുള്ള സ്നേഹത്തിന്റെയും കരു തലിന്റെയും മികച്ച ഉദാഹരണങ്ങളാണ്. ഈ സ്നേഹബന്ധങ്ങൾ എന്റെ മരണംവരെ ഉണ്ടാകട്ടെ എന്നാണ് ഇന്നെന്റെ പ്രാർത്ഥന.

അതിനിടെ എന്റെ പ്രിയപ്പെട്ട വിദ്യാലയത്തിൽ എന്നോടൊപ്പം പഠിച്ച കൂട്ടുകാരെല്ലാം ചേർന്ന് ഒരു സംഗമം ഒരുക്കിയത് എനിക്ക് പുതു ജീവൻ പകർന്നുനൽകിയ അനുഭവമാണ്. ഒരിക്കലും നിനച്ചിരുന്നില്ല ഈ ജീവിതത്തിൽ ഇനി എല്ലാവരെയും ഒരുമിച്ച് കാണാൻ കഴിയുമെ ന്ന്.

ആ സംഗമത്തിന് എന്റെ പ്രിയപ്പെട്ട ടീച്ചർമാരും എത്തിച്ചേർന്നു. ഏറ്റവും പ്രിയപ്പെട്ട ചന്ദ്രമതി ടീച്ചറെ വീണ്ടുമൊരിക്കൽക്കൂടി കാണാനും ടീച്ചറുടെ സ്നേഹം ആവോളം നുകരാനും സാധിച്ചത് എന്റെ ജീവിതത്തി ലെ വിലമതിക്കാനാകാത്ത ഭാഗ്യമായാണ് ഞാൻ കരുതുന്നത്.

കൂടാതെ കല്യാണി ടീച്ചറെയും സാവിത്രി ടീച്ചറെയും വർഷങ്ങൾ

ക്കുശേഷം കാണാനും സമാനമായ സ്നേഹാനുഭവങ്ങൾ നുകരാനും ഭാഗ്യംകിട്ടി.

സ്കൂൾ കാലഘട്ടത്തിലെ ഓർമ്മകളിലൂടെ കടന്നുപോകുമ്പോൾ ഒരിക്കലും മറക്കാൻ പറ്റാത്തതും എടുത്തുപറയേണ്ടതുമായ പേരാണ് വർഷങ്ങളോളം സ്കൂൾ ശിപായി ആയിരുന്ന ചിരുവണ്ടേട്ടന്റെ പേര്. നൂറുകണക്കിന് കുട്ടികൾക്ക് ഉപ്പുമാവിനൊപ്പം കടലോളം സ്നേഹവും വാത്സല്യവും വിളമ്പിക്കൊടുത്ത ഞങ്ങളുടെ ചിരുവണ്ടേട്ടൻ. സ്നേഹമുള്ള ആ കൈകൊണ്ട് വിളമ്പിത്തന്ന ഉപ്പുമാവിന്റെ രുചി ഇന്നും നാവിൻതുമ്പത്തുണ്ട്. ഇപ്പോൾ പ്രായാധിക്യംമൂലം ആരോഗ്യപ്രശ്നങ്ങൾ നേരിടുന്ന ചിരുവണ്ടേട്ടന് ആയുരാരോഗ്യസൗഖ്യം നേരുന്നു, ഒപ്പം പ്രാർത്ഥനയും.

# വിദ്യാലയത്തിൽനിന്നും വിധിയുടെ വിലങ്ങുകളിലേക്ക്

വിദ്യാലയ മുറ്റത്ത് ഒരു ചിത്രശലഭത്തെപ്പോലെ പാറിനടന്ന ബാല്യം എനിക്കുമുണ്ടായിരുന്നു. എന്റെ ബാല്യകുതൂഹലങ്ങൾക്ക് കരിനിഴൽ വീഴാൻ പോകുന്ന എന്നകാര്യം സ്വപ്നേപി വിചാരിച്ചിരുന്നില്ല. സ്കൂളിൽ വെള്ളിയാഴ്ച ഉച്ചയ്ക്ക് നീണ്ട ഇടവേളകളിൽ കൂട്ടുകാരികളുടെ വീടുകളിലൊക്കെ പോകാനും അവരെയൊക്കെ എന്റെ വീട്ടിലേക്ക് കൂട്ടിയിട്ട് വരാനുമൊക്കെ എനിക്ക് വലിയ ഇഷ്ടമായിരുന്നു. സ്കൂളിന്റെ അടുത്തുള്ള ചന്ദ്രി, പങ്കജം, ലേഖ, സുധ, ശോഭ ഇവരുടെയൊക്കെ വീടുകളിൽ ഞാൻ പോയിട്ടുണ്ട്. പോകുന്ന വഴിക്ക് മാവിൽ പച്ചമാങ്ങകൾ കണ്ടാൽ കല്ലെറിഞ്ഞ് വീഴ്ത്തുക, അടുത്തുള്ള വീട്ടിൽപ്പോയി ഉപ്പുംകൂട്ടി തിന്നുക, വഴിയരികിലുള്ള വീടുകളിലെ കിണറുകളിൽനിന്നും ദാഹമുണ്ടെങ്കിലും ഇല്ലെങ്കിലും വെള്ളം കുടിക്കുക ഇതൊക്കെ ഞങ്ങൾ കൂട്ടുകാരികളുടെ വെള്ളിയാഴ്ച ഉച്ചയ്ക്കുള്ള ഒഴിവുവേളകളിൽ സ്കൂളിൽ ബെല്ലടിക്കുന്നതുവരെയുള്ള സാഹസിക വിനോദങ്ങളിൽ ചിലതു മാത്രമാണ്.

സ്പോർട്സ്, പാട്ട്, ഡാൻസ്, സാഹിത്യസമാജം തുടങ്ങി സ്കൂളിലെ പങ്കെടുക്കാൻ പറ്റുന്ന പരിപാടികളിലൊക്കെ വലിയ ഉത്സാഹത്തോടെയാണ് ഞാൻ പങ്കെടുത്തിരുന്നത്. വീട്ടിൽനിന്നും അച്ഛനും അമ്മയും എവിടെ പോകുമ്പോഴും അവരുടെകൂടെ പോകുവാൻ ഞാനും ഇറങ്ങാറുണ്ട്. ചികിത്സയുടെ ഭാഗമായി സീരിയസ് കേസുകളിലൊക്കെ അച്ഛനെ കടപ്പുറത്തുള്ള രോഗികളുടെ ബന്ധുക്കൾ അവരുടെ വീട്ടിലേക്ക് കൂട്ടാൻ വരുമ്പോൾ കടൽ കാണണമെന്ന് പറഞ്ഞ് അച്ഛന്റെകൂടെ പോകാൻ ഞാൻ വാശിപിടിച്ച് കരയും. രക്ഷയില്ലാതെ അച്ഛൻ ചിലപ്പോൾ എന്നെ കൂടെക്കൂട്ടുകയും ചെയ്യും. എന്നാൽ കടൽക്കരയിൽ എത്തിയാൽ ഞാൻ

അച്ഛനെ കടലിന്റെ അടുത്തുപോകാൻ വിടാതെ കെട്ടിപ്പിടിച്ച് ദൂരെ നില്ക്കും.

സ്കൂൾ അവധികളിൽ തറവാട്ടിൽ പോയാൽ അമ്മമ്മയുടെ കൂടെ ബന്ധുവീട്ടുകളിലൊക്കെ കറങ്ങി നടക്കാനും അവിടെ വിഷുവോടനുബന്ധിച്ച് അന്നപൂർണ്ണേശ്വരി ക്ഷേത്രത്തിൽനടക്കുന്ന ഏഴു ദിവസത്തെ ഉത്സവത്തിനും സിനിമയ്ക്കുമൊക്കെ എന്റെ മാമന്മാരുടെ കൂടെപ്പോകാനുമൊക്കെ എന്റെ സഹോദരങ്ങൾക്കൊന്നും ഇല്ലാത്ത രീതിയിൽ വല്ലാത്തൊരു ആവേശമായിരുന്നു എനിക്ക്. അതേ, വീട്ടുകളിൽനിന്നും വീട്ടുകളിലേക്കും സ്കൂളിലുമൊക്കെ ഒരു പൂമ്പാറ്റയെപ്പോലെ പാറിനടന്നിരുന്ന ഒരു പത്തുവയസ്സുകാരിയെ അതിരുകളോ ഇരുമ്പഴികളോ മതിലുകളോ ഇല്ലാത്ത തടവറയിൽ അകപ്പെടുത്താൻ വിധിയുടെ കറുത്ത കൈകൾ വിലങ്ങുമായി അക്ഷമയോടെ കാത്തിരിപ്പുണ്ടെന്ന് ആരോ എന്റെ ഉപബോധമനസ്സിൽ മുന്നറിയിപ്പ് തന്നിരിക്കാം. അതായിരിക്കാം ചെറിയ പ്രായത്തിൽത്തന്നെ ഈ അസാധാരണമായ ഉത്സാഹത്തിന്റെ പിന്നിലെന്ന് വർഷങ്ങൾക്കുശേഷം തിരിഞ്ഞുനോക്കുമ്പോൾ ഞാൻ തിരിച്ചറിയുന്നു. അതുകൊണ്ടുതന്നെ ആയിരിക്കില്ലേ വേണ്ടതിനും വേണ്ടാത്തതിനും ആവശ്യത്തിനും അനാവശ്യത്തിനുമൊക്കെ വാശിപിടിച്ച് കരഞ്ഞ് പുറത്തുപോകാനും പുഴയും കടലുമൊക്കെ കാണാനും നിർബന്ധബുദ്ധിയോടെ ഇറങ്ങിപ്പുറപ്പെട്ടിരുന്നത്. എന്നും ഏറെ ഇഷ്ടപ്പെട്ടിരുന്ന പ്രകൃതി സൗന്ദര്യവും പുറംലോകവുമൊക്കെ എനിക്ക് എന്നെന്നേക്കുമായി നിഷേധിക്കപ്പെടുകയാണെന്ന് തിരിച്ചറിഞ്ഞ പ്രകൃതി ഒരുപക്ഷേ എന്നെ ആ വഴികളിലൂടെയൊക്കെ നടത്തിച്ചതായിരിക്കാം. ജീവിതത്തിലെ സുവർണ്ണ കാലഘട്ടമായ സ്കൂൾജീവിതം അവസാനിക്കാറായി എന്ന തോന്നൽ ഉള്ളിന്റെയുള്ളിൽ എവിടെയോ ഉള്ളതുകൊണ്ടുതന്നെ ആയിരിക്കില്ലേ സ്കൂളിലെ എല്ലാ പരിപാടികൾക്കും പങ്കെടുക്കാൻ ഇത്രയേറെ ഉത്സാഹം കാണിച്ചിരുന്നത്..? ഒരു പൂമ്പാറ്റയെപ്പോലെ പാറിനടന്നിരുന്ന എന്റെ രണ്ട് ചിറകുകളും തളർത്തി വീടിന്റെ നാലുചുവരുകൾക്കുള്ളിൽ തളച്ചിടാൻ മാത്രം ക്രൂരത ദൈവം കാണിക്കുമെന്ന് കുഞ്ഞു കാര്യങ്ങൾക്ക് പോലും ദൈവത്തെ വിളിച്ച് പ്രാർത്ഥിക്കുന്ന ഞാനോ എന്റെ വീട്ടുകാരോ സ്വപ്നത്തിൽപ്പോലും കരുതിയിരുന്നില്ല. ജീവിതത്തിൽ എന്നും ഓർക്കുവാനിഷ്ടപ്പെടുന്ന സന്തോഷകരമായ ജീവിതാനുഭവങ്ങൾ കാലചക്രം തിരിയുന്നതിനനുസരിച്ച് ചിലരെങ്കിലും മറന്നെന്നിരിക്കും. എന്നാൽ ജീവിതത്തിൽ നമ്മൾ അനുഭവിക്കുന്ന ദുരന്തങ്ങളും നൊമ്പരപ്പെടുത്തുന്ന ജീവിതാനുഭവങ്ങളും ഉണങ്ങാത്ത മുറിവായി കാലത്തിന് മായ്ക്കാൻ പറ്റാതെ ഓർമ്മകളായി മനസ്സിൽ കിടന്നു നീറും. എന്റെ ജീവിതത്തിലെ ദുരന്തങ്ങളും ഇരുണ്ട ആ കാലഘട്ടവും വർഷങ്ങൾ ഒരുപാട് കഴിഞ്ഞിട്ടും

മുറിപ്പാടിൽനിന്നും നിണമെന്നപോലെ എന്റെ പേനത്തുമ്പിൽനിന്നും കടലാസിലേക്ക് ഇറ്റിറ്റു വീഴുകയാണ്.

അഞ്ചാം ക്ലാസിലെ വേനലവധി കഴിഞ്ഞ് കണ്ണപുരത്തെ വീട്ടിൽ നിന്നും തിരിച്ചുവരുമ്പോൾ അതുവരെ തോന്നാത്തത്രയും വിഷമങ്ങളോടെ എല്ലാവരോടും അവിടത്തെ കൂട്ടുകാരോടും അയൽവക്കത്തെ വീട്ടുകാരോടുമൊക്കെ യാത്ര പറഞ്ഞതും അമ്മമ്മതന്നെ എന്റെകൂടെ വരണമെന്നൊക്കെ വാശിപിടിച്ചതും എന്തിനായിരുന്നു? ഇനിയൊരിക്കലും ആ വീട്ടുമുറ്റത്തും തൊടികളിലും വയലിലുമൊക്കെ ഓടിച്ചാടി കളിക്കില്ലെന്ന് ആരാണ് ആ കുഞ്ഞുമനസ്സിൽ മുന്നറിയിപ്പ് തന്നത്...? ഒരു കാരണവും കൂടാതെ ഒരു ശോകസാഗരം അലയടിക്കുന്ന മനസ്സുമായാണ് ഞാൻ ആ വേനലവധികഴിഞ്ഞു വീട്ടിൽ തിരിച്ചെത്തിയത്. അമ്മമ്മ എന്നെ കൊണ്ടാക്കിയിട്ട് തിരിച്ചുപോകുമ്പോൾ കെട്ടിപ്പിടിച്ച് കരഞ്ഞത് ഇന്നും ഓർക്കുന്നു.

ആ വർഷവും സ്കൂൾ ജൂൺ ഒന്നിനുതന്നെ തുറന്നു. ആറാം ക്ലാസ്. പുതിയ അദ്ധ്യയന വർഷം. പുതിയ ക്ലാസ്, പുതിയ പുസ്തകങ്ങൾ, പുതിയ ഉടുപ്പ്. ആഹ്ലാദം തുളുമ്പുന്ന മനസ്സോടെ രണ്ടുമാസത്തെ വേനലവധിക്കുശേഷം കൂട്ടുകാരികളെ കാണാമെന്നുള്ള സന്തോഷവുമായി ആർത്തിയോടെ സ്കൂളിലേക്ക്. ചന്ദ്രമതി ടീച്ചറായിരുന്നു ആറാംതരത്തിലെ ക്ലാസ് ടീച്ചർ. നാലാംക്ലാസിലെ ഡാൻസ് പരിപാടിക്കുശേഷം ടീച്ചറുടെ ക്ലാസിൽ എത്തിയതിൽ ഞാൻ ഏറെ സന്തോഷിച്ചു. എന്നാൽ രണ്ടര മാസം മാത്രമേ ടീച്ചറുടെ ക്ലാസിലിരിക്കാൻ എനിക്ക് ഭാഗ്യം കിട്ടിയുള്ളൂ. ഞാൻ വലിയ മോശമല്ലാത്ത രീതിയിൽ പഠിക്കാൻ തുടങ്ങിയതിന് ശേഷം ചന്ദ്രമതി ടീച്ചർക്കും മറ്റദ്ധ്യാപകർക്കുമൊക്കെ എന്നെ വലിയ ഇഷ്ടമായിരുന്നു. കേളോത്ത് സ്കൂളിലെ അദ്ധ്യാപകരൊക്കെ തങ്ങളുടെ വിദ്യാർത്ഥികളെ ഏറെ സ്നേഹിക്കുന്നവരായിരുന്നു. അവിടെ പഠിച്ചവർക്കൊന്നും ആ സ്കൂളിനേയും അദ്ധ്യാപകരേയും ഒരിക്കലും മറക്കാൻ പറ്റില്ല. ഇത് എന്റെ മാത്രമല്ല. അവിടെ പഠിച്ച പലരുടെയും അനുഭവങ്ങളിൽ നിന്നും മനസ്സിലാക്കിയതാണ്. അതുകൊണ്ടുകൂടിയാണ് ആ സ്കൂളിൽ നിന്നും വിദ്യാഭ്യാസം പൂർത്തിയാക്കാൻ പറ്റാതെ പടിയിറങ്ങേണ്ടി വന്നതിന്റെ നിരാശയും സങ്കടവും വർഷങ്ങൾ കഴിഞ്ഞിട്ടും എന്നെ പിന്തുടർന്നുകൊണ്ടിരിക്കുന്നത്.

സ്കൂൾ തുറന്ന് മൂന്നാമത്തെ മാസം. എന്റെ ജീവിതത്തിൽ ഇരുൾ പരത്തിയ ആഗസ്റ്റ് മാസം. ജീവിതകാലം മുഴുവനും വെറുക്കുന്ന മാസം. 1972 ലെ ആഗസ്റ്റ് മാസം. ക്ലാസ് പരീക്ഷകളൊക്കെ കഴിഞ്ഞ് ഓണപ്പരീക്ഷയ്ക്ക് തയ്യാറെടുക്കുകയായിരുന്നു ഞാൻ. ആഗസ്റ്റ് 13, ബുധനാഴ്ച. ജീവിതത്തിൽ ഒരിക്കലും മറക്കാൻ പറ്റാതെ മനസ്സിൽ ഒരിക്കലും ഉണങ്ങാത്ത

മുറിവുകളായ് നൊമ്പരമുണർത്തിയ ദിവസം. രാവിലെ ഉറക്കമുണർന്നപ്പോൾ നല്ല ക്ഷീണവും കാലുവേദനയും. അമ്മ വന്നു തൊട്ടുനോക്കി. അപ്പോൾ ചെറിയ പനി ഉണ്ടായിരുന്നു. അമ്മ വേഗം പോയി അച്ഛനോട് പറഞ്ഞു. തലേന്ന് സ്കൂളിൽ ഡ്രിൽപിരിയേഡിൽ ഓട്ടമത്സരത്തിനും ലോങ് ജമ്പിനുമൊക്കെ ഞാൻ പങ്കെടുത്തിരുന്നു. അതുകൊണ്ടായിരിക്കുമെന്ന് അച്ഛൻ പറഞ്ഞു. എന്റെ ജീവിതത്തിലെ അവസാനത്തെ ഓട്ടവും ചാട്ടവുമായിരുന്നു അതെന്ന് അന്ന് ഞാൻ അറിഞ്ഞിരുന്നില്ല.

വയ്യാഞ്ഞിട്ടും സ്കൂളിൽ പോകാനിറങ്ങിയ എന്നെ അച്ഛനുമമ്മയും വിലക്കി. വൈകുന്നേരമായപ്പോഴേക്കും പനികൂടുകയും കുറെ പ്രാവശ്യം ഛർദ്ദിക്കുകയും ചെയ്തു. ഇനി തിങ്കളാഴ്ച സ്കൂളിൽപ്പോയാൽ മതിയെന്നും മൂന്ന് ദിവസത്തെ ലീവ് ലെറ്റർ കൊടുത്താൽ മതിയെന്നും പറഞ്ഞ് അച്ഛൻ എന്നെ വിലക്കി. സ്കൂളും ക്ലാസും കൂട്ടുകാരുമൊക്കെ ജീവന്റെ ജീവനായി കരുതുന്ന എനിക്ക് സ്കൂളിൽപ്പോകാതെ വീട്ടിലിരിക്കുക എന്നത് ഏറെ സങ്കടകരമായിരുന്നു. എങ്കിലും അച്ഛന്റെ ശാസനയെ മാനിച്ച് ഞാൻ അപ്പോൾത്തന്നെ മൂന്നു ദിവസത്തെ ലീവ് ലെറ്റർ എഴുതിവെച്ചു. എല്ലാകാര്യവും മുൻകൂട്ടി ചെയ്തുവെക്കുക എന്നത് അന്നുമിന്നും എന്റെ സ്വഭാവമാണ്. ആ മൂന്ന് ദിവസം ജീവിതകാലം മുഴുവനാണെന്ന് അന്ന് ആ കുഞ്ഞുമനസ്സ് അറിഞ്ഞിരുന്നില്ല. അടുത്തദിവസം രാവിലെ ആയപ്പോൾ പനി കുറച്ചു കുറഞ്ഞു. പല്ല് തേക്കാനും ചായ കുടിക്കുവാനും വേണ്ടി അമ്മ വിളിച്ചപ്പോൾ ഞാൻ മെല്ലെ എഴുന്നേറ്റു. അപ്പോൾ എന്തോ ഒരു പന്തികേട് തോന്നി. എഴുന്നേറ്റ് നിന്നപ്പോൾ കാലിനൊരു ബലക്കുറവുപോലെ. അമ്മയെ വിളിച്ച് കൈപിടിക്കുവാൻ പറഞ്ഞു. "ഒരു ദിവസം പനിക്കുമ്പോഴേക്കും എഴുന്നേൽക്കാൻ വയ്യാതായോ... ഭക്ഷണം കഴിക്കാത്തതുകൊണ്ടായിരിക്കും" അമ്മയുടെ ശാസന. അമ്മ കൈപിടിച്ച് അടുക്കളയുടെ പടിയിൽ കൊണ്ടിരുത്തി. പല്ല് തേച്ച് എഴുന്നേൽക്കാൻ ശ്രമിച്ചപ്പോൾ എഴുന്നേൽക്കാൻ പറ്റാതെ വീണ്ടും അമ്മയെ വിളിച്ചു. അമ്മ അപ്പോൾ അച്ഛനെ വിളിച്ചിട്ട് പറഞ്ഞു; "ഒരു ദിവസം പനിക്കുമ്പോഴേക്കും പെണ്ണിന് എഴുന്നേൽക്കാൻ വയ്യാതായി..."

ചായകുടിച്ചതിനുശേഷം അച്ഛൻ വന്ന് കൈപിടിച്ച് കൊണ്ടുപോയി സ്റ്റെതസ്കോപ്പുവെച്ച് പരിശോധിച്ചു. കാലും കൈയുമൊക്കെ പിടിച്ച് നോക്കുമ്പോൾ അച്ഛന്റെ മുഖം വിവർണ്ണമായത് ഇന്നും ഓർക്കുന്നു. അച്ഛൻ പറഞ്ഞു "നമ്മൾക്ക് ഹോസ്പിറ്റലിൽ പോകാം..." ഞാനും അമ്മയും പകപ്പോടെ അച്ഛനെ നോക്കി. കാരണം എന്തസുഖംവന്നാലും അച്ഛൻ തന്നെയായിരുന്നു ഞങ്ങളെ ചികിത്സിച്ചിരുന്നത്. അതുവരെയും മറ്റൊരു ഡോക്ടറെ കാണിക്കേണ്ട ആവശ്യം എനിക്ക് വന്നിരുന്നില്ല.എന്റെ ഏച്ചിയും അനിയത്തിയും അനിയനും അപ്പോഴേക്കും സ്കൂളിൽ പോയി

രുന്നു. ചെറിയ അനിയനെ സ്കൂളിൽച്ചേർത്തിരുന്നില്ല. അസുഖത്തിന്റെ ഗൗരവം മനസ്സിലായ അച്ഛൻ ഞങ്ങളുടെ കുടുംബ സുഹൃത്തായ പുരുഷോത്തമൻ മാഷേയും വല്യമ്മാവനേയും അമ്മമ്മയേയുമൊക്കെ ആളയച്ചുവരുത്തി. അക്കാലത്ത് ഇന്നത്തെപ്പോലെ ഫോൺ സൗകര്യങ്ങളൊന്നും ഇല്ലല്ലോ. എന്തെങ്കിലും വിവരം അറിയിക്കണമെങ്കിൽ ആളെ അയക്കുകയോ കത്തയക്കുകയോ, ചെയ്യണം. മാഷ് ഒരു ടാക്സി പിടിച്ചിട്ടാണ് വന്നത്. പെട്ടെന്നുതന്നെ അച്ഛൻ എന്നെയുംകൂട്ടി കണ്ണൂരിലേക്ക് പുറപ്പെട്ടു. അമ്മമ്മേയേയും വല്യമ്മാവനേയുമാണ് കൂടെക്കൂട്ടിയത്. ഏച്ചിയും എന്റെ താഴെയുള്ളവരും ചെറിയകുട്ടികളായതു കാരണം അമ്മയെ ഞങ്ങളുടെ കൂടെ കൂട്ടിയിരുന്നില്ല. എനിക്കപ്പോൾ ഒന്നും മനസ്സിലായില്ല. ഞാൻ അന്തംവിട്ടിരുന്നു. അതിനിടയിൽ ഞാൻ പല തവണ ഛർദ്ദിച്ചു. അച്ഛനും മാഷും മാമനും അമ്മമ്മയും കൂടാതെ കാറിൽ വേറെയും ഒന്നുരണ്ടുപേർകൂടി ഉണ്ടായിരുന്നു എന്നാണ് ഓർമ്മ. എന്നെ എടുത്തുകൊണ്ടുപോകുന്നത് കണ്ടിട്ട് എന്താണെന്നറിയാതെ ഓടി വന്നവരാണ് അവരൊക്കെ എന്ന് തോന്നുന്നു. വിഷമത്തോടെ ഇരിക്കുന്ന അച്ഛന്റെ മടിയിൽ എനിക്കെന്താണ് സംഭവിക്കുന്നതെന്നറിയാതെ ഞാൻ കിടന്നു. പയ്യന്നൂരിൽനിന്നും കണ്ണൂരിൽ എത്തിയപ്പോഴേക്കും എന്റെ രണ്ടു കാലുകളും കൈകളും തളർന്നിരുന്നു. കൈകൾ പൊക്കാൻ കഴിയാതെയായപ്പോൾ ഞാൻ പരിഭ്രമത്തോടെ അച്ഛന്റെ മുഖത്തേക്ക് നോക്കി. കൈകൾ അനക്കാൻ പറ്റാത്തത് എന്റെ അച്ഛനോട് എങ്ങനെ പറയുമെന്നറിയാതെ ഞാൻ വിങ്ങിപ്പൊട്ടി.

ഡോക്ടർമാർ എന്നെ പരിശോധിച്ചു. പെട്ടെന്നുള്ള ഈ തളർച്ച ഡോക്ടർമാരെപ്പോലും അമ്പരപ്പിച്ചിരുന്നു. കഠിനമായ വേദനയുള്ള ടെസ്റ്റുകൾ എല്ലാം കഴിഞ്ഞപ്പോൾ ശ്വാസകോശത്തിനും തളർച്ച ബാധിച്ചാൽ ജീവൻ അപകടത്തിലാകുമെന്നും കൃത്രിമശ്വാസം കൊടുക്കുവാൻ സർജറി വേണ്ടിവരുമെന്നും ഡോക്ടർമാർ മുന്നറിയിപ്പ് നൽകി. പെട്ടെന്നുതന്നെ കോഴിക്കോട് മെഡിക്കൽ കോളേജിൽ എത്തിക്കണമെന്ന് ഡോക്ടർ ഉപദേശിച്ചു. ആകെ തളർന്നുപോയ അച്ഛൻ കണ്ണൂരിൽ മെഡിക്കൽഷോപ്പ് നടത്തുന്ന ഞങ്ങളുടെ ബന്ധുവും അടുത്ത കുടുംബസുഹൃത്തുമായ സദാനന്ദേട്ടനെ വിവരം അറിയിക്കുകയും എല്ലാവരുടേയും സഹായത്തോടെ കോഴിക്കോട് മെഡിക്കൽ കോളേജിൽ എത്തിക്കുകയും ചെയ്തു. പക്ഷേ, സർജറിയുടെ ആവശ്യം വന്നില്ല.

കോഴിക്കോട് മെഡിക്കൽ കോളേജിൽ ഒരാഴ്ചയോളം കിടന്നു. അവിടത്തെ ദിവസങ്ങൾ നരകമായിരുന്നു. അന്നത്തെക്കാലത്ത് അവിടെ വലിയ ചികിത്സാ സൗകര്യങ്ങളൊന്നും ഉണ്ടായിരുന്നില്ല. ഗുരുതരാവസ്ഥയിലുള്ള എനിക്ക് കാര്യമായ ചികിത്സയൊന്നും അവിടെനിന്നും

കിട്ടിയിരുന്നില്ലെന്ന് പിന്നെ എല്ലാവരും പറയുന്നതു കേട്ടു. ആ ദിവസങ്ങളൊന്നും എനിക്ക് ഓർത്തെടുക്കാൻ പറ്റുന്നില്ല. അമ്മമ്മയും വലിയമ്മാവനും അച്ഛനമായിരുന്നു അവിടെ എന്റെ കൂടെ ഉണ്ടായിരുന്നത്. മറ്റൊന്നും ചെയ്യാനില്ലെന്ന് ഡോക്ടർമാർ അഭിപ്രായപ്പെട്ടു. ഒരാഴ്ചക്കുശേഷം അവിടെനിന്നും ഡിസ്ചാർജ് ചെയ്ത് വീട്ടിൽ തിരിച്ചെത്തിയപ്പോഴും ഗുരുതരാവസ്ഥയിൽത്തന്നെ ആയിരുന്നു ഞാൻ. എന്റെ ജീവൻ തിരിച്ചു കിട്ടുമോ എന്നുപോലും ആർക്കും ഒരു വിശ്വാസവും ഉണ്ടായിരുന്നില്ലത്രെ. ഇടയ്ക്കിടെ അബോധാവസ്ഥയിലാകുകയും പിച്ചുംപേയും പറയുകയും ചെയ്യുമായിരുന്നു. ബോധം വരുമ്പോഴൊക്കെ ഏച്ചിയേയും അനിയത്തിയേയും അനിയന്മാരെയും അടുത്തുകാണാതെ ഞാൻ കരഞ്ഞു. അമ്മയും അമ്മമ്മയും മാമന്മാരും മാറിമാറി എന്റെ കട്ടിലിനു ചുറ്റുമായി എപ്പോഴും ഉണ്ടാകാറുണ്ട്. അച്ഛൻ ഉണ്ണാതെയും ഉറങ്ങാതെയും ഷേവ് ചെയ്യാതെയും കുളിക്കാതെയുമൊക്കെ ഏതുനേരവും സ്റ്റെതസ്കോപ്പും കൈയിൽ പിടിച്ച് എന്റെ കട്ടിലിൽത്തന്നെ ഇരിക്കുമായിരുന്നത് ഒരു സ്വപ്നത്തിൽ കാണുന്നതുപോലെ വേദനിപ്പിക്കുന്ന ഓർമ്മയായി ഇന്നും മനസ്സിലുണ്ട്.

വീട്ടിൽ എല്ലാവർക്കും പ്രത്യേകിച്ച് അച്ഛനും അമ്മയ്ക്കും ഊണും ഉറക്കവും ഇല്ലാത്ത ദിനരാത്രങ്ങളും മാസങ്ങളുമായിരുന്നു ആ കാലഘട്ടം. അപ്പോഴൊക്കെ എനിക്ക് ശരീരം മുഴുവൻ കഠിനമായ വേദനയായിരുന്നു. വേദന സഹിക്കാതെ ഞാൻ കരയും. കരഞ്ഞുകരഞ്ഞു ഞാൻ തളർന്നുറങ്ങിപ്പോകും. തളർന്ന മനസ്സോടെ അച്ഛനമ്മമാരും ഏത് സമയവും എന്റെ അരികിൽത്തന്നെ ഉണ്ടാകും. ഏകദേശം രണ്ടു മൂന്നു മാസത്തോളം ഇതേ അവസ്ഥയിൽ തന്നെയായിരുന്നു ഞാൻ. അച്ഛൻ മരുന്നുകളോടൊപ്പം എനിക്ക് സാന്ത്വനവും ആശ്വാസവും പകർന്ന് എന്റെ അരികിൽത്തന്നെ ഉണ്ടാകും. പോളിയോ എന്ന മഹാരോഗം എന്നെ ഇങ്ങനെ തളർത്തിക്കളയുമെന്ന് ആരും കരുതിയിരുന്നില്ല. പോളിയോ പ്രതിരോധ മരുന്ന് വ്യാപകമായി ഉപയോഗിച്ച് തുടങ്ങിയിട്ടില്ലാത്ത കാലത്തായിരുന്നു രോഗം എന്നെ കീഴടക്കിയത്. ചികിത്സാ വേളയിൽ അനങ്ങാൻ പറ്റാതെ കിടന്ന എന്റെ അവസ്ഥകണ്ട് അച്ഛനും അമ്മയും ഏറെ സങ്കടപ്പെട്ടു. വേദനയും നിരാശയുമെല്ലാം എന്നെ മാനസികമായും തളർത്തിക്കളഞ്ഞു. അച്ഛന്റെയും അമ്മയുടെയും ദുഃഖപുത്രിയായി ജീവിക്കേണ്ടി വന്നതിൽ ഇപ്പോൾ എന്റെ മനസ്സ് വല്ലാതെ നൊമ്പരപ്പെടുന്നു. അന്നത്തെ ആ ഗുരുതരാവസ്ഥയിൽ ജീവൻ നഷ്ടപ്പെട്ടാൽ മതിയായിരുന്നു എന്ന് പിന്നീട് പലപ്പോഴും തോന്നിയിട്ടുണ്ട്. എന്റെ അച്ഛൻ അവസാനംവരെ എന്നെക്കുറിച്ചുള്ള വേദനയാൽ നീറുകയായിരുന്നു. പുറമേ ഒന്നും പ്രകടിപ്പിക്കുകയില്ലെങ്കിലും ആ മനസ്സ് എനിക്കു നന്നായറിയാം. എല്ലാ വേദനകളും ഉള്ളിലൊതുക്കി അച്ഛൻ എനിക്കുവേണ്ടി ചെയ്യാൻ

പറ്റുന്നതൊക്കെ ചെയ്തുതന്നാണ് എന്നോടും ഈ ലോകത്തോടുതന്നെയും എന്നെന്നേക്കുമായി യാത്ര പറഞ്ഞത്. കണ്ണുനിറഞ്ഞല്ലാതെ ഇക്കാര്യങ്ങളൊന്നും ഓർക്കാൻ എനിക്ക് കഴിയില്ല.

ഞാൻ ഗുരുതരാവസ്ഥയിൽ കിടക്കുന്ന കാലത്ത് സ്കൂൾ കുട്ടികളും അദ്ധ്യാപകരും എന്നെ കാണാൻ എന്നും വീട്ടിൽ വരാറുണ്ടായിരുന്നു. വെള്ളിയാഴ്ച ഉച്ചയ്ക്കുള്ള ഒഴിവ് സമയത്ത് എന്റെ കിടപ്പുമുറി നിറയെ എന്റെ ക്ലാസിൽ പഠിക്കുന്നവരും മറ്റു ക്ലാസുകളിലെ കുട്ടികളുമൊക്കെ ആയിരുന്നു. സ്കൂളിൽ പോകാൻ പറ്റാത്ത സങ്കടംകൊണ്ടു ഞാൻ എന്നും കരയും. അന്ന് ആശ്വസിപ്പിക്കാൻ എത്തിയത് എന്റെ പ്രിയപ്പെട്ട അദ്ധ്യാപകർ തന്നെയായിരുന്നു. ഒരു അദ്ധ്യാപകൻ എന്നതിലുപരി ഒരു പിതാവിന്റെ സ്നേഹവാത്സല്യങ്ങൾ പകർന്നു നൽകിയിരുന്ന നാലാംക്ലാസിൽ എന്റെ ക്ലാസ് മാഷ് ആയിരുന്ന ചന്തുമാഷും മറ്റ് അദ്ധ്യാപകരുമെല്ലാം പലതും പറഞ്ഞ് എന്നെ ആശ്വസിപ്പിക്കും. ചന്തുമാഷ് മിക്കവാറും ദിവസങ്ങളിൽ വീട്ടിൽ വരാറുണ്ടായിരുന്നു.

എന്റെ കൂട്ടുകാരെയും സഹപാഠികളെയുമൊക്കെ കാണുമ്പോൾ എനിക്ക് സങ്കടം വരും. അതുകൊണ്ട് എന്നെക്കാണാൻ കൂടെക്കൂടെ വീട്ടിൽവരാൻ പാടില്ലെന്ന് സ്കൂൾ അസംബ്ലിയിൽവെച്ച് ഹെഡ് മാസ്റ്റർ കുട്ടികളെ ഉപദേശിച്ചിരുന്നതായി പിന്നീട് അറിയാനിടയായി. എന്റെ അദ്ധ്യാപികയും ഞങ്ങളുടെ കുടുംബസുഹൃത്തും അമ്മയെപ്പോലെ ഞങ്ങൾക്ക് സ്നേഹവാത്സല്യങ്ങൾ പകർന്നുനൽകുകയും ചെയ്തുമായിരുന്ന സുകുമാരി ടീച്ചർ എന്റെ വിഷമങ്ങളൊക്കെ ഹെഡ് മാസ്റ്ററോട് പറയാറുണ്ടായിരുന്നു. അതുകാരണം മെല്ലെ മെല്ലെ കുട്ടികളുടെ വരവ് കുറഞ്ഞുവന്നു. എനിക്കസുഖം വരുമ്പോൾ അനിയത്തി അഞ്ചാം ക്ലാസിലും അനിയൻ മൂന്നാംക്ലാസിലുമായിരുന്നു. ഏച്ചി ഹൈസ്കൂൾ ക്ലാസിലും എത്തിയിരുന്നു. ചെറിയ അനിയനെ സ്കൂളിൽ ചേർത്തിരുന്നില്ല. കന്യാസ്ത്രീകൾ നടത്തുന്ന പെൺകുട്ടികൾ മാത്രമുള്ള പയ്യന്നൂർ സെന്റ് മേരീസ് കോൺവെന്റ് ഹൈസ്കൂളിലാണ് ഏച്ചി പഠിച്ചിരുന്നത്. നീലയും വെള്ളയും യൂണിഫോമണിഞ്ഞു ഉച്ചയ്ക്കുള്ള ടിഫിൻ പാത്രവുമായി ഏച്ചി സ്കൂളിൽ പോകുന്നത് കാണുമ്പോൾ ഞാൻ കൊതിയോടെ നോക്കും. എനിക്കും എന്തൊരു കൊതിയായിരുന്നെന്നോ എത്രയും വേഗം വളർന്ന് ഹൈസ്കൂളിൽ എത്തുവാൻ. പക്ഷേ, വിധിയുടെ കറുത്തകൈകൾ എന്നെ അതിനനുവദിച്ചില്ല. അനിയത്തിയും ഹൈസ്കൂളിൽ എത്തിയപ്പോൾ സെന്റ് മേരീസ് സ്കൂളിലാണ് പഠിച്ചത്.

കേളോത്ത് സ്കൂളിൽ കലാപരിപാടികൾക്കും സ്പോർട്സിനുമൊക്കെ പങ്കെടുക്കുവാൻ എനിക്ക് വലിയ ഉത്സാഹമായിരുന്നു. ആരോ ഉള്ളിൽനിന്നും പ്രേരിപ്പിക്കുന്നതുപോലെയാണ് ഞാൻ എല്ലാത്തിനും

ചാടിവീണ പങ്കെടുക്കുന്നത്. നാലാംക്ലാസ് മുതലാണ് പഠിക്കാനും താല്പര്യം തുടങ്ങുന്നതുതന്നെ. ആറാംക്ലാസിൽ ഓണപ്പരീക്ഷയ്ക്ക് തയ്യാറെടുക്കുമ്പോഴാണ് എനിക്ക് അസുഖം വരുന്നത്. ഓണപ്പരീക്ഷയ്ക്ക് മുമ്പുണ്ടായിരുന്ന ക്ലാസ് പരീക്ഷകളൊക്കെ കഴിഞ്ഞിരുന്നു. എനിക്കസുഖം വന്ന് അനങ്ങുവാൻ വയ്യാതെ വേദനകൊണ്ടു നിലവിളിക്കുന്ന സങ്കീർണ്ണമായ ഘട്ടത്തിലായിരുന്നു പരീക്ഷാപ്പേപ്പറുകൾ അദ്ധ്യാപകർ വീട്ടിൽ കൊണ്ടുവന്നു തന്നിരുന്നത്. മിക്കവാറും വിഷയങ്ങളിൽ ഞാൻ ക്ലാസിൽ മുന്നിലായിരുന്നു. അണയാൻ പോകുന്നതിന്റെ ആളിക്കത്തലായിരുന്നു അതെന്നു മുതിർന്നപ്പോൾ പലപ്പോഴും തോന്നിയിട്ടുണ്ട്.

എന്റെ അദ്ധ്യാപകർക്കൊക്കെ എന്നോട് ഏറെ സ്നേഹവും വാത്സല്യവുമായിരുന്നു. അവരുടെ വിദ്യാർത്ഥിനിക്ക് സംഭവിച്ച ദുരന്തത്തിൽ അവരൊക്കെ ഒരുപാട് സങ്കടപ്പെട്ടിരുന്നുവെന്ന് എന്റെ കൂട്ടുകാരികൾ എന്നോട് പറഞ്ഞിട്ടുണ്ട്. എന്റെ അദ്ധ്യാപകരുടേയും സഹപാഠികളുടെയും സ്നേഹത്തിന്റെ ആഴം കാലത്തിന് മായ്ക്കാൻ പറ്റാത്തതാണെന്ന് ഇന്നും ഞാൻ അനുഭവിച്ചറിയുന്നു. എന്റെ പ്രിയപ്പെട്ട അദ്ധ്യാപകരിൽ പലരും ഇത്രയും വർഷങ്ങൾക്ക് ശേഷവും എന്റെ സഹപാഠികളിൽ ആരെയെങ്കിലും കണ്ടുമുട്ടിയാൽ ഇന്നും എന്റെ കാര്യങ്ങൾ അന്വേഷിക്കാറുണ്ട് എന്നത് അതിന്റെ തെളിവാണ്. ഈ സ്നേഹം അവരെക്കുറിച്ചുള്ള ഓർമ്മകളുടെ തിളക്കം ഏറെ വർദ്ധിപ്പിക്കുന്നു. അദ്ധ്യാപകരിൽ പലരും കാലത്തിന്റെ കുത്തൊഴുക്കിൽ കാലയവനികയ്ക്കുള്ളിൽ മറഞ്ഞുപോയി എന്നത് എന്നെ ഏറെ നൊമ്പരപ്പെടുത്തുന്നു. അവർക്കൊക്കെ സ്വപ്നങ്ങൾ നഷ്ടപ്പെട്ടുപോയ ഈ പഴയ ശിഷ്യയുടെ ഒരു കോടി പ്രണാമം.

ഇന്നും എന്റെ സുഖവിവരങ്ങൾ അന്വേഷിക്കുന്ന എന്റെ പ്രിയപ്പെട്ട അദ്ധ്യാപകർക്ക് സ്നേഹാദരങ്ങൾ.

# പോളിയോ എന്ന മഹാരോഗം

എനിക്കെന്താണ് സംഭവിച്ചത്..? ഞാൻ എന്നോടുതന്നെ പലകുറി ചോദിച്ച കാര്യമാണിത്. ബോധത്തിന്റെയും അബോധത്തിന്റെയും വേദനയുടെയും ദിവസങ്ങൾ. ഉറക്കമില്ലാതെ രാത്രിയിലൊക്കെ പിച്ചും പേയും പറഞ്ഞിരുന്ന ദിനങ്ങൾ. കണ്ണൊന്നു ചിമ്മിയാൽ ദുഃസ്വപ്നങ്ങൾ കണ്ട് ഞെട്ടിയുണരുന്ന രാത്രികൾ. ശരീരത്തിലും മനസ്സിലും വേദന മാത്രം. ഒന്നനങ്ങിയാൽ വേദനിക്കുന്ന അനുഭവം. ഏകദേശം ഒന്നുരണ്ട് മാസത്തോളം ശരീരം എവിടേയും തൊടാൻപോലും പറ്റാത്ത വേദനയായിരുന്നു.

കണ്ണൂരിലെ ഹോസ്പിറ്റലിലേക്ക് കൊണ്ടുപോകുമ്പോൾ അമ്മ മടഞ്ഞ് മടക്കി റിബൺകൊണ്ട് കെട്ടിത്തന്ന മുടിയും ധരിച്ച ഉടുപ്പും കോഴിക്കോട്ടുനിന്നും വന്നിട്ടും ശരീരവേദനയാൽ തൊടാൻ പറ്റാത്തതുകൊണ്ട് രണ്ടോമൂന്നോ ആഴ്ചയോളം അഴിക്കാൻ പറ്റിയിരുന്നില്ല. ശരീരം തീരെ അനക്കാൻ പറ്റാതെ തിരിച്ചും മറിച്ചും കിടത്താൻപോലും പറ്റാത്ത അവസ്ഥയിലായിരുന്ന ഞാൻ വേദനകൊണ്ടു പുളഞ്ഞ് ഏത് നേരവും നിലവിളിയായിരുന്നു. അഴിക്കാൻ പറ്റാത്തതുകൊണ്ട് ഉടുപ്പ് കട്ട് ചെയ്തെടുക്കുകയായിരുന്നെന്ന് അമ്മ പറയുന്നത് കേട്ടിരുന്നു. രണ്ടു മൂന്നാഴ്ച തൊടാത്തതുകൊണ്ടു മുടി ജടകെട്ടിയിരുന്നു. വിരൽപോലും കടക്കാത്ത വിധത്തിൽ തലയിൽ ജടപിടിച്ചിരുന്നു. ദിവസങ്ങളോളം കുളിക്കാത്തതുകൊണ്ട് തലയിൽ ചൊറിച്ചിൽ തുടങ്ങിയപ്പോൾ ഞാൻ വല്ലാതെ അസ്വസ്ഥയായി. കൈകൊണ്ട് ഒന്ന് ചൊറിയാൻപോലും അശക്തയായിരുന്നു ഞാൻ. വിരൽപോലും കടക്കാത്ത ജടയായതുകൊണ്ട് എന്റെ ദയനീയത കാണുമ്പോൾ നീളമുള്ള പെൻസിൽകൊണ്ടു വലിയമ്മാവൻ ചൊറിഞ്ഞു

തരുന്നത് നിറകണ്ണുകളോടെ ഇന്നും ഓർക്കുന്നു. അവസാനം എല്ലാവരുംകൂടി ഒരു തീരുമാനമെടുത്തു. എന്റെ മുടി മുറിച്ചുകളയാൻ..! എന്റെ പ്രായത്തിലുള്ള ഒരു പെൺകുട്ടി എങ്ങനെ സഹിക്കും അത്. ഞാൻ സമ്മതിച്ചില്ല. അച്ഛനും അമ്മയുമൊക്കെ പലതും പറഞ്ഞ് ആശ്വസിപ്പിച്ചു. എനിക്ക് ചുരുണ്ടമുടി ഏറെ ഇഷ്ടമാണെന്ന് അറിയാവുന്ന അച്ഛൻ നല്ല ചുരുണ്ട മുടിവളരാൻ മരുന്ന് തരാം എന്നൊക്കെ പറഞ്ഞ് എന്നെ കൊണ്ടു സമ്മതിപ്പിക്കുകയായിരുന്നു. ബാർബറെ വീട്ടിൽ വരുത്തി മുടി മുറിക്കുമ്പോൾ ഞാൻ വിങ്ങിപ്പൊട്ടിക്കരഞ്ഞു. മുടിമുഴുവനും മുറിച്ച് ക്ഷീണിച്ച് അസ്ഥിപഞ്ചരം പോലെയായിരുന്നു ഞാൻ. എന്നെക്കാണാൻ വീട്ടിൽ വന്നവരൊക്കെ രണ്ടുമൂന്നാഴ്ചകൊണ്ട് എനിക്കുണ്ടായ മാറ്റംകണ്ട് ഒരുപാട് സങ്കടപ്പെട്ടു. ഒരു ചിത്രശലഭത്തെപ്പോലെ പാറിക്കളിച്ചിരുന്ന ഞാൻ പെട്ടെന്ന് നിശ്ചലയായപ്പോൾ കണ്ടുനിന്നവർക്കുപോലും സഹിക്കാൻ കഴിഞ്ഞില്ല.

പോളിയോ എന്ന മാരകരോഗമാണ് എന്നെ തളർത്തിയതെന്ന് അച്ഛൻ പറഞ്ഞാണ് മനസ്സിലായത്. കേവലം കുട്ടിയായ എനിക്ക് പോളിയോ എന്താണെന്നുപോലും അറിയുമായിരുന്നില്ല. പോളിയോ അതിന്റെ ഏറ്റവും ഉയർന്ന ഗുരുതരാവസ്ഥയിൽ തന്നെയായിരുന്നു എന്നെ ബാധിച്ചിരുന്നത്. അഞ്ചു വയസ്സിനുതാഴെ പ്രായമുള്ള കുട്ടികളെയാണ് സാധാരണ ഈ രോഗം ബാധിക്കാറുള്ളതെന്നും എനിക്ക് പ്രായമായിട്ട് വന്നതുകൊണ്ടാണ് ഇത്ര മാരകമായ വിധത്തിൽ ബാധിച്ചതെന്നും അച്ഛൻ പറഞ്ഞുതന്നു. എനിക്കുവന്ന അതേ വർഷം കേരളത്തിൽ ധാരാളംപേർക്ക് വന്നിരുന്നുവത്രെ. ആ കാലത്ത് പോളിയോ പ്രതിരോധ മരുന്നുകൾ വ്യാപകമായി ഉപയോഗിക്കാൻ തുടങ്ങിയിരുന്നില്ലെന്ന് അച്ഛൻ പറഞ്ഞാണറിഞ്ഞത്. എനിക്ക് രോഗം വന്നപ്പോൾ അച്ഛൻ കോഴിക്കോട്ടുനിന്നും പ്രതിരോധ മരുന്ന് വരുത്തി വീട്ടിൽ എല്ലാ കുട്ടികൾക്കും കൊടുത്തു.

ഏത് വിഷമസന്ധിക്കും ഒരു പരിഹാരമുണ്ടാകും, അത് ദാരിദ്ര്യമായാലും സാമ്പത്തിക പ്രശ്നമായാലും. എന്നാൽ മനുഷ്യൻ നിസ്സഹായനായിപ്പോകുന്നത് രോഗങ്ങളുടെ മുന്നിലാണ്. ഒരു കൊറോണാ വൈറസിന് മുന്നിൽ ലോകംതന്നെ നിസ്സഹായമായിപ്പോയത് നമ്മൾ കണ്ടതാണല്ലോ. അസുഖങ്ങൾക്കുമുന്നിൽ സമ്പത്തും സ്വത്തുമൊക്കെ നിരർത്ഥകം തന്നെയാണ്. രോഗം തളർത്തിയപ്പോൾ വിഷമിച്ചതു പോലെതന്നെ മുടിമുറിച്ചപ്പോഴും ഞാൻ ഏറെ സങ്കടപ്പെട്ടു. മുടി മുറിച്ചതിന് ശേഷം സ്കൂളിലെ എന്റെ കൂട്ടുകാരൊക്കെ വരുമ്പോൾ ഞാൻ ഒരുപാട് വിഷമിച്ചിരുന്നു. അയൽപക്കത്തുള്ളവർ, സ്കൂളിൽനിന്നും വരുന്ന കുട്ടികളും അദ്ധ്യാപകരും, അച്ഛനെ കാണാൻ വരുന്ന രോഗികളുടെ ബന്ധുക്കൾ, അച്ഛ

ന്റെയും അമ്മയുടെയും ബന്ധുക്കൾ... ആ ദിവസങ്ങളിൽ വീട് നിറയെ ആൾക്കാരായിരുന്നു. മുറിച്ചിട്ട മുടിയെടുത്ത് എന്റെ അമ്മമ്മ എണ്ണപുരട്ടി ജടയൊക്കെ കളഞ്ഞപ്പോൾ നീളമുള്ള മുടികണ്ട് അമ്മയും അമ്മമ്മയുമൊക്കെ ഒരുപാട് സങ്കടപ്പെട്ടു. എനിക്ക് ആ ചെറിയ പ്രായത്തിൽത്തന്നെ അരയോളം മുടിയുണ്ടായിരുന്നു. അമ്മമ്മ ആ മുടി എവിടെയോ സൂക്ഷിച്ചുവെച്ചിരുന്നു എന്നാണറിഞ്ഞത്.

അച്ഛൻ സ്റ്റെതസ്കോപ്പും കൈയിൽവെച്ച് എന്റെ കിടക്കയിൽ തന്നെയിരുന്ന് ഓരോ മണിക്കൂറും ഇടവിട്ട് മരുന്നു തന്നുകൊണ്ടേയിരുന്നു. രണ്ടുമൂന്നു മാസത്തോളം ഹോമിയോ മരുന്നാണ് തന്നത്. അതിനു ശേഷം വയറ്റിൽ ഹോമിയോമരുന്നും പുറമേ പുരട്ടാൻ ആയുർവേദവും ആയിരുന്നു. അങ്ങനെ ഹോമിയോയും ആയുർവേദവും സമന്വയിപ്പിച്ചുകൊണ്ടുള്ള ചികിത്സാരീതിയാണ് അച്ഛൻ എനിക്കുവേണ്ടി ചെയ്തത്. മേലാസകലം കുഴമ്പ് പുരട്ടി, ഞവരഅരി വേവിച്ച് അടുപ്പത്തുനിന്നുതന്നെ ചൂടോടെ കൈകൊണ്ടു വാരിയെടുത്ത് തടവുക അങ്ങനെ പലവിധം ആയുർവേദ ചികിത്സകൾ തുടർച്ചയായി ചെയ്തിരുന്നു.

മൂന്നുനാല് മാസങ്ങൾ കഴിഞ്ഞപ്പോൾ വേദന മെല്ലെ കുറഞ്ഞു വന്നു. ആറുമാസത്തെ ചികിത്സകൊണ്ട് എന്റെ കൈകളുടെ സ്വാധീനം കുറെയൊക്കെ തിരിച്ചുകിട്ടുകയും ഒന്നുരണ്ടുപേരുടെ സഹായമുണ്ടെങ്കിൽ എഴുന്നേറ്റിരിക്കാൻ പറ്റുന്ന അവസ്ഥയിൽ എത്തുകയും ചെയ്തു. മാംസാഹാരം കഴിക്കാത്ത എനിക്ക് ചികിത്സയുടെ ഭാഗമായി മാസങ്ങളോളം ആട്ടിൻ സൂപ്പ് കഴിക്കേണ്ടിവന്നു. അച്ഛന്റെ നിർബന്ധം കൊണ്ട് മാത്രമാണ് മനസ്സില്ലാമനസ്സോടെ ഞാൻ സൂപ്പ് കഴിയ്ക്കാമെന്നു സമ്മതിച്ചത്. ചിലപ്പോൾ സൂപ്പ് കഴിക്കാൻ കൂട്ടാക്കാതെ ഞാൻ കരയുമ്പോൾ "നിനക്ക് അസുഖം ഭേദമായി നടന്നു സ്കൂളിൽ പോകണ്ടേ" എന്ന് അച്ഛൻ ചോദിക്കും. ഞാനതിൽ വീഴും. കരഞ്ഞും ഓക്കാനിച്ചും ഛർദ്ദിച്ചും ഒരുപാട് പ്രയാസങ്ങളോടെയാണ് ഞാനത് കുടിച്ച് തീർക്കാറുള്ളത്. അഞ്ചാറ് വയസ്സുവരെയൊക്കെ ഞാൻ കോഴിക്കറിയും ആട്ടിൻ മാംസക്കറികളും ഒക്കെ കഴിക്കാറുണ്ടായിരുന്നു. എനിക്ക് ആറോ ഏഴോ വയസ്സുള്ളപ്പോൾ എന്റെ ജീവിതത്തിൽ നടന്ന ഒരു നിസ്സാര സംഭവമാണ് ജീവിതകാലം മുഴുവൻ ചിക്കൻ, ആട്ടിൻ കറികൾ ഒക്കെ കഴിക്കുന്നതിൽ നിന്നും എന്നെ പിന്തിരിപ്പിച്ചത്.

# എന്റെ അമ്മുവും കോഴിക്കറിയും

ഞങ്ങളുടെ വീട്ടിൽ അച്ഛന്റെ സഹായിയായി നില്ക്കുന്ന ഒരു ഏട്ടനുണ്ടായിരുന്നു - രാജേട്ടൻ. ഞങ്ങൾ അഞ്ചുപേർക്കും ഒരു മുതിർന്ന ജ്യേഷ്ഠന്റെ സ്ഥാനമായിരുന്നു രാജേട്ടന്. അച്ഛനും ഞങ്ങൾക്കും വേണ്ടി ഒരുപാട് സഹായങ്ങൾ ഈ ഏട്ടൻ ചെയ്തുതന്നിട്ടുണ്ടായിരുന്നു. ഞങ്ങൾ പയ്യന്നൂരിലുള്ള കാലമത്രയും രാജേട്ടൻ വീട്ടിൽ വരികയും കഴിയുന്ന സഹായങ്ങളൊക്കെ ചെയ്യാറുമുണ്ടായിരുന്നു. അച്ഛന് ചിക്കൻപോക്സ് വന്ന സമയത്ത് അച്ഛനെ കാണാൻ വരുന്ന രോഗികൾക്ക് അച്ഛൻ നിർദ്ദേശിക്കുന്ന മരുന്നുകൾ എടുത്തുകൊടുക്കുകയായിരുന്നു രാജേട്ടന്റെ പ്രധാന ജോലി. അതിന്റെ ഭാഗമായി മരുന്നുകളെ കുറിച്ചൊക്കെ അച്ഛൻ ഏട്ടനെ പഠിപ്പിക്കുകയും ചെയ്യാറുണ്ട്. രാജേട്ടനെക്കുറിച്ച് എഴുതിയാലേ ഞാൻ മാംസാഹാരം വെറുക്കാൻ ഇടയായ കാരണം പറയാൻ പറ്റൂ.

രാജേട്ടൻ വീട്ടിൽ വരുന്നതിനുമുമ്പായി രണ്ടുമൂന്നുപേർ അച്ഛന്റെ സഹായികളായിട്ടും, മരുന്നുകളെക്കുറിച്ച് പഠിക്കാനുമൊക്കെയായിട്ട് വീട്ടിൽവന്നിരുന്നു. അവരൊക്കെ പോയതിന് ശേഷമാണ് രാജേട്ടൻ വന്നതും, വർഷങ്ങളോളം വീട്ടിൽ അച്ഛന് സഹായിയായി നിന്നതും. പയ്യന്നൂരിൽനിന്നും ഞങ്ങൾ കാലിക്കടവിൽ വന്നതിനുശേഷം രാജേട്ടനെ കണ്ടിട്ടില്ല. ഇവിടെ വന്നിട്ട് കുറെ വർഷങ്ങൾക്കുശേഷം അച്ഛനെ കാണണമെന്ന് ആവശ്യപ്പെട്ട് രാജേട്ടൻ ഒരാളെ അയച്ചിരുന്നു. തൃക്കരിപ്പൂരിനടുത്തുള്ള മാടക്കാൽ എന്ന സ്ഥലത്താണ് ഏട്ടന്റെ വീട്. പുഴകളാൽ ചുറ്റപ്പെട്ട പ്രകൃതിരമണീയമായ ഒരു ദ്വീപാണ് മാടക്കാൽ. ഏട്ടന്റെ അമ്മയുടേയും ഭാര്യയായ ഏച്ചിയുടേയും നിർബന്ധത്താൽ ഏട്ടൻ ഇടയ്ക്കൊക്കെ ഞങ്ങളെ വീട്ടിലേക്ക് കൂട്ടിക്കൊണ്ടുപോകാറുണ്ടായിരുന്നു. പുഴക

ളാൽ ചുറ്റപ്പെട്ട ആ ദ്വീപിലെത്താൻ രണ്ടു മണിക്കൂറോളം തോണിയിൽ യാത്ര ചെയ്യണം. ആ യാത്രയും നയന മനോഹരമായ ആ സ്ഥലവുമൊക്കെ എനിക്കൊരുപാടിഷ്ടമായിരുന്നു. ഏട്ടന്റെ ഭാര്യയുടെയും അമ്മയുടെയും സ്നേഹംനിറഞ്ഞ ഗംഭീര വിരുന്നും കഴിഞ്ഞ് കടൽക്കരയിലൊക്കെ പോയിട്ട് വൈകുന്നരമേ ഞങ്ങളെ തിരിച്ചുകൊണ്ടാക്കാറുള്ളൂ.

രാജേട്ടന്റെ ഇളയ മകൾ ഒന്നര വയസ്സിൽ വെള്ളത്തിൽ വീണു മരിച്ചത് ആ കുടുംബത്തിന്റെ നിത്യദു:ഖമായിരുന്നു. മൂത്തവർ രണ്ടും ആൺകുട്ടികളായിരുന്നു. പെൺകുട്ടികൾ ഇല്ലാത്തതുകൊണ്ട് ഏട്ടനും ഭാര്യയും ഞങ്ങളെ ഒരുപാടിഷ്ടമായിരുന്നു. ഞാൻ കിടപ്പിലായതിനു ശേഷം എന്നെ ഒരു കുഞ്ഞനിയത്തിയെപ്പോലെയാണ് ഏട്ടൻ കരുതിയിരുന്നത്. പ്രീഡിഗ്രി പരീക്ഷക്ക് മാടായി സ്കൂളിൽ പോകാൻ വാഹന സൗകര്യം കിട്ടാതെ ഞാൻ കരഞ്ഞിരുന്നപ്പോൾ ആരുടെയൊക്കെയോ കൈയും കാലും പിടിച്ച് ഏട്ടനാണ് എനിക്ക് വാഹന സൗകര്യം ഏർപ്പാടാക്കിത്തന്നത്. അങ്ങനെ എഴുതിയാൽ തീരാത്തത്രയും ഉപകാരങ്ങൾ ഞങ്ങൾക്ക് ചെയ്തുതന്ന രാജേട്ടനാണ് വർഷങ്ങൾക്കുശേഷം കാലിക്കടവിലേക്ക് അച്ഛനെ കാണണമെന്ന് പറഞ്ഞ് ആളെ അയച്ചത്. അച്ഛനും അമ്മയും അപ്പോൾത്തന്നെ വണ്ടിപിടിച്ച് മാടക്കാലിലേക്ക് പോയി. അവിടെ എത്തിയപ്പോൾ മാരകരോഗം പിടിച്ച് മരണാസന്നനായി കിടക്കുന്ന ഏട്ടനെക്കണ്ട് അച്ഛൻ സ്തംഭിച്ചുപോയി. അച്ഛൻ വിഷമിക്കുമെന്ന് കരുതിയാണ് വിവരങ്ങൾ അറിയിക്കാതിരുന്നതെന്ന് പറഞ്ഞ് അച്ഛന്റെ കൈപിടിച്ച് ഏട്ടൻ പൊട്ടിക്കരഞ്ഞു. അതുകണ്ടപ്പോൾ അച്ഛനും അമ്മയും ഒരുപാട് വിഷമിച്ചു. എന്നെ കാണണമെന്നും ഒരുദിവസം കൂട്ടിയിട്ട് പോകണമെന്നും അച്ഛനോട് ഏട്ടൻ ആവശ്യപ്പെട്ടെങ്കിലും എന്നും കുഞ്ഞനിയത്തിയായിക്കണ്ട് എനിക്ക് ഒരുപാട് സഹായങ്ങൾ ചെയ്തുതന്നിരുന്ന ആ സഹോദരനെ അവസാനമായി ഒന്നു കാണാൻ പറ്റിയില്ല. എന്നെയുംകൂട്ടി അച്ഛൻ പോകാൻ തയ്യാറായിരുന്നെങ്കിലും എനിക്ക് കാണാൻ പറ്റിയ അവസ്ഥയല്ല എന്നൊക്കെ പറഞ്ഞ് വീട്ടിൽ മറ്റെല്ലാവരും കൂടെ മുടക്കുകയായിരുന്നു.

വീട്ടിൽ വളർത്തുന്ന തത്ത, മൈന, കോഴിക്കുഞ്ഞുങ്ങൾ എന്നിവയെയൊക്കെ എനിക്ക് വലിയ ഇഷ്ടമായിരുന്നു. കിടപ്പിലായ എന്നെ സന്തോഷിപ്പിക്കുവാൻ വേണ്ടി എന്റെ അച്ഛന്റെ അനിയൻ ഗോപാലൻ ഇളയച്ഛൻ എനിക്ക് ഒരു മൈനയെ വാങ്ങിക്കൊണ്ടുത്തന്നിരുന്നു. മൂന്നു വർഷത്തോളം എന്റെ ജീവനായി അത് വീട്ടിലുണ്ടായിരുന്നു. പക്ഷേ, എത്ര നോക്കിയിട്ടും അതിണങ്ങിയിരുന്നില്ല. ഒരുദിവസം അമ്മ പാല് കൊടുക്കാൻവേണ്ടി കൂടു തുറന്നപ്പോൾ അതു പറന്നുപോയി. എന്റെ വിഷമം അറിയാവുന്ന അച്ഛൻ അതിനെ പിടിക്കാൻ കുറെ ശ്രമം നട

ത്തിയെങ്കിലും നിഷ്ഫലമായി. മൈന പോയ സങ്കടത്തിൽ ഞാൻ കുറേ ദിവസം ഭക്ഷണം കഴിക്കാതെ വിഷമിച്ചിരുന്നത് ഇന്നുമോർക്കുന്നു.

ഇനി ഞാൻ കോഴിക്കറി വെറുക്കാൻ ഇടയാക്കിയ പ്രധാന സംഭവത്തിലേക്ക് വരാം. ഞാൻ രണ്ടിലോ മൂന്നിലോ പഠിക്കുമ്പോഴാണെന്ന് തോന്നുന്നു രാജേട്ടന്റെ ഭാര്യ അവരുടെ വീട്ടിൽ മുട്ടവിരിയിച്ചുണ്ടായ ഒരു കോഴിക്കുഞ്ഞിനെ എനിക്ക് കൊണ്ടുത്തന്നത്. കാണാൻ നല്ല ഭംഗിയുണ്ടായിരുന്ന ആ കോഴിക്കുഞ്ഞിനെ ഞാൻ പൊന്നുപോലെയാണ് നോക്കിയിരുന്നത്. അതിന് ഭക്ഷണം കൊടുക്കുന്നതും രാത്രി കൂട്ടിലാക്കുന്നതും ഞാൻ തന്നെയായിരുന്നു. അതിനെ 'അമ്മു' എന്നാണ് ഞാൻ വിളിച്ചിരുന്നത്. വലുതായപ്പോൾ നല്ല സുന്ദരിക്കോഴിയായി മുട്ട ഇടാൻ തുടങ്ങി. അമ്മ അതിന്റെ മുട്ട പൊരുന്നുവെച്ച് കുറെ കോഴിക്കുഞ്ഞുങ്ങളെ വിരിയിച്ചിരുന്നു. വീട്ടിൽ കുറേ കോഴികളായെങ്കിലും അമ്മു എന്റെ ഓമന തന്നെയായിരുന്നു. കാലം കടന്നുപോയപ്പോൾ അത് മുത്തശ്ശിയാവുകയും മുട്ടയിടാതാവുകയും ചെയ്തു. പ്രായമായിട്ടും അതിന്റെ സൗന്ദര്യത്തിന് ഒരു കുറവും വന്നിരുന്നില്ല. അരിമണികൾ അടുക്കിവെച്ചിരുന്നപോലെ ആയിരുന്നു അതിന്റെ തൂവലുകൾ. തടിച്ചുരുണ്ട് താറാവ് നടക്കുന്നത് പോലെയുള്ള അതിന്റെ നടത്തം കാണാൻതന്നെ നല്ല ചന്തമായിരുന്നു. മുട്ടയിടൽ അവസാനിപ്പിച്ച കോഴിയെക്കൊണ്ട് വലിയ പ്രയോജനമൊന്നും ഇല്ലാതായപ്പോൾ അതിനെ കൊന്നു കറിവെച്ച് കഴിക്കാൻ അച്ഛനും അമ്മയും തീരുമാനിച്ച കാര്യമൊന്നും ഞാൻ അറിഞ്ഞിരുന്നില്ല.

വീട്ടിൽനിന്നും ആരും ഒരു ജീവിയെപ്പോലും കൊല്ലാറില്ലായിരുന്നു. അയൽപക്കത്തുള്ള ഒരു സ്ത്രീയാണ് അതിനെ കറിവെക്കാൻ പാകമാക്കി കൊടുത്തതെന്ന് പിന്നെ ഞാൻ അറിഞ്ഞു. എന്നോട് വലിയ സ്നേഹമായിരുന്നെങ്കിലും ഈ സംഭവത്തിനുശേഷം അവരെ കാണുമ്പോൾ എന്റെ ഉള്ളിൽ വെറുപ്പ് നുരഞ്ഞുപൊങ്ങുമായിരുന്നു. അതിനെ കറിയാക്കിയ കാര്യം അറിഞ്ഞപ്പോൾ ഞാൻ കരഞ്ഞ് അപസ്മാരബാധയേറ്റപോലെ വിറയൽ ഇളകുകയും ചെയ്തു. അമ്മ എന്നെ കട്ടിലിൽ പിടിച്ചു കിടത്തിയെങ്കിലും ഞാൻ കുതറിമാറി അമ്മയുടെ കൈകൾ തട്ടിമാറ്റി അമ്മൂ എന്ന് വിളിച്ചുകൊണ്ടു പുറത്തേക്കോടി. എന്റെ പ്രിയപ്പെട്ട അമ്മുവിനെ കാണാതെ ഞാൻ ഏറെ കരഞ്ഞു. അപ്പോൾ എനിക്ക് ആറോ ഏഴോ വയസ്സ് മാത്രമേ പ്രായമുള്ളൂ. വർഷങ്ങൾ ഏറെ കഴിഞ്ഞുവെങ്കിലും അതിനുശേഷം ഇന്നുവരെ കോഴിക്കറിയോ ആട്ടിറച്ചിക്കറിയോ ഞാൻ കഴിച്ചിട്ടില്ല. മത്സ്യവും ഇഷ്ടമല്ലെങ്കിലും വല്ലപ്പോഴും കഴിക്കാറുണ്ട്. അമ്മുവിനെക്കാണാതെ ഞാൻ ഇത്രയേറെ വിഷമിക്കുമെന്ന് അന്ന് എന്റെ അച്ഛനുമമ്മയും തീരെ പ്രതീക്ഷിച്ചിരുന്നില്ല. അതുകൊണ്ടുതന്നെ എന്റെ അപ്പോഴുള്ള അവസ്ഥ അവരെയും സങ്കടത്തിലാക്കി.

അച്ഛൻ അന്ന് ഭക്ഷണമൊന്നും കഴിച്ചിരുന്നില്ലെന്ന് പിന്നീട് ഞാൻ അറിഞ്ഞപ്പോൾ എനിക്കും ഏറെ വിഷമംതോന്നി. ആ സംഭവത്തിന് ശേഷം മാംസാഹാരത്തോട് മുഴുവൻ എനിക്ക് അറപ്പും വെറുപ്പുമായിരുന്നു. അങ്ങനെയുള്ള എനിക്കാണ് പിന്നീട് ചികിത്സയുടെ ഭാഗമായിട്ടാണെങ്കിൽപ്പോലും ആട്ടിൻസൂപ്പ് നിർബന്ധപൂർവ്വം കഴിക്കേണ്ടിവന്നത്.

ബാല്യകാലത്ത് മനസ്സിനേൽക്കുന്ന മുറിവുകൾ ജീവിതകാലം മുഴുവൻ നിലനിൽക്കും എന്നതിന്റെ ഉദാഹരണമാണ് നിസ്സാരമെങ്കിലും എന്നെ അലട്ടിയ ഈ സംഭവം.

# ചികിത്സയുടെ നാളുകൾ

അസുഖംബാധിച്ച് ഒരുവർഷം പിന്നിട്ടപ്പോഴേക്കും എനിക്ക് സ്വന്തമായി എഴുന്നേറ്റിരിക്കാൻ സാധിക്കുമെന്ന അവസ്ഥ വന്നുവെങ്കിലും അച്ഛൻ ചികിത്സ തുടർന്നുകൊണ്ടേയിരുന്നു. ഒരു ഒന്നര വർഷമൊക്കെ ആയപ്പോൾ അച്ഛന്റെ കൈപിടിച്ച് രണ്ടുമൂന്ന് അടിയൊക്കെ നടന്നുതുടങ്ങി. ഓരോ അടി വെയ്ക്കുമ്പോഴും കാലിനു കഠിനമായ വേദനയായിരിക്കും. ഒന്നുരണ്ട് മാസങ്ങൾകൂടി കഴിഞ്ഞപ്പോൾ എന്നെ മണിപ്പാൽ മെഡിക്കൽ കോളേജിൽ കൊണ്ടുപോകാനുള്ള ആലോചനയിലായിരുന്നു അച്ഛൻ.

അമ്മയുടെ അമ്മാവനായ രാവുണ്ണിയമ്മാവൻ വയറ്റിൽ എന്തോ അസുഖംവന്ന് മണിപ്പാലിൽ പോകാനുള്ള തയ്യാറെടുപ്പിലായിരുന്നു. അപ്പോൾ എന്നെയുംകൂടെ കാണിക്കാമെന്നുപറഞ്ഞ് അവരുടെ കൂടെ പോകാൻ അമ്മാവൻ ആവശ്യപ്പെട്ടു. അമ്മാവന് സ്വന്തം കാറുണ്ടായിരുന്നു. രാവുണ്ണി വലിയമ്മാവന് അമ്മയോടും ഞങ്ങൾ എല്ലാവരോടും വലിയ സ്നേഹമായിരുന്നു. അങ്ങനെ അവരുടെകൂടെ പോകാനുള്ള ദിവസവും തീരുമാനിച്ചു. എന്നാൽ പോകാൻ തീരുമാനിച്ചതിന്റെ രണ്ടു ദിവസം മുമ്പേ എനിക്ക് മുമ്പെങ്ങുമില്ലാത്ത വല്ലാത്തൊരു അസ്വസ്ഥത അനുഭവപ്പെട്ടു. ആർത്തവത്തിന്റെ ആരംഭമായിരുന്നു അത്. അപ്പോൾ എനിക്ക് പതിനൊന്നു വയസ്സും എട്ട് മാസവും ആയിരുന്നു പ്രായം. ഒന്നുമറിയാത്ത ആ പ്രായത്തിൽ ഇങ്ങനെയൊരു ദുരിതം വരാനുണ്ടെന്നൊന്നും എനിക്കറിയില്ലായിരുന്നു. അക്കാലത്ത് പെൺകുട്ടികൾക്ക് ഇങ്ങനെയുള്ള കാര്യങ്ങളെക്കുറിച്ചൊന്നും വലിയ അറിവൊന്നും ഉണ്ടായിരുന്നില്ല. ഇന്നത്തെ കാലത്ത് പെൺകുട്ടികൾക്ക് ചെറിയപ്രായത്തിൽ തന്നെ സ്കൂളിൽനിന്നും

വീട്ടുകളിൽനിന്നുമൊക്കെ ഇതിന്റെ പ്രശ്നങ്ങളെ കുറിച്ച് പറഞ്ഞുകൊടു ക്കാറുണ്ടല്ലോ. പരിഭ്രമത്തോടെ കരയാൻ തുടങ്ങിയ എന്നെ അമ്മ സമാ ധാനിപ്പിച്ചു. ആർത്തവം സംബന്ധിച്ച് എല്ലാ കാര്യങ്ങളും അമ്മ പറഞ്ഞ് മനസ്സിലാക്കിത്തന്നു. ഈ ബുദ്ധിമുട്ട് ഇനി എല്ലാ മാസവും ഉണ്ടാകുമെന്ന അറിവ് എന്നെ ഭയപ്പെടുത്തി. അമ്മ എല്ലാ വിഷമവും ഉള്ളിലൊതുക്കി എനിക്ക് സാന്ത്വനവും ആശ്വാസവും നൽകി. അമ്മമ്മയും ഇങ്ങനെയുള്ള കാര്യങ്ങളിൽ എനിക്കേറെ ആശ്വാസം പകർന്നു.

പാവം എന്റെ അമ്മ എനിക്ക് അസുഖം വന്നതുമുതൽ എന്തുമാത്രം വിഷമങ്ങൾ സഹിച്ചിരിക്കും. എന്റെ കാര്യങ്ങൾ, അസുഖത്തെക്കുറിച്ചു ള്ള മാനസിക പ്രയാസങ്ങൾ, മറ്റ് നാലു കുട്ടികളുടേയും പഠിപ്പ്, സ്കൂൾ, ഭക്ഷണം കൂടാതെ മറ്റെല്ലാക്കാര്യങ്ങൾക്കും അതാത് സമയത്ത് അമ്മയു ടെ കയ്യും കണ്ണും മനസ്സും എത്തണമല്ലോ. ധാരാളം രോഗികൾ വരുന്നതു കൊണ്ട് അച്ഛനും തിരക്കിലായിരിക്കും. എല്ലാംകൂടെ എന്റെ അച്ഛനും അമ്മയും ജീവിത പ്രാരാബ്ധങ്ങളുടെയും പ്രശ്നങ്ങളുടെയും തീച്ചൂളയിൽ എരിയുകയായിരുന്നു.

എന്റെ 'പ്രത്യേകപ്രശ്നം' കാരണം മണിപ്പാലിൽ പോകുന്നത് ഒരാഴ്ച ത്തേക്ക് നീട്ടിവെച്ചു. എന്റെ വിഷാദം നിറഞ്ഞ പ്രകൃതംകണ്ട് കാരണം ചോദിച്ചവരോടൊക്കെ മണിപ്പാലിൽ പോകുന്നതുകൊണ്ടുള്ള ടെൻഷ നാണെന്ന് അമ്മ പറഞ്ഞു. ഒരാഴ്ച കഴിഞ്ഞപ്പോൾ രാവുണ്ണി അമ്മാവന്റെ വണ്ടിയിൽ ഞാനും അച്ഛനും അമ്മയും എന്റെ വല്യമ്മാവനും രാവുണ്ണി മാമന്റെ ഒന്നുരണ്ട് ബന്ധുക്കളും അച്ഛന്റെ ഞായറാഴ്ച പാർട്ടിയിലെ അടുത്ത ഒരു സുഹൃത്തുംകൂടി മണിപ്പാലിലേക്ക് പുറപ്പെട്ടു. എന്റെ വല്യ മ്മാവൻ പ്രായമാകുന്നതുവരെ എനിക്ക് എവിടെപ്പോകേണ്ട ആവശ്യം വന്നാലും കൂടെവരുമായിരുന്നു. എന്നെ എവിടെ വേണമെങ്കിലും കൊ ണ്ടുപോകാൻ എപ്പോൾ വേണമെങ്കിലും ആ സ്നേഹം നിറഞ്ഞ മനസ്സ് തയ്യാറായിരുന്നു. അതുകൊണ്ട് അച്ഛന് എന്നെക്കൂട്ടിയുള്ള യാത്രയിൽ അധികം ടെൻഷനനുഭവിക്കേണ്ടിവരാറില്ല. മണിപ്പാലിലേക്കുള്ള മൂന്നുമ ണിക്കൂർ നീണ്ടയാത്ര ശാരീരികമായി എന്നെ അവശയാക്കി. അവിടെ എത്തുന്നതിനിടയിൽ ഞാൻ പല പ്രാവശ്യം ഛർദ്ദിച്ചു. വല്യമ്മാവന്റെ മടിയിൽ വെള്ളംപോലും കഴിക്കാൻ പറ്റാതെ ഞാൻ തളർന്നു കിടന്നു.

അവിടെയെത്തി അച്ഛന്റെ സുഹൃത്തിന്റെ സഹായത്തോടെ ഹോ ട്ടലിൽ മുറിയെടുത്ത് അടുത്ത ദിവസമാണ് മെഡിക്കൽ കോളേജിൽ ഡോക്ടറെ കാണാൻപോയത്. അവിടെ പ്രഗത്ഭനായ ന്യൂറോളജിസ്റ്റ് ഡോക്ടർ ദേവാഡികയാണ് എന്നെ പരിശോധിച്ചത്. രണ്ടുമൂന്നു ദിവസ ത്തെ വിശദമായ ടെസ്റ്റുകൾക്കുശേഷം രണ്ടു കാൽമുട്ടുകൾക്കും സർജറി വേണമെന്നാണ് അദ്ദേഹം നിർദ്ദേശിച്ചത്. രണ്ടാഴ്ചക്കുശേഷം സർജ

റിക്ക് തയ്യാറായിവരാൻ പറഞ്ഞു. അപ്പോഴേക്കും വിദേശത്തുണ്ടായിരുന്ന വിദഗ്ധനായ ഓർത്തോ സർജൻ ഡോക്ടർ ചാക്കോ തിരിച്ചുവരുമെന്നും അദ്ദേഹത്തിന്റെ ഉപദേശംകൂടി തേടാമെന്നും ഡോക്ടർ പറഞ്ഞു. സർജറി എന്ന് കേട്ടപ്പോൾ ഞാൻ വല്ലാതെ ഭയന്നു. അവിടെനിന്നും എങ്ങനെയെങ്കിലും വീട്ടിൽ തിരിച്ചെത്തിയാൽ മതി എന്നേ എനിക്കുണ്ടായിരുന്നുള്ളൂ. രാവുണ്ണി അമ്മാവന്റെ ടെസ്റ്റുകളും ചികിത്സാ നിർദ്ദേശങ്ങളുമൊക്കെ കഴിഞ്ഞ് ഒരാഴ്ചക്ക് ശേഷമാണ് ഞങ്ങൾ വീട്ടിൽ തിരിച്ചെത്തിയത്.

ഞങ്ങളുടെ ആദ്യ മണിപ്പാൽ യാത്രകഴിഞ്ഞു വന്നിട്ട് ഒരുമാസം കഴിഞ്ഞപ്പോൾ ഡോക്ടർ ചാക്കോ വിദേശത്തുനിന്നും തിരിച്ചെത്തി എന്ന് അറിയിച്ചുകൊണ്ടുള്ള കാർഡ് കിട്ടി. എനിക്ക് വല്ലാത്ത ടെൻഷനും വിഷമവുമായിരുന്നു. ഊണും ഉറക്കവുമില്ലാത്ത അവസ്ഥ. സർജറിക്ക് മാനസികമായിട്ട് തയ്യാറെടുത്തുവേണം പോകാൻ. അവിടെ ഒരു മാസമെങ്കിലും താമസിക്കേണ്ടിവരുമെന്നും ഡോക്ടർ പറഞ്ഞിരുന്നു. അച്ഛനമമ്മയും പോകാനുള്ള തയ്യാറെടുപ്പ് തുടങ്ങി. അമ്മമ്മയും ചെറിയമാമനും വീട്ടിൽ നിൽക്കാൻ തയ്യാറെടുത്ത് വരികയും ചെയ്തു. കാർഡിൽ പറഞ്ഞ ദിവസം തന്നെ ഞാൻ അച്ഛനും അമ്മയും വലിയമ്മാവനും ഒപ്പം പുറപ്പെട്ടു. തീവണ്ടിയിലായിരുന്നു യാത്ര. പുലർച്ചെ നാല് മണിക്കായിരുന്നു ട്രെയിൻ. എനിക്ക് ഒരു സ്വപ്നംപോലെ മാത്രമേ ആ യാത്രയൊക്കെ ഇപ്പോൾ ഓർമ്മവരുന്നുള്ളൂ. പന്ത്രണ്ട് വയസ്സ് തികയാത്ത ഒരു പെൺകുട്ടിയുടെ ഉറക്കമില്ലാത്ത ദിനങ്ങളുടെ തുടക്കമായിരുന്നു അത്. എന്നെ ട്രെയിനിൽ കയറ്റിയതും ഇറക്കിയതുമൊക്കെ മാമനായിരുന്നു. മംഗലാപുരത്തുനിന്നും ടാക്സി പിടിച്ചാണ് മണിപ്പാലിലെ ആശുപത്രിയിൽ എത്തിയത്.

ഡോക്ടർ ഒന്നുരണ്ട് ദിവസം വിശദമായി ടെസ്റ്റ് ചെയ്തതിനുശേഷം സർജറി വേണ്ടെന്നുള്ള നിഗമനത്തിലാണെത്തിയത്. ഡോക്ടർ ദേവാഡികയുമായിട്ട് കൺസൽട്ട് ചെയ്തതിനുശേഷം തീരുമാനിക്കാം എന്ന് അച്ഛനോട് പറഞ്ഞു. അവിടെ മെഡിക്കൽ കോളേജിൽ പോയാൽ രോഗികളെ നോക്കുന്നത് അതാത് ഡിപ്പാർട്ട്മെന്റിന്റെ ഹെഡ് ആയ പ്രൊഫസർമാർ ആയിരിക്കും. അവർ ടെസ്റ്റുചെയ്ത് രോഗനിർണ്ണയം നടത്തിയതിനുശേഷം അവരുടെ വിദ്യാർത്ഥികൾക്ക് രോഗിയെ വിട്ടുകൊടുക്കുകയാണ് പതിവ്. അവർവന്ന് നമ്മളെ തിരിച്ചും മറിച്ചും ടെസ്റ്റ് ചെയ്യുന്നത് ഏറെ അരോചകമായിട്ടാണ് എനിക്ക് അനുഭവപ്പെട്ടത്. അപ്പോൾ ചെറിയകുട്ടി ആയിരുന്നെങ്കിലും ഇടയ്ക്കിടെയുള്ള ഈ 'ശല്യപ്പെടുത്തൽ' ഇന്നും ഓർമ്മയിലുണ്ട്. അവിടെനിന്ന് ഒന്ന് രക്ഷപ്പെട്ടാൽ മതിയെന്നേ ഉണ്ടായിരുന്നുള്ളൂ. വീട്ടിൽ ഒന്ന് എത്തിക്കിട്ടുവാൻ വേണ്ടി മനസ്സ് ആഗ്രഹിച്ചു. ഭാഗ്യത്തിന് രണ്ടുമൂന്ന് ദിവസം കഴിഞ്ഞപ്പോൾത്തന്നെ സർജറി

വേണ്ടെന്ന തീരുമാനം രണ്ടു ഡോക്ടർമാരുംകൂടെ അച്ഛനെ അറിയിച്ചു. ഓപ്പറേഷൻ നടത്തിയാൽ നടക്കാൻ പറ്റുമെങ്കിലും രണ്ട് കാൽമുട്ടുകളും മടക്കാനും നിവർക്കാനും ചിലപ്പോൾ വിഷമമായിരിക്കുമെന്നും ചെറിയകുട്ടിയായതുകൊണ്ട് അത് ഏറെ ബുദ്ധിമുട്ടായത് കാരണം തല്ക്കാലം സർജറി ഒഴിവാക്കി, 'കാലിപ്പർ' എന്ന ഉപകരണം ഉപയോഗിച്ച് നടക്കാൻ പ്രക്ടീസ് ചെയ്യുന്നതാണ് നല്ലതെന്നും രണ്ട് ഡോക്ടർമാരും അഭിപ്രായപ്പെട്ടു.

സർജറി ഒഴിവായതിൽ ഏറെ ആശ്വാസം തോന്നിയെങ്കിലും 'കാലിപ്പർ' എന്താണെന്നറിയാത്തതുകൊണ്ട് ഞങ്ങൾക്ക് ഏറെ ടെൻഷനായിരുന്നു. രണ്ട് കാലിന്റെയും ഇടുപ്പ് മുതൽ കാൽപ്പാദം വരെ അളവെടുത്തതിനുശേഷം ഒരുമാസം കഴിഞ്ഞിട്ട് വരണമെന്ന് പറഞ്ഞ് എന്നെ ഡിസ്ചാർജ് ചെയ്തു. ഒരുമാസം താമസിക്കാൻ തയ്യാറായിട്ട് മണിപ്പാലിൽ പോയ ഞങ്ങൾ നാല് ദിവസത്തിനുശേഷം തിരിച്ചെത്തിയപ്പോൾ വീട്ടിൽ എല്ലാവരും അത്ഭുതപ്പെട്ടു. ഇന്നത്തെപ്പോലെ ഫോൺ സൗകര്യങ്ങളൊന്നും ഇല്ലാത്തതുകൊണ്ട് ഞങ്ങൾ തിരിച്ചെത്തിയതിന് ശേഷമായിരുന്നു വിവരങ്ങൾ അറിയുന്നത്.

ഒരു മാസത്തിനുശേഷം കാലിപ്പർ തയ്യാറായെന്ന് അറിയിച്ചുള്ള കാർഡ് കിട്ടിയപ്പോൾ ഞങ്ങൾ വീണ്ടും മണിപ്പാലിലെത്തി. വലിയൊരു ഹാളിൽവെച്ചാണ് കാലിപ്പർ എന്ന ഉപകരണം എങ്ങനെ ഉപയോഗിക്കണമെന്ന കാര്യത്തിൽ എനിക്ക് ഉപദേശങ്ങൾ നൽകിയത്. അതിന്റെ ടെക്നീഷ്യന്മാർ ഉപയോഗിക്കേണ്ട രീതി ഞങ്ങളെ കാണിച്ചു തന്നു. അത് നല്ല വിസ്താരമുള്ള ഒരു കെട്ടിടത്തിന്റെ അത്രയും നീളമുള്ള ഒരു ഭാഗത്തെ ചുമർ മുഴുവൻ കണ്ണാടി ഫിറ്റുചെയ്ത വലിയൊരു ഹാളായിരുന്നു.

രണ്ടുഭാഗത്തും പിടിച്ച് നടക്കാനുള്ള ബാർ പിടിപ്പിച്ചിരുന്നു. അതിന്റെ നടുക്കുകൂടി രണ്ട് ബാറും പിടിച്ച് കണ്ണാടിയിൽ നോക്കി നേരെ നടന്നുവേണം പ്രാക്ടീസ് ചെയ്യാൻ. നടന്ന് ക്ഷീണിച്ചാൽ ഇരിക്കാൻ രണ്ടു ഭാഗത്തും കസേരയുണ്ട്. റൂമിന്റെ ഒരുഭാഗത്ത് മരംകൊണ്ടുള്ള സ്റ്റെപ്പുകൾ ഫിറ്റ് ചെയ്തിരുന്നു. കാലിപ്പർ ഉപയോഗിച്ച് സ്റ്റെപ്പുകൾ കയറാനും ഇറങ്ങാനുമുള്ള പ്രാക്ടീസ് ചെയ്യാൻ വേണ്ടിയാണത്. മൂന്ന് മാസം അവിടെ താമസിച്ച് പ്രാക്ടീസ് ചെയ്താൽ എവിടെ വേണമെങ്കിലും യാത്രചെയ്യാനും വിദ്യാഭ്യാസം, വിവാഹം തുടങ്ങി ആരോഗ്യമുള്ള ഒരു സാധാരണ മനുഷ്യൻ ചെയ്യുന്ന എല്ലാ കാര്യങ്ങളും നിർവഹിക്കാനും അസുഖമുണ്ടെന്ന ചിന്തപോലുമില്ലാതെ സാധാരണ മനുഷ്യനായിട്ടുതന്നെ ജീവിതം മുന്നോട്ടുകൊണ്ടുപോകാനും കഴിയുമെന്ന് ഡോ. ചാക്കോ ഉറപ്പ് നൽകി.

ടെക്നീഷ്യന്മാരും സഹായികളുംകൂടെ എന്റെ കാലിന് ബെൽറ്റൊക്കെയിട്ട് കാലിപ്പർ ഫിറ്റാക്കിത്തന്നു. ഷൂവിന്റെ കൂടെത്തന്നെയാണ്

അത് ഫിറ്റാക്കേണ്ടത്. മേലെ മുതൽ താഴെ വരെ ബെൽറ്റും പിറകിൽ മുട്ടിന് മേലെയും താഴെയുമായിട്ട് കട്ടിയുള്ള സ്റ്റീൽ കൊണ്ടുള്ള വളയത്തിന്റെ സപ്പോർട്ടുമുണ്ട്. എല്ലാമിട്ട് കെട്ടിയപ്പോൾ സഹിക്കാൻ വയ്യാത്ത അസ്വസ്ഥതയായിരുന്നു. എല്ലാവരുംകൂടെ എന്നെ മെല്ലെ പിടിച്ച് നിർത്തിയതിനുശേഷം ബാർ പിടിച്ച് കാലെടുത്ത് മുന്നോട്ടുവെക്കാൻ പറഞ്ഞു. അസുഖംവന്നിട്ട് ഒന്നര വർഷത്തിനുശേഷം ബാർ പിടിച്ച് സ്വയം നിന്നപ്പോൾ എന്റെ കണ്ണുനിറഞ്ഞു. കൂടെ അച്ഛന്റെയും അമ്മയുടെയും. മണിപ്പാലിൽ പോകുന്നതിന് കുറച്ച് മാസങ്ങൾക്ക് മുന്നേ അച്ഛൻ എന്നെ കൈപിടിച്ച് മെല്ലെ നടക്കാൻ പ്രാക്ടീസ് ചെയ്യിക്കാറുണ്ടായിരുന്നു. അച്ഛന്റെ കൈകൾ മുറുകെപ്പിടിച്ച് കാല് മെല്ലേ നിരക്കി നീങ്ങി ഞാൻ രണ്ടുമൂന്നടിയൊക്കെ മുന്നോട്ട് വെക്കാറുണ്ടായിരുന്നു. എന്നാൽ നിൽക്കാൻ പറ്റിയിരുന്നില്ല. അതുകൊണ്ടുതന്നെ ബാർ പിടിച്ച് മുന്നോട്ട് കാലുകൾ വെച്ചപ്പോൾ രണ്ട് കാലും ബെൽറ്റ് ഇട്ട് കെട്ടിയതിന്റെ അസ്വസ്ഥതയും വിഷമവും വിമ്മിട്ടവും ഉണ്ടായിരുന്നെങ്കിലും മനസ്സ് സന്തോഷത്താൽ കുതിച്ചു. ഞാൻ ബാർ പിടിച്ച് അങ്ങോട്ടുമിങ്ങോട്ടുമായി രണ്ട് മൂന്ന് പ്രാവശ്യം നടന്നു. ക്ഷീണിച്ചെന്ന് കരുതി അവർ കസേരയിൽ ഇരിക്കാൻ പറഞ്ഞു. രണ്ട് കാൽമുട്ടിനും നേരെയുള്ള ക്ലിപ്പുകൾ താഴ്ത്തിയാലേ ഇരിക്കാൻ പറ്റുള്ളൂ, കാലിപ്പർ ഇടുമ്പോൾ മുട്ടു മടക്കാൻ പറ്റിയിരുന്നില്ല.

അവർ ക്ലിപ്പുകൾ താഴ്ത്താൻ സഹായിച്ചു. കുറച്ച് ഇരുന്നതിനുശേഷം വീണ്ടും പിടിച്ച് നിന്നപ്പോൾ 'വാക്കർ' കൊണ്ടുവന്ന് അതു പിടിച്ച് നടക്കാൻ പരിശീലിപ്പിച്ചു. ആദ്യമായിട്ടാണ് വാക്കർ എന്ന ഉപകരണം ഞാൻ കാണുന്നതെങ്കിലും അതുപയോഗിച്ച് ഞാൻ ആ ഹാൾ മുഴുവൻ നടന്നപ്പോൾ ഒരു ലോകം മുഴുവൻ വെട്ടിപ്പിടിച്ച ആഹ്ലാദമായിരുന്നു എനിക്ക്. മറ്റുള്ളവർക്ക് ആശ്വാസത്തിലുപരി അത്ഭുതവും സന്തോഷവും ആയിരുന്നു. മൂന്നുമാസം അവിടെവെച്ച് പ്രാക്ടീസ് ചെയ്താൽ ഡോക്ടർ ഉപദേശിച്ചപോലെ തീർച്ചയായും എനിക്ക് സാധാരണ ജീവിതത്തിലേക്ക് തിരിച്ചുവരാൻ പറ്റുമായിരുന്നു. എന്നാൽ ജീവിതകാലം മുഴുവൻ എന്നെ പിന്തുടരുന്ന നിർഭാഗ്യംതന്നെ ഇവിടെയും എന്റെ ജീവിതത്തിന് വിലങ്ങുകളിട്ടു. സ്കൂളിൽ പോകുന്ന നാല് ചെറിയ കുട്ടികളേയുംകൊണ്ട് അമ്മമ്മയ്ക്ക് തനിയേ വീട്ടിൽ നിൽക്കാൻ പറ്റില്ലല്ലോ. പിന്നെ അച്ഛന്റെ ജോലി, എല്ലാം വിലങ്ങുതടിയായി. അതുകൊണ്ടു വീട്ടിൽവെച്ച് പ്രാക്ടീസ് ചെയ്യാമെന്ന ധാരണയിൽ അടുത്ത ദിവസംതന്നെ തിരിച്ചു പോകാമെന്ന് അച്ഛനും മാമനുംകൂടെ തീരുമാനിച്ചു. ഡോക്ടറോട് കാര്യങ്ങൾ പറഞ്ഞപ്പോൾ എല്ലാ സൗകര്യവും ചെയ്തുതരാം ഒരുമാസമെങ്കിലും അവിടെത്തന്നെനിന്ന് പ്രാക്ടീസ് തുടരുവാൻ ആവശ്യപ്പെട്ടെങ്കിലും വീട്ടിലെ സാഹചര്യം അതിന് അനുവദിച്ചില്ല. അവസാനം മനസ്സില്ലാമനസ്സോടെ

ഡോക്ടർ സമ്മതിച്ചു. മണിപ്പാലിലെ ആധുനിക സൗകര്യങ്ങൾകൊണ്ട് പ്രാക്ടീസ് ചെയ്യുന്നതുപോലെ വാടകവീട്ടിലെ പരിമിതമായ സൗകര്യങ്ങൾകൊണ്ട് പ്രാക്ടീസ് ചെയ്താൽ ശരിയാകില്ലെന്ന് അന്നത്തെ സാഹചര്യത്തിൽ ആർക്കും ചിന്തിക്കാൻ കഴിഞ്ഞില്ല. അങ്ങനെ ചിന്തിക്കാനുള്ള ബുദ്ധിയോ പക്വതയോ ചെറിയ കുട്ടിയായ എനിക്കും ഉണ്ടായിരുന്നില്ല.

മണിപ്പാലിലെ ആശുപത്രിയിൽ കാലിപ്പർ ഉപയോഗിച്ച് പ്രാക്ടീസ് ചെയ്തതിനുശേഷം അച്ഛന്റെയും മാമന്റെയും തീരുമാനപ്രകാരം ഞങ്ങൾ വീട്ടിലേക്ക് മടങ്ങാനുള്ള ഒരുക്കങ്ങൾ തുടങ്ങി. ഞങ്ങൾ ടാക്സിയിൽ ഉടുപ്പി ടൗണിലേക്ക് പോയി. കാലിപ്പർ ഉപയോഗിക്കേണ്ടതുകൊണ്ട് എനിക്ക് ഇനിമുതൽ ലോംഗ്സ്കേർട്ട് മതിയെന്ന് അച്ഛനും അമ്മയും മാമനും കൂടെ തീരുമാനിച്ചിരുന്നു. എനിക്കും സമ്മതമായിരുന്നു. അതിനുവേണ്ടിയുള്ള തുണി എടുക്കുവാനാണ് ഉടുപ്പിയിലെ ടെക്സ്റ്റൈൽ ഷോപ്പിൽ പോയത്. ഹൈസ്കൂളിൽ എത്തിയതുകൊണ്ട് ഏച്ചിക്കും ലോംഗ് സ്കേർട്ടിനുള്ള തുണി എടുത്തിരുന്നു.

ടെക്സ്റ്റൈൽ ഷോപ്പിൽനിന്നും നേരെ ഉടുപ്പി റെയിൽവേ സ്റ്റേഷനിലേക്ക് പോയി. ട്രെയിനിന്റെ സമയമായതുകൊണ്ട് കാലിപ്പർ അഴിച്ച് വെക്കാതെ പ്രാക്ടീസ് ചെയ്ത റൂമിൽനിന്നും വേഗം ടാക്സിയിൽ കയറിയത് യാത്ര ഏറെ ദുരിതം നിറഞ്ഞതാക്കിത്തീർത്തു. കാലിപ്പർ കാലിൽ ഫിറ്റ് ചെയ്തതുകൊണ്ട് ഇരിക്കാൻപറ്റാതെ ഏറെ ബുദ്ധിമുട്ട് സഹിക്കേണ്ടിവന്നു. അതിന്റെ സ്റ്റീൽ വളയം കാലിൽ അമർന്ന് കിടക്കുന്നതുകൊണ്ട് അവിടെ ചുകന്ന് തടിച്ചിരുന്നു. കാല് നീരുവന്ന് അനക്കാൻ പറ്റാതെയായി. ഏറെ വേദനയും സഹിച്ച് സ്റ്റേഷനിൽ ട്രെയിൻ കാത്തിരിക്കുമ്പോൾ പരിചയപ്പെട്ട ഒരു ചേച്ചിയുടെയും കുടുംബത്തിന്റെയും കദനകഥ ഇത്രയേറെ വർഷങ്ങൾ കഴിഞ്ഞിട്ടും മനസ്സിൽ ഒരു നൊമ്പരമായി നിൽക്കുന്നു. അന്നെനിക്ക് പന്ത്രണ്ട് വയസ്സുപോലും തികഞ്ഞില്ലെങ്കിലും അവരുടെ നിഷ്കളങ്ക മുഖം ഇന്നും ഓർമ്മയിൽ മായാതെകിടക്കുന്നു. എന്റെ വേദന തല്ക്കാലം മാറ്റിവെച്ച് ആ ചേച്ചിയുടെ ജീവിതകഥ നിങ്ങളോട് പങ്കുവെയ്ക്കാം.

ട്രെയിൻ വൈകിയതുകൊണ്ട് ഞാനും അമ്മയും സ്റ്റേഷനിലെ ബെഞ്ചിലിരിക്കയായിരുന്നു. അച്ഛനും മാമനും ഒന്നുരണ്ട് മലയാളി യാത്രക്കാരുമായി സംസാരിച്ചുകൊണ്ടിരിക്കുന്നു. ഞങ്ങളുടെ തൊട്ടടുത്ത് ആ ചേച്ചിയും അമ്മയും വന്നിരുന്നു. ഇരുവരുടേയും മുഖത്ത് വിഷാദം തളം കെട്ടി നിൽക്കുന്നുണ്ടായിരുന്നു. അമ്മയുടെ മുഖം കരഞ്ഞതുപോലെ ചുവന്നുതുടുത്തിരുന്നു. ചേച്ചിയെ കണ്ടാൽ പതിനേഴ് പതിനെട്ട് വയസ്സ് മാത്രമേ പ്രായം തോന്നുകയുള്ളൂ. ആ അമ്മ ഇടയ്ക്കൊക്കെ കണ്ണ് തുടയ്ക്കുന്നുണ്ടായിരുന്നു. അവരും മണിപ്പാൽ മെഡിക്കൽ കോളേജിൽനിന്നും ഒരാ

ഴ്ചക്കശേഷം മടങ്ങുകയാണെന്നും പഴയങ്ങാടിയാണ് വീടെന്നും അമ്മ യോട് പറയുന്നത് കേട്ടു. ചേച്ചി പ്രസവം കഴിഞ്ഞിട്ട് ഒന്നോരണ്ടോ ആഴ്ച മാത്രമേ ആയുള്ളൂ. കുട്ടിക്ക് മഞ്ഞപ്പിത്തം പിടിപെട്ട് നാട്ടിലെ ഡോക്ടറുടെ നിർദ്ദേശപ്രകാരം മണിപ്പാലിൽ വന്നതാണെന്നൊക്കെ അവർ അമ്മയോട് പറഞ്ഞു. കുട്ടിക്ക് കുറച്ച് ദിവസം ചികിത്സ തുടരണം. അവരോട് നാട്ടിൽ പോയിക്കൊള്ളാൻ ഡോക്ടർ പറഞ്ഞുവത്രെ. കുട്ടി കൂടെയില്ലാത്തതുകൊണ്ടുള്ള വിഷമമാണ് അമ്മയ്ക്കും മകൾക്കും. ചേച്ചിയുടെ ഭർത്താവിനോടും അച്ഛനോടും മാമനും എന്റെ അച്ഛനും സംസാരിച്ചുകൊണ്ടിരിക്കുകയായിരുന്നു. ട്രെയിനിൽ ഞങ്ങൾ എല്ലാവരും ഒരു കംപാർട്ട്മെന്റിൽത്തന്നെ ആയിരുന്നു. എന്റെ തൊട്ടടുത്ത് ആ അമ്മ ആർക്കും മുഖം കൊടുക്കാതെ തിരിഞ്ഞ് കിടക്കുന്നുണ്ടായിരുന്നു. അവരുടെ കണ്ണുകൾ നിറഞ്ഞൊഴുകുകയാണ്. ചേച്ചിയും ഭർത്താവും എതിർവശത്തെ സീറ്റിലായിരുന്നു.

അവർ പഴയങ്ങാടിയിൽ ഇറങ്ങിയപ്പോഴാണ് മാമൻ പറഞ്ഞത് ആ ചേച്ചിയുടെ കുട്ടി മരിച്ചുപോയ കാര്യം അവരെ അറിയിക്കാതെ വീട്ടിലേക്ക് കൊണ്ടുപോകുകയാണെന്നും കുറച്ച് ദിവസം കഴിഞ്ഞാലേ അറിയിക്കുകയുള്ളൂ എന്നും! അറിഞ്ഞപ്പോൾ ഞങ്ങൾ എല്ലാവർക്കും വല്ലാത്ത വിഷമം തോന്നി. ആ ചേച്ചിയുടെ വിഷാദംനിറഞ്ഞ നിഷ്കളങ്കമായ മുഖം കല്ലിൽ കൊത്തിയതുപോലെ മായാതെ എന്റെ മനസ്സിൽ പതിഞ്ഞിട്ടുണ്ട്. തന്റെ കടിഞ്ഞൂൽ കുട്ടിക്ക് സംഭവിച്ചതറിയുമ്പോൾ ആ അമ്മയുടെ പ്രതികരണത്തെക്കുറിച്ചായിരുന്നു വീട്ടിൽ എത്തിയതിനുശേഷവും ഞങ്ങൾ സംസാരിച്ചത്.

# അതിജീവനത്തിന്റെ നാൾവഴികൾ

മണിപ്പാലിൽനിന്നും വീട്ടിലെത്തി രണ്ടുമൂന്ന് ദിവസം കഴിഞ്ഞതിനുശേഷമാണ് ഞാൻ കാലിപ്പർ ഉപയോഗിക്കാൻ തുടങ്ങിയത്. അപ്പോഴേക്കും എന്റെ ലോംഗ് സ്കേർട്ട് തയ്ച്ചുകിട്ടിയിരുന്നു. ലോംഗ് സ്കേർട്ട് ധരിക്കാൻ തുടങ്ങിയപ്പോൾ ഞാൻ വലിയ കുട്ടിയായി. എന്റെ കാലിന് കാലിപ്പറും ഷൂസുമൊക്കെ കണ്ടപ്പോൾ അമ്മമ്മ വല്ലാതെ സങ്കടപ്പെട്ടു. എന്റെ മനസ്സ് മരവിച്ചതുപോലെ ആയിരുന്നു. ഒരു വികാരവുമില്ലാതെ നിസ്സംഗത നിറഞ്ഞ മനസ്സായിരുന്നു എനിക്കന്ന്. അമ്മമ്മ കരയുമ്പോഴും എനിക്കൊന്നും തോന്നിയില്ല.

നടന്ന് പ്രാക്ടീസ് ചെയ്യാൻവേണ്ടി അച്ഛൻ എന്റെ കട്ടിലിന്റെ വശത്ത് നീളത്തിൽ മരത്തിന്റെ ബാർ കെട്ടിത്തന്നിരുന്നു. ആദ്യമൊക്കെ ഒരുവശത്ത് ബാറും മറുഭാഗം അച്ഛന്റെ കൈയും പിടിച്ചാണ് ഞാൻ നടന്ന് ശീലിച്ചത്. പിന്നീട് ബാർ മാത്രം പിടിച്ച് തനിയെ നടന്നു. ഒന്നുരണ്ട് ആഴ്ചകളിൽത്തന്നെ ഞാൻ എന്റെ റൂമിന് പുറത്തൊക്കെ കസേരയും വാതിലും മേശയുമൊക്കെ പിടിച്ച് നടന്നുതുടങ്ങി. അങ്ങനെ എന്റെ ദിവസങ്ങൾ ഇരിക്കുന്നതിൽനിന്നും നടക്കുന്നതിലേക്ക് മാറാൻ തുടങ്ങി. മണിപ്പാലിൽ പോകുന്നതിനുമുമ്പ് കട്ടിലിന്റെ തൊട്ടടുത്ത് ജനലിന് നേരെ കസേരയിട്ട് രാവിലെ മുതൽ വൈകുന്നേരംവരെ ഒരേ ഇരുപ്പായിരുന്നു ഞാൻ. റോഡിൽക്കൂടെ രാവിലെയും ഉച്ചയ്ക്കും വൈകുന്നേരവും സ്കൂളിലേക്ക് കുട്ടികൾ വരുന്നതും പോകുന്നതും നിറകണ്ണുകളോടെ നോക്കിയിരിക്കുകയായിരിക്കും ഞാൻ. ഒരുവർഷം മുമ്പുവരെ ഒരുമിച്ച് പോയിരുന്ന കൂട്ടുകാരുടെയും സഹോദരങ്ങളുടെയും കൂടെ പോകുവാൻ മനസ്സ് കൊതിക്കുകയായിരിക്കും അപ്പോൾ. മനസ്സെത്തുന്നിടത്ത് ശരീരത്തിനെത്താൻ

പറ്റാത്ത നിസ്സഹായാവസ്ഥ പറഞ്ഞറിയിക്കുവാൻ പറ്റാത്തതാണ്. ചിലപ്പോൾ ജനലിന്റെ അഴികൾ പിടിച്ച് മെല്ലെനിന്ന് കുട്ടികൾ സ്കൂളിൽ എത്തുന്നതുവരെ നോക്കിനിൽക്കാറുണ്ട്. വീടിന്റെ അടുത്തായതുകൊണ്ട് സ്കൂളിന്റെ ചില ഭാഗങ്ങളൊക്കെ ജനാലയിൽ കൂടെ നോക്കിയാൽ കാണാം. കുട്ടികളുടെ ആരവങ്ങൾ ചെറിയതോതിൽ കേൾക്കുമ്പോൾ മനസ്സ് വിങ്ങിപ്പൊട്ടും. എന്റെ വിഷമങ്ങൾ പൂർണ്ണമായും മനസ്സിലാക്കിയ അച്ഛൻ എന്റെ വിദ്യാഭ്യാസം മുടങ്ങാതിരിക്കുവാൻ വേണ്ടി ഒരു ട്യൂഷ്യൻ ടീച്ചറെ ഏർപ്പാടാക്കി.

കാലിപ്പർ ഉപയോഗിച്ച് ഞാൻ കസേരയൊക്കെ പിടിച്ച് എല്ലാ റൂമിലും നടക്കാൻ തുടങ്ങി. കൈയ്യ് വടി ഫിറ്റ് ചെയ്തിട്ട് മറ്റൊന്നും പിടിക്കാതെ നടക്കാനാണ് മണിപ്പാലിൽനിന്നും ഡോക്ടർ നിർദ്ദേശിച്ചിരുന്നത്. എന്നാൽ മണിപ്പാലിലെ ആശുപത്രിയിൽനിന്നും പ്രാക്ടീസ് ചെയ്യാത്തത് കാരണം എന്റെ നടത്തത്തിന് ഏറെ പോരായ്മകൾ ഉണ്ടായി. അവിടെ ഡോക്ടർമാരുടെയും വിദഗ്ദ്ധ ടെക്നീഷ്യന്മാരുടെയും മേൽനോട്ടത്തിൽ ചെയ്യുന്നതുപോലെ വീടിന്റെ പരിമിതമായ സൗകര്യത്തിൽ പറ്റില്ലല്ലോ. അവിടെ പ്രാക്ടീസ് ചെയ്യാതെ തിരിച്ചുവന്നത് എന്റെ ജീവിതത്തിലെ വലിയൊരു നിർഭാഗ്യം തന്നെയായിരുന്നു. വാടകവീടിന്റെ ചെറിയ റൂമായതുകൊണ്ട് ചുമരൊക്കെ പിടിച്ച് വലിയ വിഷമങ്ങൾ കൂടാതെ എല്ലാ റൂമിലും രണ്ട് സ്റ്റെപ്പുകൾ ഇറങ്ങേണ്ട അടുക്കളയിൽപ്പോലും ഞാൻ എത്താറുണ്ട്. അടുക്കളയിൽ അമ്മിയിൽ അരച്ചും പച്ചക്കറികൾ മുറിച്ചുകൊടുത്തും ചെറിയ ചെറിയ പാചകങ്ങൾ ചെയ്തുമൊക്കെ അമ്മയെ സഹായിക്കാൻ എനിക്ക് സാധിക്കാറുണ്ടായിരുന്നു. അടുക്കളയിൽ അമ്മയെ സഹായിച്ചാണ് സഹോദരങ്ങൾ നാലുപേരും സ്കൂളിൽ പോയാൽ തനിയെ ആകുന്നതിന്റെ ബോറടി ഞാൻ മാറ്റുന്നത്. ചെറുപ്രായത്തിൽ വിവാഹം കഴിഞ്ഞ് 25 വയസ്സിനുള്ളിൽ അഞ്ച് മക്കളെ പ്രസവിച്ച അമ്മയ്ക്ക് എന്നും ചെറിയ കുട്ടികളായ ഞങ്ങളെക്കൊണ്ടുള്ള കഷ്ടപ്പാടുകളായിരുന്നു. അതിന്റെ ഇടയിൽ അശനിപാതംപോലുള്ള എന്റെ അസുഖം അമ്മയ്ക്ക് താങ്ങാൻപറ്റിയില്ല. സ്കൂളിൽ പോകുന്ന നാല് കുട്ടികളുടെ സുഖസൗകര്യങ്ങൾ നോക്കുന്നതിനിടയിൽ അമ്മയ്ക്കും അച്ഛനും എന്റെ കാര്യങ്ങൾകൂടെ നോക്കേണ്ടതിനാൽ മാനസിക സംഘർഷങ്ങൾ ഏറെ അനുഭവിക്കേണ്ടി വന്നു.

അതിനിടയിൽ സത്യന് ഇടയ്ക്കിടയ്ക്ക് ശക്തിയായ പനിയും ചർദ്ദിയും വരാറുണ്ടായിരുന്നു. ഞാൻ ഗുരുതരാവസ്ഥയിൽ കിടക്കുന്ന സമയത്തൊക്കെ അവന് പനിയും ഛർദ്ദിയും വന്നാൽ അവർ അവനെ മാറിമാറി എടുത്ത് ഒരു പോള കണ്ണടയ്ക്കാതെ രാത്രി മുഴുവൻ നടന്നിരുന്നത് ഇന്നും എന്റെ ഓർമ്മയിലുണ്ട്. ഞാൻ കിടക്കുന്ന ജനൽപ്പടിയിൽ, വലിയ ദൈ

വഭക്തയായിരുന്ന എനിക്ക് പ്രാർത്ഥിക്കുവാൻ വേണ്ടി ഗുരുവായൂരപ്പന്റെ ഒരു ചെറിയ ഫോട്ടോ വെച്ചിട്ടുണ്ടായിരുന്നു. എന്റെ വേദനക്കിടയിലും അതിൽനോക്കി അനിയന്റെ പനി വേഗം സുഖമാകാൻ ഞാൻ പ്രാർത്ഥിച്ച് കിടക്കും. ഒരാഴ്ചയൊക്കെ പനിവിടാതെയുണ്ടാകും. സുഖമായാൽ വലിയ വാശിയും ദേഷ്യവും. പിന്നെ അത് നോർമൽ ആക്കാനുള്ള ശ്രമത്തിലായിരിക്കും അവർ. എന്റെ അസുഖം സങ്കീർണ്ണമായ സമയത്ത് ചെറിയ അനിയൻ രാജു കാണിച്ച ചെറിയ ഒരു കുസൃതിയുടെ ഫലമായി രണ്ടുമൂന്ന് ദിവസത്തോളം ഞങ്ങളെയാകെ ഉൽക്കണ്ഠയുടെ തീച്ചൂളയിൽ നിർത്തിപ്പൊരിച്ച ഒരു സംഭവംകൂടെ ഇവിടെ കുറിക്കട്ടെ.

എനിക്ക് അസുഖംവന്ന രണ്ടുമൂന്നു മാസങ്ങൾ കഴിഞ്ഞുകാണും. ഞാൻ വേദനകൊണ്ട് നിലവിളിക്കുകയും ബോധാബോധങ്ങൾക്കിടയിലൂടെ കടന്നുപോവുകയും ചെയ്തിരുന്ന ദിനരാത്രങ്ങൾ. അമ്മ കുളികഴിഞ്ഞ് അഴിച്ചുവെച്ചിരുന്ന സാരിയിൽനിന്നും ഒരു സേഫ്റ്റിപ്പിന്നെടുത്ത് അനിയൻ വെറുതെ കടിച്ച് പിടിച്ചിരിക്കുകയായിരുന്നു. അവൻ അറിയാതെ അത് വിഴുങ്ങിപ്പോയി. അവന് അപ്പോൾ നാലര വയസ്സ് മാത്രമേ പ്രായമുണ്ടായിരുന്നുള്ളൂ. അവൻ പേടിച്ച് കരഞ്ഞു. പിൻ തുറന്നിട്ടാണെന്നാണ് ചോദിച്ചപ്പോൾ അവൻ പറഞ്ഞത്. അതോടെ എല്ലാവർക്കും ആധിയായി.

അന്ന് പ്രത്യേകിച്ചൊന്നും സംഭവിച്ചില്ല എന്നാൽ അടുത്ത ദിവസം രാവിലെ മുതൽ അനിയൻ ഛർദ്ദിക്കാൻ തുടങ്ങിയപ്പോൾ എല്ലാവരും വല്ലാതെ ഭയന്നുപോയി. അച്ഛൻ വലിയമ്മാവനെ വിളിച്ച് വരുത്തി കുഞ്ഞിനെയുംകൊണ്ട് കണ്ണൂരിൽ ഡോക്ടറെ കാണിക്കാൻപോയി. അക്കാലത്ത് പയ്യന്നൂരിൽ ഒന്നോരണ്ടോ ഡോക്ടർമാർ മാത്രമേ ഉണ്ടായിരുന്നുള്ളൂ. ഞാനാണെങ്കിൽ ശരീരവേദനകൊണ്ടും അനിയന്റെ കാര്യം ഓർത്തുള്ള ഭയംകൊണ്ടും കരഞ്ഞുകൊണ്ടിരിക്കുകയായിരുന്നു. പരസ്പരം ആശ്വസിപ്പിച്ചും എന്നെ സമാധാനിപ്പിച്ചും അമ്മയും അമ്മമ്മയും എന്റെ കട്ടിലിൽത്തന്നെ ഭക്ഷണംപോലും കഴിക്കാതെ ഇരുന്നു. അവർ രണ്ടാളും വല്ലാതെ തളർന്നിരുന്നു. കണ്ണൂരിൽ എത്തുന്നതുവരെ ഛർദ്ദിച്ചുകൊണ്ടിരുന്നെങ്കിലും പിന്നീട് ഛർദ്ദിനിന്നു. ഡോക്ടർ എക്സ്റേ എടുത്തപ്പോൾ സേഫ്റ്റിപിൻ വ്യക്തമായി കാണാമായിരുന്നു. അത് തുറന്നിട്ടല്ലെന്ന് കണ്ടപ്പോൾ എല്ലാവർക്കും കുറച്ച് ആശ്വാസമായി. പേടിക്കാനില്ലെന്ന് ഡോക്ടർ സമാധാനിപ്പിച്ചു. വയറിളക്കത്തിനുള്ള മരുന്ന് കൊടുത്ത് 24 മണിക്കൂറിനുള്ളിൽ പിൻ പുറത്തുപോയില്ലെങ്കിൽ സർജറിക്ക് തയ്യാറായിട്ട് പോകാൻ ഡോക്ടർ പറഞ്ഞിരുന്നു. ഒരുദിവസം മുഴുവൻ ഊണും ഉറക്കവും ഇല്ലാതെ എല്ലാവരും അവന് കാവൽനിന്നു. അടുത്ത ദിവസം ഉച്ചയോടെ പിൻ പുറത്തുവന്നപ്പോൾ എല്ലാവർക്കും ആശ്വാസ

മായി. ആ എക്സ്റേ ഇന്നും വീട്ടിൽ സൂക്ഷിച്ചുവച്ചിട്ടുണ്ട്.

എനിക്ക് അസുഖംവന്ന് ഒരു വർഷം കഴിഞ്ഞപ്പോഴാണ് രാജു വിനെ സ്കൂളിൽ ചേർത്തത്. അവനെ സ്കൂളിൽ ചേർക്കുന്നതുവരെ എനിക്ക് ചെറിയ ചെറിയ സഹായങ്ങൾ ചെയ്തുതന്ന് ആ കുഞ്ഞനിയൻ എപ്പോഴും കട്ടിലിന്റെ അരികിൽത്തന്നെ ഉണ്ടാകും. അവൻ വലുതായപ്പോൾ പിൻ വിഴുങ്ങിയ സംഭവം പറഞ്ഞ് ഞങ്ങൾ എന്നും അവനെ കളിയാക്കാറുണ്ട്. എല്ലാം ഇന്നലത്തെപ്പോലെ ഓർമ്മയിൽ തെളിയുന്നു. അച്ഛനും അമ്മയും ഓർമ്മ മാത്രമായി. എന്റെ കുഞ്ഞനുജന്റെയും ഭാര്യയുടെയും സംരക്ഷ ണയിലാണ് ഇന്നു ഞാൻ കഴിയുന്നത്.

# വിജ്ഞാന ദാഹം

"മുറിഞ്ഞു വീണൊരെൻ വിദ്യതൻ കണ്ണികൾ
വിളക്കിച്ചേർത്തെന്നെ വിജ്ഞാനദാഹിയാക്കി മാറ്റി..."

അസുഖംവന്ന വീട്ടിൽത്തന്നെ കഴിയേണ്ടിവന്നുവെങ്കിലും വായിക്കാനും പഠിക്കാനുമുള്ള എന്റെ ദാഹത്തെ ഒരു വിധിക്കും തടയാൻ കഴിഞ്ഞില്ല. എനിക്ക് അസുഖംവന്ന് വീട്ടിന്റെ ചുമരുകൾക്കുള്ളിൽ തളച്ചിടപ്പെട്ടപ്പോൾ എന്റെ വിദ്യാഭ്യാസം മുടങ്ങാതിരിക്കാൻ ചെയ്യാൻ പറ്റുന്നതൊക്കെ അച്ഛൻ എനിക്കുവേണ്ടി ചെയ്തുതന്നു. ഒരു സുപ്രഭാതത്തിൽ അപ്രതീക്ഷിതമായി സ്കൂളിന്റെ പടിയിറങ്ങേണ്ടിവന്നത് എനിക്ക് താങ്ങാൻപറ്റുന്നതിലും അപ്പുറമായിരുന്നു. മാനസികമായി ഏറെ തകർന്നുപോയ എന്നെ അതിൽനിന്നും രക്ഷിക്കുവാൻവേണ്ടി, അക്ഷരലോകത്തേക്ക് കൈപിടിച്ചുകൊണ്ടുവന്ന് അതിജീവനത്തിന്റെ സോപാനങ്ങൾ കയറ്റാൻ ശ്രമിക്കുകയായിരുന്നു അച്ഛൻ. *ബാലരമ, അമ്പിളിഅമ്മാവൻ, പൂമ്പാറ്റ*തുടങ്ങിയ ബാലപ്രസിദ്ധീകരണങ്ങൾ, മറ്റ് വീക്കിലികൾ, മാസികകൾ, പത്രങ്ങൾ എല്ലാം വീട്ടിൽവരുത്തി, വായനയുടെ ലോകത്തേക്കുള്ള വാതായനങ്ങൾ മലർക്കെ തുറന്നുതന്നു എന്റെ അച്ഛൻ. കൂടാതെ അടുത്തുള്ള ചെറിയ വായനശാലയിൽനിന്നൊക്കെ എനിക്ക് വായിക്കാൻപറ്റുന്ന പുസ്തകങ്ങളൊക്കെ എടുത്തു തരാറുമുണ്ടായിരുന്നു.

വീടിന്റെ മുൻവശത്തുള്ള ഒരു റൂമിലാണ് അച്ഛന്റെ ക്ലിനിക്കും മരുന്നുകൾ സ്റ്റോക്ക് ചെയ്യുന്നതും. പരിചയമില്ലാത്ത രോഗികൾ വന്ന് "സ്കൂളിൽ പോയില്ലേ" എന്നൊക്കെ എന്നോട് ചോദിക്കുമ്പോൾ വല്ലാത്ത വിഷമം തോന്നാറുണ്ട്. ഞാൻ നിൽക്കുന്നത് കണ്ടാൽ പരിചയമില്ലാത്തവർക്ക്

അസുഖമുള്ള ഒരാളാണെന്ന് മനസ്സിലാകാറില്ല. സ്കൂളിലെ എന്റെ കൂട്ടുകാരെ കാണുമ്പോൾ അവരുടെ കൂടെ പോകാൻ പറ്റാതെ ഞാൻ സഹിക്കുന്ന വിഷമം അച്ഛൻ മനസ്സിലാക്കിയിട്ടുണ്ട് . അസുഖമായിട്ട് ഏകദേശം ഒരുവർഷം കഴിഞ്ഞ് ഞാൻ സ്വന്തമായി ഇരിക്കാനും മെല്ലെ പിടിച്ച് നിൽക്കാനുമൊക്കെ തുടങ്ങിയപ്പോൾ ആറും ഏഴും ക്ലാസുകൾ പഠിപ്പിക്കുവാൻ ഒരു ട്യൂഷൻ ടീച്ചറെ ഏർപ്പാടാക്കി. വസുമതി ടീച്ചർ. സുകുമാരി ടീച്ചറാണ് അവരെ പരിചയപ്പെടുത്തിത്തന്നത്. അങ്ങനെ ടീച്ചർ വീട്ടിൽ വന്ന് എന്നെ പഠിപ്പിക്കുവാൻ തുടങ്ങി. അവർ കുട്ടികളോടൊക്കെ കർക്കശമായി പെരുമാറുന്ന ഒരു ടീച്ചറായിരുന്നു. അവർ ട്യൂഷനെടുക്കുന്ന വീടുകളിലൊക്കെ കുട്ടികളെ അകാരണമായി ശിക്ഷിക്കും എന്ന പരാതിയുണ്ടായിരുന്നു. അവർ കുറച്ച് ദിവസം പഠിപ്പിക്കാൻ തുടങ്ങിയപ്പോൾ ത്തന്നെ അത് ശരിയാണെന്ന് എല്ലാവർക്കും ബോദ്ധ്യമായി. എന്നെ ശാരീരികമായി ശിക്ഷിക്കാൻ കഴിയാത്തതുകൊണ്ട് വാക്കുകളിലൂടെയാണ് ശിക്ഷ. ഒരു കാരണവുമില്ലാതെ വഴക്ക് പറയുകയാണ് പ്രധാന ഹോബി. അതുകൊണ്ട് എനിക്ക് ആ ടീച്ചറെ വലിയ പേടിയായിരുന്നു. ഓരോ ദിവസവും അവർ വന്നുപോയാലേ ഞാൻ ഭക്ഷണംപോലും കഴിക്കാറുണ്ടായിരുന്നുള്ളൂ. അവരുടെ ചേച്ചി ഭാരതി ടീച്ചറായിരുന്നു എന്നെ ഹിന്ദി പഠിപ്പിച്ചിരുന്നത്. അവർക്ക് എന്നോട് വലിയ സ്നേഹമായിരുന്നു. ആറും ഏഴും ക്ലാസുകളിലെ പരീക്ഷ കഴിഞ്ഞ് മണിപ്പാലിൽ പോകേണ്ടതിനാൽ അച്ഛൻ വസുമതി ടീച്ചറെ ഒഴിവാക്കി. അവർ എന്നെ ഏറെ വഴക്കുപറഞ്ഞിട്ടുണ്ടെങ്കിലും മുടക്കം വരാതെ ആറിലും ഏഴിലും പഠിക്കുവാൻ സഹായിച്ച വസുമതി ടീച്ചറുടെ വിയോഗത്തെക്കുറിച്ച് ഈ കുറിപ്പുകൾ എഴുതുമ്പോഴാണ് ഞാൻ അറിഞ്ഞത്. ടീച്ചറോടുള്ള സ്നേഹാദരംകൂടി ഇവിടെ ചേർത്തുവെയ്ക്കുന്നു.

പിന്നീട് എട്ട്, ഒമ്പത്, പത്ത് എന്നീ ക്ലാസുകൾ ഞാൻ അച്ഛന്റെ സഹായത്തോടെ സഹോദരിമാർ പഠിച്ച നോട്ടുകളും ടെസ്റ്റുകളും നോക്കി സ്വയം പഠിച്ചു. അപ്പോഴേക്കും ഏച്ചിയും അനിയത്തിയും കോളേജിൽ എത്തിയിരുന്നു. സ്വന്തമായി പഠിച്ച് എസ് എസ് എൽ സി പരീക്ഷ എഴുതി പാസ്സാകാൻ പറ്റുമെന്നുള്ള ആത്മവിശ്വാസമൊന്നും എനിക്കുണ്ടായിരുന്നില്ല. അതുകൊണ്ട് പരീക്ഷയെഴുതാൻ മടികാണിച്ചിരുന്ന എന്നെ തോറ്റാലും സാരമില്ല, എന്തായാലും പരീക്ഷയ്ക്ക് ഹാജരാകണമെന്ന് അച്ഛൻ നിർബന്ധിച്ചു. അവസാനം ഞാൻ മനസ്സില്ലാമനസ്സോടെ സമ്മതിച്ചു. അങ്ങനെ അച്ഛന്റെ നിർബന്ധവും പ്രോത്സാഹനവും ത്യാഗവുമൊക്കെയാണ് ആറാം ക്ലാസുവരെ മാത്രം സ്കൂളിൽ പോയിരുന്ന എനിക്ക് സ്വന്തമായി പഠിച്ച് പത്താംക്ലാസ്സും പ്രീഡിഗ്രിയും പാസ്സാകാനുള്ള ധൈര്യവും ആത്മവിശ്വാസവും ഇച്ഛാശക്തിയും നൽകിയത്.

പയ്യന്നൂരിൽ പെൺകുട്ടികൾക്കായി കന്യാസ്ത്രീകൾ നടത്തു ന്ന സെന്റ്മേരീസ് ഗേൾസ് ഹൈസ്കൂൾ ആയിരുന്നു പത്താംക്ലാസ് പരീക്ഷ സെന്റർ. വീടിനടുത്ത് ഏച്ചിയും അനിയത്തിയുമൊക്കെ പഠി ച്ചിരുന്ന സ്കൂളായിരുന്നതുകൊണ്ട് എനിക്ക് കൂട്ടിരിക്കാനൊന്നും ആരു ടെയും സഹായം ആവശ്യമില്ലായിരുന്നു. ആ സ്കൂളിൽ പഠിക്കുവാൻ ഏറെ കൊതിച്ചിരുന്ന എനിക്ക് അവിടെ പരീക്ഷ എഴുതാനുള്ള ഭാഗ്യമെങ്കിലും ലഭിച്ചതിൽ ഏറെ സന്തോഷംതോന്നി. അച്ഛൻ രാവിലെ എന്നെ അവി ടെക്കൊണ്ടുവിടുകയും വൈകുന്നേരം കൂട്ടാൻ വരുകയുമായിരുന്നു പതിവ്. അവിടത്തെ കന്യാസ്ത്രീകളായ അദ്ധ്യാപികമാരൊക്കെ നല്ല സഹകരണ വും സ്നേഹവുമുള്ളവരായിരുന്നു.

ആറ് ദിവസവും രാവിലെയും ഉച്ചയ്ക്കുശേഷവും പരീക്ഷ ഉള്ളതു കൊണ്ട് ബ്രേക്ക്ഫാസ്റ്റിനുണ്ടാക്കിയ പലഹാരവും ഫ്ലാസ്കിൽ കാപ്പിയും അമ്മ ബാഗിൽ എടുത്തുവെയ്ക്കും. എന്നാൽ ആദ്യത്തെ ദിവസം പരീക്ഷാ ടെൻഷൻ കാരണം ഞാൻ അത് തുറന്ന് നോക്കിയതുപോലുമില്ല. വൈ കുന്നേരം അതുപോലെ തിരിച്ച് കൊണ്ടുപോയപ്പോൾ അച്ഛനുമമ്മയും വഴക്ക് പറയുകയും പിറ്റേദിവസം അച്ഛൻ സിസ്റ്ററോട് പറയുകയും ചെയ്തു. അടുത്ത അഞ്ചുദിവസവും രണ്ട് സിസ്റ്റർമാർ ഭക്ഷണസമയത്ത് എന്റെ അടുത്തുവന്നിരുന്ന് സാന്ത്വനവും സ്നേഹവും ആത്മവിശ്വാസവും പകർ ന്ന് നൽകി. എന്നും പ്രാർത്ഥനയിൽ മോളെ ഓർക്കുമെന്നുള്ള അവരുടെ വാക്കുകൾ വർഷങ്ങൾക്കുശേഷം ഇന്നും ചെവിയിൽ മുഴങ്ങുന്നു. പിന്നീടു ള്ള ദിവസങ്ങളിൽ അമ്മയുടെ വഴക്ക് പേടിച്ച് എന്റെ ഫ്ലാസ്കിലെ കാപ്പി പരീക്ഷ എഴുതാൻ എന്റെ അടുത്തിരിക്കുന്ന കുട്ടികൾക്കുകൊടുത്ത് വൈകു ന്നേരം ആകുമ്പോഴേക്കും ഫ്ലാസ്ക് കാലിയാക്കുമായിരുന്നു ഞാൻ. എന്റെ അടുത്തിരുന്ന് പരീക്ഷയെഴുതിയ ആറ് ദിവസത്തെ പരിചയം മാത്രമുള്ള ഷെമീറ എന്നുപേരുള്ള ഒരു കുട്ടി മാസങ്ങളോളം എനിക്ക് കത്തയക്കാറു ണ്ടായിരുന്നു. റിസൽട്ട് അറിഞ്ഞപ്പോൾ അവൾ പരാജയപ്പെട്ടിട്ടും എന്റെ വിജയത്തിൽ ഏറെ സന്തോഷിക്കുകയും ചെയ്തു. ഞാൻ കൊടുത്ത "കാ പ്പിയുടെ മധുരം എന്നും നാവിൻ തുമ്പത്ത്" ഉണ്ടാകുമെന്നൊക്കെ പറഞ്ഞ് അവളയച്ച കത്ത് നനുത്ത ഒരു തൂവൽ സ്പർശമായി ഇന്നും ഓർമ്മയിൽ നിറഞ്ഞുനിൽക്കുന്നു. ആ കത്ത് വർഷങ്ങൾക്കുശേഷം ഇപ്പോഴും ആ കൂ ട്ടുകാരിയുടെ ഓർമ്മയ്ക്കായ് ഞാൻ സൂക്ഷിച്ചുവെച്ചിട്ടുണ്ട്. എന്റെ പത്താം ക്ലാസ് വിജയം അച്ഛനും അമ്മക്കും വീട്ടിൽ എല്ലാവർക്കും ഏറെ സന്തോ ഷത്തിനു വകനൽകി. സ്കൂളിൽ എന്റെ ടീച്ചറായിരുന്ന സുകുമാരി ടീച്ചർ എനിക്ക് ഒരു ഗോൾഡൻ പേന സമ്മാനമായി തന്നു. ഈ വിജയം പ്രീഡിഗ്രി പഠിക്കാനും പരീക്ഷ എഴുതാനുമുള്ള എന്റെ ആത്മവിശ്വാസം വർദ്ധിപ്പിച്ചു. പ്രീഡിഗ്രിയും പാസ്സായാൽ എങ്ങനെയെങ്കിലും ഡിഗ്രിയും

പൂർത്തിയാക്കണമെന്ന ഒരാഗ്രഹവും മനസ്സിൽ വേരൂന്നി. അങ്ങനെ കാലിക്കറ്റ് യൂണിവേഴ്സിറ്റിയുടെ കറസ്പോണ്ടൻസ് കോഴ്സിന് രജിസ്റ്റർ ചെയ്തു. യൂണിവേഴ്സിറ്റിയിൽനിന്നും നോട്ട്സ് വരാൻ തുടങ്ങിയപ്പോൾ ഞാൻ ഒരു തപസ്സുപോലെ പഠനം ആരംഭിച്ചു. അപ്പോൾ എനിക്ക് ഏകദേശം പതിനെട്ട് പത്തൊമ്പത് വയസ്സെങ്കിലും ആയിട്ടുണ്ടാകുമെന്ന് തോന്നുന്നു.

യൂണിവേഴ്സിറ്റിയിൽനിന്നും അയക്കുന്ന നോട്ടുകൾ പെട്ടെന്ന് വായിച്ചു മനസ്സിലാക്കാൻ പറ്റാത്തത്രയും പ്രയാസമേറിയതായിരുന്നു. മാധ്യമം മലയാളം മാറി ഇംഗ്ലീഷ് ആയപ്പോൾ വായിച്ച് മനസ്സിലാക്കാൻ ഏറെ വിഷമിച്ചു. ഇംഗ്ലീഷ് കുറച്ചൊക്കെ അച്ഛൻ പറഞ്ഞുതരുമായിരുന്നെങ്കിലും മറ്റു വിഷയങ്ങളൊക്കെ എങ്ങനെ വായിച്ച് മനസ്സിലാക്കണം എന്നറിയാതെ ആദ്യമൊക്കെ ഞാൻ അന്തംവിട്ടിരുന്നു. പിന്നീട് അച്ഛന്റെ ഉപദേശപ്രകാരം Dictionary യുടെ സഹായത്തോടെ നോട്ടുകൾ വായിച്ച് മനസ്സിലാക്കാൻ തുടങ്ങി. ഓരോ മാസവും അയയ്ക്കുന്ന നോട്ടുകളുടെ ലാസ്റ്റ് പേജിൽ അതിനോടനുബന്ധിച്ച ചോദ്യങ്ങളും ഉണ്ടാകും. നോട്ടുകൾ പഠിച്ച് അതിന്റെ ഉത്തരങ്ങൾ അയച്ചുകൊടുക്കണം. രണ്ട് വർഷത്തെ പേപ്പറുകൾ ഒരുമിച്ചെഴുതിയാൽ മതിയെന്ന് അച്ഛൻ പറഞ്ഞതനുസരിച്ച് ആദ്യത്തെ വർഷം പരീക്ഷ എഴുതിയില്ല. രണ്ടാം വർഷം പന്ത്രണ്ട് പേപ്പറുകൾ ഒരുമിച്ച് എഴുതേണ്ടതുകൊണ്ട് ആദ്യം മുതലേ ഞാൻ ഊണും ഉറക്കവുമില്ലാതെ രാവ് പകലാക്കി കഠിനാദ്ധ്വാനം ചെയ്ത് പഠിക്കാൻ തുടങ്ങി. പഠനസംബന്ധമായി ഏതെങ്കിലും വിഷയത്തിൽ എന്തെങ്കിലും സംശയങ്ങൾ തോന്നിയാൽ ചോദിക്കാനോ സഹായിക്കാനോപോലും ആരുമില്ലാത്ത അവസ്ഥ. പരീക്ഷ അടുത്തെത്തിയപ്പോൾ ഭക്ഷണംപോലും കഴിക്കാൻ പറ്റാതെയായി. ഉറങ്ങാതെയും ഭക്ഷണം കഴിക്കാതെയും അവസാനം ഛർദ്ദി വന്നപ്പോൾ അച്ഛനും അമ്മയും വഴക്ക് പറഞ്ഞു.

പയ്യന്നൂർ കോളേജിലായിരുന്നു പരീക്ഷാകേന്ദ്രം കൊടുത്തിരുന്നത്. എന്നാൽ പരീക്ഷയ്ക്ക് രണ്ടുദിവസം മുന്നേ ഹാൾടിക്കറ്റ് വാങ്ങാൻ കോളേജിൽ പോയപ്പോഴാണ് കേന്ദ്രം പഴയങ്ങാടിയിലുള്ള മാടായി ഹയർ സെക്കന്ററി സ്കൂളിലേക്ക് മാറ്റിയെന്നും ഹാൾടിക്കറ്റ് അവിടേക്ക് അയച്ചെന്നും അറിഞ്ഞത്! അതെന്നെ വല്ലാതെ തളർത്തിക്കളഞ്ഞു. യാത്രചെയ്യാനുള്ള ബുദ്ധിമുട്ടായിരുന്നു എന്റെ മുന്നിലുള്ള വലിയ പ്രശ്നം. നിസ്സഹായതയോടെ ഞാൻ അച്ഛന്റെ മുഖത്തേക്ക് നോക്കി. അച്ഛനും വല്ലാതെ വിഷമിച്ച് നിൽക്കുന്നത് ആ മുഖത്തുനിന്നും ഞാൻ വായിച്ചെടുത്തു.

പിന്നെ യാത്രാപ്രശ്നം എങ്ങനെ പരിഹരിക്കുമെന്നായി ആലോചന. സ്കൂൾ മാടായിക്കുന്നിന്റെ മുകളിലായതുകൊണ്ട് ടയർ പഞ്ചറാകു

മെന്ന കാരണത്താൽ വണ്ടിക്കാരൊന്നും എന്നെ അങ്ങോട്ട് കൊണ്ടുവിടാൻ തയ്യാറായിരുന്നില്ല. രണ്ട് വർഷത്തെ പരീക്ഷ ഒരുമിച്ചെഴുതേണ്ടതുകൊണ്ട് പന്ത്രണ്ട് ദിവസം പോകണമായിരുന്നു. അവസാനം അടുത്ത വർഷം പരീക്ഷ എഴുതിയാൽ മതിയെന്ന് വീട്ടിൽനിന്നും എല്ലാവരും പറഞ്ഞു. ആറ് മാസത്തോളം ഊണും ഉറക്കവുമില്ലാതെ കഠിനാദ്ധ്വാനം ചെയ്ത് പഠിച്ച എനിക്ക് അത് സഹിക്കുവാൻ പറ്റുന്നതിൽ അപ്പുറമായിരുന്നു. നിരാശയും സങ്കടവുംകൊണ്ട് ഞാൻ ആകെ തകർന്നുപോയി. പുസ്തകങ്ങളൊക്കെ വലിച്ചെറിഞ്ഞ് ഞാൻ ഉണ്ണാതെയും ഉറങ്ങാതെയും ഒരേ കിടപ്പ് കിടന്നു. അപ്പോൾ വിവാഹം കഴിഞ്ഞ ഏച്ചി ബി എഡ് കോഴ്സും പൂർത്തിയാക്കി വീട്ടിൽ തിരിച്ചെത്തിയിരുന്നു. ഏട്ടന്റെ വീട്ടിൽത്തന്നെയാണ് ഏച്ചി കൂടുതൽ സമയവും ഉണ്ടാവുക. പരീക്ഷ തുടങ്ങാൻ രണ്ട് ദിവസങ്ങൾ മാത്രം. അപ്പോഴാണ് പരീക്ഷയ്ക്ക് പോകുമ്പോൾ എന്റെ കൂടെ വരാൻ വേണ്ടി ഏച്ചി രണ്ടാഴ്ച വീട്ടിൽ നിൽക്കുവാൻ ഭർത്താവിന്റെ വീട്ടിൽനിന്നും വന്നത്. പരീക്ഷാകേന്ദ്രം മാറിയകാര്യം ഏച്ചി അറിഞ്ഞിരുന്നില്ല. ഇന്നത്തെപ്പോലെ വിവരങ്ങൾ അറിയിക്കാൻ ഫോൺ ഒന്നും ഇല്ലാതിരുന്ന കാലം. എന്റെ കോലംകണ്ട് ഏച്ചി ഞെട്ടിപ്പോയി. നിരാശകൊണ്ട് തളർന്ന എന്റെ മുഖംകണ്ട് സഹിക്കാൻ കഴിയാതെ ഈ വർഷംതന്നെ പരീക്ഷ എഴുതണമെന്ന് ഏച്ചി നിർബന്ധമായി പറഞ്ഞു. അച്ഛനെ സഹായിക്കാൻ വീട്ടിൽവരുന്ന രാജേട്ടനെ വിളിച്ച് എവിടെനിന്നെങ്കിലും ഒരു വണ്ടി ഏർപ്പാടാക്കാൻ പറഞ്ഞു. ഏട്ടൻ ടൗണിൽ പോയി കുറെ വണ്ടിക്കാരുടെ കയ്യുംകാലുമൊക്കെ പിടിച്ച് ഇരട്ടി വണ്ടിക്കൂലി കൊടുക്കാമെന്നൊക്കെ പറഞ്ഞപ്പോൾ ഏട്ടന് അടുത്ത പരിചയമുള്ള ഒരു ഓട്ടോ ഡ്രൈവർ വരാമെന്ന് സമ്മതിച്ചു. വിലപ്പെട്ട രണ്ടു ദിവസങ്ങൾ നഷ്ടപ്പെട്ടെങ്കിലും ഞാൻ വീണ്ടും പരീക്ഷയുടെ തയ്യാറെടുപ്പിലായി. അങ്ങനെ പന്ത്രണ്ട് ദിവസം അച്ഛൻ എന്നെ സ്കൂളിൽ കൊണ്ടാക്കുകയും ഉച്ചക്ക് തിരിച്ചുകൂട്ടാൻ വരുകയും ചെയ്തു. ഏച്ചി അവിടെ സ്റ്റാഫ് റൂമിൽ എനിക്ക് കാവലിരുന്നു. പരീക്ഷയോടനുബന്ധിച്ച് ഒന്നുരണ്ട് തിക്താനുഭവങ്ങൾ അഭിമുഖീകരിക്കേണ്ടിവന്നെങ്കിലും പ്രീഡിഗ്രി പരീക്ഷ എഴുതണമെന്ന ആഗ്രഹം സഫലീകരിച്ചപ്പോൾ ഏറെ സംതൃപ്തി തോന്നി.

എന്റെ വിദ്യാഭ്യാസ സ്വപ്നങ്ങൾ തകരാൻ കാരണമായ ഒരു അനുഭവംകൂടി ഇവിടെ ചേർത്തുവെയ്ക്കുകയാണ്. ആദ്യവർഷത്തെ ഇംഗ്ലീഷ് ഫസ്റ്റും സെക്കന്റും പേപ്പറുകളുടെ പരീക്ഷകഴിഞ്ഞു മൂന്നാമത്തെ ദിനം രണ്ടാംവർഷത്തെ ഇംഗ്ലീഷ് ഫസ്റ്റ് പേപ്പർ പരീക്ഷ എഴുതാൻവേണ്ടി ഞാൻ രാവിലെ സ്കൂളിലേക്ക് പോയി. അച്ഛൻ എന്നെ അവിടെക്കൊണ്ട് വിട്ടിട്ട് തിരിച്ചു വീട്ടിൽപോയിരുന്നു. പരീക്ഷയ്ക്ക് ബെല്ലടിക്കാൻ കഷ്ടിച്ച് ഒരു മണിക്കൂറോ മറ്റോ ഉണ്ടായിരുന്നുള്ളൂ. അപ്പോഴാണ് ഒരു കുട്ടിവന്ന്

ഞാൻ ഇരുന്നത് അവളുടെ സീറ്റിലാണെന്നും വേഗം എഴുന്നേറ്റ് മാറണമെന്നും എന്നോട് പറഞ്ഞത്. ഞാൻ ഒന്നും മനസ്സിലാകാതെ അന്തംവിട്ടിരുന്നു. അപ്പോൾ അവിടെയുണ്ടായിരുന്ന ഒരദ്ധ്യാപകൻ വന്നിട്ട് എന്താണ് പ്രശ്നമെന്നന്വേഷിക്കുകയും ആ കുട്ടി കാര്യം പറയുകയും ചെയ്തു. അപ്പോഴാണ് എനിക്ക് മനസ്സിലായത് രണ്ടാം വർഷ പരീക്ഷയ്ക്ക് സീറ്റ് മാറുമെന്നും എന്റെ സീറ്റും നമ്പറും വേറെ ഹാളിൽ ആണെന്നും. പരിചയമില്ലാത്ത സ്ഥലും അദ്ധ്യാപകരുമൊക്കെയാണല്ലോ. എന്തുചെയ്യണമെന്നറിയാതെ ഞാനാകെ പരിഭ്രമിച്ചു. എന്താണ് കാര്യമെന്നറിയാൻ അതിനിടയിൽ അദ്ധ്യാപകരും കുട്ടികളുമൊക്കെ ചുറ്റും കൂടുകയും ചെയ്തിരുന്നു. ആരോ പറഞ്ഞ് കാര്യങ്ങൾ അറിഞ്ഞ ഏച്ചി പരിഭ്രമത്തോടെ ഓടിവന്നു. കാര്യങ്ങളുടെ ഗൗരവം മനസ്സിലാക്കിയ ഏച്ചി വേഗം ഹെഡ്മിസ്ട്രസിന്റെ അടുത്തുപോയി കാര്യം പറയുകയും എന്റെ അവസ്ഥയെപ്പറ്റി വിവരിക്കുകയും ചെയ്തു. കുറെ ദൂരമുള്ള മറ്റൊരു ഹാളിലേക്ക് നടക്കാൻ പറ്റാത്ത ഞാൻ എങ്ങനെ പോകും...? അന്നൊരു ദിവസത്തേക്ക് അഡ്ജസ്റ്റ് ചെയ്യണമെന്നും സ്വയം എഴുന്നേറ്റു നടക്കാൻ പറ്റാത്ത കുട്ടിയാണെന്നും ഇരുന്ന ഹാളിൽത്തന്നെ പരീക്ഷ എഴുതാൻ അനുവദിക്കണമെന്നും ദയ കാണിക്കണമെന്നും ഏച്ചി കേണപേക്ഷിച്ചെങ്കിലും മനുഷ്യത്വം തൊട്ടുതീണ്ടിയിട്ടില്ലാത്ത ആ സ്ത്രീ അതിനനുവദിച്ചില്ല. കേവലം ഒരു മാനുഷിക പരിഗണനപോലും കാണിക്കാതെ എന്നെ കുറച്ച് ദൂരെയുള്ള ഹാളിൽ കൊണ്ടുപോയിരുത്താൻ ആ സ്ത്രീ തറപ്പിച്ച് പറഞ്ഞു. ആകെ തകർന്നുപോയ ഞാൻ എന്തുചെയ്യണമെന്നറിയാതെ തരിച്ചിരുന്നു. അവസാനം അവർ പ്യൂണിനെ വിളിപ്പിച്ച് എന്നെ എടുത്ത് ഒരുപാട് ദൂരമുള്ള ഹാളിൽ കൊണ്ടിരുത്തുവാൻ പറഞ്ഞു. എന്നെ എടുത്തുകൊണ്ടു പോകുന്നത് കണ്ടപ്പോൾ എന്തിനാണെന്ന് മനസ്സിലാകാതെ കുറെ കുട്ടികൾ പിന്നാലെ ഓടി വരുന്നുണ്ടായിരുന്നു. അപ്പോഴേക്കും പരീക്ഷയ്ക്ക് ബെല്ലടിക്കേണ്ട സമയമായിരുന്നു. അവസാനമായി ഒന്നുകൂടെ നോട്ട്സ് വായിച്ചു തയ്യാറെടുക്കാനുള്ള എന്റെ വിലപ്പെട്ട സമയം അങ്ങനെ നഷ്ടപ്പെട്ടു. പരീക്ഷ എഴുതുമ്പോഴും എന്റെ കണ്ണുകൾ നിറഞ്ഞൊഴുകുകയായിരുന്നു. ആകെ തളർന്ന് പരീക്ഷയെഴുതാനുള്ള മനഃസാന്നിദ്ധ്യംപോലും നഷ്ടപ്പെട്ടിരുന്നു. ഞാൻ എന്താണ് എഴുതിയതെന്നു എനിക്കുപോലും അറിയില്ലായിരുന്നു.

വീട്ടിൽ തിരിച്ചെത്തിയിട്ടും അടുത്ത ദിവസത്തെ പരീക്ഷയ്ക്ക് തയ്യാറെടുക്കേണ്ട എന്റെ മനഃസാന്നിദ്ധ്യം വീണ്ടെടുക്കാൻ കഴിഞ്ഞില്ല. അന്നത്തെ പരീക്ഷയിൽ തോൽക്കുമെന്ന് ഞാനും വീട്ടുകാരും പേടിച്ചിരുന്നെങ്കിലും റിസൽട്ട് അറിഞ്ഞപ്പോൾ വീട്ടിൽ എല്ലാവർക്കും സന്തോഷമായി. എന്റെയും അച്ഛന്റെയും അമ്മയുടെയും സ്വപ്നം സഫ

ലമാക്കിക്കൊണ്ട് മുഴുവൻ പേപ്പറുകളും ഞാൻ പാസ്സായി. പ്രൈവറ്റായി ആരുടെയും സഹായംകൂടാതെ പഠിച്ച് പത്താംക്ലാസും പ്രീഡിഗ്രിയും പാസ്സായതിൽ എല്ലാവരും എന്നെ അഭിനന്ദിക്കാറുണ്ടായിരുന്നെങ്കിലും കഴിഞ്ഞതൊക്കെ ഓർക്കുമ്പോൾ എനിക്ക് ഏറെ സന്തോഷിക്കാനൊന്നും തോന്നിയിരുന്നില്ല. അത് നേടിയെടുക്കാൻ ഞാൻ എന്തുമാത്രം ത്യാഗങ്ങളും മാനസിക സംഘർഷങ്ങളും അനുഭവിച്ചിരുന്നെന്ന് എനിക്കുമാത്രം അറിയാം. ഈ അനുഭവംവെച്ച് ഡിഗ്രി എടുക്കുക എന്ന എന്റെ സ്വപ്നം ഒരിക്കലും നടക്കാൻ പോകുന്നില്ലെന്നത് എന്നെ ഏറെ നിരാശപ്പെടുത്തിയിരുന്നു.

പരീക്ഷയെഴുതാൻ പോയപ്പോൾ മാടായി സ്കൂളിൽവെച്ചുണ്ടായ തിക്താനുഭവങ്ങളും പ്രൈവറ്റായി എഴുതുമ്പോൾ പരീക്ഷ സെന്റർ ദൂരെയുള്ള സ്കൂളുകളിൽവെക്കുന്നതും ഡിഗ്രി എടുക്കണമെന്നുള്ള എന്റെ ആഗ്രഹത്തിന് തിരശ്ശീല വീഴ്ത്തി. ഇന്നത്തെക്കാലത്ത് ഭിന്നശേഷിക്കാർക്ക് പഠിക്കാനും പരീക്ഷ എഴുതാനും സർക്കാർ തലത്തിൽത്തന്നെ എല്ലാ സൗകര്യങ്ങളും ചെയ്തുകൊടുക്കുന്നുണ്ട്. എന്നാൽ അക്കാലത്ത് കേവലം ഒരു മാനുഷിക പരിഗണനപോലും എനിക്ക് ലഭിച്ചിരുന്നില്ല. ആ സ്കൂളിൽ അക്കാലത്ത് ഉണ്ടായിരുന്ന ഹെഡ്മിസ്ട്രസിന്റെ മനുഷ്യത്വരഹിതമായ പെരുമാറ്റം എന്നെ ഏറെ വേദനിപ്പിച്ചിരുന്നു. അവർ കാര്യങ്ങൾ മനസ്സിലാക്കി സ്നേഹത്തോടെ പെരുമാറി ആവശ്യമായ സൗകര്യങ്ങൾ ചെയ്തുതന്നിരുന്നെങ്കിൽ എന്റെ മാനസിക സംഘർഷം കൂടുമായിരുന്നില്ല. തുടർപഠനത്തിൽനിന്നും എന്നെ പിന്തിരിപ്പിക്കാൻ ആ സംഭവം പ്രധാനകാരണമായി. അതോടെ എന്റെ വിദ്യാഭ്യാസ സ്വപ്നങ്ങൾ മോഹഭംഗങ്ങളുടെ ഗോഡൗണിൽവെച്ച് പൂട്ടുകയായിരുന്നു ഞാൻ. ഒരുപാട് വർഷങ്ങൾക്ക് മുമ്പേ നടന്ന സംഭവമാണെങ്കിലും കാലത്തിനുപോലും മായ്ക്കാൻ പറ്റാത്ത വിധം ഇന്നും കെടാത്ത കനലായി, നോവായി ഈ അനുഭവം മനസ്സിനെ മുറിപ്പെടുത്തുന്നു.

നൊമ്പരപ്പെടുത്തുന്ന ഈ അനുഭവങ്ങൾക്ക് മരുന്നായി ചില കുഞ്ഞു കുഞ്ഞ് സ്നേഹസ്പർശങ്ങളും ഈ പരീക്ഷാവേളയിൽ എനിക്കനുഭവപ്പെട്ടിരുന്നത് ഇവിടെ എടുത്തുപറയേണ്ടതാണ്. പരീക്ഷ തുടങ്ങാൻ ബെല്ലടിക്കുന്നതുവരെ ഞാൻ പുസ്തകം മറിച്ച് നോക്കാറുണ്ടായിരുന്നു. ആ ചെറിയ സമയം വായിക്കുന്നതായിരിക്കും ചിലപ്പോൾ പരീക്ഷയ്ക്ക് ഏറെ ഗുണം കിട്ടുന്നത്. ആദ്യ ദിവസം പരീക്ഷയ്ക്ക് ബെല്ലടിച്ചശേഷം എല്ലാവരും പുസ്തകം പുറത്തുകൊണ്ടുവെക്കുമ്പോൾ എന്ത് ചെയ്യണമെന്നറിയാതെ ഞാൻ ടെൻഷനടിച്ചിരിക്കുകയായിരുന്നു. അപ്പോൾ എന്റെ സീറ്റിന്റെ തൊട്ടടുത്തിരുന്ന് പരീക്ഷയെഴുതേണ്ട രണ്ടു ആൺകുട്ടികൾ വേഗം എന്റെ പുസ്തകം വാങ്ങി പുറത്തുകൊണ്ടുപോയി വെച്ചു. എന്റെകാ

ര്യം അവർ എങ്ങനെ മനസ്സിലാക്കി എന്ന് ഞാൻ അത്ഭുതപ്പെട്ടു. ഞാൻ ആരെയും ശ്രദ്ധിക്കുന്നില്ലെങ്കിലും അച്ഛൻ എന്നെ അവിടെക്കൊണ്ടാക്കിയത് അവർ ശ്രദ്ധിച്ചിരിക്കാം. എല്ലാ ദിവസവും പരീക്ഷ കഴിഞ്ഞാൽ പരീക്ഷാഡ്യൂട്ടിയുള്ള അദ്ധ്യാപകൻ പുറത്തിറങ്ങിയതിന് ശേഷം ഏച്ചി സ്റ്റാഫ് റൂമിൽനിന്നും വരുന്നതുവരെ അവർ ക്ലാസിനുപുറത്ത് എനിക്ക് കാവൽ നിൽക്കുമായിരുന്നു. ജീവിതത്തിൽ ആദ്യമായിട്ട് കാണുന്ന പതിനാറോ പതിനേഴോ വയസ്സുമാത്രം പ്രായമുള്ള ആ കുഞ്ഞു സഹോദരന്മാരുടെ കരുണാർദ്രമായ കൊച്ചുമുഖങ്ങളും സ്നേഹവും കരുതലും ഒരു തൂവൽസ്പർശമായി, മനസ്സിനേറ്റ മുറിവിന് മരുന്നായി, ചിരാതുകളുടെ വെളിച്ചമായി വർഷങ്ങൾക്കുശേഷവും ഉള്ളിൽ നിറഞ്ഞുനിൽക്കുന്നു.

പ്രീഡിഗ്രിക്ക് ശേഷം ഞാൻ ഡിഗ്രി എടുക്കാനുള്ള ആഗ്രഹമൊക്കെ മാറ്റിവെച്ച് അച്ഛന്റെ ഉപദേശമനുസരിച്ച് പോസ്റ്റൽ ആയിട്ട് ഹോമിയോ ഡിപ്ലോമ എടുത്തു. സ്വന്തം ആവശ്യത്തിനെങ്കിലും ചികിത്സിക്കാൻ അതിപ്പോൾ ഏറെ ഉപകാരപ്രദമായിത്തീർന്നു. എന്റെ അനിയത്തിയായ ശോഭ Type writing, Shorthand ഇവയൊക്കെ പഠിക്കാൻ പോകുന്നുണ്ടായിരുന്നു. അപ്പോൾ ഞാനും അവളുടെ സഹായത്താൽ നോട്ടുകൾ നോക്കി Shorthand പഠിക്കാൻ തുടങ്ങി. അതിനുശേഷം തയ്യൽമിഷ്യൻ വാങ്ങി തയ്യൽ പഠിക്കുകയും കുറെ വർഷം തയ്യലിൽ തന്നെ ശ്രദ്ധ കേന്ദ്രീകരിക്കുകയും ചെയ്തു. ഞാൻ തയ്യൽ പഠിച്ച വീടിനടുത്തുള്ള കടയിൽ നിന്നും കൂടാതെ അടുത്തുള്ള വീടുകളിൽനിന്നും അക്കാലത്ത് ധാരാളം തയ്ക്കാൻ കൊണ്ടുവരാറുണ്ടായിരുന്നു. Cutting, Stitching, Button fixing എല്ലാം ഞാൻതന്നെ ചെയ്യുന്നതുകൊണ്ട് അക്കാലങ്ങളിൽ ശ്വാസം കഴിക്കാൻപോലും സമയം കിട്ടാറില്ല. രാവിലെ എട്ടുമണി മുതൽ രാത്രി ഒമ്പത് മണിവരെയൊക്കെ റെസ്റ്റില്ലാതെ തയ്ക്കാനിരുന്ന ദിവസങ്ങളുമുണ്ട്. ബ്ലൗസ്, ഷർട്ട് കുട്ടികളുടെ ഡ്രസ്സ് എല്ലാം തയ്ക്കാൻ ഞാൻ പഠിച്ചു. പുറത്തു നിന്ന് കൊണ്ടുവരുന്നത് കൂടാതെ അമ്മയുടെ ബ്ലൗസുകളും അച്ഛന്റെയും അനിയന്റെയും ഷർട്ടുകളും ഏച്ചി, അനിയത്തി, കുട്ടികൾ, അടുത്ത ബന്ധുക്കൾ അങ്ങനെ എല്ലാവർക്കും അക്കാലങ്ങളിൽ ഞാൻ തയ്ച്ചുകൊടുക്കാറുണ്ടായിരുന്നു. തയ്യൽ ചെയ്യുന്നതുകൊണ്ട് എന്റെ സ്വന്തം ആവശ്യങ്ങൾക്കൊന്നും സാമ്പത്തികമായി ആരെയും ആശ്രയിക്കേണ്ടി വരാറില്ല. തയ്യൽ പഠിച്ചതുകൊണ്ട് ഒരു ജോലി അറിയാം എന്ന ആത്മവിശ്വാസം ഉണ്ടായിരുന്നെങ്കിലും എന്നെ സംബന്ധിച്ച് ഏറെ നഷ്ടവും അതുകൊണ്ടുണ്ടായി എന്നത് എന്റെ നിർഭാഗ്യം തന്നെയായിരുന്നു.

തയ്യൽ ചെയ്യുമ്പോൾ കാലിപ്പർ ഉപയോഗിക്കാൻ പറ്റാത്തതുകൊണ്ട് അതിന്റെ ഉപയോഗം കുറഞ്ഞുകുറഞ്ഞ് വന്നു. അതിന്റെ ഫലമായി സ്ഥിരമായി വീൽച്ചെയർ ഉപയോഗിക്കേണ്ടിവന്നു. അക്കാര്യത്തിൽ

ഇപ്പോൾ എനിക്ക് ഏറെ നഷ്ടബോധവും കുറ്റബോധവും തോന്നുന്നു. കാലിപ്പർ ഉപയോഗം കുറച്ചിരുന്നില്ലായെങ്കിൽ എനിക്ക് ഇന്നും വീടിനുള്ളിലെങ്കിലും നടക്കാൻ പറ്റുമായിരുന്നു. വർഷങ്ങൾ കൊഴിഞ്ഞ് വീഴവേ ഏറെ ദുരനുഭവങ്ങൾ നേരിടേണ്ടി വരുകയും അതനുസരിച്ച് മനഃശക്തി കുറഞ്ഞുവരുകയും ചെയ്തു. അതോടെ കാലിപ്പർ ഉപയോഗം പൂർണ്ണമായി ഉപേക്ഷിക്കുകയും ഞാൻ സ്ഥിരം വീൽച്ചെയറിൽ ആവുകയും ചെയ്തു.

സ്കൂളിൽപ്പോകാൻ പറ്റാതെ ഇരുളടഞ്ഞ് തകർന്നുപോയ എന്റെ കുഞ്ഞുമനസ്സിൽ അക്ഷരദീപം കൊളുത്തിവെച്ച് വായനയുടെ ലോകത്തേക്ക് എന്നെ കൈപിടിച്ച് കൊണ്ടുവരാൻ അച്ഛൻ നടത്തിയ ശ്രമങ്ങളെ എന്നും ഞാൻ ഓർക്കാറുണ്ട്. മുറിഞ്ഞുപോയ വിദ്യയുടെ കണ്ണികൾ വിളക്കിച്ചേർത്തതും എന്നെ ഒരു വിജ്ഞാനദാഹിയാക്കിയതും മറ്റാരുമല്ല. ആറാംക്ലാസ് വരെമാത്രം സ്കൂളിൽപ്പോയിരുന്ന എനിക്ക് എസ് എസ് എൽ സി, പ്രീഡിഗ്രി പരീക്ഷകൾ സ്വന്തമായി പഠിച്ച് എഴുതാനുള്ള ധൈര്യവും ഇച്ഛാശക്തിയും ഉണ്ടാക്കിത്തന്നതും അച്ഛൻതന്നെ. അച്ഛന്റെ പ്രോത്സാഹനവും നിശ്ചയദാർഢ്യവുമാണ് എനിക്ക് പ്രചോദനമായത്. സ്കൂളും അദ്ധ്യാപകരും സഹപാഠികളുമൊക്കെ തന്റെ ലോകമായി കരുതിയിരുന്ന ഒരു പത്തുവയസ്സുകാരിക്ക് ഒരു സുപ്രഭാതത്തിൽ തന്റെ ശരീരം ഒന്ന് അനക്കാൻപോലും കഴിയാതെ കിടക്കയിൽ നാലു ചുവരുകൾക്കുള്ളിൽ കഴിയേണ്ടി വന്നു. വിധിയുടെ ക്രൂരതയിൽ സമനില തെറ്റിയത് പോലെയായിരുന്നു അക്കാലങ്ങളിൽ എന്റെ മാനസികാവസ്ഥ. മെല്ലെ എഴുന്നേറ്റിരിക്കാനൊക്കെ ആയസമയത്ത് മുൻപ് ഞാൻ ഓടിച്ചാടി നടന്ന വഴികളിലൂടെ എന്റെ സഹോദരങ്ങളും കൂട്ടുകാരുമൊക്കെ സ്കൂളിൽ പോകുന്നത് ഈറനണിഞ്ഞ കണ്ണുകളോടെ ജനാലയിൽക്കൂടെ ഞാൻ നോക്കി നിൽക്കുമായിരുന്നു. ഉച്ചയ്ക്കും വൈകുന്നേരവുമൊക്കെ സ്കൂൾ വിടുന്ന സമയം ഞാൻ ജനലരികിൽ എല്ലാം കണ്ടുംകേട്ടും സ്വയം മറന്നിരിക്കും. ട്യൂഷൻ ടീച്ചറെവെച്ച് പഠനം തുടർന്നതും സ്വപ്രയത്നത്താൽ എസ് എസ് എൽ സിയും പ്രീ ഡിഗ്രിയും പാസായതും കുറെയൊക്കെ ആശ്വാസം നൽകി.

ഒരു മനുഷ്യായുസ്സിലെ സുവർണ്ണ കാലഘട്ടമാണ് ബാല്യകൗമാരങ്ങളും സ്കൂൾ-കോളേജ് ജീവിതങ്ങളും. ഏതൊരു മനുഷ്യനും വർണ്ണങ്ങൾ നിറഞ്ഞതും ആഹ്ലാദകരവുമായ കാലഘട്ടം തന്നെയാണ് സ്കൂൾ-കോളേജ് പഠനകാലം. ഇന്ന് എന്റെ ജീവിതത്തിലെ നഷ്ടക്കണക്കുകൾ എടുക്കുമ്പോൾ, എന്നെ തളർത്തുന്ന നിരാശപ്പെടുത്തുന്ന ഏറ്റവും വലിയനഷ്ടം എന്റെ ബാല്യകാലവും സ്കൂൾ-കോളേജ് ജീവിതവുമാണ്. വർഷങ്ങൾ ഇത്രയേറെ കഴിഞ്ഞിട്ടും ഇന്നുമെനിക്ക് ആ നഷ്ടങ്ങളോട് പൊരുത്തപ്പെടാൻ കഴിഞ്ഞിട്ടില്ല. ഒരു ജന്മംകൂടി തന്ന് എന്റെ നഷ്ടപ്പെട്ട സ്കൂൾജീവിത

ത്തിലെ സുവർണ്ണനിമിഷങ്ങൾ തിരിച്ച് കിട്ടിയെങ്കിലെന്ന് ഇന്നും ദൈവത്തോട് പ്രാർത്ഥിക്കുന്നു. നടക്കില്ലെന്നറിയാം. എങ്കിലും ദൈവത്തോട് പറയുമ്പോൾ ഒരാശ്വാസമാണ്. നാട്ടിലുള്ള മിക്കവാറും വായനശാലയിൽ നിന്നൊക്കെ പുസ്തകങ്ങൾ വരുത്തി ആ കാലത്തുതന്നെ അച്ഛൻ എന്നെ ഒരു ഫുൾടൈം വായനക്കാരിയാക്കി മാറ്റിയിരുന്നു. ഇന്നും വായനയുടെ ലോകത്ത് മുഴുകുന്നതുകൊണ്ടും അത്യാവശ്യം ചിത്രങ്ങൾ വരച്ചും തയ്യൽ ചെയ്യുന്നതുകൊണ്ടുമൊക്കെയാണ് ഞാൻ എല്ലാ വിഷമങ്ങളും മറന്ന് ഈ നാല് ചുവരുകൾക്കുള്ളിൽ കഴിയുന്നത്.

# എന്റെ കൊച്ചു പൂന്തോട്ടം

എനിക്ക് അസുഖമായിട്ട് ഒരു വർഷമൊക്കെ കഴിയുന്നതുവരെ എന്റെ റൂമിന്റെ ജനാലക്കരികിൽ ഒരു കസേരയിട്ട് ഇരിക്കുമെന്നല്ലാതെ മറ്റൊന്നും എനിക്ക് ചെയ്യാൻ പറ്റുമായിരുന്നില്ല. ചിലപ്പോൾ മെല്ലെ പിടിച്ച് നിൽക്കാനും പറ്റുമായിരുന്നു. മണിപ്പാലിൽ പോയിട്ട് കാലിപ്പർ ഉപയോഗിക്കാൻ തുടങ്ങിയതിന് ശേഷമാണ് മെല്ലെ പിടിച്ച് നടക്കാനൊക്കെ തുടങ്ങിയത്. കസേരയിൽ അനങ്ങാൻ പറ്റാതെ ഇരിക്കുന്ന സമയത്ത് അനിയത്തിയേയും അനിയൻമാരേയുമൊക്കെ മണിയടിച്ച് ഞാൻ കിടക്കുന്ന മുറിയുടെ ജനാലയുടെ താഴെ എനിക്ക് കാണാനായിട്ട് ഒരു ചെറിയ പൂന്തോട്ടം ഉണ്ടാക്കിയിരുന്നു. കസേരയിലിരുന്ന് ആ ജനാലയിൽക്കൂടിയാണ് ഞാൻ പുറംലോകം കാണുന്നത്. എന്റെ നിർദ്ദേശമനുസരിച്ച് അവർ അയൽവക്കത്ത് നിന്നൊക്കെ ചെടികൾ ശേഖരിച്ചുകൊണ്ടുവന്ന് നട്ടുമായിരുന്നു. നമ്മളുടെ നാട്ടുനന്മയുടെ പ്രതീകങ്ങളായ ചെമ്പരത്തി, പാർവതി, ചെണ്ടുമല്ലിക, ചെക്കി, വാടാർമല്ലിക തുളസി, നന്തിയാർവട്ടം, റോസ്, ശംഖുപുഷ്പം തുടങ്ങിയ ചെടികളൊക്കെ എനിക്ക് അന്നുമിന്നും ഒരുപാടിഷ്ടമാണ്. എന്റെ കൊച്ചു പൂന്തോട്ടത്തിലെ ചെടികളൊക്കെ വർണ്ണപ്പൂക്കളാൽ വസന്തം വിരിയിച്ച് എന്നെ നോക്കി തലയാട്ടിക്കൊണ്ടിരിക്കും. ഈ പൂക്കളുടെ സൗന്ദര്യം എന്നെ ഒരുപാട് സന്തോഷിപ്പിക്കാറുണ്ട്.

അന്നൊക്കെ കോട്ടയം പുഷ്പനാഥിന്റെ ഡിറ്റക്റ്റീവ് നോവലുകൾ ഞാൻ ധാരാളം വായിക്കാറുണ്ടായിരുന്നു. വായനയുടെ ലോകത്തേക്ക് കാലെടുത്തുവെക്കുവാൻ കോട്ടയം പുഷ്പനാഥിന്റെ ഡിറ്റക്റ്റീവ് നോവലു

കൾ അക്കാലത്ത് എന്നെപ്പോലെതന്നെ ധാരാളം പേരെ സഹായിച്ചിട്ടു ണ്ടെന്ന് തോന്നുന്നു. അതിലെ ത്രില്ലടിപ്പിക്കുന്ന കഥകളൊക്കെ പറഞ്ഞു കൊടുത്തിട്ടാണ് ഞാൻ അനിയത്തിയെയും, അനിയന്മാരെയുംകൊണ്ട് ചെടികൾക്കൊക്കെ വെള്ളമൊഴിപ്പിക്കുന്നത്. "ചെടികൾക്ക് വെള്ളം നനച്ചാൽ കഥകൾ പറഞ്ഞു തരാം" എന്നുപറഞ്ഞാൽ കഥ കേൾക്കാനു ള്ള കൗതുകത്തോടെ അവർ മൂന്നുപേരുംകൂടി ഉത്സാഹപൂർവം ചെറിയ ബക്കറ്റുകളിൽ വെള്ളം കോരിക്കൊണ്ടുവന്ന് ചെടികളൊക്കെ നനച്ച് വേഗം എന്റെ അടുത്തേക്ക് ഓടിവരും. ഞാൻ വിജയഭാവത്തിൽ വായിച്ച കഥകളൊക്കെ എന്റെ വക പൊടിപ്പും തൊങ്ങലും ചേർത്ത് അവരുടെ മുന്നിൽ വിളമ്പിവെക്കും. അക്കാലങ്ങളിൽ 'മ' പ്രസിദ്ധീകരണങ്ങളായ വീക്കിലികളിൽ വരുന്ന തുടർനോവലുകളിലും ഇന്നത്തെ കാലത്തെ ടി വി സീരിയലുകളിലുമൊക്കെ ഉൽക്കണ്ഠയുടെ മുൾമുനയിൽ എത്തുന്ന ഭാഗം വരുമ്പോഴാണ് നിർത്തിയിട്ട് തുടരും എന്ന് കൊടുക്കുന്നത്. അതു കൊണ്ടാണല്ലോ അടുത്ത ലക്കത്തിനുവേണ്ടി വായനക്കാരും അടുത്ത ദിവസം സീരിയൽ കാണാൻ വേണ്ടി കാണികളും കണ്ണിൽ എണ്ണയുമൊ ഴിച്ച് കാത്തിരിക്കുന്നത്. 'മ' പ്രസിദ്ധീകരണങ്ങളുടെ വായനക്കാരെയും, സീരിയലിന്റെ കാണികളെയും വർദ്ധിപ്പിക്കാൻ 'മ' വാരികകളുടെയും ചാനലുകാരുടെയും അതേ തന്ത്രമുപയോഗിച്ചാണ് ഞാനും എന്റെ ഇളയ സഹോദരങ്ങൾക്ക് കഥ പറഞ്ഞുകൊടുക്കുന്നത്. കഥകൾ ഉൽക്കണ്ഠയു ടെ മുൾമുനയിലുള്ള ഭാഗങ്ങളിൽ നിർത്തിയിട്ട് 'ബാക്കി നാളെ' എന്ന് പറയുമ്പോൾ അവർക്ക് ബാക്കി കേൾക്കാനുള്ള ആകാംക്ഷ വർദ്ധിക്കു കയും അടുത്തദിവസം പറയാതെതന്നെ മൂന്നുപേരുംകൂടി ചെടികൾക്ക് വെള്ളമൊഴിച്ച് ഓടിവരുകയും ചെയ്യും. അങ്ങനെ എന്റെ പൂന്തോട്ടത്തി ലെ ചെടികൾ തഴച്ചുവളർന്നു. പൂക്കൾ നറുമണം പൊഴിച്ചു. അവിടെ വി രുന്നെത്തുന്ന കിളികളും പൂമ്പാറ്റകളും എന്റെ സന്തോഷത്തിനു മാറ്റുകൂട്ടി.

ഇതൊക്കെ എന്റെ കുസൃതികളിൽ ചിലതുമാത്രം. അസുഖമാകുന്ന തിനുമുമ്പും ശേഷവും ഞാനും അനിയത്തിയുംകൂടി കാട്ടിക്കൂട്ടിയ കുസൃതി കൾക്ക് കൈയുംകണക്കുമില്ല. ഈ കുഞ്ഞുപൂന്തോട്ടമൊക്കെ ഞങ്ങ ളുടെ വാടകവീട്ടിലായിരുന്നു. ഈ പൂന്തോട്ടത്തിൽ ഞാനും അനിയത്തി യും കൂടി പ്ലാൻചെയ്ത് ഒരു പ്ലാസ്റ്റിക് ഡബ്ബ കുഴിച്ചിട്ടിരുന്നു. എനിക്കും അനി യത്തിക്കും ഏച്ചിക്കും മാത്രം അറിയാവുന്ന ഒരു രഹസ്യം. അതിൽ ഞങ്ങൾ കിട്ടുന്ന ചില്ലറപ്പൈസയൊക്കെ കൊണ്ടിടുമായിരുന്നു. ഞങ്ങളു ടെ രഹസ്യ ഭണ്ഡാരമായിരുന്നു അത്. അത് നിറഞ്ഞാൽ പുറത്തെടുത്ത് എന്റെ ഇഷ്ടാനിഷ്ടങ്ങൾകൂടി ചോദിച്ച് അച്ഛന്റെയും അമ്മയുടേയും സമ്മ

തത്തോടെ ഏച്ചിയും അനിയത്തിയുംകൂടി ടൗണിൽ പോയി ഞങ്ങൾക്ക് പറ്റിയ ഡ്രസ്സെടുക്കും. എനിക്ക് വയ്യാതാകുന്നതിനുമുൻപ് ഞങ്ങൾ മൂന്നു പേരും കൂടിയാണ് ടൗണിൽ ഞങ്ങളുടെ ആവശ്യത്തിന് സാധനങ്ങൾ വാങ്ങാനൊക്കെ പോയിരുന്നത്. അന്നത്തെ പയ്യന്നൂർ ടൗൺ ഇന്നത്തെപ്പോലെ വലിയതായിരുന്നില്ല. അധികം വാഹനങ്ങളോ വലിയ തിരക്കുകളോ ഒന്നുമില്ലാത്ത ചെറിയ ചെറിയ പീടികകൾ മാത്രമുള്ള ടൗണായിരുന്നു.

എന്റെ കുട്ടിക്കാലത്ത് രണ്ട് സിനിമാ ടാക്കീസുകൾ മാത്രമേ ഉണ്ടായിരുന്നുള്ളൂ. ശോഭാ ടാക്കീസും സുമംഗലി ടാക്കീസും. ഇടയ്ക്കൊക്കെ ഞങ്ങൾ മൂന്നുപേരും മോർണിങ് ഷോയ്ക്ക് പോകാറുണ്ടായിരുന്നു. ഞാൻ അവസാനം ടാക്കീസിൽ പോയി കണ്ട സിനിമ *നദി*യാണെന്ന് തോന്നുന്നു. ഞങ്ങൾക്ക് മൂന്നുപേർക്കും പ്രത്യേകം പ്രത്യേകം ഡ്രസ്സൊന്നും അക്കാലങ്ങളിൽ എടുക്കാറില്ല. ഒരു ഡ്രസ്സെടുത്താൽ ഞങ്ങൾ മൂന്ന് പേരും മാറിമാറി ഉപയോഗിക്കും. ഒരു മനസ്സും ശരീരവുംപോലെയായിരുന്നു ഞങ്ങൾ വളർന്നത്. പിണക്കമോ അടിപിടിയോ ഒന്നും അധികം ഉണ്ടാകാറില്ല. അതുപോലെ അനിയന്മാർ തമ്മിലും വലിയ വഴക്കുകൾ ഒന്നും ഉണ്ടാകാറില്ല. അന്ന് ഒരുപാട് സാമ്പത്തിക പ്രയാസങ്ങൾ ഞങ്ങൾ അനുഭവിച്ചിരുന്നു. അഞ്ച് മക്കളുടെയും വിദ്യാഭ്യാസം, ഡ്രസ്സ്, വീടുപണി തുടങ്ങിയ ബാധ്യതകൾ അച്ഛനെ വല്ലാതെ അലട്ടിയിരുന്നു. പുതിയ വീട് പണിയുന്ന സമയമായിരുന്നു അത്. എല്ലാംകൂടി അച്ഛനും അമ്മയും ഏറെ മാനസിക സംഘർഷങ്ങൾ അനുഭവിച്ചിരുന്ന കാലം.

എന്ത് സാമ്പത്തിക പ്രയാസങ്ങൾ ഉണ്ടായിരുന്നാലും രോഗികളോട് കണക്കുപറഞ്ഞ് ഫീസ് വാങ്ങാറില്ലായിരുന്നു അച്ഛൻ. അവർ കൊടുക്കുന്നത് വാങ്ങുക മാത്രമേ ചെയ്യാറുള്ളൂ. ഞാൻ അസുഖമായി വീട്ടിൽ തന്നെ ഒതുങ്ങാൻതുടങ്ങിയ കാലത്ത് ഏച്ചിയും അനിയത്തിയും ഒരു അനിയനും കോളേജിൽ എത്തിയിരുന്നു. അവരുടെയൊക്കെ ഫീസ് ഡ്രസ്സ്, മറ്റ് പഠനച്ചെലവുകൾ എല്ലാംകൂടെ അച്ഛൻ ഏറെ സാമ്പത്തിക പ്രയാസങ്ങളിൽക്കൂടെ കടന്നുപോയ കാലഘട്ടമായിരുന്നു അത്.

ഞങ്ങളുടെ പുതിയ വീടിന്റെ പണി അവസാനഘട്ടത്തിൽ എത്തിക്കൊണ്ടിരിക്കുന്ന സമയത്തുതന്നെയായിരുന്നു ഏച്ചിക്ക് വിവാഹാലോചനകളും വന്നുകൊണ്ടിരുന്നത്. ഡിഗ്രി കഴിഞ്ഞപ്പോൾ ഏച്ചി ബി എഡിന് പോകണമെന്ന് നിർബന്ധംപിടിച്ചിരുന്നു. ജോലി കിട്ടിയതിന് ശേഷം മതി കല്യാണം എന്നായിരുന്നു ഏച്ചിയുടെ നിലപാട്. ഞാനും അനിയത്തിയും എപ്പോഴും കുസൃതികളും ചിരിയും കളിയുമായിരുന്നെങ്കിലും ഏച്ചി

ഇത്തരം ഗൗരവമുള്ള പ്രശ്നങ്ങളൊക്കെ എന്നോടാണ് പറഞ്ഞിരുന്നത്. കോളേജിൽ പോകുമ്പോൾ രാവിലെ വീട്ടിൽനിന്നും ഇറങ്ങിയാൽ വൈകുന്നേരം വരുന്നതുവരെയുള്ള കോളേജിലെ എല്ലാ വിശേഷങ്ങളും ഏച്ചി എന്നോട് പറയാറുണ്ടായിരുന്നു.

സുവോളജി ആയതുകൊണ്ട് റിക്കാർഡ് ഒക്കെ ധാരാളം വരയ്ക്കാനുണ്ടാകും. ചെറുപ്പം മുതൽ വരയ്ക്കാൻ താല്പര്യമുണ്ടായിരുന്ന ഞാനാണ് ഏച്ചിക്ക് മിക്കവാറും വരച്ച് കൊടുക്കാറുണ്ടായിരുന്നത്. അതിന് പകരമായി ആ പ്രായത്തിൽ ഞാൻ ഏറെ ഇഷ്ടപ്പെടുന്ന ഇമിറ്റേഷൻ കമ്മൽ, മാല, കുപ്പിവളകൾ ഇതൊക്കെ കോളേജിൽനിന്നും വരുമ്പോൾ ഏച്ചി എനിക്ക് വാങ്ങിത്തരാറുണ്ട്. ഏച്ചി പയ്യന്നൂർ കോളേജിൽ ഡിഗ്രി അവസാന വർഷം ആയപ്പോഴാണ് അനിയത്തി അവിടെ പ്രീ ഡിഗ്രിക്ക് ചേർന്നത്. ഡിഗ്രി ഫസ്റ്റ് ക്ലാസോടെ പാസായപ്പോൾ ഏച്ചി പഠിച്ച കോൺവെന്റ് സ്കൂളിൽനിന്നും അവിടെ ക്ലാസെടുക്കുവാൻ ഏച്ചിയെ വിളിച്ചിരുന്നു. കോൺവെന്റ് സ്കൂളിൽ ഏറ്റവും ഉയർന്ന മാർക്കോടെ എസ് എസ് എൽ സി പാസ്സായ കുട്ടി ആയതുകൊണ്ട് ഏച്ചിയോട് അവിടുത്തെ സിസ്റ്റർമാർക്കും മദറിനുമൊക്കെ വലിയ സ്നേഹമായിരുന്നു. അവിടെ ഒരുവർഷം ഏച്ചി പഠിപ്പിച്ചിരുന്നു. അപ്പോഴാണ് വിവാഹം ശരിയായത്. ഏച്ചിക്ക് വിവാഹാലോചനയുമായി ആരെങ്കിലും വരുന്നുണ്ടെന്നറിഞ്ഞാൽ അമ്മ ആദ്യം എന്നോടാണ് പറയുന്നത്. മുടി ചീകുന്നതിലും നല്ല ഡ്രസ്സ് ധരിക്കുന്നതിനൊന്നും വലിയ താല്പര്യം കാണിക്കാത്ത ഏച്ചിയെ ഒരുക്കുന്ന ചുമതല എനിക്കായിരുന്നു. നല്ല സ്റ്റൈലിൽ മുടി ചീകിക്കെട്ടിക്കൊടുത്ത് 'സുന്ദരി' ആക്കിയതിനുശേഷമേ ഞാൻ കാര്യം പറയാറുള്ളൂ. കല്യാണം ബി എഡ് കഴിഞ്ഞതിനുശേഷം മതിയെന്ന് ഏച്ചി തീരുമാനിച്ചിരുന്നെങ്കിലും, എല്ലാവരുടേയും നിർബന്ധത്താൽ മനസ്സില്ലാമനസ്സോടെയാണ് അവരുടെ മുന്നിൽ പോയിനിൽക്കുന്നത്.

അന്ന് പെണ്ണുകാണാൻ വന്ന ഏട്ടന് ഗൾഫിലായിരുന്നു ജോലി. വിവാഹത്തിനുശേഷം ബി എഡിന് പോകാം എന്ന് ഉറപ്പ് കിട്ടിയതിന് ശേഷമാണ് ഏച്ചി സമ്മതിച്ചതുതന്നെ. അങ്ങനെ സാമ്പത്തികമായി ഏറെ പ്രയാസത്തിനിടയിലും വീടുപണി പെട്ടെന്ന് പൂർത്തിയാക്കി വിവാഹത്തിന് ഒരാഴ്ചമുമ്പേ ഗൃഹപ്രവേശനം തീരുമാനിച്ചു. ഞങ്ങൾ താമസിച്ചിരുന്ന വാടകവീട്ടിൽ പരിമിതികളും അസൗകര്യങ്ങളും ഏറെയായിരുന്നു. ഞങ്ങൾ അഞ്ച് മക്കളുടെ കളിയും ചിരിയും വഴക്കുകളും സന്തോഷങ്ങളും കുസൃതികളും നിറഞ്ഞ, ഞാൻ ഒരു പൂമ്പാറ്റയെപ്പോലെ പാറിനടന്ന ഓടിച്ചാടിക്കളിച്ചിരുന്ന വീടായിരുന്നു അത്. വീടും പറമ്പും

അയൽവക്കവും മാവിൻകൂട്ടവും ചെമ്പകമരവും എന്റെ ദുരന്താനുഭവങ്ങളും എല്ലാംകൊണ്ടും ഒരിക്കലും മറക്കാൻ പറ്റാത്ത വീടായിരുന്നു ഞങ്ങൾ പതിനാറ് വർഷത്തോളം താമസിച്ചിരുന്ന ആ വാടകവീട്. എന്റെ കളിയും ചിരിയും കുസൃതികളും മാത്രമല്ല, ഏറെ സങ്കടങ്ങളും നഷ്ടസ്വപ്ന ങ്ങളും കണ്ണുനീരും വേദനകളും അച്ഛന്റെയും അമ്മയുടെയും ആകുലതക ളും കഷ്ടപ്പാടുകളും വീണുകിടക്കുന്ന വീട്.

അവിടെനിന്നും ഞങ്ങൾ പുതിയ വീട്ടിലേക്ക് താമസം മാറി. പു തിയവീട് എനിക്ക് കുറച്ചുകൂടി സൗകര്യപ്രദമായിരുന്നു. മുറികളെല്ലാം വലുപ്പമുള്ളതുകൊണ്ട് ചുമരൊക്ക പിടിച്ചുനടക്കാൻ ആദ്യമൊക്കെ കുറച്ച് വിഷമിച്ചിരുന്നു. പിന്നീട് കസേരയും മേശയും ചുമരുമൊക്കെ പിടിച്ച് ഞാൻ എല്ലാ മുറികളിലും പോകാൻ പെട്ടെന്നുതന്നെ ശീലിച്ചു. അടുക്കള യിൽ നീളമുള്ള തട്ടുള്ളതുകൊണ്ട് അത് പിടിച്ചുനടന്നുകൊണ്ട് അടുപ്പിൽ ചെറിയ പാചകങ്ങൾ ചെയ്യാനും അമ്മിയിൽ അരയ്ക്കാനുമൊക്കെ ഞാൻ പുതിയ വീട്ടിലും വേഗം ശീലിച്ചു. സ്വന്തം വീട്ടിലേക്ക് താമസം മാറിയി ട്ട് ഒരാഴ്ച കഴിഞ്ഞതിനുശേഷമായിരുന്നു ഏച്ചിയുടെ കല്യാണം. സ്വന്തം വീടെന്ന ഞങ്ങളുടെ സ്വപ്നം സഫലീകരിച്ചപ്പോൾ ഏച്ചിക്കവിടെ ഒരാഴ്ച മാത്രമേ താമസിക്കാൻ സാധിച്ചുള്ളൂ എന്നത് ഞങ്ങൾ എല്ലാവരെയും ഏറെ സങ്കടപ്പെടുത്തിയിരുന്നു.

കല്യാണത്തിന് തലേദിവസം രാത്രിമുതൽ പുലരുംവരെ ഏച്ചി എന്നെ കെട്ടിപ്പിടിച്ച് കരഞ്ഞു. അച്ഛനമമ്മയും മക്കളും എന്ന ഇത്തരി വട്ടത്തിൽനിന്നും ഒരാൾ വീട് വിട്ടുപോകുന്നത് ഏറെ സങ്കടകരമായി രുന്നു. ഏച്ചി യാത്രപറഞ്ഞപ്പോൾ ഞങ്ങൾ ഒരുപാട് വിഷമിച്ചു. വിവാഹ ശേഷം കുറെ ദിവസം വിരുന്നുതന്നെ ആയിരുന്നു വീട്ടിൽ. ഏച്ചി വീട്ടിൽ നിന്നും പോയതിൽ ഏറെ സങ്കടപ്പെട്ടെങ്കിലും സ്നേഹമുള്ള ഒരു ഏട്ടനെ കിട്ടിയതിൽ ഞങ്ങൾ നാലുപേരും നല്ലൊരു മരുമകനെ കിട്ടിയതിൽ എന്റെ അച്ഛനും അമ്മയും ഒരുപാട് സന്തോഷിച്ചു. ഞങ്ങളെ സ്വന്തം അനിയത്തിമാരായും അനിയൻമാരായും സ്നേഹിക്കുന്ന മനസ്സിൽ നന്മ മാത്രമുള്ള ഒരു ഏട്ടനായിരുന്നു ഏച്ചിയുടെ ഭർത്താവ്.

ഏട്ടൻ ലീവ് കഴിഞ്ഞ് ഗൾഫിലേക്ക് തിരിച്ചുപോയതിനുശേഷം എനിക്ക് ആത്മവിശ്വാസവും സാന്ത്വനവും നൽകുന്ന ഒരുപാട് കത്തുകൾ ഏട്ടൻ അയയ്ക്കുമായിരുന്നു. അപ്പോഴേക്കും ഞാൻ നല്ലൊരു വായനക്കാരി യായി മാറിയതിനാൽ ധാരാളം പുസ്തകങ്ങളും ഏട്ടൻ എനിക്ക് പോസ്റ്റ ലായി അയച്ചുതന്നു. ഒരുമാസത്തെ ലീവിനുശേഷം ഏട്ടൻ തിരിച്ചുപോയ പ്പോൾ ഏച്ചി ബി എഡിന് ഉടുപ്പിയിൽ ചേർന്നു. പത്തുമാസത്തെ കോഴ്സ്

കഴിയുന്നതുവരെ ഏച്ചിയെ ലീവിന് വരുമ്പോൾ മാത്രമേ അപൂർവമായേ കാണാറുണ്ടായിരുന്നുള്ളൂ. ഏച്ചി ട്രെയിനിൽ ആയിരുന്നു പോകാറുള്ളത്. ഞാൻ ഉറക്കമൊഴിച്ച് രാത്രി പഠിച്ചുകൊണ്ടിരിക്കുന്ന സമയത്ത് ട്രെയിനിന്റെ ശബ്ദം കേൾക്കുമ്പോൾ മനസ്സിൽ നൊമ്പരം വന്നു നിറയുമായിരുന്നു. ആ കാലമാണ് ഞാൻ പ്രീഡിഗ്രിക്ക് പഠിച്ചതും പരീക്ഷയെഴുതി പാസായതും.

## ഒറ്റപ്പെടലിന്റെ ആരംഭം

പത്തുമാസത്തെ ബി എഡ് കോഴ്സ് കഴിഞ്ഞതിനുശേഷം ഏച്ചി നാട്ടിൽ വന്നപ്പോഴാണ് പ്രീഡിഗ്രി പരീക്ഷ എഴുതുന്നതിനുവേണ്ടി എന്റെ കൂടെ മാടായി സ്കൂളിൽ വന്നതും വീട്ടിൽ ഒരു മാസത്തോളം താമസിച്ചതും. ഏകദേശം ഒരുവർഷം കഴിഞ്ഞപ്പോൾ ഏച്ചി ഗൾഫിലേക്ക് പോയി. അവിടെവെച്ചാണ് മോൾ ജനിച്ചത്. ഏച്ചിയുടെ വിവാഹം കഴിഞ്ഞ് ഒരുവർഷം കഴിഞ്ഞപ്പോൾ അനിയത്തിയുടെ കല്യാണവും കഴിഞ്ഞു. അതോടെ എന്റെ ഒറ്റപ്പെടലിന്റെ ആരംഭം കുറിക്കുകയായി. അനിയത്തി യുടെ ഭർത്താവും ഗൾഫിൽ ആയിരുന്നു. ആ ഏട്ടൻ ലീവ് കഴിഞ്ഞ് തി രിച്ചുപോയപ്പോൾ അനിയത്തി മിക്കവാറും ഞങ്ങളുടെ വീട്ടിൽത്തന്നെ യായിരുന്നു. അന്നവൾ ഗർഭിണിയായിരുന്നു. വീട്ടിൽ ആദ്യമായിട്ട് പേര ക്കുട്ടി ജനിച്ചപ്പോൾ എല്ലാവരും സന്തോഷിച്ചു. മോളുടെ ചിരിയും കളിയു മൊക്കെയായി പിന്നെ ദിവസങ്ങൾ പോകുന്നതറിഞ്ഞിരുന്നില്ല.

ഭർത്താവിന്റെ വീട്ടിലും ഞങ്ങളുടെ വീട്ടിലുമൊക്കെയായി അവൾ മാറിമാറി താമസിച്ചു. പിന്നെ അവളും ഗൾഫിലേക്ക് പോയി. അപ്പോൾ മോൾക്ക് മൂന്ന് വയസ്സായിരുന്നു പ്രായം. അവളും മോളും ഗൾഫിൽ പോ യപ്പോൾ ഞങ്ങൾക്കാർക്കും സങ്കടമടക്കാൻ കഴിഞ്ഞില്ല. മോളുമായി അത്രയേറെ അടുത്തിരുന്നു, പ്രത്യേകിച്ച് ഞാൻ. അവൾ വീട്ടിലുള്ളതു കൊണ്ട് സന്തോഷം നിറഞ്ഞ ദിവസങ്ങളുമായി മുന്നോട്ടു പോകുകയാ യിരുന്നു. ഡിഗ്രി കഴിഞ്ഞ് ഗൾഫിൽ ജോലികിട്ടി അനിയനും പോയ പ്പോൾ വീട്ടിൽ ഇളയ അനിയനും ഞാനും അച്ഛനമ്മയും മാത്രമായി. അതിനിടയിൽ ഡിഗ്രിയും പി ജിയും കംപ്ലീറ്റാക്കിയ ചെറിയ അനിയൻ കോട്ടയത്ത് എച്ച് ഡി സിക്ക് ചേർന്നു. അങ്ങനെ പത്തു മാസത്തോളം

അവനും വീട്ടിൽനിന്നും മാറി താമസിക്കേണ്ടി വന്നു. കുറച്ച് വർഷങ്ങൾ ക്കുള്ളിൽ വീട്ടിലെ സാഹചര്യത്തിൽ വന്ന ഈ മാറ്റങ്ങളെല്ലാം എന്നെ ഒറ്റപ്പെടലിന്റെ അഗാധതയിലേക്ക് തള്ളിയിട്ടു. ഏകാന്തതയിലേക്ക് കൂപ്പുകുത്തിയ ആ കാലഘട്ടത്തിൽ ഞാൻ തയ്യലിൽ കൂടുതൽ ശ്രദ്ധി ക്കുവാൻ തുടങ്ങി. ധാരാളം തയ്ക്കാൻ കിട്ടുന്നതുകൊണ്ട് വിശ്രമമില്ലാത്ത ജോലിയായിരുന്നു എനിക്ക്. നിരന്തരം തയ്യൽ ചെയ്യുന്നതിന് അച്ഛനും അമ്മയും എന്നും എന്നെ വഴക്ക് പറയാറുണ്ടായിരുന്നു. എന്നാൽ വെറു തെയിരിക്കുമ്പോൾ എന്റെ മനസ്സ് വല്ലാതെ അസ്വസ്ഥമാകുമായിരുന്നു. തയ്യലും വായനയുമാണ് അക്കാലങ്ങളിൽ എന്നെ മുന്നോട്ട് കൊണ്ടുപോ യിരുന്നത്.

ഏച്ചിയും അനിയത്തിയും എനിക്ക് നിരന്തരം കത്തയക്കാറുണ്ടാ യിരുന്നു. സംസാരിക്കാൻ തുടങ്ങിയ കാലംമുതൽ എല്ലാക്കാര്യങ്ങളും പരസ്പരം പറയുമായിരുന്ന ഞങ്ങൾ ആറേഴ് വർഷത്തോളം എല്ലാ സുഖ ദുഃഖങ്ങളും കത്തുകൾവഴി പങ്കുവെയ്ക്കുമായിരുന്നു. അക്കാലത്ത് ഫോൺ സൗകര്യങ്ങളൊന്നും ഇല്ലായിരുന്നു. ഏച്ചിയുടെ മോളും അനിയത്തിയുടെ രണ്ടാമത്തെ കുട്ടിയും ഗൾഫിലായിരുന്നു ജനിച്ചത്. ആറ് വർഷങ്ങൾക്കു ശേഷം ഏച്ചിക്ക് നാട്ടിൽ പയ്യന്നൂരിലുള്ള തായിനേരി സ്കൂളിൽ ജോലി ശരിയായപ്പോൾ ഏച്ചിയും മോളും നാട്ടിലേക്ക് വന്നു. മോൾക്ക് അപ്പോൾ നാല് വയസ്സായിരുന്നു. ഞങ്ങളുടെ വീടിനടുത്തുള്ള സ്കൂളിൽ അവളെ ചേർ ത്തുകൊണ്ട് മൂന്ന് വർഷത്തോളം ഞങ്ങളുടെ കൂടെ ആയിരുന്നു അവർ. ഏച്ചി സ്കൂളിൽപ്പോയാൽ പിന്നെ മോളെ പഠിപ്പിക്കുന്നതും സ്കൂളിൽപ്പോ കാൻ ഒരുക്കുന്നതും അവളുടെ കാര്യങ്ങൾ നോക്കുന്നതുമൊക്കെ ഞാനും അമ്മയും കൂടിയായിരുന്നു. പെൺകുട്ടികളുടെ മുടിചീകാനും കണ്ണെഴുതി പൊട്ടുതൊടാനും ഡ്രസ്സ് ചെയ്യിക്കാനുമൊക്കെ എനിക്ക് അന്നും ഇന്നും ഏറെ ഇഷ്ടമാണ്. അവളുമായുള്ള കളിയും ചിരിയുമൊക്കെ ആയപ്പോൾ ജീവിതം കൂടുതൽ നിറമുള്ളതായി തോന്നിത്തുടങ്ങി. അവൾക്ക് ഒരു അനിയൻകൂടി പിറന്നപ്പോൾ വീട്ടിൽ പിന്നെയും സന്തോഷം നിറഞ്ഞു.

ഏഴ് വർഷം ഗൾഫിൽ താമസിച്ചതിനുശേഷമാണ് അനിയ ത്തിയും കുട്ടികളും നാട്ടിൽവന്നത്. അവൾക്ക് പിലാത്തറ സ്വന്തമായി വീട് കെട്ടിയിരുന്നതുകൊണ്ട് അവളും കുട്ടികളും അവിടെ താമസമായി. അനിയത്തിയും കുട്ടികളും വീട്ടിൽ തനിച്ചായതിനാൽ ഏച്ചിയും കുട്ടി കളും മൂന്ന് വർഷത്തോളം അനിയത്തിയുടെ കൂടെ താമസമായപ്പോൾ ഞങ്ങൾ വീണ്ടും ഒറ്റപ്പെടലിന്റെ അന്ധകാരത്തിൽ മുങ്ങി. പിന്നീട് കു ഞ്ഞിമംഗലത്തുള്ള കണ്ടംകുളങ്ങരയിൽ പുതിയ വീട് പണിത് ഏച്ചിയും മക്കളും അങ്ങോട്ടേക്ക് താമസം മാറി. അങ്ങനെ എന്റെ രണ്ടു സഹോ ദരിമാരും കുടുംബമായിട്ട് വേറെ വേറെ താമസം തുടങ്ങി. ഏച്ചിയുടെ

യും അനിയത്തിയുടെയും വീടുകളിൽ പോയി താമസിക്കാനായിരുന്നു അച്ഛൻ എനിക്ക് വീൽച്ചെയർ വാങ്ങിത്തന്നത്. അങ്ങനെ ഞാൻ ആദ്യമായി വീൽച്ചെയർ ഉപയോഗിക്കാൻ തുടങ്ങി. ഏച്ചിയുടെ സ്കൂൾ വെക്കേഷൻകാലത്ത് അവിടെയും അല്ലാത്ത സമയങ്ങളിൽ അനിയത്തിയുടെ വീട്ടിലുമായി ഞാൻ മാറിമാറി താമസിക്കാൻ തുടങ്ങി. അവിടെ കുട്ടികളുടെക്കൂടെ കളിയും ചിരിയുമൊക്കെയായി എന്റെ ജീവിതം ഏറെ സന്തോഷപ്രദമായിരുന്നു. അതിനിടയിൽ എന്റെ ജീവിതം പൂർണ്ണമായും വീൽച്ചെയറിൽ ആയിത്തീർന്നു. എന്റെ ശ്രദ്ധക്കുറവുകൊണ്ട് കാലിപ്പർ തീരെ ഉപയോഗിക്കാതെയും നടക്കാതെയുമായതിൽ ഇന്നെനിക്ക് നല്ല വിഷമവും കുറ്റബോധവും ഉണ്ട്.

കാലചക്രം തിരിയുന്നതിനനുസരിച്ച് മാറ്റങ്ങൾ പിന്നെയും വന്നു. രണ്ടനുജന്മാരും വിവാഹിതരായി. വീട്ടിൽവെച്ച് നടന്ന വിവാഹച്ചടങ്ങുകളിൽ ഞാനും നിറഞ്ഞ സന്തോഷത്തോടെ പങ്കാളിയായി. കല്യാണത്തിന് അച്ഛന്റെയും അമ്മയുടെയും ബന്ധുക്കളെയും മറ്റെല്ലാ സ്നേഹബന്ധങ്ങളേയും കാണാൻപറ്റിയത് എനിക്കേറെ ആഹ്ലാദം പകർന്നു. നാല് സഹോദരങ്ങളും കുടുംബജീവിതത്തിൽ പ്രവേശിച്ചപ്പോൾ ഒറ്റപ്പെട്ടതുപോലുള്ള തോന്നലൊന്നും അക്കാലങ്ങളിൽ എനിക്കില്ലായിരുന്നു. അവരുടെ സുഖദുഃഖങ്ങളും ജീവിതപ്രശ്നങ്ങളും എന്റേത് കൂടിയായിട്ടാണ് എനിക്ക് അനുഭവപ്പെട്ടിരുന്നത്. അവരുടെ ജീവിതത്തിൽ ഞാനും കടലിൽ പുഴയെന്നപോലെ ഒഴുകിച്ചേർന്നു. സഹോദരന്മാരുടെ ഭാര്യമാരും കുട്ടികളും ഇടയ്ക്കിടെ വീട്ടിൽവരുന്ന സഹോദരിമാരും കുട്ടികളുമൊക്കെയായി ദിവസങ്ങളും മാസങ്ങളും വർഷങ്ങളും പറന്നുപൊയ്ക്കൊണ്ടിരുന്നു. കുട്ടികളൊക്കെ നടക്കാനാകുന്ന പ്രായം വരെ എന്റെ മടിയിൽത്തന്നെ ആയിരുന്നു. മൂന്നു മാസമൊക്കെ പ്രായമാകുമ്പോഴേക്കും ഞാൻ കുട്ടികളെ മടിയിലിരുത്തി ഒരു കൈകൊണ്ട് വീൽച്ചെയർ ഉരുട്ടിയിട്ടാണ് വീടിന്റെ എല്ലാ ഭാഗത്തും സഞ്ചരിക്കുന്നത്. കുട്ടികൾക്കൊക്കെ എന്നെ വലിയ കാര്യമായിരുന്നു. വീട്ടിലുള്ള സമയത്തൊക്കെ എപ്പോഴും എന്റെ മുറിയിൽത്തന്നെയായിരിക്കും അവർ. കഥകൾ പറഞ്ഞുകൊടുത്തും പാട്ടുകൾ പാടിയും ഇംഗ്ലീഷ്-മലയാളം അക്ഷരങ്ങൾ പറഞ്ഞുകൊടുത്തും സ്കൂളിലെ പാഠങ്ങൾ പഠിപ്പിച്ചും ഞാൻ എന്നും അവരുടെ കൂടെത്തന്നെയായിരുന്നു.

വീടിന്റെ നാല് ചുവരുകൾക്കുള്ളിൽനിന്നും പുറത്തിറങ്ങാതെയും പുറംലോകം കാണാതെയുമായിരുന്നെങ്കിലും കുട്ടികൾ, വായന, തയ്യൽ, മറ്റ് ചെറിയ ചെറിയ പ്രവൃത്തികൾ ഇതൊക്കെയായി വളരെ സന്തോഷത്തിലും ഉല്ലാസത്തിലുമൊക്കെയായിരുന്നു അക്കാലത്ത് എന്റെ ജീവിതം. മനസ്സിനുള്ളിൽ എന്നും ഒരു നൊമ്പരക്കടൽ ഇരമ്പുന്നുണ്ടാ

യിരുന്നുവെങ്കിലും ഞാൻ അതൊന്നും പ്രകടിപ്പിക്കാതെ എന്നും എല്ലാവരുടെയും മുന്നിൽ ആഹ്ലാദവതിയായി തന്നെയാണ് ജീവിച്ചിരുന്നത്. മാമന്മാരും മാമിമാരും മക്കളും അച്ഛന്റെ സഹോദരങ്ങളും മക്കളുമൊക്കെ ഇടയ്ക്ക് വീട്ടിൽവന്ന് നിൽക്കാറുള്ളത് എന്നെ ഏറെ സന്തോഷിപ്പിക്കാറുണ്ട്. അവരൊക്കെ വീട്ടിൽവന്നാൽ എന്റെ മനം സന്തോഷം കൊണ്ട് തുള്ളിച്ചാടും. അത് ഇന്നും അങ്ങനെതന്നെയാണ്. ആരെങ്കിലും വീട്ടിൽ വരുമെന്നറിഞ്ഞാൽ മനസ്സ് ഏറെ സന്തോഷിക്കും. എന്നാൽ അവർ തിരിച്ചുപോകുമ്പോൾ വല്ലാത്ത വിഷമവുമായിരിക്കും. വീട്ടിലെന്നും നിറയെ ആൾക്കാരുണ്ടായിരുന്നെങ്കിലെന്ന് ഞാൻ അന്നും ഇന്നും എന്നും ഏറെ ആഗ്രഹിക്കാറുണ്ട്. കൂടാതെ അയൽപക്കത്തുള്ളവരുമായൊക്കെ ഞങ്ങൾ എന്നും നല്ല ബന്ധമായിരുന്നു.

## അയലത്തെ ഊഷ്മളബന്ധങ്ങൾ

ജാതിയുടെയും മതത്തിന്റെയും അടിസ്ഥാനത്തിൽ മനുഷ്യരെ വേർതിരിച്ച് അവർക്കിടയിൽ മതിലുകൾപണിത് വർഗീയത വളർത്തുന്ന ഇരുണ്ടയുഗത്തിലേക്കുതന്നെ തിരിച്ചുപോകുകയാണോ എന്ന് ഭയപ്പെടുന്ന കാലഘട്ടത്തിലാണ് നാമിപ്പോൾ ജീവിക്കുന്നത്.. ഞങ്ങളുടെയൊക്കെ ബാല്യകാലത്ത് മതേതരസംസ്കാരവും മതസൗഹാർദവും നിലനിന്നിരുന്നു. ജാതിമതഭേദങ്ങൾക്കതീതമായാണ് അന്നൊക്കെ സൗഹൃദങ്ങളും സ്നേഹബന്ധങ്ങളും ഉടലെടുത്തിരുന്നത്. സൗഹൃദങ്ങൾക്ക് അതിരുകൾ ഉണ്ടായിരുന്നില്ല. പയ്യന്നൂരിലുള്ള ഞങ്ങളുടെ അയൽവാസികളെക്കുറിച്ചും സ്നേഹബന്ധങ്ങളെക്കുറിച്ചും എഴുതാൻ തുടങ്ങിയാൽ അത് പൂർത്തിയാക്കാൻ പറ്റില്ല. അത്രയേറെയുണ്ടായിരുന്നു അവിടെ സ്നേഹബന്ധങ്ങൾ. സ്ഥലപരിമിതിമൂലം കുറച്ചുപേരെ മാത്രമേ ഇവിടെ ഉൾപ്പെടുത്താൻ കഴിഞ്ഞിട്ടുള്ളൂ. വിട്ടുപോയവരോടൊക്കെ ക്ഷമ ചോദിക്കുന്നു. മിക്കവാറും എല്ലാ അയൽവാസികളുമായി ഞങ്ങൾ പ്രത്യേകിച്ച് അമ്മ ഏറെ സ്നേഹബന്ധത്തിൽ ആയിരുന്നു.

ഞാൻ എന്ന പ്രത്യേകവ്യക്തി വീട്ടിൽ സ്ഥിരമായി ഉള്ളതുകൊണ്ട് എന്നെക്കാണാൻ മിക്കവാറും ദിവസങ്ങളിൽ അയൽപക്കത്തുള്ളവർ വീട്ടിൽവരാറുണ്ട് എന്നത് എന്നെ ഏറെ സന്തോഷിപ്പിച്ചിരുന്ന കാര്യമായിരുന്നു. ഞങ്ങൾ വാടകവീട്ടിൽ താമസിക്കാൻ തുടങ്ങിയ കാലത്ത് ഞങ്ങൾ താമസിക്കുന്ന വീട് മാത്രമേ അവിടെ ഉണ്ടായിരുന്നുള്ളൂ. പിന്നീട് വീടിന്റെ ഉടമ ഞങ്ങളുടെ വീടിന്റെ തൊട്ടടുത്ത് ഒരു വീടുകൂടി പണിയുകയും അവിടെയും വാടകക്കാർ പലരും വരികയും പോവുകയും ചെയ്തിട്ടുണ്ട്. അതുകൂടാതെ മറ്റൊരു വാടകവീടും ഞങ്ങളുടെ തൊട്ടയൽ

പക്കത്തുതന്നെ ഉണ്ടായിരുന്നു. അതിന്റെ ഉടമ ഒരു മുസ്ലീം സ്ത്രീ ആയിരുന്നു. എന്നെ കോഴിക്കോട് മെഡിക്കൽ കോളേജിൽ അഡ്മിറ്റാക്കിയ കാലത്ത് അച്ഛൻ അവിടെവെച്ച് പരിചയപ്പെട്ട ഒരു മെഡിക്കൽ വിദ്യാർത്ഥിയായിരുന്ന ഡോ. അബ്ദുൾഖാദറാണ് പുതിയ വാടകവീട്ടിൽ ആദ്യമായി താമസിക്കാൻ വന്നത്. അദ്ദേഹം വിവാഹിതനായ ശേഷംഭാര്യയും ചെറിയകുട്ടിയും ഉൾപ്പെടെയുള്ള കുടുംബം ആയിരുന്നു അവിടെ താമസിച്ചിരുന്നത്. അദ്ദേഹം അവിടെത്തന്നെ പ്രാക്ടീസും തുടങ്ങിയിരുന്നു. ഡോക്ടർ അച്ഛനുമായി നല്ല സൗഹൃദത്തിലായിരുന്നു. ചേച്ചിയും കുട്ടിയും ഇടയ്ക്ക് വീട്ടിൽ വരാറുണ്ട്. ചേച്ചി എന്നെ പലവിധത്തിലുള്ള കൗതുകവസ്തുക്കളൊക്കെ ഉണ്ടാക്കാൻ പഠിപ്പിക്കുമായിരുന്നു. അവർ സ്വന്തമായി ക്ലിനിക്കും വീടും പണിത് ഞങ്ങളുടെ വീട്ടിൽനിന്നും നടന്നു പോകാൻ മാത്രം ദൂരമുള്ളിടത്തേക്ക് മാറിയതിനുശേഷവും ഡോക്ടർ ഞങ്ങളുമായുള്ള സൗഹൃദം തുടർന്നിരുന്നു. ഇ എൻ ടി സ്പെഷലിസ്റ്റ് ആയിരുന്ന ഡോക്ടർ എനിക്കെന്തെങ്കിലും ചികിത്സയുടെ ആവശ്യം വന്നാൽ വീട്ടിൽവന്ന് ചെയ്തുതരുമായിരുന്നു.

ഒരിക്കൽ വിട്ടുമാറാത്ത പനിയും ചുമയും ചെവിയിൽ ഒരു പ്രത്യേക ശബ്ദവും കാരണം വിഷമിച്ചിരുന്ന എന്നെ ഡോ. അബ്ദുൾഖാദർ വന്നു പരിശോധിച്ചിരുന്നു. തിരിച്ചുപോയ ഉടൻതന്നെ അദ്ദേഹത്തിന്റെ ക്ലിനിക്കിലുള്ള ലാബിലെ രണ്ട് സ്ത്രീകളെ വീട്ടിലയച്ച് എന്റെ രക്തസാമ്പിൾ പരിശോധിക്കുകയും റിപ്പോർട്ടിൽ എച്ച് ബി അപകടാവസ്ഥയിൽ എത്തുംവിധം കുറഞ്ഞുപോയത് കണ്ടതുകൊണ്ട് ഡോക്ടർതന്നെ പയ്യന്നൂരിലുള്ള ബി കെ എം ഹോസ്പിറ്റലിലെ ഒരു ഡോക്ടറെ ഫോൺ വിളിച്ചുപറഞ്ഞ് ഒരു റൂം ബുക്ക് ചെയ്യുകയും അച്ഛനെ വിളിച്ച് എത്രയും പെട്ടെന്ന് എന്നെ അവിടെ അഡ്മിറ്റാക്കിയിട്ട് രക്തം കയറ്റാൻ ആവശ്യപ്പെടുകയുമായിരുന്നു. പോകാൻ മടികാണിച്ച എന്നെ സ്നേഹം നിറഞ്ഞ ശാസനയോടെ ഡോക്ടറും അച്ഛനുംകൂടെ നിർബന്ധപൂർവ്വം അവിടെ അഡ്മിറ്റാക്കുകയായിരുന്നു.

മൂന്നു കുപ്പി രക്തം കയറ്റിയതിനുശേഷം നാലാമത്തെ ദിവസമാണ് എന്നെ അവിടെനിന്നും ഡിസ്ചാർജ് ചെയ്തത്. സ്നേഹത്തിന്റെ ആൾരൂപമായിരുന്ന അബ്ദുൾഖാദർ ഡോക്ടറുടെയും അദ്ദേഹത്തിന്റെ ഫാമിലിയുടെയും സ്നേഹബന്ധം ഞങ്ങൾക്കൊരിക്കലും മറക്കാൻ പറ്റാത്തതാണ്. ഇന്നിപ്പോൾ ഈ ഓർമ്മക്കുറിപ്പുകൾ എഴുതുമ്പോൾ അകാലത്തിൽ കാലയവനികയ്ക്ക് പിന്നിൽ മറഞ്ഞുപോയ അദ്ദേഹത്തിന്റെ ഓർമ്മകൾ നീറുന്ന നൊമ്പരമായി മനസ്സിൽ നിറയുന്നു.

അക്കാലത്ത് പയ്യന്നൂരിലെ പ്രശസ്തനായിരുന്ന ദന്തിസ്റ്റ് ഡോ. ആനന്ദും കുടുംബവും ഞങ്ങളുടെ ഏറെ പ്രിയപ്പെട്ട കുടുംബ സുഹൃത്തുക്ക

ളായിരുന്നു. അച്ഛനും ഡോ. ആനന്ദും അടുത്ത കൂട്ടുകാരായിരുന്നു. അദ്ദേഹത്തിന്റെ ഭാര്യ സ്നേഹസമ്പന്നയായ ഒരു സ്ത്രീയായിരുന്നു. അവർ ചിലപ്പോഴൊക്കെ വീട്ടിൽ വരാറുണ്ടായിരുന്നു. വെളുത്തുതടിച്ച് ഒരു ആജാനുബാഹു ആയിരുന്നു ഡോക്ടർ ആനന്ദ്. കണ്ടാൽ ഏറെ ഗൗരവം തോന്നുമെങ്കിലും മനസ്സ് നിറയെ സ്നേഹമുള്ള ഒരു മനുഷ്യനായിരുന്നു അദ്ദേഹം. പയ്യന്നൂരിലെ അക്കാലത്തെ രാഷ്ട്രീയ, സാഹിത്യ, കലാ സാംസ്കാരിക പ്രവർത്തനങ്ങളിലൊക്കെ ഡോക്ടറുടെ സാന്നിധ്യം ഉണ്ടാകാറുണ്ട്. അദ്ദേഹം ഒരു എഴുത്തുകാരനും നാടകകൃത്തും കൂടിയായിരുന്നു.

"വായനമാത്രം പോരാ, എഴുതാനും ശ്രമിക്കണമെന്ന്" വീട്ടിൽ വരുമ്പോഴൊക്കെ സ്നേഹംനിറഞ്ഞ ശാസനയോടെ ഡോക്ടർ എന്നെ ഉപദേശിക്കാറുണ്ട്. അതുകൊണ്ട് മനസ്സുനിറയെ സ്നേഹവും ബഹുമാനവും ഉണ്ടായിരുന്നുവെങ്കിലും ഡോക്ടറുടെ മുന്നിൽച്ചെല്ലാൻ എനിക്ക് ചെറിയ ഭയമുണ്ടായിരുന്നു. ഒരിക്കൽ അരിതിന്നുമ്പോൾ കല്ല് കടിച്ചു പോയതിനാൽ എന്റെ അണപ്പല്ലിന്റെ ഒരു ഭാഗം പൊട്ടിയടർന്നു. ആ ഭാഗം തട്ടി വായിൽ മുറിവുപറ്റുന്നതിനാൽ വീട്ടിൽവെച്ചുതന്നെ എന്റെ പല്ലെടുത്തുതരാനും തയ്യാറായി ആ മനുഷ്യസ്നേഹിയായ ഡോക്ടർ. അദ്ദേഹവും കാലയവനികയ്ക്കു പിന്നിൽ മറഞ്ഞുപോയിട്ട് ഏറെ വർഷങ്ങളായി. എങ്കിലും ഇന്നും ഓർമ്മയിൽ നിറഞ്ഞുനിൽക്കുന്ന എന്റെ അച്ഛന്റെ അടുത്ത കൂട്ടുകാരനായിരുന്ന സ്നേഹനിധിയായിരുന്ന ആ നല്ല മനുഷ്യന്റെ മുഖം.

ഡോ. അബ്ദുൾ ഖാദർ താമസിച്ചിരുന്ന ഞങ്ങളുടെ വീടിന്റെ തൊട്ടടുത്തുള്ള വാടകവീട്ടിൽ അവർ താമസം മാറിയതിനുശേഷം ഒരു ഹൈസ്കൂൾ മാഷും ഭാര്യയും രണ്ട് കൊച്ചുകുട്ടികളുമുള്ള ഒരു മുസ്ലീം കുടുംബമായിരുന്നു താമസിച്ചിരുന്നത്. ഞങ്ങളുടെ ചേട്ടനെയും ചേച്ചിയെയും പോലെയായിരുന്നു ആ ബന്ധം. ഫാത്തിമ എന്നായിരുന്നു ആ ചേച്ചിയുടെ പേര്. അവരെ ഞങ്ങൾ കുട്ടികൾ ചേച്ചിയെന്നും അവർ എന്റെ മാതാപിതാക്കളെ അച്ഛൻ, അമ്മ എന്നുമായിരുന്നു വിളിച്ചുകൊണ്ടിരുന്നത്. അവരുടെ നാലും രണ്ടും വയസ്സുള്ള കുട്ടികൾ എപ്പോഴും ഞങ്ങളുടെ വീട്ടിൽത്തന്നെയായിരുന്നു കളിച്ചിരുന്നത്. സബൂറയും ഗഫൂറും. ചേച്ചി വീട്ടിൽ വന്നാൽ എന്റെ മുറിയിൽ നിലത്തു പടിഞ്ഞിരിക്കും. ഭക്ഷണ സാധനങ്ങൾ പരസ്പരം കൈമാറിയും എല്ലാ വിശേഷങ്ങളും പങ്കുവെച്ചും ഒരു വീടുപോലെയാണ് ഞങ്ങൾ കഴിഞ്ഞിരുന്നത്. ഒന്നുരണ്ട് വർഷത്തിനുശേഷം ആ ചേട്ടന് ട്രാൻസ്ഫർ ആയപ്പോൾ അവർ അവരുടെ നാട്ടിലേക്കുതന്നെ തിരിച്ചുപോയി. പോകുമ്പോൾ ചേച്ചി എന്നെ കെട്ടിപ്പിടിച്ച് കരഞ്ഞു. കുറെ കാലം ഞങ്ങൾ പരസ്പരം എഴുത്തയക്കാറുണ്ടായിരുന്നു. യാത്രപറയാൻ വന്നപ്പോൾ ചേച്ചി എനിക്ക് ഒരു മനോഹരമായ സമ്മാനം തന്നു. ചില്ലു

ക്കൂടിനുള്ളിൽ കൊത്തിവെച്ച പ്രണയത്തിന്റെ ഉദാത്ത മാതൃകയായ താജ്മഹൽ!

ഫാത്തിമച്ചേച്ചിയും കുടുംബവും പോയപ്പോൾ ചെന്നൈയിൽ വർഷങ്ങളോളം താമസിച്ചിരുന്ന ഒരു ക്രിസ്ത്യൻ കുടുംബം അവിടെ വാടകക്കാരായി എത്തി. ചെന്നൈവിട്ട് നാട്ടിൽ സ്വന്തമായി വീട് പണിത് സെറ്റിലാകാൻ വേണ്ടിയാണ് അവർ വാടകക്ക് താമസം തുടങ്ങിയത്. അവിടത്തെ ചേച്ചി ആരുമായും അധികം അടുക്കാത്തവരാണെങ്കിലും എന്റെ അമ്മയുമായി നല്ല കമ്പനിയായിരുന്നു. അവരെന്നും വൈകുന്നേരം ഒത്തുകൂടുകയും നീണ്ട സംഭാഷണങ്ങളിൽ മുഴുകുകയും ചെയ്യാറുണ്ട്. ചെന്നൈയിൽ ജനിച്ചുവളർന്ന മൂന്നുകുട്ടികൾ അവിടെയുണ്ടായിരുന്നു. മേബിൾ, ജാൻസി, മനോജ്. ഇന്നും ആ കുട്ടികളുടെ പേരുകൾ ഞാൻ മറന്നിട്ടില്ല. മലയാളം അറിയാത്ത അവരെ ഞാൻ മലയാളം എഴുതാനും വായിക്കാനും പഠിപ്പിക്കുകയും അവർ എന്നെ തമിഴ് അക്ഷരങ്ങൾ പഠിപ്പിക്കുകയും ചെയ്തു. മേബിളാണ് മൂത്ത കുട്ടി. അവൾ അപ്പോൾ ആറിലോ ഏഴിലോ ആണെന്ന് തോന്നുന്നു. എന്നോട് ഒരുപാട് സ്നേഹം കാണിക്കുന്ന ആ കുട്ടി ഏറെ ബുദ്ധിമതിയായിരുന്നു. മലയാളം പഠിപ്പിക്കുമ്പോൾ അവൾ എല്ലാം പെട്ടെന്ന് മനസ്സിലാക്കും. സ്കൂൾസമയം കഴിഞ്ഞാൽ മിക്കവാറും ഞങ്ങളുടെ വീട്ടിൽത്തന്നെയായിരിക്കും ഈ കുട്ടികൾ. അവർ സ്വന്തമായി വീട് പണിത് താമസം മാറിപ്പോയപ്പോൾ ആ കുട്ടികൾ ഏറെ സങ്കടപ്പെട്ടു. ഇന്ന് ആ കുട്ടികൾ വളർന്ന് വലുതായി ജീവിതത്തിന്റെ പലവഴികളിലൂടെ സഞ്ചരിച്ച് രാജ്യത്തിന്റെ ഏതെങ്കിലും കോണിൽ നല്ല രീതിയിൽ ജീവിക്കുന്നുണ്ടാകും. മലയാളം എഴുതാനും വായിക്കാനും പഠിപ്പിച്ചിരുന്ന ഈ ചേച്ചിയെ സ്നേഹിക്കാൻ മാത്രം അറിയാവുന്ന അവർ വല്ലപ്പോഴെങ്കിലും ഓർക്കുന്നുണ്ടാകുമെന്ന് ഞാൻ ഇന്നും വിശ്വസിക്കുന്നു.

പിന്നീട് ആ വാടകവീട്ടിൽ പയ്യന്നൂരിലെ ദീപക് ഹോസ്പിറ്റലിന്റെ ഉടമയായ ഡോ. ദാമോദരന്റെ ഭാര്യയായ രാധേച്ചിയുടെ ചേച്ചി പ്രേമേച്ചിയും കുടുംബവുമായിരുന്നു താമസിച്ചിരുന്നത്. അവരുമായും ഞങ്ങൾ ഏറെ അടുത്തു. അവിടെ താമസത്തിന് വരുമ്പോൾ ഗർഭിണിയായിരുന്ന ചേച്ചി ഒരു ആൺകുട്ടിയെ പ്രസവിക്കുകയും പിന്നീട് ആ കുട്ടി ഞങ്ങളുടെ ഓമനയായി മാറുകയും ചെയ്തു. ആ കുട്ടിയെക്കൂടാതെ രണ്ട് പെൺകുട്ടികൾ കൂടി പ്രേമേച്ചിക്കുണ്ടായിരുന്നു. അമ്മ എന്നും അവിടെപ്പോയി മോനെ എടുത്തുകൊണ്ടുവരുമായിരുന്നു. അതുപോലെ ചേച്ചിയും ഞങ്ങളുടെ വീട്ടിലെ നിത്യസന്ദർശകയായി. അന്നത്തെ ഫാഷനായിരുന്ന പ്ലാസ്റ്റിക് വയർകൊണ്ടു മെടഞ്ഞുണ്ടാക്കുന്ന ബാഗ് നിർമ്മാണവും വേറെ ചില ക്രാഫ്റ്റ് വർക്കുകളും ആ ചേച്ചി പഠിപ്പിച്ചിരുന്നു. കൂടാതെ തയ്യ

ലിന്റെ ബാലപാഠവും അവരാണ് എനിക്ക് പറഞ്ഞുതന്നത്. എന്നെ ഏറെ സ്നേഹിച്ചിരുന്ന പ്രേമേച്ചിയുടെ മുഖം വർഷങ്ങൾക്കുശേഷവും എന്റെ മനസ്സിൽ നിറഞ്ഞുനിൽക്കുന്നു. ഒരിക്കൽ അവർ നാട്ടിൽ പോയ സമയത്ത് അവരുടെ വീട്ടിൽ ഒരു മോഷണശ്രമം നടന്നിരുന്നു. അതിനു ശേഷം ചേച്ചിയും അവരുടെ അനിയത്തിയും ചെറിയ കുട്ടികളും മാത്രമായി ആ വീട്ടിൽ താമസിക്കാൻ അവർക്ക് ഭയമായിരുന്നു. അവരുടെ ഭർത്താവിന് കോയമ്പത്തൂരായിരുന്നു ജോലി. അങ്ങനെ അവർ ആ വീട്ടിൽ നിന്നും പെട്ടെന്നുതന്നെ താമസം മാറി. ചേച്ചിയും കുടുംബവും താമസം മാറിയപ്പോൾ എനിക്കായിരുന്നു ഏറെ വിഷമം.

# മറക്കാത്ത സൗഹൃദങ്ങൾ

ഞങ്ങളുടെ വാടകവീടിന് തൊട്ടടുത്തുള്ള മറ്റൊരു വാടകവീട് കുഞ്ഞാമിനാത്ത എന്ന ഒരു മുസ്ലീം സ്ത്രീയുടെ ഉടമസ്ഥതയിലായിരുന്നു. അവിടത്തെ വാടകക്കാർ ഒഴിഞ്ഞതിനുശേഷം കുഞ്ഞാമിനാത്ത വീട് പുതുക്കിപ്പണിത് അവരും കുടുംബവും താമസം തുടങ്ങി. കുഞ്ഞാമിനാത്തയും ഞങ്ങളും ഒരു കുടുംബത്തിലെ അംഗങ്ങളെപ്പോലെയാണ് കഴിഞ്ഞിരുന്നത്. എന്റെ അനിയന്മാരുടെ കളിക്കൂട്ടുകാരായിരുന്ന അവരുടെ മൂന്ന് ആൺമക്കൾ. മകൾ മറിയുമ്മയും ഞാനും സമപ്രായക്കാർ. ആറാം ക്ലാസിൽവെച്ച് വിദ്യാഭ്യാസം നിർത്തിയ അവൾ മിക്കവാറും എന്റെ മുറിയിൽത്തന്നെയായിരുന്നു. ചിലപ്പോൾ എന്റെ കിടക്കയിൽത്തന്നെ കിടന്നുറങ്ങും. കുഞ്ഞാമിനാത്തയും എന്റെ അമ്മയും സഹോദരിമാരെ പോലെയാണ്. ഉമ്മ ഞങ്ങളുടെ വീട്ടിലും അമ്മ അവരുടെ വീട്ടിലും നിത്യസന്ദർശകരായിരുന്നു. ഭക്ഷണസാധനങ്ങൾ പരസ്പരം പങ്കുവെയ്ക്കും. വൈകുന്നേരങ്ങളിൽ ഒത്തുകൂടും. സന്തോഷംനിറഞ്ഞ നാളുകൾ. ഞങ്ങൾക്ക് അവർ ഉപ്പയും ഉമ്മയും ആയിരുന്നു. അതുപോലെ തന്നെ തിരിച്ചും. അച്ഛനും അമ്മയ്ക്കും അത്യാവശ്യത്തിന് എവിടെയെങ്കിലും പോകേണ്ട സാഹചര്യം വരുമ്പോൾ എന്റെ കാര്യങ്ങൾ കുഞ്ഞാമിനാത്തയെ ഏല്പിക്കും. കൂടെയിരുന്ന ഭക്ഷണം കഴിച്ചും കൊച്ചുവർത്തമാനം പറഞ്ഞ് സന്തോഷിപ്പിച്ചും വൈകുന്നേരം അച്ഛനമമ്മയും തിരിച്ചുവരുന്നതുവരെ ആ സ്നേഹനിധിയായ ഉമ്മയും അവരുടെ മകളും എനിക്ക് കൂട്ടിരിക്കും. ഇപ്പോൾ എവിടെയാണെന്ന് അറിയില്ലെങ്കിലും ഇന്നും അവരെക്കുറിച്ചോർക്കുമ്പോൾ കണ്ണുനിറയാറുണ്ട്.

ഞങ്ങൾ താമസിച്ചിരുന്ന വാടകവീടിന്റെ തൊട്ടടുത്താണ് കമ്പനിയിൽ ജോലിചെയ്യുന്ന റൈറ്ററുടെ കുടുംബം. കമ്പനിയിൽ കണക്കെഴുതുന്ന ജോലി ആയതുകൊണ്ട് അയാളെ റൈറ്ററെന്നാണ് എല്ലാവരും വിളിച്ചിരുന്നത്. റൈറ്ററുടെ ഭാര്യ രോഹിണിയമ്മയും രണ്ടു മക്കളും അടങ്ങുന്നതായിരുന്നു ആ കുടുംബം. രോഹിണിയമ്മ ആഢ്യത്വം നിറഞ്ഞ ഒരു നല്ല സ്ത്രീയായിരുന്നു. ഞങ്ങൾ കുട്ടികൾക്ക് ആ അമ്മ കൂട്ടുകാരിയെപ്പോലെയായിരുന്നു. ഞാനും അനിയത്തിയും അവരോട് തമാശകളിക്കുകയും കുസൃതികാട്ടുകയും ചെയ്യും. എന്തുകാര്യവും അവർ ചിരിച്ചു കൊണ്ടേ പറയാറുള്ളൂ. ഞങ്ങളുടെ പറമ്പിന്റെ അതിരിൽ വളർന്നു പന്തലിച്ച ഒരു പുളിമരം ഉണ്ടായിരുന്നു. അമ്മയും രോഹിണിയമ്മയും കുഞ്ഞാമിനാത്തയും എന്നും വൈകുന്നേരം അതിന്റെ ചുവട്ടിൽ ഒത്തുകൂടി സരസസംഭാഷണത്തിൽ മുഴുകുകയും സുഖദുഃഖങ്ങളും വിശേഷങ്ങളും പരസ്പരം പങ്കുവെച്ച് സായാഹ്നങ്ങളെ സ്നേഹാർദ്രങ്ങളാക്കുകയും ചെയ്യുമ്പോൾ രോഹിണിയമ്മയുടെ മകളും കുഞ്ഞാമിനാത്തയുടെ മകളും എന്റെ അനിയത്തിയും ഞാനുമൊക്കെ എന്റെ മുറിയിൽ ഓരോ കളികളിൽ മുഴുകിയിരിക്കുകയാവും.

ഇന്ന് തിരിഞ്ഞുനോക്കുമ്പോൾ സ്നേഹവും സന്തോഷവും നിറഞ്ഞ ആ സുവർണ്ണകാലഘട്ടം ഒരിക്കൽക്കൂടി തിരിച്ചുകിട്ടിയിരുന്നെങ്കിൽ എന്ന് ഏറെ നഷ്ടബോധത്തോടെ ആശിച്ചുപോകുകയാണ്. കാലയവനികയ്ക്ക് പിന്നിൽ മറഞ്ഞുപോയ രോഹിണിയമ്മ നൊമ്പരമുണർത്തുന്ന ഓർമ്മയായി എന്നും മനസ്സിലുണ്ടാകും. പയ്യന്നൂരിൽനിന്നും കാലിക്കടവിലേക്ക് ഞങ്ങൾ താമസം മാറ്റുമ്പോൾ നിറഞ്ഞ കണ്ണുകളോടെ ഞങ്ങളെ യാത്രയാക്കിയ രോഹിണിയമ്മയെ പിന്നീടൊരിക്കലും ഒന്ന് കാണാൻ പറ്റിയില്ല എന്നത് ഇന്നും നീറ്റലായി ശേഷിക്കുന്നു.

ഇവരെയൊക്കെ കൂടാതെ വീടിന് കുറച്ചു ദൂരെയായി വേറെയും രണ്ടു മൂന്ന് മുസ്ലീം കുടുംബങ്ങൾകൂടി ഞങ്ങളുമായി അടുത്ത ബന്ധം പുലർത്തിയിരുന്നവരാണ്. അവരുടെയൊക്കെ മക്കൾ എന്റെ അനിയന്മാരുടെ അടുത്തകൂട്ടുകാരും എന്നും കൂടെനടക്കുന്നവരും വീട്ടിൽ വരുന്നവരുമാണ്. കുഞ്ഞുമൊയ്തീൻക്ക, ഹംസക്ക, ഹാജിറ ഉമ്മ, നബീസുമ്മ ഇസ്മായിൽ, റസാക്ക് ഇവരൊക്കെ ഓർമ്മയിൽ ഇന്നുമുണ്ട്. അച്ഛനെ രാത്രിയിൽ ചികിത്സയുടെ ആവശ്യത്തിനുവേണ്ടി രോഗിയുടെ ബന്ധുക്കൾ കൂട്ടാൻവന്നാൽ ഞങ്ങളുടെ വീടിന്റെ മുന്നിലെ റോഡിന് എതിർവശത്ത് താമസിക്കുന്ന ഹംസക്ക "നിങ്ങൾ ഉറങ്ങിക്കോ മക്കളെ" എന്ന് പറഞ്ഞ് അച്ഛൻ തിരിച്ചുവരുന്നതുവരെ ഞങ്ങൾക്ക് ധൈര്യം തരുകയും ഞങ്ങൾ താമസിക്കുന്ന വീടിന്റെ മുന്നിലെ റോഡിന്റെ അപ്പുറം താമസിക്കുന്ന അദ്ദേഹം വീടിന്റെ ഇറയത്ത് അച്ഛൻ വരുന്നതുവരെ ഞങ്ങൾക്ക് കാവലായിട്ട്

ഉറക്കമൊഴിഞ്ഞിരിക്കുകയും ചെയ്യുന്നത് വർഷങ്ങൾ ഏറെ കഴിഞ്ഞിട്ടും ഇന്നും മറക്കാൻ പറ്റുന്നില്ല. അച്ഛനോട് എന്തുമാത്രം സ്നേഹവും ബഹുമാനവും കരുതലുമുള്ള കുടുംബങ്ങളായിരുന്ന ഞങ്ങളുടെ വാടകവീടിന്റെ ചുറ്റുമുള്ള കുടുംബങ്ങൾ എന്ന് ഓർക്കുമ്പോൾ ഇന്നും കണ്ണ് നിറഞ്ഞുപോകുന്നു.

പയ്യന്നൂരിൽ ഞങ്ങൾ സ്വന്തമായിട്ടെടുത്ത വീടിന്റെ തൊട്ടടുത്ത വീട്ടിലായിരുന്ന ഹൈദ്രോസ്കയും ഭാര്യ ബീഫാത്തുമ്മയും അവരുടെ നാല് മക്കളും. ഞങ്ങൾ ഒരു കുടുംബംപോലെ കഴിഞ്ഞവരായിരുന്നു. അമ്മയുടെ പ്രിയപ്പെട്ട കൂട്ടുകാരിയായിരുന്ന ബീഫാത്തുമ്മ. ദിവസവും ഞങ്ങളുടെ വീട്ടിലോ അവരുടെ വീട്ടിലോ ആയിട്ട് ഒത്തുകൂടുകയും പരസ്പരം വിശേഷങ്ങൾ കൈമാറുകയും ചെയ്യാറുണ്ട്. അവർക്ക് നാലു ആൺമക്കളായിരുന്നു. പെൺകുട്ടികൾ ഇല്ലാത്തതുകൊണ്ട് എന്നെ സ്വന്തം മകളെപോലെയാണ് അവർ കരുതിയിരുന്നത്. നിത്യമെന്നോണം വീട്ടിൽ വരാറുണ്ട്. അവരുടെ മക്കളും ഞങ്ങളും ഒന്നിച്ചു കളിച്ചുവളർന്നവരാണ്. അനിയന്റെ സമപ്രായമായിരുന്ന മൂത്തമകൻ ഇസ്മായിൽ എന്നും വീട്ടിൽ വന്ന് അനിയന്മാരുടെ കൂടെ ചെസ്സ് കളി പതിവാക്കിരുന്നു. മറ്റു മക്കൾ അഷ്റഫ്, ഹുസൈൻ, മുജീബ് എന്നിവരാണ്. അഷ്റഫ് ഭിന്നശേഷിക്കാരനായിരുന്നു. അവനെയുംകൂട്ടി ഉമ്മ എന്നും വീട്ടിൽ വരുമായിരുന്നു. പഠിത്തത്തിലും കലയിലുമൊക്കെ ശോഭിച്ചിരുന്ന ഇസ്മായിൽ വിദ്യാഭ്യാസത്തിനുശേഷം കൃഷി ഓഫീസറായി ജോലിയിൽ പ്രവേശിച്ചു. വിവാഹിതനായശേഷം ജോലിയുടെ ഭാഗമായി തൃശ്ശൂരിൽ വീടെടുത്ത് അവിടെതന്നെ സെറ്റിൽ ആകുകയായിരുന്നു. ഞാനും അമ്മയുമൊക്കെ ആയിട്ട് നല്ല കമ്പനിയായിരുന്ന ഇസ്മായിലിന്റെ ഭാര്യ നസൈബ. അവരുടെ മൂന്ന് വയസ്സുമാത്രം പ്രായമുണ്ടായിരുന്ന മകൾ ജാസ്മിൻ എന്നും ഞങ്ങളുടെ വീട്ടിലായിരുന്നു. അവർ തൃശ്ശൂരിൽ സെറ്റിലായതിനുശേഷം ഉമ്മയെയും ഉപ്പയെയും സുഖമില്ലാത്ത സഹോദരനെയും കൂട്ടി തൃശ്ശൂരിലേക്ക് പോകുകയും എല്ലാവരും അവിടെ താമസമാക്കുകയുമായിരുന്നു. ഈ കുറിപ്പ് എഴുതിക്കൊണ്ടിരിക്കുന്ന വേളയിൽ ഒരു മിറാക്കിൾപോലെ ഇസ്മയിൽ ഞങ്ങളെ അന്വേഷിച്ച് കാലിക്കടവിലെ വീട്ടിൽ വന്നിരുന്നു. തൃശ്ശൂരിലുള്ള കുടുംബത്തിന്റെ കാര്യങ്ങൾ നേരിട്ട് അറിയാൻ സാധിച്ചത് അപ്പോഴാണ്. അഷ്റഫിനെ അടുത്തകാലത്താണ് ദൈവം തിരിച്ചു വിളിച്ചത്. ഹൈദ്രോസ് ഇക്കയും ബീഫാത്തുമ്മയും വിടപറഞ്ഞു. ആ കുടുംബത്തിന്റെ സൗഹൃദം ഒരിക്കലും മറക്കാൻ കഴിയില്ല. സ്നേഹനിധികളായ ആ ഉമ്മയുടെയും ഉപ്പയുടെയും മുഖങ്ങൾ ഇന്നും എന്റെ മനസ്സിൽ നിന്ന് മാഞ്ഞിട്ടില്ല.

ഈ ആത്മകഥയുടെ എഡിറ്റിങ്ങും ഇതിനെക്കുറിച്ചുള്ള ഉപദേശങ്ങ

ളും നിർദേശങ്ങളും തന്ന് സഹായിക്കുന്ന രമേഷ് പയ്യന്നൂരാണ് ഇസ്മായിലിനെയും കൂട്ടി എന്നെക്കാണാൻ വന്നത്. ഞാൻ പഠിച്ച കേളോത്ത് സ്കൂളിലെ വിദ്യാർത്ഥികളായിരുന്നു ഇരുവരും. എന്റെ പ്രിയ അദ്ധ്യാപിക ചന്ദ്രമതി ടീച്ചറുടെ മകനാണ് രമേഷ്. അവരുടെ സ്കൂൾ ബാച്ചിന്റെ സംഗമവുമായി ബന്ധപ്പെട്ട ആലോചനായോഗത്തിൽ പങ്കെടുക്കാൻ തൃശ്ശൂരിൽ നിന്നും രമേഷിന്റെ വീട്ടിൽ വന്നതായിരുന്നു ഇസ്മായിൽ. സംസാരമദ്ധ്യേ രമേഷിൽനിന്നും ഞങ്ങൾ കാലിക്കടവിലാണ് താമസം എന്നറിഞ്ഞപ്പോൾത്തന്നെ ഞങ്ങളെ കാണാനുള്ള ആഗ്രഹം പ്രകടിപ്പിച്ച ഇസ്മായിലിനെയുംകൂട്ടി രമേഷ് ഞങ്ങളുടെ വീട്ടിലെത്തുകയായിരുന്നു. ഇസ്മായിലിന്റെ അവിചാരിതമായ സന്ദർശനം ഞങ്ങൾക്കെല്ലാവർക്കും അവാച്യമായ സന്തോഷത്തിനും അത്ഭുതത്തിനും ഇടയാക്കി എന്നതാണ് വാസ്തവം. "പയ്യന്നൂരിൽ വരേണ്ട ആവശ്യം വന്നപ്പോഴൊക്കെ ഞങ്ങളെ കുറിച്ചന്വേഷിക്കാറുണ്ടെന്നും ഇതുവരെ കണ്ടെത്താൻ പറ്റിയില്ലെന്നും ഇപ്പോഴാണ് അതിനു അവസരമൊരുങ്ങിയതെന്നും" ഇസ്മായിൽ പറഞ്ഞപ്പോൾ എന്റെ കണ്ണുകളിൽനിന്നും സന്തോഷാശ്രുക്കൾ പൊഴിഞ്ഞു. ഉപ്പയും ഉമ്മയും അനിയൻ അഷ്റഫുമൊക്കെ കാലയവനികയ്ക്ക് പിന്നിൽ മറഞ്ഞുപോയതും എന്റെ അച്ഛന്റെയും അമ്മയുടെയും വേർപാടിന്റെ കാര്യങ്ങളുമൊക്കെ സംസാരിച്ചപ്പോൾ ഒരുപാട് സങ്കടം തോന്നിയെങ്കിലും വർഷങ്ങൾക്കുശേഷമുള്ള ഈ കൂടിക്കാഴ്ച ഏറെ ആഹ്ലാദത്തിനു വക നൽകി. കുറെ വർഷത്തെ വിശേഷങ്ങൾ പങ്കുവെച്ചതിനുശേഷമാണ് രണ്ടുപേരും യാത്ര പറഞ്ഞിറങ്ങിയത്. ഇസ്മായിൽ തൃശ്ശൂരിലേക്ക് മടങ്ങിയതിനുശേഷം ഭാര്യ നുസൈബ എന്നെ വിളിച്ച് ഒരുപാട് വിശേഷങ്ങളും അവളുടെ സന്തോഷങ്ങളും പങ്കുവെച്ചു. വർഷങ്ങൾക്കുശേഷമുള്ള അപ്രതീക്ഷിതമായ ഈ പുനഃസമാഗമത്തിന് കാരണക്കാരായ എന്റെ ടീച്ചറോടും രമേഷിനോടുമുള്ള സ്നേഹവും സന്തോഷവും ഇവിടെ രേഖപ്പെടുത്തട്ടെ.

ഞങ്ങളുടെ വീടിന്റെ കുറച്ച് ദൂരെയുള്ള ഒന്നുരണ്ട് കുടുംബങ്ങളുമായും ഞങ്ങൾക്ക് ഏറെ അടുപ്പമുണ്ടായിരുന്നു. ഓട്ടുകമ്പനിയിൽ ജോലി ചെയ്യുന്ന കാർത്ത്യായനി ഏച്ചിയും അവരുടെ മോനും പ്രായമായ അമ്മയും. ആ അമ്മ ഞങ്ങളുടെ വീടിന്റെ അതിരിലുള്ള കൈതച്ചെടിയുടെ ഓല കൊണ്ട് കിടക്കാനുള്ള പായ നെയ്യുമായിരുന്നു. അവരാണ് ഞങ്ങൾക്ക് പായ കൊണ്ടുത്തരുന്നത്. ആ പായ ഉണ്ടാക്കുന്ന അവരുടെ കലാപരമായ കഴിവ് എത്രമാത്രം പ്രശംസനീയമായ കാര്യമാണെന്ന് ഇപ്പോഴാണ് മനസ്സിലാകുന്നത്. അവരുടെ കഴിവുകളൊന്നും ആരാലും ശ്രദ്ധിക്കപ്പെടുന്നില്ല എന്നത് ഏറെ പരിതാപകരം തന്നെയാണ്. വീടിനു കുറച്ച

ദൂരെയായിട്ടാണ് ലക്ഷ്മിയേച്ചിയും അവരുടെ അമ്മയും അച്ഛനും താമസിക്കുന്നത്. ലക്ഷ്മിയേച്ചി അവിവാഹിതയാണ്. അവർ എന്റെ വീട്ടിൽ വരാറുണ്ട്. അമ്മയോട് അവർക്ക് പ്രത്യേക സ്നേഹമായിരുന്നു. കടയിൽ പോയി സാധനങ്ങൾ വാങ്ങാനും റേഷൻകടയിൽ പോകുന്നതുമൊക്കെ അവരാണ്. അത്യാവശ്യം വീട്ടുജോലികളിലും ആവശ്യപ്പെടാതെതന്നെ അവർ അമ്മയെ സഹായിക്കാറുണ്ട്. അങ്കൻവാടിയിൽ ജോലിയുള്ള ലക്ഷ്മിയേച്ചി ജോലികഴിഞ്ഞാൽ മിക്കവാറും ദിവസങ്ങളിൽ വീട്ടിൽ വരാറുണ്ട്. അമ്മ അവരുടെ വീട്ടിലും ഇടയ്ക്കൊക്കെ പോകാറുണ്ട്. കോളനിയിൽ പ്രത്യേകം അനുവദിച്ച ശുദ്ധജലത്തിന്റെ പൈപ്പ് അവരുടെ വീടിന്റെ മുറ്റത്തായതുകൊണ്ട് അമ്മ പാചകത്തിന് ആവശ്യമായ വെള്ളമെടുക്കാൻ മിക്കവാറും ദിവസങ്ങളിൽ അവിടെപ്പോകും. എനിക്ക് എന്തെങ്കിലും വിഷമങ്ങൾ ഉണ്ടാകുമ്പോൾ സാന്ത്വനമായിട്ട് അവർ എന്നും കൂടെ ഉണ്ടാകാറുണ്ട്. ഞങ്ങളെ ഏറെ സ്നേഹിച്ചിരുന്ന ലക്ഷ്മിയേച്ചി ഞങ്ങൾ താമസം മാറി കാലിക്കടവിലേക്ക് പോകുമ്പോൾ ഒരുപാട് സങ്കടപ്പെട്ടിരുന്നു. ഇങ്ങനെ അയൽബന്ധങ്ങളിൽനിന്നുള്ള പലവിധം അനുഭവങ്ങൾ നിറഞ്ഞതായിരുന്നു ഞങ്ങളുടെ പയ്യന്നൂരിലുണ്ടായിരുന്ന കാലത്തെ ജീവിതം. എത്രയെത്ര സ്നേഹബന്ധങ്ങളായിരുന്നു ഞങ്ങൾക്ക് പയ്യന്നൂരിൽ ഉണ്ടായിരുന്നത്.

ഞങ്ങൾ ദീർഘകാലം താമസിച്ച വാടകവീട്ടിൽനിന്നും പുതുതായി പണിത സ്വന്തം വീട്ടിലേക്ക് മാറിത്താമസിച്ചത് ഏറെ സന്തോഷത്തോടൊപ്പം സങ്കടവും നിറഞ്ഞ മനസ്സോടെയായിരുന്നു. ഏറെ പരിമിതികളുള്ള വീടായിരുന്നെങ്കിലും വാടകവീടുമായി ഞങ്ങൾ എല്ലാവർക്കും ഏറെ അറ്റാച്ച്മെന്റുണ്ടായിരുന്നു, പ്രത്യേകിച്ച് എനിക്ക്. അവസാനമായി ഓടിച്ചാടി കളിച്ചവീടും പറമ്പും തൊടിയും മാവിൻതോപ്പും ചെമ്പകമരവും എല്ലാംവിട്ട് ഹൃദയവേദനയോടെയാണ് ഞാൻ ഇറങ്ങിയത്. വാടകവീട്ടിൽനിന്നും സ്വന്തം വീട്ടിലേക്ക് നടന്നുപോകാൻ മാത്രമുള്ള ദൂരമേ ഉള്ളുവെങ്കിലും വിളിച്ചാൽ വിളികേൾക്കുന്നത്ര അടുത്തുള്ള പ്രിയപ്പെട്ട അയൽവാസികളായ കുഞ്ഞാമിനാത്തയുടെ കുടുംബവും എന്റെ പ്രിയസഖി മറിയമ്മയും രോഹിണിയമ്മയും അവർക്കൊന്നും ഇനി ഇടയ്ക്കിടെ ഓടിവരാൻ പറ്റാതായല്ലോ എന്ന വിഷമവും ഏറെ ഉണ്ടായിരുന്നു മനസ്സിൽ. അവർക്കും അതേ വിഷമം തന്നെയായിരുന്നു.

ഗൃഹപ്രവേശനത്തിന് എല്ലാവരേയും ക്ഷണിച്ചിരുന്നു. സ്വന്തം വീട്ടിൽ താമസമായപ്പോഴാണ് പുതിയൊരു ബുദ്ധിമുട്ട് നേരിട്ടത്. വേനൽക്കാലത്ത് കിണറിലെ വെള്ളത്തിന് ഉപ്പുചുവയും മഞ്ഞക്കളറും. അത് എല്ലാവർക്കും വലിയ വിഷമമുണ്ടാക്കി. നമ്മൾ അവിടെ താമസം തുടങ്ങു

ന്ന കാലത്ത് തൊട്ടടുത്ത് വീടോ അയൽപക്കമോ ഇല്ലായിരുന്നു. അതു കൊണ്ടുതന്നെ വെള്ളത്തിന്റെ പ്രശ്നം നേരത്തെ അറിയാൻ കഴിഞ്ഞില്ല. പാചകം ചെയ്യാനും അലക്കാനുമൊക്കെ വെള്ളം കൊണ്ടുവരണമെങ്കിൽ കുറച്ചുദൂരം നടന്ന് കാർത്ത്യായനി ഏച്ചിയുടെ വീട്ടിലേക്ക് പോകണം. ഈ ഏച്ചിയും കുടുംബവും ചികിത്സയുടെ ആവശ്യത്തിന് സ്ഥിരം വീട്ടിൽ വരുന്നവരാണ്. അച്ഛന്റെ ചികിത്സയിൽ ഏറെ വിശ്വാസമുള്ള അവർക്ക് അച്ഛനോട് ഒരുപാട് സ്നേഹവും ബഹുമാനവുമായിരുന്നു. പുതിയ വീട്ടിൽ വന്നപ്പോൾ അവരും കുടുംബവും നിത്യസന്ദർശകരായി. ഒരാഴ്ച കഴിഞ്ഞ പ്പോൾ വീട്ടിൽ നടന്ന ഏച്ചിയുടെ വിവാഹത്തിന് അവരും ഭർത്താവ് ഗംഗേട്ടനും എല്ലാ സഹായത്തിനും മുന്നിൽത്തന്നെയുണ്ടായിരുന്നു. അവർക്കും ഏകദേശം ഞങ്ങളുടെ സമപ്രായത്തിൽ തന്നെയുള്ള അഞ്ചു മക്കളായിരുന്നു. തയ്യ്ക്കാനൊക്കെ അവർ എന്റെയടുത്ത് കൊണ്ടുവരാറുണ്ട്. പാചകം ചെയ്യാനും അലക്കാനുമൊക്കെ വെള്ളമെടുക്കാൻ അമ്മയും അനിയത്തിയുമാണ് അവിടെ പോകാറുള്ളത്. അവരെ കാണുമ്പോൾ ത്തന്നെ കാർത്ത്യായനി ഏച്ചിയും മക്കളും വെള്ളം കോരി നിറയ്ക്കാൻ തുടങ്ങും. അത്രയേറെ സ്നേഹമായിരുന്നു ഞങ്ങളോട്. അവരുടെ അമ്മ ചീ യേടത്തിയും അനിയത്തി ഭാനുവേച്ചിയും രണ്ട് ആങ്ങളമാരും അവരുടെ വീടിന്റെ തൊട്ടടുത്തുള്ള വീട്ടിൽത്തന്നെയാണ് താമസിച്ചിരുന്നത്. ഭാനു വേച്ചിയാണ് പശുവിനെ കറന്ന് എന്നും രണ്ടുനേരം ഞങ്ങൾക്ക് പാല് കൊണ്ടുത്തരുന്നത്. വിവാഹബന്ധം വേർപെടുത്തിയ അവർ എന്നും സ്വന്തം വീട്ടിൽത്തന്നെയാണ് താമസിച്ചിരുന്നത്. ധാരാളം മുടിയുള്ളതു കൊണ്ടുതന്നെ ഞങ്ങൾ 'ജയഭാരതി' എന്നുവിളിച്ച് കളിയാക്കുമായിരു ന്നു. എന്നും തമാശ പറഞ്ഞ് പൊട്ടിച്ചിരിക്കുന്ന ഭാനുവേച്ചിയെ ഞങ്ങൾ ക്ക് മാത്രമല്ല പരിചയപ്പെട്ട ആർക്കും ഒരിക്കലും മറക്കാൻ പറ്റില്ല.

അവർ ഹൃദയത്തിൽ ചേർത്തുവെച്ച് സ്നേഹിച്ചിരുന്ന സ്വന്തം സഹോദരന്റെ കൈകളാൽ കൊല്ലപ്പെട്ട കാര്യമോർക്കുമ്പോൾ ഇന്നും എനിക്ക് പേടിയാണ്. അവർ മാത്രമല്ല, ഇളയ സഹോദരനും ഭാര്യയും കൂടെ കൊല്ലപ്പെട്ടുവെന്നത് ഓർക്കാനേ വയ്യ. മാനസികനില തെറ്റിയ സഹോദരനാണ് ആ അരുംകൊലകൾ നടത്തിയത്. ആ നാടിനെ മുഴുവൻ നടുക്കിയ ദുരന്തമായിരുന്നു അത്. പത്രങ്ങളിലും ടി വിയിലുമൊ ക്കെ കുറെക്കാലം പരമ്പരയായി വന്ന ആ ദുരന്തത്തെകുറിച്ചുള്ള വാർത്ത കളും മറ്റും നടുക്കത്തോടെ മാത്രമേ ഓർക്കാൻ പറ്റാറുള്ളൂ. അവസാനം ആ വീട്ടിൽ ആരും ശേഷിക്കാതെ പ്രേതാലയംപോലെ ആയിത്തീർന്നു. കാർത്ത്യായനി ഏച്ചിയും കുടുംബവുംമാത്രം തങ്ങളുടെ കൺമുന്നിൽവെ

ച്ച് നടന്ന ദുരന്താനുഭവങ്ങളുടെ ഓർമ്മയിൽ അവരുടെ വീട്ടിൽ മനംനൊന്ത് ജീവിക്കുന്നു.

ഞങ്ങൾ പുതിയ വീട്ടിൽ താമസമാക്കിയിട്ട് കുറച്ചു വർഷങ്ങൾ കഴിഞ്ഞപ്പോൾ വീടിനുമുന്നിൽ ചായക്കച്ചവടം നടത്തുന്ന നാരാണേട്ടൻ ഞങ്ങളുടെ തൊട്ടടുത്ത് പുതിയ വീടുകെട്ടി താമസം തുടങ്ങി. ഭാര്യ ശശിയേച്ചിയും മകൾ സജിനയും രണ്ട് ആൺകുട്ടികളും അടങ്ങുന്ന കുടുംബം. സജിനയും എന്റെ ഏച്ചിയുടെ മകളും അനിയത്തിയുടെ മകളും ഏകദേശം ഒരേ പ്രായമായിരുന്നു. അവർ കളിക്കൂട്ടുകാരുമായിരുന്നു. അതുകൊണ്ട് സജിനയും ഞങ്ങൾക്ക് പ്രത്യേകിച്ച് എനിക്ക് സ്വന്തം മോളെപോലെതന്നെയായിരുന്നു. വൈകുന്നേരം സ്കൂൾവിട്ട് വീട്ടിലെത്തിയാൽ ബാഗ് വലിച്ചെറിഞ്ഞ് അവൾ എന്റെ മുറിയിലേക്ക് ഓടിവരും. ചെസ്സ് കളിച്ചും കളിതമാശകൾ പറഞ്ഞും ആ കുട്ടിയുടെ സാന്നിധ്യം ഏറെ സന്തോഷപ്രദമായിരുന്നു എനിക്ക്. സന്ധ്യയ്ക്ക് അവളുടെ അമ്മയുടെ വഴക്ക് കേട്ടാൽമാത്രമേ അവൾ തിരിച്ചുപോകുള്ളൂ. ചിലപ്പോൾ എന്റെ കിടക്കയിൽത്തന്നെ കിടന്നുറങ്ങുകയും ചെയ്യും ആ കുസൃതിക്കുട്ടി. പതിനെട്ട് വയസ്സിൽത്തന്നെ അവളുടെ വിവാഹവും കഴിഞ്ഞു. വിവാഹത്തിന്റെ തലേദിവസം ഫോട്ടോഗ്രാഫറെയും കൂട്ടിവന്ന് എന്റെകൂടെ കുറെ ഫോട്ടോസുമെടുത്ത് എന്നെ കെട്ടിപ്പിടിച്ചു കരഞ്ഞിട്ടാണ് ആ കുട്ടി ഇറങ്ങിപ്പോയത്. ഞങ്ങളുടെ കുട്ടികൾ വിളിക്കുന്നപോലെതന്നെ അച്ഛാച്ഛൻ അമ്മമ്മ എന്നുതന്നെയാണ് സജിനയും എന്റെ അച്ഛനെയും അമ്മയെയും വിളിച്ചിരുന്നത്. ശശിയേച്ചി തയ്ക്കാനൊക്കെ എന്റെ അടുത്താണ് കൊണ്ടുവരുന്നത്. തയ്ച്ചു കഴിയുന്നതുവരെ ഓരോ വിശേഷങ്ങളും പറഞ്ഞ് എന്റെകൂടെ തന്നെയിരിക്കും ആ ഏച്ചി. അച്ഛനും അമ്മയും വീട്ടിലില്ലാതെ ചിലപ്പോൾ ഞാൻ ഒറ്റയ്ക്കായാൽ എനിക്ക് കൂട്ടിരിക്കാൻ ശശിയേച്ചി സജിനയെ പറഞ്ഞയക്കും. നാരാണേട്ടന്റെ പെട്ടെന്നുള്ള മരണം ആ കുടുംബത്തെ ആകെ ഉലച്ചുകളഞ്ഞു. ആ വേർപാടിന്റെ ദുഃഖം ഇന്നും എന്റെ മനസ്സിലുണ്ട്.

എല്ലാവരുടെയും പേരുകൾ ഈ അനുഭവക്കുറിപ്പിൽ ഉൾപ്പെടുത്താൻ പറ്റിയില്ലെങ്കിലും അവരുടെയെല്ലാം ഓർമ്മകൾ സ്നേഹാദരങ്ങളായി എന്നുമെന്റെ മനസ്സിലുണ്ടാകും. ജാതിയുടെയും മതത്തിന്റെയും മതിൽക്കെട്ടുകളൊന്നുമില്ലാതെ എല്ലാവരുമായി സഹോദരങ്ങളെപ്പോലെയായിരുന്നു അച്ഛനുമമ്മയും കഴിഞ്ഞിരുന്നത്. ഇന്നത്തെ വർഗീയവിഷം തുപ്പുന്ന ആസുരകാലത്തുനിന്നും പിൻതിരിഞ്ഞ് നോക്കുമ്പോൾ ആ കാലഘട്ടം സ്വർഗതുല്യമായി തോന്നുന്നു. മതത്തിന്റെയും ജാതിയുടെയും അടിസ്ഥാനത്തിൽ മനുഷ്യരെ വേർതിരിച്ച് വർഗീയതയും മതാന്ധതയും

വളർത്തി ജനമനസ്സുകളിൽ വിഷം കലർത്തുക എന്നതാണല്ലോ പുതിയ കാലത്തിന്റെ സവിശേഷത.

അച്ഛന്റെയടുത്ത് ചികിത്സതേടി എത്തുന്നവരുമായിട്ടും ഏറെ സൗഹൃദമുണ്ടായിരുന്നു ഞങ്ങൾക്ക്. കടപ്പുറം, കവ്വായി, രാമന്തളി, ഒളവറ, കൊറ്റി, പഴയങ്ങാടി അങ്ങനെയങ്ങനെ എത്രയോ സ്ഥലങ്ങളിൽനിന്നുമുള്ള ആളുകൾ അച്ഛനെ മാത്രമല്ല ഞങ്ങളെയും സ്നേഹിക്കാനുണ്ടായിരുന്നു.

## നൊമ്പരപക്ഷി

ഈ അയൽപക്ക സ്നേഹബന്ധങ്ങളുടെ ഓർമ്മക്കുറിപ്പുകൾ എഴുതുമ്പോൾ ഞങ്ങൾ വാടകവീട്ടിൽ താമസിച്ചിരുന്നകാലത്ത് തൊട്ടടുത്തുള്ള മറ്റൊരു വാടകവീട്ടിൽ താമസിച്ചിരുന്ന ഒരു കുടുംബത്തെക്കുറിച്ചുള്ള ഒരിക്കലും മറക്കാൻപറ്റാത്ത ഓർമ്മകൾ മനസ്സിൽ തിരയടിച്ചുയരുകയാണ്. ആ കുടുംബത്തിന്റെ തിക്താനുഭവങ്ങൾ എഴുതിയില്ലെങ്കിൽ ഈ ഓർമ്മക്കുറിപ്പുകൾ ഒരിക്കലും പൂർണ്ണമാകില്ല. ഒരു നോവലെറ്റ് എഴുതുന്നത്രയും അവരെക്കുറിച്ച് എഴുതാൻ ഉണ്ടെങ്കിലും വിസ്തരഭയംകൊണ്ട് ചുരുക്കി എഴുതുന്നു.

എനിക്ക് അസുഖംവന്നിട്ട് കഷ്ടിച്ച് ഒരുവർഷം കഴിഞ്ഞ സമയത്താണ് ഞങ്ങൾ താമസിക്കുന്ന വീടിന്റെ തൊട്ടടുത്തുള്ള വാടകവീട്ടിൽ തൃശ്ശൂരുള്ള ഒരു ചേച്ചിയും കുടുംബവും താമസിക്കാൻ വന്നത്. ഒരു ദിവസം രാവിലെ തുണിയലക്കുന്ന ശബ്ദംകേട്ടാണ് ഞങ്ങളുടെ ശ്രദ്ധ അങ്ങോട്ട് തിരിഞ്ഞത്. ഒരു യുവതി അവിടെ മുറ്റത്തുള്ള അലക്ക് കല്ലിൽ തുണിയലക്കുന്നു. കുറച്ചുകഴിഞ്ഞപ്പോൾ ആ ചേച്ചി ഞങ്ങളുടെ വീട്ടിൽ വന്ന് അമ്മയോട് അടുക്കളയിലുള്ള ഓരോ സാധനങ്ങൾ ചോദിക്കാൻ തുടങ്ങി. മുറം, ചിരവ, പാത്രങ്ങൾ അങ്ങനെ പലതും. അവർ പോയപ്പോൾ "ഇതൊക്കെ ഇല്ലാതെയാണോ താമസിക്കാൻ വന്നത്.." അമ്മ പിറുപിറുക്കുന്നത് കേട്ടു.

പിന്നീട് ദിവസങ്ങൾക്കുള്ളിൽത്തന്നെ അവരെ കൂടുതൽ പരിചയപ്പെടുകയും അവരുടെ ദയനീയകഥകൾ ഓരോന്നായി ആ ചേച്ചി ഞങ്ങളോട് പറയുവാനും തുടങ്ങി. പ്രസവിച്ച് കഷ്ടി ഒരു മാസംമാത്രം പ്രായമായ ഒരു കൈക്കുഞ്ഞിനെയുംകൊണ്ടായിരുന്നു അവർ അവിടെ

താമസിക്കാൻ വന്നത്. തൃശ്ശൂരിലുള്ള ഉയർന്ന സാമ്പത്തികസ്ഥിതിയുള്ള ഒരു വീട്ടിലെ മൂത്ത മകളായിരുന്നു ആ ചേച്ചി. അവർ കോളേജിൽ പ്രീ ഡിഗ്രിക്ക് പഠിക്കുന്ന സമയത്ത് ഒരു തമിഴ് യുവാവുമായി പ്രണയത്തി ലാവുകയും അയാളുടെ സമ്മർദ്ദത്തിനുവഴങ്ങി രജിസ്റ്റർ വിവാഹംചെയ്ത് വീട്ടുകാർ അറിയാതെ ഒരുദിവസം തമിഴ്നാട്ടിലേയ്ക്ക് വണ്ടി കയറുകയു മായിരുന്നു.

അവിടെ എത്തിയിട്ട് കുറച്ചുകാലം കഴിഞ്ഞപ്പോഴാണ് പാവം ആ ചേച്ചിക്ക് അയാളുടെ ചതിയെക്കുറിച്ച് മനസ്സിലാകുന്നത്. മദ്രാ സിൽ അയാൾക്ക് വേറെ ഭാര്യയും രണ്ടു കുട്ടികളുമുണ്ടെന്നുള്ള അറിവ് ചേച്ചിയെ ആകെ തകർത്തുകളഞ്ഞു. ഗർഭിണിയായിരുന്ന ചേച്ചി ഒന്നും ചെയ്യാൻപറ്റാതെ നിസ്സഹായയായിരുന്നു. അതിനിടയിൽ അയാൾക്ക് പയ്യന്നൂരിൽ ഞങ്ങളുടെ വീടിനടുത്തുള്ള ഒരു മിഠായി കമ്പനിയിൽ ജോ ലികിട്ടി. അങ്ങനെയാണ് ചേച്ചിയേയും, പ്രസവിച്ച് ഒരുമാസം പോലും തികയാത്ത കുഞ്ഞിനെയുംകൂട്ടി അയാൾ ഞങ്ങളുടെ തൊട്ടടുത്ത് വാടക യ്ക്ക് താമസിക്കാനെത്തിയത്. ചേച്ചിക്കപ്പോൾ 18 വയസ്സ് മാത്രമായിരുന്നു പ്രായം. സാമ്പത്തികസ്ഥിതിയുള്ള വീട്ടിൽ അച്ഛനുമമ്മയും ഓമനിച്ചുവ ളർത്തിയ ചേച്ചിയ്ക്ക് അടുക്കളപ്പണിയൊന്നും വലിയ പരിചയമില്ലായി രുന്നു. അതുകൊണ്ട് ഇടയ്ക്കിടെ ഞങ്ങളുടെ വീട്ടിലേക്ക് ഓടിവരുകയും എന്റെ അമ്മയോട് ഓരോ കാര്യങ്ങളും ചോദിച്ചു മനസ്സിലാക്കി ജീവിതം മുന്നോട്ടുകൊണ്ടുപോകാൻ ശ്രമിക്കുകയുമായിരുന്നു ആ പാവം ചേച്ചി. അവരുടെ കഥകളൊക്കെ അറിഞ്ഞപ്പോൾ ഞങ്ങൾക്ക് അവരോട് ഏറെ സ്നേഹവും സഹതാപവും തോന്നി. പ്രത്യേകിച്ച് അമ്മയ്ക്ക്. സ്വന്തം അനിയത്തിയെപ്പോലെ കരുതി അമ്മ അവർക്ക് ഉപദേശങ്ങളും സഹാ യങ്ങളും ചെയ്തുകൊടുത്തു. കുഞ്ഞിനെനോക്കേണ്ട എല്ലാ കാര്യങ്ങളെ യുംകുറിച്ച് അമ്മ അവരെ പഠിപ്പിക്കുവാൻ തുടങ്ങി. ആ കുഞ്ഞിനെയും കൊണ്ട് ചേച്ചി എന്നും ഞങ്ങളുടെ വീട്ടിൽ വരാറുണ്ടായിരുന്നു. അതിനെ എന്റെ കട്ടിലിൽ കിടത്തിയിട്ടാണ് ചേച്ചി വീട്ടിൽപ്പോയി ജോലിയൊ ക്കെ ചെയ്തിരുന്നത്. അമ്മ ആ കുഞ്ഞിനെ നന്നായിത്തന്നെ നോക്കുമാ യിരുന്നു. കഷ്ടിച്ച് എഴുന്നേറ്റിരിക്കാൻ മാത്രം സാധിച്ചിരുന്ന എനിക്ക് ആ കുഞ്ഞിന്റെ സാന്നിധ്യം ഏറെ ആശ്വാസവും സന്തോഷവുമായിരു ന്നു. ഞാൻ അതിനെ കളിപ്പിച്ചും ചിരിപ്പിച്ചും എപ്പോഴും അടുത്തുതന്നെ യിരിക്കും. കണ്ണെഴുതിയും പൊട്ടുതൊടുവിച്ചുമൊക്കെ അതിനെ ഒരു ക്കാൻ എനിക്ക് വലിയ ഇഷ്ടമായിരുന്നു. ഇവിടെ ഞങ്ങളുടെ കൂടെ താമ സിക്കുന്ന കാലത്ത് എന്റെ സഹോദരങ്ങളുടെയൊക്കെ പെൺകുട്ടികളെ ഞാനാണ് എന്നും മുടിചീകി കണ്ണെഴുതി പൊട്ടു തൊടുവിക്കുന്നതുമൊ ക്കെ. ആ ചേച്ചിയുടെ കുഞ്ഞിന് പേര് വിളിച്ചതും ഞാനായിരുന്നു. എന്നെ

സ്വന്തം അനിയത്തിയെപ്പോലെ സ്നേഹിച്ച ആ ചേച്ചി പലപ്പോഴും എനിക്കുവേണ്ട സഹായങ്ങളെല്ലാം ചെയ്തുതന്നു. ഞങ്ങൾ എല്ലാവർക്കും ചേച്ചിയേയും കുഞ്ഞുവാവയേയും വലിയ ഇഷ്ടമായിരുന്നു. വീട്ടുകാരുമായി എല്ലാ ബന്ധങ്ങളും അറ്റുപോയ ചേച്ചിക്ക് ഞങ്ങളുടെ വീട് സ്വന്തം വീടുപോലെ തന്നെയായിരുന്നു.

അങ്ങനെ ഒരുവിധം സമാധാനമായി കഴിഞ്ഞിരുന്നതിനിടയിലാണ് അവരുടെ ഭർത്താവ് മദ്രാസിൽപ്പോയി അയാളുടെ ആദ്യഭാര്യയിലുണ്ടായ നാലും ആറും വയസ്സുള്ള രണ്ട് കുട്ടികളെയും കൂട്ടിക്കൊണ്ടുവന്നത്. അതിന് അയാൾ പറഞ്ഞ ന്യായീകരണം ആ കുട്ടികളെപ്പിരിഞ്ഞ് അയാൾക്ക് ജീവിക്കാൻ വയ്യെന്നായിരുന്നു. ഈ സംഭവം ചേച്ചിയുടെ ജീവിതത്തിൽ അപസ്വരങ്ങളുയരാൻ കാരണമായി. രണ്ട് കുട്ടികളെക്കൂടി നോക്കേണ്ട ചുമതല ചേച്ചിയുടെ തലയിലായി. മലയാളം ശരിക്കും അറിയാത്ത ആ കുട്ടികൾ പാവമായിരുന്നു. എന്നും വീട്ടിൽ വരുകയും ഞാനൊക്കെ എന്ത് പറഞ്ഞാലും അനുസരിക്കുകയും ചെയ്യും. ചെറിയ കുട്ടിയെ നന്നായി നോക്കുമെങ്കിലും ചേച്ചി വല്ലപ്പോഴും വഴക്ക് പറഞ്ഞാൽ കുട്ടികൾ അവരുടെ അച്ഛനെ അറിയിക്കും. അതോടെ അയാൾ ചേച്ചിയെ വഴക്ക് പറയുകയും അടിക്കുകയുമൊക്കെ ചെയ്യുന്നത് പതിവായി. ചേച്ചിയുടെ ജീവിതം അപസ്വരങ്ങൾ നിറയുകയും കലുഷിതമാകുകയും ചെയ്തു. അയാൾ ദിവസവും മദ്യപിച്ചുവന്ന് ഓരോ കാരണങ്ങൾ കണ്ടെത്തി ചേച്ചിയെ ഉപദ്രവിക്കുകയും വഴക്ക് പറയുകയും ചെയ്യുന്നത് പതിവായി. പാവം ചേച്ചി. എന്നും വീട്ടിൽവന്ന് കരയും. ഞങ്ങൾക്കൊക്കെ വലിയ വിഷമമായി. അവസാനം അച്ഛൻ അയാളെ വിളിച്ച് ഉപദേശിച്ചു. അച്ഛന്റെ മുന്നിൽ വളരെ വിനയത്തോടെ നിന്നെങ്കിലും ഒരാഴ്ച കഴിഞ്ഞപ്പോൾ അയാൾ പഴയതുപോലെതന്നെ വീണ്ടും ചേച്ചിയെ ഉപദ്രവിക്കാൻ തുടങ്ങി.

ഭർത്താവായ മനുഷ്യനിൽനിന്നുള്ള ഉപദ്രവവും അപമാനവും സഹിക്കാതെ ആത്മഹത്യയുടെ വക്കിലെത്തിനിൽക്കുന്ന ചേച്ചി എന്നും വീട്ടിൽവന്ന് കരയുമായിരുന്നു. അച്ഛൻ ചേച്ചിയോട് അവരുടെ അച്ഛന് കത്തെഴുതാൻ ഉപദേശിച്ചു. ആദ്യം മടിച്ചെങ്കിലും പിന്നീട് ചേച്ചി അവരുടെ അച്ഛന് എല്ലാ സംഭവങ്ങളും വിവരിച്ച്, മാപ്പപേക്ഷിച്ച് കൊണ്ട് കത്തയച്ചു. എഴുത്ത് കിട്ടിയ ഉടനെ സ്നേഹനിധിയായ ആ അച്ഛനും അവരുടെ അനിയത്തിയും ചേച്ചിയെ കാണാൻ ഓടിയെത്തി. ആ ദിവസം ഇന്നും ഞാൻ ഓർമ്മിക്കുന്നു. ചേച്ചി സന്തോഷംകൊണ്ട് തുള്ളിച്ചാടി വീട്ടിൽവന്ന് എന്നെയൊക്കെ കെട്ടിപ്പിടിച്ചുമ്മതന്നു. ഞങ്ങൾ പറഞ്ഞിട്ടാണല്ലോ കത്തയച്ചത്. അതിന്റെ സന്തോഷം ചേച്ചി ഞങ്ങളുമായി പങ്കുവെക്കുകയായിരുന്നു.

അവരുടെ അച്ഛൻ ചേച്ചിയെ തൃശ്ശൂരിലുള്ള വീട്ടിലേക്ക് കൊണ്ടു പോകാൻ ശ്രമിച്ചെങ്കിലും ചേച്ചി പോകാൻ സമ്മതിച്ചില്ല. അതിനാൽ അവരുടെ അച്ഛൻ അനിയത്തിയെ ചേച്ചിക്ക് സഹായത്തിനായി അവിടെ നിർത്തിയിട്ട് തൃശ്ശൂരിലേക്ക് തിരിച്ചുപോയി. അവരുടെ അനി യത്തി കുറച്ച് ദിവസങ്ങൾ കൊണ്ടുതന്നെ ഞങ്ങളുമായി അടുത്തു. നന്നായി പാട്ടുമായിരുന്ന അവർ പാട്ടുകളും കവിതകളും പാടിത്തന്ന് എന്നെ സന്തോഷിപ്പിക്കാറുണ്ടായിരുന്നു. പോകുമ്പോൾ കുമാരനാശാ ന്റെ കവിതകളുടെ ഒരു സമാഹാരം എനിക്ക് സമ്മാനിച്ചു.. കുമാരനാശാ ന്റെ *ദുരവസ്ഥ, ചണ്ഡാലഭിക്ഷുകി, കരുണ* തുടങ്ങിയ കാവ്യങ്ങളുടെ കുറെ വരികൾ പഠിച്ച് കാണാതെ ചൊല്ലുന്നവർക്ക് ആ പുസ്തകം സമ്മാനമായി തരാമെന്ന് അവർ വാഗ്ദാനംചെയ്തിരുന്നു. ഞാനും എന്റെ അനിയത്തിയും വാശിയോടെ കാണാതെ പഠിക്കാൻ തുടങ്ങി. ആദ്യം പഠിച്ചു പാടിയ എനിക്ക് ആ പുസ്തകം ചെറിയേച്ചി സമ്മാനമായി തന്നു. അപ്പോൾ 16-17 വയസ്സ് മാത്രം പ്രായമുണ്ടായിരുന്ന ചെറിയേച്ചി, വലിയേച്ചിയേക്കാൾ തന്റേടമുള്ളവളായിരുന്നു. കുമാരനാശാന്റെ കവിതകളുടെ വരികൾ എന്റെ മനസ്സിൽവരുമ്പോൾ ഇന്നും ഞാൻ സ്നേഹനിധിയായ ആ ചെറി യേച്ചിയെ ഓർക്കാറുണ്ട്.

കുറച്ചുകാലം മര്യാദാരാമനായിരുന്ന വല്യേച്ചിയുടെ ഭർത്താവ് വീണ്ടും അവരെ ദേഹോപദ്രവം ഏൽപ്പിക്കാൻ തുടങ്ങി. ചേച്ചിയെ വഴക്ക് പറയുകയും അടിക്കുകയുമൊക്കെ ചെയ്യുന്നത് കാണുമ്പോൾ അനിയത്തി യായ ചെറിയേച്ചി ആ മനുഷ്യനോട് കയർക്കുകയും അയാളെ കഠിനമാ യി വഴക്കുപറയുകയും ചെയ്യാറുണ്ട്. എന്നാൽ നീചനായ ആ മനുഷ്യൻ അതൊന്നും കാര്യമാക്കാറില്ല. ചേച്ചിയെ ഉപദ്രവിക്കുന്നതുകണ്ടു സഹി ക്കാൻ വയ്യാതെ അവർ വല്യേച്ചിയെ നാട്ടിലേക്ക് പോകാൻ നിർബന്ധി ച്ചുകൊണ്ടിരുന്നു. അവസാനം അനിയത്തിയുടെ നിർബന്ധവും ഞങ്ങ ളുടെയൊക്കെ ഉപദേശവും കാരണം തൃശ്ശൂരിലുള്ള സ്വന്തം വീട്ടിലേക്ക് തിരിച്ചുപോകാമെന്ന് അവർ സമ്മതിച്ചു.

അങ്ങനെ ചെറിയേച്ചി അച്ഛനെ കത്തെഴുതി വരുത്തുകയും അച്ഛൻ പെട്ടെന്നുതന്നെ അവരെ എല്ലാവരെയുംകൂട്ടി നാട്ടിലേക്ക് പോകുകയും ചെയ്തു. സ്നേഹിക്കാൻ മാത്രമറിയാവുന്ന ചേച്ചിയുടെ അച്ഛനുമമ്മയും പശ്ചാത്താപത്താൽ ഉരുകിത്തീരുന്ന തങ്ങളുടെ മകളോട് ക്ഷമിക്കുകയും മകളേയും കുഞ്ഞിനേയും ഇരുകയ്യുംനീട്ടി സ്വീകരിക്കുകയും ചെയ്തു. രണ്ട് ചേച്ചിമാരും കുഞ്ഞും പോയപ്പോൾ എല്ലാവർക്കും കുറെക്കാലത്തേക്ക് വല്ലാത്ത സങ്കടമായിരുന്നു. രണ്ടു ചേച്ചിമാരും ഞങ്ങളോട് യാത്ര പറയു മ്പോൾ പൊട്ടിക്കരയുകയായിരുന്നു. സിനിമാക്കഥപോലെയുള്ള ചേച്ചി യുടെ ജീവിതം നേരിട്ട് കണ്ടനുഭവിക്കാൻ ഇടയായതുകൊണ്ട് കുറെ

ക്കാലം അത് മനസ്സിൽ വിഷമം ഉണ്ടാക്കിയിരുന്നു. അന്ന് കേവലം പതിനൊന്ന് വയസ്സുമാത്രം പ്രായമുണ്ടായിരുന്ന എനിക്ക് ചേച്ചി അനുഭവിച്ച പീഡനങ്ങളുടെയും സംഘർഷങ്ങളുടെയും തീവ്രത മനസ്സിലാക്കാനുള്ള പക്വതയൊന്നും ഇല്ലായിരുന്നുവെങ്കിലും അവരുടെ സങ്കടങ്ങൾ എന്നെയും ബാധിച്ചിരുന്നു. ഞാൻ കിടക്കുന്ന കട്ടിലിന്റെ താഴെ നിലത്തിരുന്നു, കരഞ്ഞുകൊണ്ട് ആ ചേച്ചി എന്നോട് പറയാറുണ്ടായിരുന്നു, മോൾ വലുതായാൽ ഈ അനുഭവങ്ങളൊക്കെ നോവലായിട്ട് എഴുതണമെന്നും എല്ലാവർക്കും അതൊരു പാഠമാകട്ടെ എന്നും.

ഇന്ന് തിരിഞ്ഞുനോക്കുമ്പോൾ ആ മനസ്സിന്റെ വേദന എന്തായിരുന്നുവെന്ന് തിരിച്ചറിയാവുന്നതുകൊണ്ടാണ് ചേച്ചിയുടെ ജീവിതത്തിന്റെ ചെറിയൊരു ഭാഗമെങ്കിലും ഈ ഓർമ്മക്കുറിപ്പുകളിൽ ഉൾപ്പെടുത്തണമെന്ന് ഞാൻ തീരുമാനിച്ചത്. അവർ പോയതിനുശേഷം കുറെ കാലത്തോളം ഞങ്ങൾ പരസ്പരം കത്തയച്ച് വിവരങ്ങൾ അറിയാറുണ്ടായിരുന്നു. ഒന്നുരണ്ടു പ്രാവശ്യം ഞങ്ങളെ കാണാൻ രണ്ടു ചേച്ചിമാരും വന്നതോർക്കുന്നു. നാട്ടിൽപ്പോയതിനുശേഷം ആ മനുഷ്യന്റെ സ്വഭാവം കുറച്ചു നന്നായിയെന്നും അവർക്ക് ഒരു ആൺകുട്ടികൂടി ഉണ്ടായെന്നും മൂത്ത കുട്ടികൾ അമ്മയുടെ കൂടെയാണെന്നും അറിയാൻ കഴിഞ്ഞു. ചെറിയേച്ചിയുടെ വിവാഹം കഴിഞ്ഞതും വല്യേച്ചിയുടെ മകൾ വലിയകുട്ടി ആയതും അറിയാൻ കഴിഞ്ഞിരുന്നു. അതിനുശേഷം ഇപ്പോൾ എത്രയോ വർഷങ്ങളായിട്ട് അവരുടെ ഒരു വിവരവും അറിയാറില്ല. ഇപ്പോൾ അവരൊക്കെ എവിടെയാണോ എന്തോ...? എത്ര വർഷങ്ങൾ കഴിഞ്ഞാലും ആ ചേച്ചിമാർ ഞങ്ങളെ മറക്കില്ല, ഞങ്ങൾക്കും അങ്ങനെതന്നെ. പെൺകുട്ടികൾക്കുനേരെയുള്ള പീഡനങ്ങൾ മാധ്യമങ്ങളിലൂടെ അറിയുമ്പോൾ ചേച്ചിയുടെ അനുഭവങ്ങൾ ഒരു ഫ്ലാഷ് ബാക്കുപോലെ മനസ്സിൽ തെളിയും.

# അച്ഛന്റെ രാഷ്ട്രീയം

എന്റെ അച്ഛൻ ചെറുപ്പം മുതൽ അടിയുറച്ച കമ്യൂണിസ്റ്റ് ഇടതു പക്ഷ ചിന്താഗതിക്കാരനായിരുന്നു. അച്ഛന്റെ നാടായ തളിപ്പറമ്പിലെ കൂവോട്ടുനിന്ന് പയ്യന്നൂരിലേക്ക് വരാനുണ്ടായ ഒരു കാരണം അച്ഛന്റെ രാഷ്ട്രീയ പ്രവർത്തനമായിരുന്നു എന്ന് അമ്മ പറയാറുണ്ടായിരുന്നു. അച്ഛന് പയ്യന്നൂരിൽ കുറെ നല്ല ബന്ധങ്ങളുണ്ടായിരുന്നു. രാഷ്ട്രീയത്തിൽ സജീവമായിരുന്നില്ലെങ്കിൽപോലും പാർട്ടിയെന്നുവെച്ചാൽ അച്ഛന് തന്റെ ജീവനും ആവേശവും ആയിരുന്നു. പയ്യന്നൂരിലുള്ള രാഷ്ട്രീയ നേതാക്കന്മാരോടൊക്കെ അച്ഛന് വലിയ ബഹുമാനവും സ്നേഹവുമായിരുന്നു. എം വി രാഘവൻ, ടി ഗോവിന്ദൻ, സി പി നാരായണൻ തുടങ്ങിയ നേതാക്കന്മാരൊക്കെ തിരഞ്ഞെടുപ്പ് സമയത്ത് വീട്ടിൽ വന്നിരുന്നത് ചെറിയ ഓർമ്മയുണ്ടെനിക്ക്.

എന്റെ അനിയന്റെ വിവാഹം നടക്കുന്ന സമയത്ത് ടി ഗോവിന്ദേട്ടൻ എം പി ആയിരുന്നു. ലോകസഭ നടക്കുന്ന സമയമായതുകൊണ്ട് നേരിട്ട് വരാൻ പറ്റാത്തതിന്റെ ഖേദവും അനിയനുള്ള ആശംസയും ഡൽഹിയിൽനിന്നും അച്ഛനെ ഫോണിൽ വിളിച്ചറിയിച്ചിരുന്നു. ശ്രീമതി ടീച്ചർ ഉൾപ്പെടെയുള്ള പല നേതാക്കളും വിവാഹത്തിൽ പങ്കെടുക്കാൻ വീട്ടിൽ വന്നിരുന്നു. ജി ഡി നായർ, എന്റെ സഹപാഠി കൂടിയായിരുന്ന ടി ഐ മധുസൂദനൻ, കെ ആർ തുടങ്ങിയവരൊക്കെ അച്ഛൻ നിരന്തരം സമ്പർക്കം പുലർത്തിയിരുന്ന പയ്യന്നൂരിലെ പ്രധാന പാർട്ടി നേതാക്കന്മാരായിരുന്നു. തിരഞ്ഞെടുപ്പ് ഫലം പ്രഖ്യാപിക്കുന്ന വേളകളിൽ അച്ഛൻ കാതുംകൂർപ്പിച്ച് റേഡിയോക്ക് മുന്നിലിരിക്കും. ടെലിവിഷൻ വന്നപ്പോൾ കുറച്ചുകൂടി സൗകര്യമായി.

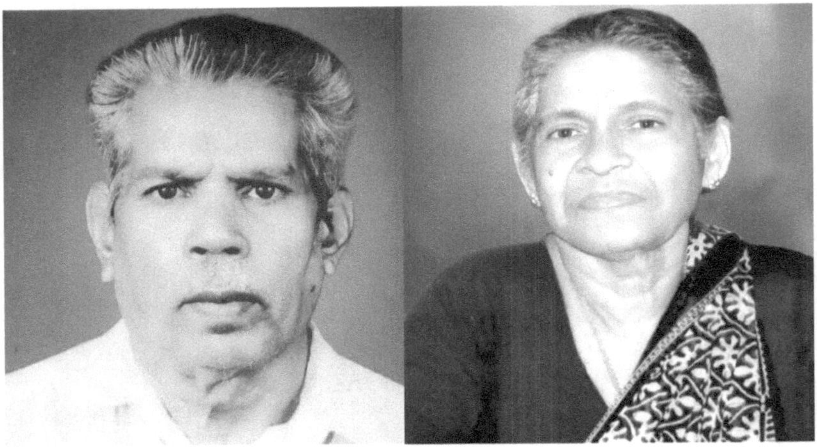

അച്ഛന്റെ രാഷ്ട്രീയ താല്പര്യങ്ങളെക്കുറിച്ചെഴുതുമ്പോഴാണ് മറക്കാൻ പറ്റാത്ത ഒരു സംഭവം ഓർമ്മ വരുന്നത്. പയ്യന്നൂരിലെ കമ്യൂണിസ്റ്റ് കർഷക പ്രസ്ഥാനത്തിന്റെ സമുന്നത നേതാവും രാമന്തളി പഞ്ചായത്ത് പ്രസിഡന്റുമായിരുന്നു ഒ കെ കുഞ്ഞിക്കണ്ണൻ. രാമന്തളി പഞ്ചായത്ത് പ്രസിഡന്റായിരിക്കെ 1970 സെപ്തംബർ 14 നാണ് എട്ടിക്കുളത്തുവച്ച് സഖാവ് ഒ കെ കൊല്ലപ്പെടുന്നത്. രാമന്തളിയിലെ രാഷ്ട്രീയ സാമൂഹ്യ വികസനരംഗത്ത് ഏറെ സ്ഥാനമുണ്ടായിരുന്ന നാട്ടുകാരുടെയെല്ലാം സ്നേഹവും ആദരവും ആർജ്ജിച്ചിരുന്ന സൗമ്യശീലനായ ഒരു നേതാവായിരുന്നു അദ്ദേഹം. രാമന്തളിയുടെ ചരിത്രത്തിൽ ജനനായകനായിരുന്ന അദ്ദേഹം കൊല്ലപ്പെട്ട സെപ്തംബർ 14 ന്, എല്ലാ വർഷവും സി പി ഐ എം ഒ കെ രക്തസാക്ഷി ദിനമായി ആചരിച്ചുവരുന്നു. അന്ന് കേവലം എട്ടോ ഒമ്പതോ വയസ്സ് പ്രായമുണ്ടായിരുന്ന എനിക്ക് ഒ കെ കുഞ്ഞിക്കണ്ണൻ എന്ന പ്രമുഖനേതാവിനെക്കുറിച്ചോ അദ്ദേഹത്തിന്റെ രക്തസാക്ഷിത്വത്തെക്കുറിച്ചോ കൂടുതലൊന്നും അറിയുമായിരുന്നില്ല. എന്നാൽ ആ പ്രായത്തിൽ എന്നെ ഭയപ്പെടുത്തിയതും വേദനിപ്പിച്ചതും അതുകൊണ്ടുതന്നെ ഇന്നും ഓർമ്മയിലുള്ളതുമായ ഒരു സംഭവമാണ് ഇവിടെ എഴുതുന്നത്.

ഞാനും അനിയത്തി ശോഭയും ഞങ്ങളുടെ പ്രധാന കളിസ്ഥലമായ അയൽപക്കത്തെ പറമ്പിലെ മാവിൻചുവട്ടിലിരുന്ന് 'ചോറും കറിയും' വെച്ചുകളിക്കുന്ന തിരക്കിലായിരുന്നു. അച്ഛൻ പരിഭ്രമത്തോടെ വിളിക്കുന്നത് കേട്ടിട്ടാണ് ഞങ്ങൾ രണ്ടാളും വീട്ടിലേക്ക് ഓടിപ്പോയത്. അച്ഛൻ ഞങ്ങളെ രണ്ടാളെയും വീട്ടിനുള്ളിലാക്കി വേഗം വാതിൽ ലോക്ക് ചെയ്തു. റോഡിൽ ആകെ ശ്മശാനമൂകതയായിരുന്നു അപ്പോൾ.

വാഹനങ്ങളോ ആളുകളോ ഒന്നും ഉണ്ടായിരുന്നില്ല. ഒ കെ കുഞ്ഞിക്കണ്ണന്റെ കൊലപാതകവുമായി ബന്ധപ്പെട്ട് ബന്ദും ഹർത്താലുമൊക്കെ നടക്കുന്ന ദിവസമായിരുന്നു അന്ന്. സഖാവിനെ ഹൃദയത്തോട് ചേർത്തുപിടിച്ച് സ്നേഹിക്കുന്ന ജനങ്ങളാകെ പ്രതിഷേധിക്കുന്ന ദിവസങ്ങൾ. ഒറ്റപ്പെട്ട് ധൃതിയിൽ നടന്നുപോകുന്ന കാൽനടക്കാരായ യാത്രക്കാരുടെ മുഖത്ത് പരിഭ്രാന്തി നിറഞ്ഞിരുന്നു. ഞങ്ങൾ അച്ഛനും അമ്മയും മക്കളും പുറത്തേക്കുള്ള വാതിൽ അടച്ച് വീടിനകത്തുതന്നെ ഇരുന്നു. ചെറിയ കുട്ടികളായ ഞങ്ങളെ ആരെയും പുറത്തേക്ക് വിടാതെ അച്ഛൻ ജനാല തുറന്ന് റോഡിലേക്കുതന്നെ കണ്ണുംനട്ട് ഒരേ ഇരിപ്പായിരുന്നു. ഞങ്ങളുടെ ആ വാടകവീടിന്റെ മുറ്റം മെയിൻറോഡിനോട് ചേർന്നായിരുന്നു. പെട്ടെന്നാണ് റോഡിൽ ഞങ്ങളുടെ ഗെയിറ്റിന്റെ മുന്നിൽത്തന്നെ ഒരു ബഹളം കേട്ടത്. ഒരു ജീപ്പ് തടഞ്ഞുവെച്ച് അതിൽനിന്നും മധ്യവയസ്കനായ ഒരു മനുഷ്യനെ പുറത്തേക്ക് വലിച്ചിട്ടു മർദിക്കുകയാണ് ഒരുകൂട്ടം ആൾക്കാർ. അയാൾ പ്രാണഭയത്തോടെ കൈകൊണ്ട് മർദ്ദനം തടുത്തുകൊണ്ട് കരയുകയാണ്. കൂപ്പുകൈകളോടെ തല്ലല്ലേ എന്ന് യാചിക്കുകയായിരുന്നു ആ മനുഷ്യൻ. അയാളുടെ കരച്ചിൽകേട്ട് അച്ഛൻ ഇരുന്നിടത്തുനിന്നും ചാടിയെഴുന്നേറ്റ് വാതിൽ തുറന്ന് ഗേറ്റിനടുത്തേക്ക് കുതിച്ചു.

ആകെ ഭയന്നുവിറച്ച് സ്തംഭിച്ചുനിന്നിരുന്ന ഞങ്ങൾ എല്ലാവരും അച്ഛൻ പുറത്തേക്കോടുന്നത് കണ്ടപ്പോൾ ഉറക്കെ നിലവിളിച്ചു. എന്നാൽ അച്ഛൻ ഞങ്ങളെയൊന്നും ശ്രദ്ധിക്കാതെ വേഗം റോഡിലേക്ക് ഓടിപ്പോയി മർദിക്കുന്ന ആൾക്കാരുടെയും കരയുന്ന ആ മനുഷ്യന്റെയും ഇടയിൽ കയറിനിന്ന് അയാളെ അടിക്കരുതെന്ന് കൈകൂപ്പി യാചിച്ചു. ആദ്യം അവർ അച്ഛനെ തള്ളിമാറ്റാൻ ശ്രമിച്ചെങ്കിലും പിന്നീട് അച്ഛന്റെ അപേക്ഷക്കുമുന്നിൽ അതിൽ ഒരാളുടെ മനസ്സലിയുകയും അയാളുടെ നിർദേശമനുസരിച്ച് ആ മനുഷ്യനെ ജീപ്പിൽ കയറാൻ അനുവദിക്കുകയും ചെയ്തു. മർദനമേറ്റ് പരിക്ക് പറ്റിയ ശരീരത്തോടെ കണ്ണുനീരോടെ ജീപ്പിൽ കയറുന്നതിനുമുമ്പേ അച്ഛനെനോക്കി തൊഴുതുനിന്ന ആരെന്നോ ഏതെന്നോ അറിയാത്ത ആ മനുഷ്യന്റെ ദൈന്യതനിറഞ്ഞ മുഖം ഇന്നും ഞാനോർക്കുന്നു. അന്ന് കൊച്ചുകുട്ടിയായ എന്റെ മനസ്സിൽ പോറലേല്പിച്ച സംഭവമായിരുന്നു അത്. രാജ്യത്ത് നടക്കുന്ന കലാപങ്ങളുടെയും രാഷ്ട്രീയ സംഘട്ടനങ്ങളുടെയും കൊലപാതകങ്ങളുടെയുമൊക്കെ വാർത്തകൾ കാണുമ്പോൾ ഇന്നും ഈ സംഭവം ഞാൻ ഓർക്കാറുണ്ട്. ഒരുകൂട്ടം ആൾക്കാർ ഒരാളെ വളഞ്ഞിട്ട് മർദ്ദിക്കുമ്പോൾ അക്രമികൾ ആരെന്നോ അടിയേൽക്കുന്നത് ആരെന്നോ നോക്കാതെ മനുഷ്യത്വത്തിനുമാത്രം വിലകൽപ്പിച്ച് തന്റേടത്തോടെ അവരെ പിടിച്ചുമാറ്റിയ അച്ഛനെക്കുറിച്ചോർത്ത് ഞാൻ അഭിമാനിക്കുന്നു.

ഒരു കൈയറപ്പും കൂടാതെ പച്ചമനുഷ്യരുടെ ജീവനെടുക്കുന്ന നരാധമന്മാർ. അവരുടെ മുന്നിൽ കണ്ണുനീരോടെ പ്രാണനുവേണ്ടി യാചിക്കുന്ന മുഖങ്ങൾ. ഈ രംഗങ്ങളൊക്കെ നടുക്കത്തോടെ മാത്രമേ ഓർക്കാൻ പറ്റൂ. യാതൊരു കൂസലുമില്ലാതെ ഒരു മനുഷ്യന് മറ്റൊരു മനുഷ്യന്റെ ജീവനെടുക്കാൻ എങ്ങനെ കഴിയുന്നു എന്നത് ചിന്തിക്കാൻപോലും സാധിക്കാത്ത കാര്യമാണ്.

രാഷ്ട്രീയവും സാമൂഹികവുമായ എല്ലാക്കാര്യങ്ങളിലും അച്ഛന്റെ സ്വാധീനം ചെറുപ്പംമുതൽ എന്നിലും വേരൂന്നിയിരുന്നു. ആനുകാലിക പ്രസിദ്ധീകരണങ്ങളും ചില പത്രങ്ങളും എനിക്ക് വായിക്കുവാൻവേണ്ടി *ബാലരമ, അമ്പിളി അമ്മാവൻ* തുടങ്ങിയ ബാലസാഹിത്യ പ്രസിദ്ധീകരണങ്ങളുമൊക്കെ അച്ഛൻ അക്കാലങ്ങളിൽ വീട്ടിൽ വരുത്താറുണ്ടായിരുന്നു. അച്ഛന്റെ പ്രോത്സാഹനവും പ്രേരണയും നിർബന്ധവുംകൊണ്ട് മാത്രമാണ് പത്തുവയസ്സ് മുതൽതന്നെ ബാലപ്രസിദ്ധീകരണങ്ങൾ കൂടാതെ വീട്ടിൽ വരുത്തുന്ന പത്രങ്ങളും വാരികകളുമൊക്കെ ഞാൻ വായിച്ചുതുടങ്ങിയത്. സ്കൂളിൽപ്പോകാൻ പറ്റാതെ മാനസികമായി തളർന്നിരുന്ന എന്നെ അതിൽനിന്നും ശ്രദ്ധതിരിക്കാൻവേണ്ടി അക്ഷരദീപം കൊളുത്തിവെച്ച് വായനയുടെ ലോകത്തേക്ക് കൈപിടിച്ചുയർത്തുകയായിരുന്നു എന്റെ അച്ഛൻ. ഏതാണ്ട് പതിനൊന്നു വയസ്സ് പിന്നിട്ടപ്പോഴേക്കും ഞാൻ വായനയുടെ തിരുമുറ്റത്ത് കാലെടുത്തുവെച്ചിരുന്നു. ഇന്നും എന്റെ ദിവസങ്ങൾ വായനയിലൂടെ തന്നെയാണ് മുന്നോട്ടുപോകുന്നത്.

അച്ഛന്റെ പ്രേരണകൊണ്ട് പത്രം വായിക്കുന്നത് ഒരു ശീലമാക്കിയിരുന്നു ഞാൻ. ഇന്നും ചായ കിട്ടിയില്ലെങ്കിലും രാവിലെതന്നെ പത്രം വായിക്കാൻ കിട്ടണം എന്ന നിർബന്ധബുദ്ധിക്കാരിയാണ് ഞാൻ. കാര്യമായ എന്തെങ്കിലും രാഷ്ട്രീയ സംഭവവികാസങ്ങളുള്ള ദിവസങ്ങളിൽ പത്രം ആദ്യംകിട്ടാൻ ഞാനും അച്ഛനും തല്ല് കൂടിയിട്ടുണ്ട്. വായന ചെറുപ്പംമുതൽ ശീലിച്ചതുകൊണ്ട് രാഷ്ട്രീയമെന്തെന്ന് തിരിച്ചറിയാനാവാത്ത പ്രായംമുതൽതന്നെ രാഷ്ട്രീയ - സാമൂഹികകാര്യങ്ങളിൽ എനിക്ക് താല്പര്യം മുളച്ചു തുടങ്ങിയിരുന്നു.

എനിക്ക് പതിമൂന്ന് വയസ്സൊക്കെ കഴിഞ്ഞ കാലത്താണ് അടിയന്തരാവസ്ഥ പ്രഖ്യാപിക്കുന്നത്. ഏറെ കുതൂഹലത്തോടെയാണ് ആ കാലങ്ങളിൽ പത്രം വായിക്കുന്നത്. പത്രം വരുന്നതുംനോക്കി കണ്ണിൽ എണ്ണയൊഴിച്ച് കാത്തിരിക്കുകയും വള്ളിപുള്ളിവിടാതെ വായിച്ചുതീർക്കുകയും ചെയ്യുമായിരുന്നു ഞാൻ. രാജൻ എന്ന എഞ്ചിനീയറിങ് വിദ്യാർത്ഥിയുടെ തിരോധാനവും തുടർന്നുണ്ടായ രാഷ്ട്രീയ സംഭവവികാസങ്ങളും മകനെ നഷ്ടപ്പെട്ട ഒരച്ഛന്റെയും അമ്മയുടെയും നൊമ്പരങ്ങളുമൊക്കെ എന്നെ സങ്കടപ്പെടുത്തിയ അക്കാലത്തെ പ്രധാനവാർത്തകളായിരുന്നു. രാജൻ

കേസിനോടനുബന്ധിച്ചുവരുന്ന പരമ്പരകൾ, ലേഖനങ്ങൾ, പൊലീസിന്റെ ക്രൂരമർദ്ദനങ്ങൾ, പത്രങ്ങളുടെമേലുള്ള സെൻസർഷിപ്പ് തുടങ്ങി ഗൗരവതരമായ കാര്യങ്ങളേക്കുറിച്ചൊന്നും പൂർണ്ണമായി മനസ്സിലാകാറില്ലെങ്കിലും ഒരക്ഷരംപോലും വിടാതെ പത്രങ്ങളിൽ വരുന്നതൊക്കെ ഒരു നോവൽ വായിക്കുന്ന ആവേശത്തോടെ ഞാൻ വായിക്കും. രാജൻ കേസ് എന്നെ ഒരുപാട് സ്വാധീനിച്ച ഒരു സംഭവമാണ്. രാജന്റെ മാതാപിതാക്കളുടെ ദുഃഖവും അക്കാലത്ത് അതിക്രൂരമായി മർദ്ദനമേറ്റവരുടെ ദുരനുഭവങ്ങളുമെല്ലാം എന്റെ ചെറിയ മനസ്സിൽ വല്ലാത്ത നൊമ്പരമുണ്ടാക്കി.

രാജൻകേസും അടിയന്തരാവസ്ഥയുമൊക്കെ എന്റെ മനസ്സിൽ വലതുപക്ഷ രാഷ്ട്രീയത്തെ എന്നെന്നേക്കുമായി വെറുക്കാൻ കാരണമായി. എന്റെ ചെറിയ പ്രായത്തിൽത്തന്നെ മനസ്സിൽ വേരൂന്നിയ ഈ വെറുപ്പ് ഇന്നും അതുപോലെ തുടരുന്നു. വീടിന്റെ തൊട്ടുമുന്നിൽ റോഡിൽക്കൂടി പോകുന്ന പ്രതിഷേധ പ്രകടനങ്ങളും തിരഞ്ഞെടുപ്പ് പ്രഖ്യാപിക്കുന്ന സമയത്തൊക്കെ ഇടതുപക്ഷ പ്രചാരണത്തിനുവേണ്ടി മുദ്രാവാക്യം വിളിച്ചുകൊണ്ടുപോകുന്ന ജാഥകളുമൊക്കെ ഞാൻ ജനലഴികൾ പിടിച്ചു നിന്ന് ആവേശത്തോടെ നോക്കാറുണ്ടായിരുന്നു. ഇ എം എസ് , എ കെ ജി, ഇ കെ നായനാർ എന്നിങ്ങനെ അക്കാലത്തെ പ്രധാനപ്പെട്ട കമ്യൂണിസ്റ്റ് നേതാക്കളൊക്കെ എന്റെ ആരാധനാപാത്രങ്ങളായിരുന്നു. പിൽക്കാലത്ത് ഈ ജനപ്രിയനേതാക്കളുടെ അന്ത്യം എന്നെപ്പോലെ വീട്ടിൽ മറ്റെല്ലാവരെയും ഏറെ ബാധിച്ച സംഭവങ്ങളായിരുന്നു.

*ചിന്ത*യിലും *ദേശാഭിമാനി*യിലുമൊക്കെ വരുന്ന ഇ എം എസിന്റെ ലേഖനങ്ങൾ ഞാൻ വള്ളിപുള്ളി വിടാതെ വായിക്കാറുണ്ട്. അതിന്റെയൊന്നും സാരാംശങ്ങൾ മനസ്സിലാക്കാനുള്ള പ്രായമോ പക്വതയോ ഒന്നും എനിക്കാപ്രായത്തിൽ ഉണ്ടായിരുന്നില്ല. എന്നാലും എന്തോ ഒരു ആവേശം അച്ഛനെപ്പോലെ എന്റെയുള്ളിലും തുടിച്ചുനിന്നിരുന്നു. അടിയന്തരാവസ്ഥയുടെ തിക്താനുഭവങ്ങൾ വായിക്കുമ്പോൾ അനുഭവപ്പെടുന്ന രോഷം, നൊമ്പരം ഇതെല്ലാമാണ് ഗൗരവമേറിയ രാഷ്ട്രീയ ലേഖനങ്ങൾ പോലും വായിച്ച് മനസ്സിലാക്കാനുള്ള താല്പര്യം ജനിപ്പിച്ചത്. അക്കാലത്ത് ഏറെ ഇഷ്ടപ്പെട്ട് കുറെ പ്രാവശ്യം വായിച്ച ഒരു നോവലായിരുന്നു കയ്യൂർ സമരവുമായി ബന്ധപ്പെട്ട് നിരഞ്ജന എഴുതിയ നോവലായ *ചിരസ്മരണ*. നിരഞ്ജന എന്ന തൂലിക നാമത്തിൽ എഴുതിയിരുന്ന കർണാടക സ്വദേശിയായ ശിവറാവു എന്റെ ഇഷ്ടപ്പെട്ട എഴുത്തുകാരിൽ ഒരാളാണ്. കയ്യൂർ വിപ്ലവത്തിന്റെ വീരനേതാക്കളായ മഠത്തിൽ അപ്പു, ചിരുകണ്ടൻ, അബൂബക്കർ, കുഞ്ഞമ്പുനായർ, ചൂരിക്കാടൻ കൃഷ്ണൻനായർ തുടങ്ങിയ പേരുകൾ കേൾക്കാത്ത മലയാളികൾ ചുരുക്കമായിരിക്കും. ബാല്യകാ

ലത്തുതന്നെ ഈ നോവൽ വായിച്ച് അവസാന ഭാഗം എത്തുമ്പോൾ കരഞ്ഞുപോയിട്ടുണ്ട്. കയ്യൂർസമരത്തിന്റെ ചരിത്ര വിവരണത്തിലൂടെ കേരളത്തിലെ സ്വാതന്ത്ര്യസമരചരിത്രത്തിന്റെയും ജന്മിത്തത്തിനെതിരെയുള്ള കർഷകത്തൊഴിലാളി സമരത്തിന്റെയും പശ്ചാത്തലം ഈ നോവലിൽ വിവരിക്കുന്നു.

അതുപോലെ *കാട്ടുകടന്നൽ* എന്ന വിപ്ലവനോവൽ. ഐറിഷ് എഴുത്തുകാരിയായ എഥൽ ലിലിയൻ വോയ്നിച്ചിന്റെ പ്രസിദ്ധമായ *ഗാഡ്ഫ്ലൈ* എന്ന ഇംഗ്ലീഷ് നോവലിനെ പി ഗോവിന്ദപ്പിള്ള മലയാളത്തിലേക്ക് പരിഭാഷപ്പെടുത്തിയതാണ് ഈ കൃതി. സോവിയറ്റ് യൂണിയനിലും ചൈനയിലുമായി ഒരു കോടിയോളം കോപ്പികൾ വിറ്റഴിഞ്ഞ ഒരു പുസ്തകമായിരുന്നത്രെ ഇത്. എത്രപ്രാവശ്യം വായിച്ചാലും മതിയാകാത്ത ഒരുപാടിഷ്ടപ്പെട്ട ഒരു നോവലായിരുന്നു *കാട്ടുകടന്നൽ.* ആ നോവൽ സ്വന്തമായിട്ട് കിട്ടിയപ്പോൾ പറഞ്ഞറിയിക്കാൻ വയ്യാത്ത സന്തോഷമായിരുന്നു അന്നെനിക്ക്. എ കെ ജി യുടെ ആത്മകഥയായ *എന്റെ ജീവിതകഥ, കാട്ടുകടന്നൽ* എന്നീ പുസ്തകങ്ങൾ ഏച്ചിയുടെ ഭർത്താവ് ഗൾഫിൽനിന്നും പോസ്റ്റൽവഴി അയച്ചുതന്നപ്പോൾ സ്വർഗം കിട്ടിയ സന്തോഷമായിരുന്നു എനിക്ക്. എ കെ ജിയുടെ ആത്മകഥ പലകുറി വായിച്ചിട്ടുണ്ട്. കൂടാതെ മലയാളത്തിലെ നോവലിസ്റ്റും നാടകകൃത്തും കമ്യൂണിസ്റ്റ് സഹയാത്രികനും പുരോഗമനസാഹിത്യപ്രസ്ഥാനത്തിന്റെ നേതാവുമായിരുന്ന ഗോവിന്ദപിഷാരടി എന്ന ചെറുകാടിന്റെ ആത്മകഥയായ *ജീവിതപ്പാത,* 1930 മുതൽ 48 വരെയുള്ള കാലഘട്ടം പശ്ചാത്തലമായി വരുന്ന *മുത്തശ്ശി,* വിക്ടർ ഹ്യൂഗോ രചിച്ച *ലെസ് മിസറബിൾസ്* എന്ന ഫ്രഞ്ച് നോവലിന്റെ മലയാളം പരിഭാഷയായ *പാവങ്ങൾ* ഇതെല്ലാം എന്റെ പ്രിയപ്പെട്ട പുസ്തകങ്ങളാണ്.

1862 ൽ പ്രസിദ്ധീകരിച്ച വിക്ടർ ഹ്യൂഗോയുടെ നോവൽ പത്തൊമ്പതാം നൂറ്റാണ്ടിലെ ഏറ്റവും മഹത്തരമായ കൃതികളിലൊന്നായി കരുതപ്പെടുന്നു. ഈ പുസ്തകങ്ങളൊക്കെ ഞാൻ ഏകദേശം ചെറിയ പ്രായത്തിൽത്തന്നെ വായിച്ചിരുന്നു. വിപ്ലവനോവലുകളോടൊക്കെ അന്നും ഇന്നും എനിക്ക് വല്ലാത്ത ആവേശമായിരുന്നു. കൂടാതെ ഡിറ്റക്ടീവ് നോവലുകളും ഏറെ ആവേശത്തോടെയായിരുന്നു അന്ന് വായിച്ചിരുന്നത്.

വർഷങ്ങൾ കടന്നുപോകവേ എന്റെ വായനാലോകം കൂടുതൽ ആഴവും വിശാലവുമായി മാറി. ആ സാഗരത്തിന്റെ അഗാധതയിൽ നിന്നും ഞാൻ മുങ്ങിയെടുത്ത അക്ഷരമുത്തുകളും മനോഹരമായ രത്നക്കല്ലുകളും എന്റെ ദിനങ്ങൾ ശോഭയുള്ളതാക്കി മാറ്റി. പലപല കഥാപാത്രങ്ങളുടെ അനുഭവങ്ങളിലൂടെ വേദനിപ്പിക്കുകയും കരയിക്കുകയും ചിരിപ്പിക്കുകയും ചിന്തിപ്പിക്കുകയും ചെയ്ത നോവലുകൾ. ഉൽക്കണ്ഠയുടെ

മുൾമുനയിൽ നിർത്തിയ കുറ്റാന്വേഷണ കഥകൾ. ഷെർലക് ഹോംസ് ആയിരുന്നു കുറ്റാന്വേഷണ കഥകളിൽ എന്നെ ഏറ്റവും കൂടുതൽ ആകർഷിച്ച കഥാപാത്രം. നമ്മളെങ്ങനെ നമ്മളായെന്ന് അവബോധം ഉണർത്തുന്ന ദേശീയ അന്തർദ്ദേശീയ നേതാക്കളുടെ ജീവചരിത്രങ്ങൾ, ആത്മകഥകൾ, ചരിത്രസംഭവങ്ങൾ, യാത്രാവിവരണങ്ങൾ ഇതൊക്കെ എന്നെ വായനയുടെ അത്ഭുതലോകത്തേക്ക് കൈപിടിച്ചുകൊണ്ട് പോകുകയായിരുന്നു.

ജനാലയുടെ ഇത്തിരി ചതുരക്കള്ളികളിലൂടെ മാത്രം പുറംലോകം കണ്ടിരുന്ന ഞാൻ ഈ പുസ്തകങ്ങളിലൂടെ ലോകം മുഴുവൻ ചുറ്റിസഞ്ചരിച്ചു. ഇന്നും ഈ സഞ്ചാരം തുടരുന്നു. എണ്ണിയാൽത്തീരാത്തത്രയും പുസ്തകങ്ങളുടെ ഉള്ളറകളിലൂടെ കടന്നുപോകുകയും അവയെക്കുറിച്ചുള്ള ആസ്വാദനക്കുറിപ്പുകൾ എഴുതിവെക്കുകയും ഒരു പതിവായിരുന്നു. തിരിച്ചറിവുകളില്ലാത്ത ബാല്യകാലത്തുപോലും എന്നെ സ്വാധീനിച്ച ഒട്ടേറെ പുസ്തകങ്ങളുണ്ട്.

അച്ഛന്റെ സ്വാധീനംതന്നെയാണ് ചെറുപ്രായത്തിൽത്തന്നെ ശക്തമായ രാഷ്ട്രീയ ചിന്തകൾ എന്നിൽ രൂപപ്പെടുവാൻ കാരണമായതും പുസ്തകങ്ങളുടെ ലോകത്ത് യഥേഷ്ടം സഞ്ചരിക്കാൻ ഇടയായതും. അച്ഛൻ എന്നും പുസ്തകങ്ങളെയും വായനയെയും ഏറെ ഇഷ്ടപ്പെടുന്ന ഒരാളായിരുന്നു. അച്ഛന്റെ ദിവസങ്ങൾ മിക്കവാറും കടന്നുപോകുന്നത് വായനയിലൂടെയാണ്. കയ്യിൽ പുസ്തകങ്ങളില്ലാത്ത സമയം വിരളമായിരുന്നു. ധാരാളം മെഡിക്കൽ ബുക്കുകൾ അച്ഛൻ എഴുതിവരുത്താറുണ്ട്. അതാണ് കൂടുതലും വായിക്കുന്നത്. പുസ്തകങ്ങൾ റഫർ ചെയ്യുമ്പോൾ ആരും ശല്യപ്പെടുത്തുന്നത് അച്ഛനിഷ്ടമല്ല. അതുകൊണ്ട് വായിക്കുമ്പോൾ ഞാനും അമ്മയുമൊക്കെ അച്ഛന്റെയടുത്ത് അധികം സംസാരിക്കാതിരിക്കാൻ ശ്രദ്ധിക്കാറുണ്ട്. അച്ഛൻ പുസ്തകങ്ങളെ പൊന്നുപോലെയാണ് സൂക്ഷിക്കുക. കാലപ്പഴക്കംകാരണം അതിന്റെ കവറിനോ പേജുകൾക്കോ എന്തെങ്കിലും പോറൽവന്നാൽ അപ്പോൾത്തന്നെ അച്ഛൻ അത് ബൈൻഡ്ചെയ്തു പുതിയ പുസ്തകംപോലെ ആക്കിവെയ്ക്കും. എനിക്ക് വായനശാലയിൽ നിന്നും എടുത്തുതരുന്ന പുസ്തകങ്ങൾ ഒരു പോറൽപോലുംവരാതെ തിരിച്ചുകൊടുക്കണമെന്ന് അച്ഛന് നിർബന്ധമായിരുന്നു. അച്ഛന് ജീവശ്വാസംപോലെയായിരുന്നു പുസ്തകങ്ങളും വായനയും. അതൊക്കെ ഇപ്പോൾ നൊമ്പരപ്പെടുത്തുന്ന ഓർമ്മകൾ മാത്രമായി. വായനപോലെ എന്റെ ജീവിതത്തിലെ ഓരോ കാര്യങ്ങൾക്കും അച്ഛന്റെ സ്വാധീനം വളരെ വലുതായിരുന്നു. ചെറുപ്രായത്തിൽ ശക്തമായ രാഷ്ട്രീയ നിലപാടുകൾ എന്നിൽ രൂപപ്പെടുവാൻ കാരണമായതും അതുകൊണ്ടുതന്നെ. അച്ഛന്റെ രാഷ്ട്രീയ നിലപാടുകളുടെ കൂടെ എന്റെ വായനയേയും കൂട്ടിവായിക്കേണ്ടതാണെ

ന്ന് തോന്നിയതുകൊണ്ടാണ് ഇത്രയും എഴുതിയത്.

അതിനുശേഷം ഒരുപാട് വർഷങ്ങൾ കടന്നുപോയി. പ്രാദേശിക, ദേശീയ, അന്തർദേശീയ തലത്തിലും, രാഷ്ട്രീയ-ഭരണതലത്തിലും ഒരുപാട് മാറ്റങ്ങൾ വന്നു. നാട്ടിലെ രാഷ്ട്രീയ സംഭവവികാസങ്ങളിലും രാഷ്ട്രീയ കൂട്ടുകെട്ടുകളിലും ഭരണതലത്തിലുമൊക്കെ ധാരാളം മാറ്റങ്ങൾ വന്നു. എന്നാലിന്നും ഞാൻ എന്റെ രാഷ്ട്രീയനിലപാടുകളിൽ ഉറച്ച് നില്ക്കുന്നു എന്നത് അച്ഛന്റെ അറിവുകളും അഭിപ്രായങ്ങളും അനുഭവങ്ങളും എന്നെ എത്രമാത്രം സ്വാധീനിച്ചു എന്നതിന്റെ തെളിവുകൾ തന്നെയാണ്. അച്ഛൻതന്നെയാണ് വായനയുടെയും അക്ഷരങ്ങളുടെയും ലോകത്തേക്ക് കൈപിടിച്ച് കൊണ്ടുവന്ന് രാഷ്ട്രീയമായും സാമൂഹികമായും ധാർമ്മികമായുമുള്ള ഒരവബോധം സൃഷ്ടിക്കുവാൻ എന്നെ സഹായിച്ചിരുന്നത്.

വർഷങ്ങൾക്കുശേഷം വീട്ടിൽ ടി വി വാങ്ങിയപ്പോൾ മറ്റെല്ലാ പരിപാടികളെക്കാളും അച്ഛന് താല്പര്യമുണ്ടായിരുന്നത് വാർത്ത കേൾക്കാനായിരുന്നു. അന്നന്ന് നടക്കുന്ന രാഷ്ട്രീയ സാമൂഹിക സംഭവവികാസങ്ങൾ അപ്പപ്പോൾ അറിയാനുള്ള ആവേശം അച്ഛന്റെകൂടെ എന്നും ടി വി കാണാനിരിക്കുന്ന എന്നിലും പകർന്നു. ടി വി വാങ്ങിയ ആദ്യനാളുകളിൽ ഞാനും അച്ഛനമ്മയും ഒരുമിച്ചിരുന്നു ധാരാളം സിനിമകൾ കാണാറുണ്ടായിരുന്നെങ്കിലും പിന്നെപ്പിന്നെ എനിക്ക് സിനിമകളും മറ്റു പരിപാടികളും കാണാനുള്ള താല്പര്യം കുറയുകയും വാർത്ത കാണുക എന്നതിൽ മാത്രം ശ്രദ്ധകേന്ദ്രീകരിക്കുകയും ചെയ്തു.

അസുഖമായതിനുശേഷം വർഷങ്ങളോളം സിനിമ കാണാൻ സാധിക്കാതിരുന്ന എനിക്ക് വീട്ടിൽനിന്നുതന്നെ ടി വിയിൽ ഇഷ്ടംപോലെ സിനിമ കാണാൻ അവസരം ലഭിച്ചിട്ടും അതിലും മറ്റു പരിപാടികളിലും താല്പര്യം കാണിക്കാതെ വാർത്താച്ചാനലുകൾ മാത്രം കാണുന്നതിൽ വീട്ടിൽ പലർക്കും ഒരു മുഷിപ്പുണ്ടായിരുന്നു. അച്ഛൻ ധാരാളം സിനിമ കാണാറുണ്ടെങ്കിലും സമയമായാൽ പിന്നെ വാർത്താ ചാനലിലേക്ക് മാറും. അങ്ങനെയാണ് ചുറ്റുംനടക്കുന്ന രാഷ്ട്രീയ സാമൂഹിക സാംസ്കാരിക സംഭവവികാസങ്ങൾ ടി വി ചാനലുകൾവഴി അപ്പപ്പോൾ തന്നെ അറിയാനുള്ള താല്പര്യം എനിക്കുണ്ടാകുന്നതും അതിൽമാത്രം ശ്രദ്ധ കേന്ദ്രീകരിക്കുകയും ചെയ്തിരുന്നത്. അച്ഛന്റെ സ്വാധീനം തന്നെയാണ് പത്രവായന പോലെതന്നെ ടി വി വാർത്ത കാണുന്ന ശീലവും എന്നിൽ ഉണ്ടാക്കിയത്.

ഞങ്ങൾ കാലിക്കടവിലേക്ക് വന്ന വർഷം സംഭവിച്ച വലിയൊരു നഷ്ടത്തെക്കുറിച്ചാണ് ഞാനെഴുതുന്നത്. ഇന്ത്യയിലെ തൊഴിലാളി വർഗ-കമ്യൂണിസ്റ്റ് പ്രസ്ഥാനത്തിന്റെ പ്രിയ നേതാവ് സഖാവ് ഇ കെ

നായനാരുടെ വേർപാട്. 2004 മെയ് 19 നായിരുന്നു അത്. ടി വിയിലൂടെയാണ് ഞാനതറിഞ്ഞത്. ഒരിക്കലും മറക്കാൻ പറ്റാത്ത ഒരു ദിവസമായിരുന്നു അത്. കേരളമൊന്നാകെ കണ്ണീരണിഞ്ഞ ദിനം. അന്ന് ഞാൻ കാര്യമായ എന്തോ ജോലിയിലായിരുന്നു. അച്ഛൻ ടി വി കാണുന്നുണ്ടായിരുന്നു. പെട്ടെന്ന് കരയുന്നതുപോലെ എന്തോ ശബ്ദംകേട്ടു. ആദ്യം ഞാൻ കാര്യമാക്കിയില്ല. ടി വിയിൽ എന്തോ ശബ്ദം എന്നാണ് കരുതിയത്. എന്നാൽ പിന്നെയും കുറച്ചു ഉറക്കെക്കേട്ടതുപോലെ തോന്നിയപ്പോൾ ഞാൻ കൈയിലുണ്ടായിരുന്ന ചൂല് നിലത്തിട്ട് അച്ഛൻ ഇരിക്കുന്ന ഭാഗത്തേക്ക് എത്തിനോക്കി. അപ്പോൾ അച്ഛൻ രണ്ടു കൈകൊണ്ടും മുഖംപൊത്തി വിങ്ങിപ്പൊട്ടി കരയുകയാണ്.

എന്തെങ്കിലും വേദനയായിരിക്കുമോ എന്ന് വിചാരിച്ചു ഞാൻ വല്ലാതെ ഭയന്നുപോയി. ഞാൻ വേഗംപോയി അച്ഛന്റെ കൈപിടിച്ചു. അച്ഛൻ ഒന്നുംപറയാതെ പിന്നെയും വിങ്ങിപ്പൊട്ടിക്കരയുകയാണ്. ഞാൻ ഉറക്കെ അമ്മയെ വിളിച്ചു. ഞാൻ ടി വിക്ക് പുറംതിരിഞ്ഞാണ് അച്ഛന്റെ അടുത്തുണ്ടായിരുന്നത്. അമ്മയെ നോക്കാൻ ഇപ്പുറം തിരിഞ്ഞപ്പോഴാണ് ടി വിയിൽ സഖാവ് നായനാരുടെ മരണത്തെക്കുറിച്ചുള്ള ഫ്ലാഷ് ന്യൂസ് ശ്രദ്ധിച്ചത്. പെട്ടെന്ന് കണ്ടപ്പോൾ ഞാൻ ഞെട്ടിപ്പോയി. അപ്പോഴാണ് എന്റെ അച്ഛൻ കരയുന്നതിന്റെ കാരണം മനസ്സിലായത്. മരണം സ്ഥിരീകരിച്ച ഉടനെയുള്ള ഫ്ലാഷ്ന്യൂസ് ആയിരുന്നു അത്. സഹിക്കാൻ പറ്റാതെ ഞാനും അച്ഛന്റെ കൈപിടിച്ച് പൊട്ടിക്കരഞ്ഞു. പരിഭ്രമത്തോടെ അമ്മ ഓടിയെത്തി. പേടിച്ചുപോയ അമ്മ ടി വി കണ്ട് കാര്യം മനസ്സിലായപ്പോൾ ആദ്യം ഞങ്ങളെ വഴക്ക് പറഞ്ഞു. പിന്നെ അമ്മയുടെ കണ്ണുകളും നിറഞ്ഞു.

രണ്ട് ദിവസം വീട്ടിൽ ആർക്കോ എന്തോ സംഭവിച്ചതുപോലെ എല്ലാവരും മൗനവ്രതത്തിലായിരുന്നു. പിന്നീട് കേരളം മുഴുവൻ കൂടെയുണ്ടായിരുന്ന വിലാപയാത്രയുടെയും സംസ്കാരച്ചടങ്ങുകളുടേയുമൊക്കെ വാർത്തകൾ ടിവിയിൽ ലൈവായി കാണിച്ചപ്പോൾ ഞാൻ ഏറെ വിഷമിക്കുമെന്ന് കരുതി അപ്പോൾ വീട്ടിൽ ഉണ്ടായിരുന്ന എന്റെ ഏച്ചിയുടെ മോൾ ഉൾപ്പെടെ ആരും എന്നെ ടി വിയുടെയടുത്ത് പോകാനേ സമ്മതിച്ചില്ല. എല്ലാവർഷവും മെയ് 19 ന് സഖാവിന്റെ ചരമവാർഷിക ദിനത്തിൽ ഈ ഓർമ്മകൾ എന്നിൽ നിറയും. സമാനമായ അന്തരീക്ഷം തന്നെയായിരുന്നു സഖാവ് ഇ എം എസ് നമ്മളെ വിട്ടുപിരിഞ്ഞ ദിവസവും വീട്ടിലുണ്ടായിരുന്നത്.

അവസാനം അച്ഛന് അസുഖമായി തീരെ വയ്യാതെ കിടക്കുമ്പോൾ പോലും ടി വി വാർത്തയുടെ ശബ്ദം കൂട്ടിവെയ്ക്കാൻ എന്നോട് അച്ഛൻ ആവശ്യപ്പെടാറുണ്ട്. അച്ഛന് അവസാനംവരെ രാഷ്ട്രീയ കാര്യങ്ങളിൽ

അത്രയേറെ ആവേശമായിരുന്നു. അച്ഛന്റെ വേർപാടിനുശേഷം വർഷങ്ങളോളം ഞാൻ ടി വി കാണാറില്ലായിരുന്നു. ഇപ്പോഴും കാണുമ്പോൾ അച്ഛന്റെ ഓർമ്മകളെന്നെ വല്ലാതെ നൊമ്പരപ്പെടുത്താറുണ്ട്. കാലത്തിനുപോലും മായ്ക്കാൻ പറ്റാത്ത ഈ നൊമ്പരങ്ങൾ ജീവിതകാലം മുഴുവനും എന്നോടൊപ്പമുണ്ടാകും.

## ഒരു പറിച്ചുനടൽ

ഞങ്ങൾ പയ്യന്നൂരിൽ സ്വന്തമായിയെടുത്ത വീടും പറമ്പും വില്ക്കുകയും കാസർകോട് ജില്ലയിലെ കാലിക്കടവിൽ ഒരു വീടുംപറമ്പും വാങ്ങി താമസം അങ്ങോട്ട് മാറുകയുംചെയ്തത് 2004-ലാണ്. പയ്യന്നൂരിലെ വീടിന്റെ ബെഡ്റൂമിന് തൊട്ടുതന്നെ റെയിൽവേ ഓവർ ബ്രിഡ്ജിനു വേണ്ടി സ്ഥലം അക്വയർചെയ്ത് കുറ്റിയടിച്ചിരുന്നു. ഓവർ ബ്രിഡ്ജിന്റെ പ്രാരംഭ പ്രവർത്തനങ്ങൾ തുടങ്ങിയപ്പോഴാണ് വീട് വിൽക്കാൻ തീരുമാനിച്ചത്. പയ്യന്നൂരിലെ ഞങ്ങളുടെ കിണറിലെ വെള്ളം ഉപയോഗയോഗ്യമല്ലെന്നുവന്നതും ആ തീരുമാനത്തിന് ആക്കംകൂട്ടി. പാചകത്തിനൊക്കെ കുറച്ചപ്പുറത്തുള്ള ദളിത് കോളനിയിലെ പൈപ്പുവെള്ളമാണ് ഉപയോഗിച്ചിരുന്നത്. ഓരോ ദിവസവും നടന്നുപോയി വെള്ളമെടുക്കുക എന്നത് ദുഷ്കരമാണ്. അതിനിടയിൽ ഗൾഫിൽ ജോലി ചെയ്തിരുന്ന അനിയൻ ജോലി രാജിവെച്ച് നാട്ടിൽവന്നത് കുറച്ചു സാമ്പത്തിക പ്രശ്നങ്ങൾക്കും ഇടയാക്കിയിരുന്നു. ഇതും വീട് വിൽക്കാൻ ഒരു കാരണമായി. വീടുവിറ്റ് അച്ഛന്റെ നാടായ തളിപ്പറമ്പിലേക്ക് പോകണമെന്നായിരുന്നു ഞങ്ങൾ എല്ലാവരുടെയും ആഗ്രഹം. അമ്മയ്ക്കായിരുന്നു ഏറെ ആഗ്രഹം. അച്ഛന്റെ ബന്ധുക്കളൊക്കെ അങ്ങോട്ട് പോകാൻ നിർബന്ധിക്കുന്നുമുണ്ടായിരുന്നു. അതിനിടയിൽ കാലിക്കടവിൽ അച്ഛന് പ്രാക്ടീസ് ചെയ്യുവാൻ പറ്റിയ വലിയ വീടുംപറമ്പും നല്ല വെള്ളമുള്ള വറ്റാത്ത കിണറുമെല്ലാം ഒത്തുകിട്ടിയപ്പോൾ മറ്റൊന്നും ചിന്തിക്കാതെ ഞങ്ങൾ കാലിക്കടവിലുള്ള വീടും പറമ്പും വാങ്ങി. അനിയന്റെ ഭാര്യവീട് കാലിക്കടവിന് കുറച്ചപ്പുറത്തുള്ള നീലേശ്വരത്തായതുകൊണ്ട് അവനായിരുന്നു ഇക്കാര്യത്തിൽ നിർബന്ധം. ബന്ധുക്കളെല്ലാവരും ദൂരെയാകും എന്നതുകൊണ്ട് എനിക്കും അമ്മ

യ്ക്കുമൊന്നും വലിയ ഇഷ്ടമില്ലായിരുന്നു. എന്നാൽ അച്ഛന് പ്രാക്ടീസ് ചെയ്യുവാൻ സൗകര്യമുള്ളതുകൊണ്ട് കൂടുതലൊന്നും ആലോചിക്കാതെ അത് വാങ്ങി.

ജനിച്ചുവളർന്ന വീടും നാടുമൊക്കെ വിട്ട് കാലിക്കടവിലേക്ക് മാറിയപ്പോൾ പറഞ്ഞറിയിക്കാൻ പറ്റാത്ത വിഷമമായി. പയ്യന്നൂരിലെ വീട്ടിൽനിന്നും ഇറങ്ങിയപ്പോൾ ഞാൻ വല്ലാതെ സങ്കടപ്പെട്ടു. കാലിക്കടവിലെത്തി മാസങ്ങൾ വേണ്ടിവന്നു വീടും നാടുമൊക്കെയായി പൊരുത്തപ്പെടാൻ. അച്ഛന്റെ ബന്ധുക്കളും അമ്മയുടെ ബന്ധുക്കളുമൊക്കെ അകലെയാവുകയും ഏച്ചിയ്ക്കും അനിയത്തിയ്ക്കും കൂടെക്കൂടെ ഓടിവരാൻ പറ്റാതാവുകയും ചെയ്തപ്പോൾ എല്ലാവർക്കും വലിയ മനോവ്യഥയുണ്ടാക്കി. അച്ഛന്റെയും അമ്മയുടെയും സുഹൃദ്ബന്ധങ്ങളൊക്കെ അകലെയായതിനാൽ അവർക്കും വലിയ മനഃപ്രയാസമായി.

2004 ജനുവരി ഏഴിനാണ് ഞങ്ങൾ പയ്യന്നൂരിൽനിന്നും കാലിക്കടവിലേക്ക് താമസംമാറിയത്. വീട് വില്പന നടത്തിയപ്പോൾ അവിടെനിന്നും താമസം മാറാൻ പത്തുമാസത്തെ അവധി തന്നിരുന്നെങ്കിലും നീലേശ്വരത്തുള്ള അനിയന്റെ നിർബന്ധത്താലാണ് വില്പന നടത്തിയ ജനുവരിയിൽത്തന്നെ താമസം മാറിയത്. ഉടനടിയുള്ള ഒരു മാറ്റം എനിക്കും അമ്മക്കും തീരെ ഇഷ്ടമില്ലായിരുന്നു. ഏച്ചിയും അനിയത്തിയും ദൂരെ ആയതും പയ്യന്നൂരിലുള്ള സുഹൃദ്ബന്ധങ്ങളൊക്കെ നഷ്ടപ്പെട്ടതും എല്ലാം കൂടെ ഇവിടെ വന്നിട്ട് കുറെ മാസത്തോളം ഏറെ പ്രയാസം അനുഭവപ്പെട്ടു. പരിചയമില്ലാത്ത നാടും അപരിചിതരായ ആളുകളും. പറിച്ചുനട്ടമരങ്ങൾ പോലെയായി ഞങ്ങളുടെ ജീവിതം. ജനിച്ചുവളർന്ന നാട്, പഠിച്ച സ്കൂൾ, സുഹൃദ്ബന്ധങ്ങൾ എല്ലാം ഇട്ടെറിഞ്ഞ് ഒട്ടും പരിചയമില്ലാത്തിടത്ത് എത്തിയപ്പോൾ അതൊരു അസഹനീയമായ അനുഭവമായി. ഇങ്ങോട്ട് വന്നതിൽ അമ്മയ്ക്ക് എപ്പോഴും പരാതിയായിരുന്നു. എനിക്കും ഉള്ളിൽ നിരാശ ഉണ്ടായിരുന്നെങ്കിലും എല്ലാം അടക്കിപ്പിടിച്ചു ജീവിച്ചു. നാടും നാട്ടുകാരുമൊന്നും മോശമായതുകൊണ്ടൊന്നുമല്ല ഞങ്ങൾക്ക് വിഷമം തോന്നിയിരുന്നത്. ഗ്രാമീണ നിഷ്കളങ്കതയുടെ വിശുദ്ധിനിറഞ്ഞ നാടും നാട്ടുകാരും തന്നെയായിരുന്നു കാലിക്കടവിൽ. ഇത്തിരിവട്ടമെങ്കിലും എല്ലാ സൗകര്യങ്ങളുമുണ്ട്. നല്ല വെള്ളവും സൗകര്യപ്രദമായ വീടും. ഞങ്ങൾ ഈ നാട്ടിൽ വന്നിട്ട് കുറച്ചു മാസങ്ങൾ കഴിഞ്ഞപ്പോൾത്തന്നെ അച്ഛൻ നാട്ടുകാരുമായൊക്കെ നല്ല ബന്ധം സ്ഥാപിച്ചിരുന്നു. ഏറെ വിഷമങ്ങൾ ഉണ്ടായിരുന്നെങ്കിലും രണ്ടനിയന്മാരുടെ ഭാര്യമാരും കുട്ടികളുമൊക്കെ ഒരുമിച്ചുള്ളതുകൊണ്ട് ഒരു വർഷത്തോളം ഞങ്ങൾ മറ്റ് അസൗകര്യങ്ങളൊക്കെ മറന്ന് കളിയും ചിരിയുമായി സന്തോഷത്തോടെ തന്നെ ജീവിച്ചു. ഏച്ചിയുടെ ജോലി പയ്യന്നൂരിലായതുകൊണ്ട് അവർക്ക്

അവിടെത്തന്നെ തുടരേണ്ടി വന്നു. പക്ഷേ, അധികം കഴിയുന്നതിനു മുൻപ് നേരെ താഴെയുള്ള അനിയനും കുടുംബവും അവന്റെ ഭാര്യവീട്ടിലേക്ക് താമസം മാറി. അതിന് അവർക്കുണ്ടായിരുന്ന ന്യായീകരണം അവിടെയുള്ള വീട് അവർക്ക് സ്വന്തമായി എഴുതിക്കൊടുത്തു എന്നതായിരുന്നു. അവരുടെ അപ്രതീക്ഷിതമായ താമസംമാറ്റം എല്ലാവർക്കും ഏറെ മനഃപ്രയാസത്തിന് കാരണമായി. അച്ഛനും അമ്മയ്ക്കും അത് വല്ലാത്തൊരു ഷോക്കായി. എന്നെ സംബന്ധിച്ച് അതൊരു ഒറ്റപ്പെടലും.. ഏച്ചിയും അനിയത്തിയുമൊക്കെ ഇടയ്ക്കിടെ വരാറുണ്ടായിരുന്നെങ്കിലും പയ്യന്നൂരിലുള്ളതുപോലെ വിചാരിക്കുമ്പോഴൊക്കെ ഓടിവരാൻ പറ്റാതായി. പയ്യന്നൂരിൽ തായിനേരി സ്കൂളിൽ ജോലിചെയ്തിരുന്ന ഏച്ചി ഇടയ്ക്ക് സ്കൂൾവിട്ടാൽ വീട്ടിലേക്ക് ഓടിവരുമായിരുന്നു. എന്തെങ്കിലും ചെറിയ അസുഖം തോന്നിയാൽത്തന്നെ ഏച്ചിക്ക് അച്ഛന്റെ ഉപദേശവും നിർദേശവും നിർബന്ധമായും വേണം. അച്ഛൻ പറയുന്ന മരുന്ന് മാത്രമേ കഴിക്കൂ. അതിനുവേണ്ടിക്കൂടിയാണ് ഇടയ്ക്കിടെ ഓടിവരുന്നത്. ഇവിടെ വന്നതിനുശേഷം അതിന് പറ്റാതായപ്പോൾ അത് ഏച്ചിയെയും ബാധിച്ചു. കാലിക്കടവിൽ വന്നിട്ട് കുറച്ചു കഴിഞ്ഞപ്പോൾ ചെറിയ അനിയൻ കാഞ്ഞങ്ങാട് ഒരു ഹോമിയോ മെഡിക്കൽ ഷോപ്പ് തുടങ്ങി.. അവന് ഷോപ്പിൽ പോകാനും വരാനും ഇവിടത്തെ താമസം ഏറെ സൗകര്യമായി. അതിനിടയിൽ അവനും അവന്റെ അഞ്ച് വയസ്സുള്ള ഏകമകൻ ശ്രീക്കുട്ടനും ചിക്കൻപോക്സ് പിടിപെട്ടു. രണ്ടുപേർക്കും കടുത്ത പനിയോടൊപ്പം ശരീരം മുഴുവനും കുമിളകൾ പൊങ്ങി. ഒരു ഘട്ടത്തിൽ അനിയന് പനികൂടി അബോധാവസ്ഥയിൽവരെയെത്തി. അച്ഛൻതന്നെ രണ്ടുപേരെയും ചികിത്സിക്കുകയും ശുശ്രൂഷിക്കുകയും ചെയ്തു. സ്റ്റാഫൊന്നും ഇല്ലാത്തതിനാൽ മെഡിക്കൽ ഷോപ്പ് തുറക്കാൻവേണ്ടി അനിയന്റെ ഭാര്യ പോയിത്തുടങ്ങി. പിന്നീട് അവന് സുഖമായതിന് ശേഷവും അവൾ അവനെ സഹായിക്കാൻവേണ്ടി സ്ഥിരമായി പോകാറുണ്ട്. അങ്ങനെ പകൽ മുഴുവനും ഞാനും അച്ഛനുമമ്മയും മാത്രമായി വീട്ടിൽ. സ്കൂൾവിട്ടുവന്നാൽ മോൻ എപ്പോഴും എനിക്ക് കൂട്ടായി അരികിൽത്തന്നെയുണ്ടാകും. അച്ഛനും അമ്മയും വരുന്നതുവരെ അവന്റെ പഠിപ്പിന്റെയും മറ്റുള്ള കാര്യങ്ങളുമൊക്കെ ഞാൻതന്നെ ഏറ്റെടുക്കും. മൂന്നോ നാലോ വയസ്സുമാത്രം പ്രായമുണ്ടായിരുന്ന ശ്രീക്കുട്ടനെ കണ്ണിലെ കൃഷ്ണമണിപോലെയാണ് ഞാനും അച്ഛനും അമ്മയും ശ്രദ്ധിച്ചുകൊണ്ടിരുന്നത്. അവൻ അയൽപക്കത്ത് കളിക്കാൻ പോകുമ്പോൾ അച്ഛന്റെയും അമ്മയുടെയും കണ്ണുകൾ മോന്റെ പിന്നാലെതന്നെ ഉണ്ടാകും. അടുത്തുള്ള അംഗൻവാടിയിൽപോലും അയയ്ക്കാൻ ഞങ്ങൾക്ക് ധൈര്യമില്ലായിരുന്നു. സ്കൂളിൽ ചേർക്കാൻ ആകുമ്പോഴേക്കും മലയാളം, ഇംഗ്ലീഷ് അക്ഷരങ്ങൾ

എഴുതാനും വായിക്കാനും പാട്ടുപാടാനും കഥപറയാനും ചിത്രരചനയു മൊക്കെ ഞാൻ അവനെ പഠിപ്പിച്ചു. ഒമ്പതാം ക്ലാസുവരെ ഞാൻ തന്നെ യായിരുന്നു അവന്റെ ട്യൂഷൻ ടീച്ചർ. ഇടയ്ക്കൊക്കെ ശക്തമായി പനി വരു മ്പോൾ മരുന്നുകൊടുത്തും കഥകൾ പറഞ്ഞുകൊടുത്തും അവന്റെ അമ്മ വൈകുന്നേരം വരുന്നതുവരെ എന്റെ കട്ടിലിൽത്തന്നെ സമാധാനിപ്പി ച്ചു കിടത്തും. മറ്റേ അനിയന്റെ കുട്ടികൾ താമസം മാറിയതിനുശേഷം ശ്രീക്കുട്ടനായിരുന്നു എന്റെ ആശ്വാസവും സഹായവും സന്തോഷവും. സഹോദരിമാരുടെ മക്കളും ഇടയ്ക്കിടെ വരാറുണ്ട്. അങ്ങനെ എന്റെയും അച്ഛന്റെയും അമ്മയുടെയും ദിവസങ്ങൾ വലിയ വിരസതയും ബോറടിയു മില്ലാതെ ഒരുവിധം മുന്നോട്ടുപോയി.

## 'ഫൈല്ല്' ഒരു സാന്ത്വനം

കാലിക്കടവിലെ ഒറ്റപ്പെട്ട അവസ്ഥയുമായി ഞങ്ങൾ മെല്ലെ പൊരുത്തപ്പെട്ട് മുന്നോട്ടുപോകാൻ തുടങ്ങി. രാവിലെ അനിയനും ഭാര്യയും ഷോപ്പിലും മോൻ സ്കൂളിലും പോയാൽപ്പിന്നെ ഞാനും അച്ഛനും അമ്മയും മാത്രമേ വീട്ടിലുണ്ടാകാറുള്ളൂ. ഞാൻ രാവിലെ എഴുന്നേറ്റാൽ വാഷിങ്ങും ക്ലീനിങ്ങും കുളിയും കഴിഞ്ഞാലേ ബാത്ത്റൂമിൽനിന്ന് പുറത്തുവരാറുള്ളൂ. എത്രതണുപ്പും മഴയുമൊക്കെ ആയാലും നിത്യവും രാവിലെ കുളിമുടങ്ങാതെ ശീലമാക്കിയതുകൊണ്ട് എനിക്ക് പനി, ജലദോഷം, ചുമ ഇങ്ങനെയുള്ള ചെറിയ ചെറിയ അസുഖങ്ങൾ വിരളമായേ വരാറുള്ളൂ.

കുളികഴിഞ്ഞു വരുമ്പോഴേക്കും ഒമ്പതര പത്തുമണി ആകും.

ചായ കുടിക്കാൻ വൈകുമ്പോൾ അമ്മ കുളിമുറിയുടെ വാതിലിൽ തട്ടി വഴക്ക് പറഞ്ഞുകൊണ്ടേയിരിക്കും. ചായകുടിച്ചതിനുശേഷം അമ്മയ്ക്ക് പച്ചക്കറികൾ കട്ടുചെയ്തുകൊടുക്കും. പിന്നെ ഒന്നുരണ്ട് മണിക്കൂർ കട്ടിലിന്റെ പടിയിൽ പിടിച്ചുനിന്നതിന് ശേഷമേ വീൽച്ചെയറിൽ കയറുള്ളൂ. അതിനുശേഷം അടിച്ചുവാരൽ, അലങ്കോലമായി കിടക്കുന്ന റൂമൊക്കെ അടുക്കിവെക്കുക, തയ്യൽ, അച്ഛൻ വായനശാലയിൽനിന്നും കൊണ്ടുവരുന്ന പുസ്തകങ്ങൾ വായിക്കുക, അതിന്റെ വായനക്കുറിപ്പുകൾ എഴുതിവെയ്ക്കുക തുടങ്ങിയവയാണ് പ്രധാന കലാപരിപാടികൾ. ഇടയ്ക്ക് അച്ഛന്റെയും അമ്മയുടെയും കൂടെയിരുന്നു ടി വി കാണും. അച്ഛന്റെയും അനിയന്റെയും മോന്റെയും എല്ലാവരുടേയും ഡ്രസ്സുകൾ ഇസ്തിരിയിടുക എന്ന ജോലിയും ഞാൻതന്നെ ചെയ്യും. ഇങ്ങനെയിങ്ങനെ വീൽച്ചെയറിലിരുന്നു ചെയ്യാൻ പറ്റുന്ന ചെറിയ ചെറിയ ജോലികൾ ചെയ്തും ഞാനും അച്ഛനും അമ്മയും മാത്രമുള്ള കുഞ്ഞുലോകത്തെ കൊച്ചുവർത്തമാനങ്ങൾ പറഞ്ഞും ബോ

റടിയിൽനിന്നും മോചനംനേടി ഒരുവിധം ജീവിതം മുന്നോട്ട് കൊണ്ടു പോകവേ ഞാൻ ഒരാളെ പരിചയപ്പെട്ടു. ഇവിടെ അടുത്ത് കൊടക്കാട്ടുള്ള സതി എന്നുപേരുള്ള ശാരീരികമായി തീരെ വയ്യാത്ത ഭിന്നശേഷിക്കാരിയായ ഒരു കൂട്ടുകാരി. അത് എന്റെ ജീവിതത്തിലെ ഒരു വഴിത്തിരിവായിരുന്നു. പയ്യന്നൂരിലുള്ള ഭിന്നശേഷിക്കാരുടെ സംഘടനയായ 'ഫ്ലൈ' എന്ന പേരുള്ള സൗഹൃദക്കൂട്ടായ്മയിൽ അംഗമാകാൻ സതിയാണ് എന്നെ പ്രേരിപ്പിച്ചത്. അവരുടെ ആഭിമുഖ്യത്തിൽ ത്രിദിന ക്യാമ്പിൽ ഞാനും പങ്കെടുക്കാൻ തുടങ്ങി.

ആദ്യമൊക്കെ എല്ലാവർഷവും ഡിസംബറിൽ പയ്യന്നൂരിലെ അന്നൂരിൽവെച്ചും പിന്നീടുള്ള വർഷങ്ങളിൽ ഏഴിലോട് പുറച്ചേരിയിലുള്ള 'കേശവതീരം' ആയുർവേദ ഹോസ്പിറ്റലിൽവെച്ചുമാണ് ക്യാമ്പുകൾ നടന്നിരുന്നത്.

ആദ്യം ഒന്നുരണ്ട് തവണ അവിടെ താമസിച്ചിരുന്നെങ്കിലും പിന്നീട് ഞാൻ രാവിലെ പോയി തിരിച്ചുവരവ് വൈകുന്നേരംതന്നെയാക്കി. ഫ്ലൈ എന്ന സംഘടനയിൽ അംഗങ്ങളായ ആത്മാർത്ഥയുള്ള കുറെ നല്ല കൂട്ടുകാരെ കിട്ടിയത് എന്റെ ജീവിതത്തിലെ വലിയ ഭാഗ്യമായി കരുതുന്നു. ഫ്ലൈയുടെ ചെയർമാൻ രാജീവേട്ടൻ, ഫ്ലൈയുടെ മാഗസിൻ ആയ *ചിറകി*ന്റെ എഡിറ്റർ ഷാജി തലോറ, കൂടാതെ കോഴിക്കോട്ടുള്ള പുഷ്പ, തളിപ്പറമ്പിലുള്ള ചിത്രകാരിയായ സജിത, കുഞ്ഞിമംഗലത്തുള്ള പ്രശസ്തയായ മൗത്ത് പെയിന്റർ സുനിത, പത്തനംതിട്ടയിലുള്ള ഷെറിൻ, സുരേഷ്, ഭാര്യ മഞ്ജു, ബിജു ചുണ്ട, ഭാര്യ കവിത, ബിജു ചെറുതാഴം, ചിത്രകാരൻ സുരേന്ദ്രൻ, ഭാര്യ നിജ, ജിഷ തുടങ്ങി ഒരുപാട് നല്ല കൂട്ടുകാരെ പരിചയപ്പെടാൻ ഫ്ലൈ മുഖാന്തരം സാധിച്ചു.

ഞാൻ വായിക്കുന്ന പുസ്തകങ്ങളുടെ ആസ്വാദനക്കുറിപ്പുകളും എഴുതുന്ന കവിതകളുമൊക്കെ ഫ്ലൈയുടെ മാഗസിൻ ആയ *ചിറകി*ൽ എല്ലാവർഷവും പ്രസിദ്ധീകരിക്കാറുണ്ട്. അങ്ങനെ ഫ്ലൈ നൽകിയ പ്രോത്സാഹനത്തിലൂടെ ഞാൻ ചെറിയൊരു എഴുത്തുകാരികൂടിയായി.

സംഘടനയിലെ പ്രധാനപ്പെട്ട രണ്ട് സഹായികളാണ് മണിയേച്ചിയും, പ്രസന്നേച്ചിയും. സ്വന്തം കൂടപ്പിറപ്പുകളേക്കാൾ കൂടുതലായി ഞങ്ങളെ സഹായിക്കാൻ മനസ്സ് കാണിക്കുന്ന ഈ സഹോദരിമാർ ഒരു ദിവസം വീട്ടിൽവന്ന് എന്നെ സതിയുടെ വീട്ടിലേക്ക് കൊണ്ടുപോയത് ഏറെ സന്തോഷകരമായ ഒരു അനുഭവമായിരുന്നു. അതിനുമുമ്പ് ഞാൻ എന്റെ സഹോദരിമാരുടെ വീടുകളിലല്ലാതെ മറ്റെവിടേയും പോയിരുന്നില്ല.

എന്റെ അച്ഛനമമ്മയ്ക്കും അവരെ ഒരുപാട് ഇഷ്ടപ്പെട്ടു.

അവരുടെകൂടെ എവിടെവേണമെങ്കിലും പോകാൻ അച്ഛൻ എനിക്ക് സമ്മതംതന്നിരുന്നു. മണിയേച്ചി ഇപ്പോൾ സംഘടനയിൽ അംഗമല്ലെ

ങ്കിലും എനിക്ക് എവിടെപ്പോകേണ്ട ആവശ്യംവന്നാലും സന്തോഷ ത്തോടെ കൂടെവരും.

മനുഷ്യർക്ക് എങ്ങനെ നന്മയുടെയും കാരുണ്യത്തിന്റെയുമൊക്കെ ആൾരൂപമാകാൻ കഴിയുമെന്ന് എന്റെ അമ്മയുടെ വയറ്റിൽ പിറക്കാതെ പോയ ഈ സഹോദരിമാരിൽനിന്നാണ് ഇന്ന് ഞാൻ മനസ്സിലാക്കുന്ന ത്. ഫ്ലൈയിലെ കൂട്ടുകാരായ ഞങ്ങൾക്ക് പരസ്പരം നേരിട്ട് കാണാൻ പറ്റുന്നില്ലെങ്കിലും ഞങ്ങൾ മിക്ക ദിവസങ്ങളിലും ഫോൺവഴി സംസാ രിക്കും. നാലും അഞ്ചും പേർ ചേർന്ന് കോൺഫറൻസ് കോൾ വഴി സം സാരിക്കും. കഴിഞ്ഞ എട്ടുവർഷത്തോളമായി ഞങ്ങൾ ഈ സ്നേഹബ ന്ധങ്ങൾ തുടർന്നുകൊണ്ടുപോകുന്നു. ഫ്ലൈയിലെ കൂട്ടുകാരുമായുള്ള ഈ സ്നേഹബന്ധങ്ങൾ എന്റെ ഏകാന്തതയ്ക്ക് ഏറെ ആശ്വാസം തന്നെയാ യിരുന്നു. സമാനമായ ജീവിതാനുഭവങ്ങളും സുഖദുഃഖങ്ങളും ഫോൺവഴി ഞങ്ങൾ പരസ്പരം പങ്കുവെയ്ക്കുകയും വർഷത്തിലൊരിക്കൽ ഏഴിലോടുള്ള പുറച്ചേരി കേശവതീരം ആയുർവേദ ഹോസ്പിറ്റലിൽവെച്ച് നടക്കാറുള്ള ക്യാമ്പിൽ ഒത്തുകൂടുകയും ചെയ്യാറുണ്ട്.

ക്യാമ്പിൽ കണ്ടുമുട്ടാറുള്ള പയ്യന്നൂർ കോളേജ് വിദ്യാർത്ഥികളായ കുഞ്ഞനിയന്മാരുടെയും കുഞ്ഞനിയത്തിമാരുടേയും സ്നേഹവും സഹായ മനോഭാവവുമൊക്കെ എന്നെ ഏറെ അത്ഭുതപ്പെടുത്തിയിട്ടുണ്ട്. പുതിയ തലമുറയിലുള്ള കുട്ടികൾ പ്രത്യേകിച്ച് അവർ അണുകുടുംബങ്ങളിൽ പ്പെട്ടവരാണെങ്കിൽ സ്നേഹം, കാരുണ്യം, ദയ എന്നീ മാനുഷികമൂല്യ ങ്ങളൊക്കെ അന്യമായിക്കൊണ്ടിരിക്കുകയാണെന്നാണ് പൊതുവെപ റയാറുള്ളത്. എന്നാൽ ഫ്ലൈ ക്യാമ്പിൽ കാണാറുള്ള വളണ്ടിയേഴ്സിന്റെ സ്നേഹമസൃണമായ സമീപനം ആ തെറ്റിദ്ധാരണ തിരുത്തേണ്ടതാണെന്ന് നമ്മെ ഓർമ്മിപ്പിക്കുന്നു. അവരുടെ സ്നേഹവും ഞങ്ങളെപ്പോലുള്ള വരെ സഹായിക്കാനുള്ള നന്മനിറഞ്ഞ മനസ്സും സഹജീവിസ്നേഹവുമൊക്കെ നക്ഷത്രത്തിളക്കംപോലെ എന്നിൽ നിറഞ്ഞുനിൽക്കുന്നു. അവരുടെ യിടയിൽ എന്നോട് ഏറെ സ്നേഹം കാണിക്കുകയും എന്നെക്കാണാൻ ഇടയ്ക്കിടെ ഓടിവരുകയുംചെയ്യുന്ന എന്റെ കുഞ്ഞനിയത്തിമാരുടെ അർപ്പ ണം സമാനതകളില്ലാത്തതാണ്.

പുതിയ തലമുറയിലും മാനവികതയുടെ മൂല്യങ്ങളൊന്നും നഷ്ടപ്പെ ട്ടിട്ടില്ല എന്നതിന്റെ മികച്ച ഉദാഹരണങ്ങളാണ് എന്റെ കുഞ്ഞനിയത്തി മാരായ ആതിരയും നീതുവും ഹരിതയുമൊക്കെ. വിവാഹം കഴിഞ്ഞിട്ട് കുടുംബജീവിതം നയിക്കുന്ന നീതുവും പോണ്ടിച്ചേരിയിൽ പി എച്ച് ഡി ചെയ്യുന്ന ആതിരയും സമയമുണ്ടാക്കി എന്നെക്കാണാൻ വരുന്നത് നന്മ യുടെയും സഹജീവിസ്നേഹത്തിന്റെയും ഉദാഹരണമല്ലാതെ മറ്റെന്താണ്?

ഈ കുട്ടികളുടെ സുമനസ്സ് അവരുടെ ജീവിതത്തിലെന്നും വെളിച്ചമായി നിറയട്ടെ.

നമ്മയുടെ വെളിച്ചം വീശുന്ന മാലാഖമാർ വേറെയുമുണ്ട്. കാലിക്കടവിൽ വന്നതിനുശേഷം പരിചയപ്പെട്ട് പിന്നീട് എന്റെ അടുത്ത കൂട്ടുകാരായിമാറിയ ചിലർ. പാലിയേറ്റീവിന്റെ ഹെഡ് നഴ്സായ സ്മിതയും ആശാവർക്കറായ രമണിയും പിന്നെ അടുത്തകാലത്ത് ഫേസ്ബുക്ക് വഴി പരിചയപ്പെട്ട പെരളത്തുള്ള ശാലിനിയും. സ്മിത അവൾക്ക് ആകെയുണ്ടായിരുന്ന ചേച്ചിയുടെ ആകസ്മിക മരണത്തിനുശേഷം എന്നെ അവളുടെ സ്വന്തം ചേച്ചിയെപ്പോലെ കരുതി സ്നേഹിക്കുന്നു. അവളുടെ വ്യക്തിപരമായ സുഖദുഃഖങ്ങൾപോലും സ്വന്തം ചേച്ചിയോടെന്നപോലെ എന്നോട് പറയാറുണ്ട്.

മാസത്തിൽ ഒന്നുരണ്ടു പ്രാവശ്യം ജോലി സംബന്ധമായി ഇവിടെ വരുന്ന സ്മിത എനിക്ക് ഏറെ ആശ്വാസവും സാന്ത്വനവുമാണ്.

ഞാനാവശ്യപ്പെട്ടാൽ അവൾക്ക് സാധിക്കുന്ന മെഡിക്കൽ സംബന്ധമായ സഹായമൊക്കെ എനിക്കുവേണ്ടി ചെയ്യാറുണ്ട്. അച്ഛനും അമ്മയും ഭർത്താവും രണ്ടു കൊച്ചുകുഞ്ഞുങ്ങളും ഉൾപ്പെട്ടതാണ് അവളുടെ കുടുംബം. അവളുടെ കൂടെവരുന്ന ആശാവർക്കറായ പ്രഭേച്ചിയും നല്ല ആത്മാർത്ഥതയുള്ള കൂട്ടുകാരിയാണ്. പിന്നെ ആശാവർക്കറും തയ്യൽക്കാരിയും ഇവിടെ പാലിയേറ്റീവിന്റെ പ്രധാന പ്രവർത്തകകൂടിയായ രമണിയും ഇടയ്ക്കിടെ വീട്ടിൽവരുകയും പഞ്ചായത്തിന്റെ ഏതെങ്കിലും പരിപാടിക്ക് എന്റെ കൂടെവരാൻ തയ്യാറാകുകയും ചെയ്യാറുണ്ട്. അയൽപക്കത്തെ രതി, ഷീബ, അപർണ്ണ ഇവരും എന്റെ സുഹൃദ്വലയത്തിലെ കണ്ണികളാണ്. ഷീബയും അപർണ്ണയും ഇവിടുത്തെ വായനശാലയിൽ ലൈബ്രേറിയന്മാരാണ്.

ഇവിടെ അയൽപക്കത്തുള്ള ജനാധിപത്യമഹിളാ അസോസിയേഷന്റെ പ്രവർത്തകയും മുൻവാർഡ് മെമ്പറും സാമൂഹിക പ്രവർത്തകകൂടിയായ പ്രസന്നേച്ചിയും ഇപ്പോഴത്തെ വാർഡ് മെമ്പറായ ഗീതയും ഇടയ്ക്കൊക്കെ ഇവിടെ വരുകയും എന്തെങ്കിലും ആവശ്യംപറഞ്ഞാൽ സാധിക്കുന്നതൊക്കെ ചെയ്തുതരുകയും ചെയ്യാറുണ്ട്. തിരഞ്ഞെടുപ്പിന് വോട്ട് ചെയ്യാൻ എന്നെ ബൂത്തിലേക്ക് കൊണ്ടുപോകുന്നത് മാർക്സിസ്റ്റ് പാർട്ടിയുടെ ഇവിടത്തെ പ്രധാന പ്രവർത്തകരായ രമണിയും ഗീതയും പ്രസന്നേച്ചിയുമൊക്കെയാണ്. പാർട്ടിയിൽ അടിയുറച്ച് വിശ്വസിക്കുന്ന എനിക്കും ഞങ്ങളുടെ കുടുംബത്തിനും ഈ കൂട്ടുകാരുടെ സന്ദർശനങ്ങൾ ഏറെ സന്തോഷവും ആശ്വാസവും പകരുന്നു.

ഇവരെക്കൂടാതെ ഇവിടത്തെ പ്രധാനപ്പെട്ട പാർട്ടിപ്രവർത്തകരായ ബാലചന്ദ്രൻ, വിനയൻ മാഷ്, കണ്ണേട്ടൻ, തമ്പാൻ, മനോജ്, കൃഷ്ണേട്ടൻ

മറ്റു നാട്ടുകാർ ഇവരൊക്കെ എന്തു സഹായത്തിനും സദാ സന്നദ്ധരായ ആൾക്കാരാണ്. ബാലചന്ദ്രൻ ഗീതയുടെ ജ്യേഷ്ഠൻകൂടിയാണ്. ഇവരൊക്കെ ഇവിടുത്തെ ഏച്ചിക്കൊവ്വൽ ഗ്രാമീണ വായനശാലയുടെ അടിയുറച്ച പ്രവർത്തകരാണ്. ഇവിടുത്തെ പഞ്ചായത്ത് പ്രസിഡന്റ് ശ്രീധരൻ മാഷുടെ പേരും എടുത്തുപറയേണ്ടതാണ്. അദ്ദേഹം ഇടയ്ക്കൊക്കെ എല്ലാ വാർഡുകളും സന്ദർശിക്കുകയും ഞങ്ങളുടെയൊക്കെ സുഖവിവരങ്ങൾ അന്വേഷിക്കുകയും ചെയ്യാറുണ്ട്.

പിന്നെ അടുത്തകാലത്ത് പരിചയപ്പെട്ട ശാലിനിയും എന്റെ സ്വന്തം അനിയത്തിയെപ്പോലെയാണ്. ഇതിനിടെ അവളുടെ ഭർത്താവിന്റെ ജോലിസ്ഥലമായ സിങ്കപ്പൂരിൽ രണ്ടുമാസത്തെ വിസിറ്റിങ്ങിന് പോയിവന്നപ്പോൾ എനിക്ക് സ്നേഹസമ്മാനങ്ങളുമായി വീട്ടിലുമെത്തി. അവൾ സ്വന്തം കൂടപ്പിറപ്പുകളോടുള്ളതിനേക്കാൾ സ്നേഹം എന്നോട് കാണിക്കാറുണ്ട് . അവൾക്ക് മൂന്ന് പെൺകുട്ടികളാണ്. കഴിഞ്ഞ പ്ലൈയുടെ ക്യാമ്പിൽ ഞാൻ പറഞ്ഞിട്ട് അവളും എന്റെ കൂടെവന്നു. പ്ലൈ സംഘടനയ്ക്ക് വേണ്ടിയും അവൾ സാധിക്കുന്ന സഹായമൊക്കെ ചെയ്യാറുണ്ട്. അവളുടെ വണ്ടിയിലാണ് പലപ്പോഴും എന്റെ യാത്ര. ധാർമ്മികമൂല്യങ്ങളായ സ്നേഹം, ദയ, കാരുണ്യം, മാനവികത ഇതൊക്കെ എന്റെ അടുത്ത കൂട്ടുകാരിൽനിന്നും ഞാൻ ഇപ്പോൾ അനുഭവിച്ചുകൊണ്ടിരിക്കുകയാണ്. എന്റെ അച്ഛൻചെയ്ത പുണ്യംകൊണ്ടായിരിക്കാം ചിലപ്പോളെനിക്ക് ഈ സ്നേഹങ്ങളൊക്കെ അനുഭവിക്കാൻ ഭാഗ്യം ലഭിക്കുന്നത്. അച്ഛന്റെ വേർപാടിനുശേഷം ഒറ്റപ്പെട്ട എന്റെ ജീവിതത്തിൽ പ്രകാശംപരത്തി ഈ സ്നേഹബന്ധങ്ങൾ. നന്മയും നിഷ്കളങ്കതയും സ്നേഹവുമൊക്കെ ഞങ്ങൾ താമസിക്കുന്ന ഏച്ചിക്കൊവ്വൽ ഗ്രാമത്തിലെ ജനഹൃദയങ്ങളിൽ നിറഞ്ഞുനിൽക്കുന്നു.

# എന്റെ പ്രിയ സഹപാഠികൾ

കാലത്തിന്റെ കുത്തൊഴുക്കിൽ വർഷങ്ങൾ കടപുഴകി വീണിട്ടും ഇന്നും ബാല്യകാലസ്കൂൾജീവിതം സ്മൃതികളിൽനിന്നും മായാതെ, മങ്ങാതെ, സ്നേഹമായി, സാന്ത്വനമായി, ഫോൺവിളികളിലൂടെയും, നേരിട്ടും എന്നെത്തേടിയെത്തുന്ന, എന്റെ പ്രിയസഹപാഠികളിലൂടെ.

അവരെക്കുറിച്ചെഴുതാതെ എന്റെ ജീവിതരേഖ എങ്ങനെ പൂർത്തിയാകും. എന്റെ ജീവിതത്തിലെ രജതരേഖപോലെ തിളക്കമുള്ള ചില സ്നേഹാനുഭവങ്ങളായിരുന്നു സ്കൂളിൽ എന്റെ സഹപാഠികളായിരുന്ന ചന്ദ്രി, പങ്കജം, മധു, പപ്പി, ശോഭ, സുധ, ലേഖ, സൗദ ഇവരിൽനിന്നും വർഷങ്ങൾക്കുശേഷവും എനിക്ക് ലഭിച്ചുകൊണ്ടിരിക്കുന്നത്. ഇന്നും സ്നേഹസാന്ത്വനമായി കൂടെ നിൽക്കുകയാണ് ഇവരെല്ലാം.

ഒരുപാട് വർഷങ്ങൾക്കുശേഷം അപ്രതീക്ഷിതമായാണ് ചന്ദ്രിയും മധുവും കാലിക്കടവിലുള്ള ഈ വീട്ടിൽ എന്നെക്കാണാൻ വന്നത്.

2007 ൽ ഒരു ഏപ്രിൽ 11 നായിരുന്നു ചന്ദ്രി എന്നെത്തേടിയെത്തിയത്. ഒരുവർഷംകഴിഞ്ഞു വീണ്ടും ഒരു ഏപ്രിൽ 11 പിറന്നപ്പോൾ മധു എന്റെ വീട്ടിലെത്തി. ഒരുവർഷത്തെ ഇടവേളയിൽ ഒരേമാസം ഒരേ തീയതിയിൽ രണ്ടുപേരും വന്നത് തെല്ലൊന്നുമല്ല എന്നെ ആശ്ചര്യപ്പെടുത്തിയത്. മാത്രമല്ല ആ കൂടിക്കാഴ്ചകൾ എന്റെ ജീവിതത്തിലെ പുതിയൊരു വഴിത്തിരിവായി മാറുകയുംചെയ്തു.

പയ്യന്നൂർ സെൻട്രൽ യു പി സ്കൂളിൽ ആറാംക്ലാസുവരെ കൂടെയുണ്ടായിരുന്ന എന്റെ അടുത്തകൂട്ടുകാരിയായിരുന്നു ചന്ദ്രി.

പയ്യന്നൂരിലുണ്ടായിരുന്നപ്പോൾ വീടിന്റെ മുന്നിൽക്കൂടെ കടന്നുപോകുമ്പോഴൊക്കെ അവൾ എന്നെക്കാണാൻ വരാറുണ്ടായിരുന്നു.

എന്നെപ്പോലെ അല്ലെങ്കിലും മറ്റൊരു വിധത്തിൽ അവൾക്കും ജീവിതം ഒരു ദുരന്തം തന്നെയായിരുന്നു. കല്യാണംകഴിഞ്ഞ് ഒരു കുട്ടി ആയതിന് ശേഷം അവളുടെ ഭർത്താവ് എങ്ങോട്ടോപോയി. പിന്നീട് എവിടെയോ വെച്ച് മരണപ്പെട്ട വാർത്തയാണ് അവളെത്തേടിയെത്തിയത്.

കുട്ടിയെ വളർത്താൻ അവൾ ഏറെ വിഷമിച്ചു. അതിനിടയിൽ അസുഖബാധിതയായി അവളുടെ അമ്മയും മരിച്ചു.

ചെറുപ്പത്തിൽത്തന്നെ അച്ഛനെ നഷ്ടപ്പെട്ട അവൾക്ക് പിന്നെ ഒരു ചേച്ചിമാത്രമേ ഉണ്ടായിരുന്നുള്ളു. അമ്മയും പോയതോടെ ആകെ തകർന്നുപോയ അവൾ ജീവിതവഴിയിൽ സ്തംഭിച്ചുനിൽക്കുമ്പോഴാണ് അവളുടെയും എന്റെയുമൊക്കെ സഹപാഠിയായിരുന്ന മധുവിന്റെ നേതൃത്വത്തിൽ പയ്യന്നൂരിലുള്ള പാർട്ടി പ്രവർത്തകർ ചേർന്ന് പയ്യന്നൂരിലെ സഹകരണ ഹോസ്പിറ്റലിൽ അവൾക്ക് ഒരു ജോലി ശരിയാക്കിക്കൊടുത്തത്. ജീവിതത്തിന് ഒരു രക്ഷാമാർഗം തുറന്നുകിട്ടിയ ചന്ദ്രി തന്റെ മകനെ നല്ലരീതിയിൽ വളർത്തി വലുതാക്കി.

വർഷങ്ങളോളം ജീവിതദുരിതങ്ങളിൽപ്പെട്ടുപോയ അവൾ എന്നെ കാണാനൊന്നും അക്കാലങ്ങളിൽ വന്നിരുന്നില്ല. അതിനിടയിൽ ഞങ്ങൾ കാലിക്കടവിലേക്ക് താമസംമാറ്റുകയും ചെയ്തു. കുറെ വർഷങ്ങൾക്കുശേഷമാണ് ഈ വീട് അന്വേഷിച്ചു കണ്ടുപിടിച്ച് അപ്രതീക്ഷിതമായി അവൾ എന്നെ കാണാൻ വരുന്നത്. വർഷങ്ങൾക്കുശേഷം അവളെ കണ്ടപ്പോൾ എനിക്ക് വലിയ സന്തോഷം തോന്നിയെങ്കിലും അവളുടെ കദനകഥ എന്നെ കണ്ണീരിലാഴ്ത്തി. ഇപ്പോൾ ഞങ്ങളുടെ കൂട്ടുകെട്ട് കൂടുതൽ സുദൃഢമായി. ഇടയ്ക്ക് ചന്ദ്രി വരുമ്പോൾ കൂടെ അവളുടെ മകനും വരാറുണ്ട്. ആ കുട്ടിക്കും എന്നോട് വലിയ സ്നേഹമാണ്.

പയ്യന്നൂരിലെ കമ്യൂണിസ്റ്റ് മാർക്സിസ്റ്റ് പാർട്ടിയുടെ പ്രധാന നേതാവായ ടി ഐ മധുസൂദനനെക്കുറിച്ചാണ് ഞാൻ നേരത്തെ സൂചിപ്പിച്ചത്. പയ്യന്നൂർ കേളോത്ത് സെൻട്രൽ യു പി സ്കൂളിൽ ഒന്നാംക്ലാസ് മുതൽ ആറാംക്ലാസുവരെ ഒന്നിച്ചുപഠിച്ചവരാണ് ഞങ്ങൾ. പയ്യന്നൂരിൽ മധുവിന്റെ വീടിന്റെ അടുത്തായിരുന്നു ഞങ്ങളുടെ വീട്. മധുവിന്റെ അച്ഛനമമ്മയ്ക്കും എന്റെ അച്ഛനെ വലിയ കാര്യമായിരുന്നു. ചികിത്സയുടെ കാര്യങ്ങൾ അന്വേഷിക്കാൻ മധുവിന്റെ അച്ഛനമമ്മയും വീട്ടിൽ വരാറുണ്ട്. മധുവിന്റെ ഒരു ഇളയമ്മ അതുവഴി പോകുമ്പോഴൊക്കെ എന്നെ കാണാൻ വീട്ടിൽ വരും. മധു ബാല്യകാലം മുതൽതന്നെ ബാലസംഘത്തിലൂടെ പാർട്ടിയിൽ സജീവമാണ്. പിന്നീട് തിരക്കേറിയ ഒരു പാർട്ടി പ്രവർത്തകനായിമാറുകയും പയ്യന്നൂരിൽ പാർട്ടിയുടെ ഏരിയാസെക്രട്ടറി, പയ്യന്നൂർ സഹകരണ ഹോസ്പിറ്റൽ പ്രസിഡന്റ് എന്നീ സ്ഥാനങ്ങൾ അലങ്കരിച്ച മധുസൂദനൻ പയ്യന്നൂരിന്റെ എം എൽ എ ആയി ഉയർന്നതിൽ

ഞാനും എന്റെ സഹപാഠികളും ഏറെ അഭിമാനിക്കുന്നു. തിരക്കുപിടിച്ച ജീവിതത്തിനിടയിൽ പിന്നീട് അധികമൊന്നും വീട്ടിൽ വരാൻ സമയം കിട്ടാത്തതുകൊണ്ട് ഞങ്ങൾ തമ്മിൽ കണ്ടതുമില്ല. അപ്രതീക്ഷിതമായാണ് മധു അന്ന് ആ ഏപ്രിൽ മാസം എന്നെത്തേടി കാലിക്കടവിലെ വീട്ടിൽ എത്തിയത്.

ഇവിടെ അടുത്തുതന്നെ മധു പങ്കെടുക്കുന്ന ഒരു പരിപാടിയുടെ നോട്ടീസ് കിട്ടിയപ്പോൾ ഞങ്ങൾക്ക് വലിയ സന്തോഷമായി. 2008 ഏപ്രിൽ 11 നായിരുന്നു ആ പരിപാടി. ഏപ്രിൽ 16 ന് അച്ഛന് ഹെർണിയക്ക് ഒരു സർജറി തീരുമാനിച്ചിട്ടുണ്ടായിരുന്നു. ഡോക്ടർ നടക്കരുതെന്ന് പറഞ്ഞിട്ടും മധുവിനെ കാണാൻ അച്ഛനുമമ്മയും പോയി. നേരിട്ട് സംസാരിക്കാൻ പറ്റിയാൽ വീട്ടിലേക്ക് വിളിക്കണമെന്ന് ഞാൻ അച്ഛന് സൂചനയും കൊടുത്തു. എന്നെ മറന്നുകാണും എന്നൊരു സംശയവും മനസ്സിൽ ഇല്ലാതിരുന്നില്ല. എന്നാൽ എന്റെ സംശയമെല്ലാം അസ്ഥാനത്താക്കിക്കൊണ്ട് അച്ഛന്റെയും അമ്മയുടെയും കൂടെ മധു വീട്ടിലേക്ക് കയറിവന്നപ്പോൾ എനിയ്ക്ക് സന്തോഷമടക്കാനായില്ല. ഉയരങ്ങളിലെത്തിയിട്ടും ഞങ്ങളെയൊന്നും മറന്നില്ലല്ലോ. വർഷങ്ങൾക്ക് ശേഷം വീൽച്ചെയറിൽ എന്നെക്കണ്ടപ്പോൾ മധുവിന്റെ മനസ്സും ഇടറി. കുറച്ചുനേരം ഞങ്ങളുടെ കൂടെയിരുന്ന് സംസാരിച്ച് ഫോൺ നമ്പർ അച്ഛന്റെ കയ്യിൽ ഏല്പിച്ചിട്ടാണ് മധു ഇറങ്ങിയത്. എന്താവശ്യം വന്നാലും വിളിക്കണം എന്നു മധു പറഞ്ഞപ്പോൾ വല്ലാത്തൊരു ആത്മധൈര്യം എനിക്ക് കൈവന്നു. ആരൊക്കെയോ കൂടെയുണ്ടെന്ന തോന്നൽ മനസ്സിന് വലിയ ആശ്വാസം പകർന്നു.

ഞാൻ ഏറെ നേരവും വായനയുടെ ലോകത്താണെന്ന് അച്ഛൻ സൂചിപ്പിച്ചപ്പോൾ ആവശ്യത്തിനു പുസ്തകങ്ങൾ എത്തിച്ചുതരാമെന്ന ഉറപ്പും നൽകിയാണ് മധു പോയത്. അദ്ദേഹം ആ വാക്ക് അക്ഷരം പ്രതിപാലിച്ചു. അതിനുശേഷം ഇന്നേവരെ ഏറെ തിരക്കിനിടയിലും മധുവാണ് എനിക്ക് വായിക്കാൻ ധാരാളം പുസ്തകങ്ങൾ എത്തിച്ചുതന്നത്. അത് ഒരു അപൂർവ സൗഭാഗ്യമായിട്ടാണ് ഞാൻ കരുതുന്നത്. തിരക്കുകൾ കൂടുമ്പോൾ മധുവിന്റെ അടുത്ത ആളായ രജീഷിന്റെ കൈയിൽ പുസ്തകങ്ങൾ കൊടുത്തയയ്ക്കും. വായിച്ചുകഴിഞ്ഞ പുസ്തകങ്ങൾ ഞാൻ രജീഷ് മുഖാന്തരം തിരികെ കൊടുത്തയക്കും.

ധാരാളം പുസ്തകങ്ങൾ വായിക്കാൻ തുടങ്ങിയപ്പോൾ അച്ഛനും ഏറെ സന്തോഷവും ആശ്വാസവും തോന്നിക്കാണണം. മധു എത്തിച്ചുതന്നിരുന്ന എഴുന്നൂറിലേറെ പുസ്തകങ്ങൾ വായിക്കുകയും അതിനെക്കുറിച്ച് കുറിപ്പുകൾ എഴുതിവെയ്ക്കുകയും ചെയ്തിട്ടുണ്ട്. അതിനിടയിൽ ഗവൺമെന്റ് തലത്തിൽ വിതരണംചെയ്തിരുന്ന ഒരു വീൽച്ചെയറും മധു വീട്ടിൽ

എത്തിച്ചുതന്നു. ഇടക്കാലത്ത് അച്ഛന് ഗുരുതരമായ രോഗങ്ങൾ ബാധിച്ചപ്പോഴൊക്കെ പയ്യന്നൂർ സഹകരണ ആശുപത്രിയിലായിരുന്നു ചികിത്സ നടത്തിയിരുന്നത്. ആശുപത്രിയുടെ പ്രസിഡന്റായിരുന്ന മധുവാണ് എല്ലാ സഹായങ്ങളും ചെയ്തുതന്നിരുന്നത്. അച്ഛൻ ഞങ്ങളെയൊക്കെ വേർപിരിഞ്ഞ് ഈ ലോകത്തോട് യാത്രപറഞ്ഞപ്പോൾ എന്റെ ലോകം വീണ്ടും ചുരുങ്ങി. പക്ഷേ, മധുവിനെപ്പോലെയുള്ള നല്ല സുഹൃത്തുക്കളാണ് അപ്പോഴൊക്കെ എനിക്ക് ധൈര്യംതന്നു കൂടെനിന്നത്. മധു പയ്യന്നൂരിന്റെ എം എൽ എയായി വൻഭൂരിപക്ഷത്തോടെ തിരഞ്ഞെടുക്കപ്പെട്ട സമയത്തായിരുന്നു എന്റെ അമ്മയുടെ വേർപാട്. അതിന്റെ ദുഃഖഭാരത്താൽ ആ വിജയം ആഘോഷിക്കാൻ എനിക്ക് കഴിഞ്ഞില്ല. തിരക്കുപിടിച്ച തിരഞ്ഞെടുപ്പ് പ്രചാരണത്തിനിടയിൽ സമയം കണ്ടെത്തി അമ്മയുടെ വേർപാടിൽ ദുഃഖിതയായി കഴിഞ്ഞിരുന്ന എന്നെക്കാണാൻ മധു വന്നത് വലിയൊരു ആശ്വാസമായി. മധുവിന്റെ ഈ സ്നേഹ സാന്ത്വനത്തിനെക്കുറിച്ച് എഴുതാൻ വാക്കുകളില്ല.

ചന്ദ്രിയെയും മധുവിനെയുംപോലെ ആറാംക്ലാസുവരെ എല്ലാ ക്ലാസിലും എന്റെകൂടെ ഉണ്ടായിരുന്ന സഹപാഠിയാണ് പങ്കജം. പയ്യന്നൂരിൽ ഞങ്ങൾ താമസിച്ചിരുന്ന കാലത്ത് അവൾ കുട്ടിയെ സ്കൂളിൽക്കൊണ്ടാക്കാൻ പോകുമ്പോൾ മിക്കവാറും ദിവസങ്ങളിൽ എന്നെക്കാണാൻ വരും. വിവാഹം കഴിഞ്ഞ് മൂന്ന് കുട്ടികളുടെ അമ്മയായിരുന്നു പങ്കജം. സ്കൂളിൽ വാർഷികാഘോഷങ്ങൾക്ക് ഞങ്ങൾ ഒരുമിച്ച് പാട്ടുപാടുകയും ഡാൻസ് കളിക്കുകയും ചെയ്തിരുന്നു. ഡാൻസ് ക്ലാസിന് പോകുമ്പോൾ ഞങ്ങൾ എപ്പോഴും ഒരുമിച്ചായിരിക്കും. പയ്യന്നൂരിൽനിന്നും ഞങ്ങൾ കാലിക്കടവിലേക്ക് താമസം മാറ്റിയകാര്യം അവളോട് പറഞ്ഞിരുന്നില്ല. യാദൃച്ഛികമായി ഒരുദിവസം പയ്യന്നൂരിൽവെച്ച് ഏച്ചിയെ കാണാൻ ഇടയായപ്പോഴാണ് ഞങ്ങൾ കാലിക്കടവിലാണെന്ന് അവൾ അറിഞ്ഞത്. ഏച്ചിയോട് എന്റെ നമ്പർ വാങ്ങി അവൾ എന്നെ വിളിച്ചു. പെട്ടെന്ന് എന്നെ കാണണമെന്നും പറഞ്ഞു. ഫോൺവിളിച്ച അതേ ആഴ്ചതന്നെ അവൾ ഭർത്താവിനെയും കൂട്ടി വഴികളൊക്കെ ചോദിച്ച മനസ്സിലാക്കി ഇവിടെ വന്നത് എനിക്ക് അപ്രതീക്ഷിതമായി കിട്ടിയ സന്തോഷമായിരുന്നു. അതിനുശേഷം അവൾ ഇടയ്ക്കുവരും. ഒരുമിച്ചിരുന്നു ഭക്ഷണം കഴിച്ച് വിശേഷങ്ങളൊക്കെ പങ്കുവെച്ച് വൈകുന്നേരമേ മടങ്ങൂ. അവൾ പറഞ്ഞ് ഞങ്ങളുടെകൂടെ ക്ലാസിൽ ഉണ്ടായിരുന്ന പപ്പി, സുധ, സൗദ, ലേഖ എന്നിവരും എന്നെ ഫോണിൽ വിളിച്ചുതുടങ്ങി. അങ്ങനെ ഞങ്ങളുടെ സൗഹൃദവലയം വിപുലമായി.

എന്റെ ആറാംക്ലാസുവരെയുള്ള സ്കൂൾജീവിതം അവസാനിച്ചശേഷം നാല്പത്-നാല്പത്തഞ്ച് വർഷങ്ങൾക്കുശേഷമാണ് ഞാൻ പപ്പിയെ കാ

ണുന്നത്. എനിക്ക് ഏറെ ആഹ്ലാദം പകർന്നുതന്നു അപ്രതീക്ഷിതമായ ആ സന്ദർശനം. പങ്കജത്തിന്റെ ബന്ധുകൂടിയായ പപ്പിയോട് അവൾ എന്റെ കാര്യങ്ങളൊക്കെ പറയാറുണ്ടായിരുന്നു. എന്നെ കാണണമെന്ന് പറഞ്ഞാണ് അവൾ പങ്കജത്തിന്റെ കൂടെവന്നത്. പിലാത്തറയിൽ കുടുംബമായി താമസിക്കുന്ന പപ്പിക്ക് രണ്ടു പെൺമക്കളാണ്. കുറെ വർഷങ്ങൾക്കുശേഷം അവളെ കണ്ടപ്പോൾ ഞാൻ 45 വർഷങ്ങൾക്ക് മുമ്പത്തെ പപ്പിയുടെ മുഖം ഓർമ്മിച്ചെടുക്കാൻ ശ്രമിക്കുകയായിരുന്നു. അന്നത്തെ കൊച്ചുമുഖമായിരുന്നു എന്റെ മനസ്സിൽ. രണ്ടുപേരും എന്റെ കൂടെ ഭക്ഷണം കഴിച്ചിട്ടാണ് തിരിച്ചുപോയത്. അതിനു ശേഷം പങ്കജം വരുമ്പോഴൊക്കെ പപ്പിയും കൂടെവരാറുണ്ട്. ഇടയ്ക്കിടെ ഫോൺവിളിച്ചു സുഖവിവരങ്ങൾ അന്വേഷിക്കുകയും ചെയ്യാറുണ്ട്. ഒരുദിവസം പപ്പി പരിയാരം ഹോസ്പിറ്റലിൽ ജോലിചെയ്യുന്ന അവളുടെ മകളെയും കൂട്ടിവന്നത് എന്നെ ഏറെ സന്തോഷിപ്പിച്ചു.

ആ കുട്ടിക്കും അതിനുശേഷം എന്നോട് വലിയ സ്നേഹമായിരുന്നു.

പങ്കജം, പപ്പി, ചന്ദ്രി, ലേഖ, ശോഭ ഇവരെല്ലാം എന്റെ സ്വന്തം സഹോദരിമാരെപ്പോലെയാണിപ്പോൾ. എല്ലാ കുടുംബകാര്യങ്ങളും ഞങ്ങൾ പരസ്പരം പറയാറുണ്ട്. പിന്നെ ശോഭ. ആറാംക്ലാസുവരെ എന്റെകൂടെ ഒരേക്ലാസിൽ പഠിച്ച കൂട്ടുകാരി. നിർമ്മലേച്ചിയും വീണയും ശോഭയുടെ സഹോദരിമാരും എന്റെ ഏച്ചിയുടെയും അനിയന്റെയും സഹപാഠികളാണ്. ഈ മൂന്നുപേരും പയ്യന്നൂരിൽ ഞങ്ങളുടെ വീടിന്റെ ഏകദേശം അടുത്തായിട്ടാണ് താമസിച്ചിരുന്നത്. ഇവർ ഞങ്ങളുടെ വീട്ടിലും ഞങ്ങൾ അവരുടെ വീട്ടിലും കളിക്കാൻ പോകാറുണ്ട്. അവരുടെ അച്ഛനമ്മമ്മയ്ക്കും ഞങ്ങളും എന്റെ അച്ഛനമ്മമ്മയ്ക്കും അവരും സ്വന്തം മക്കളെപ്പോലെ ആയിരുന്നു. സ്നേഹമയിയായ അവരുടെ അമ്മ ചെറുപ്രായത്തിൽത്തന്നെ ഗുരുതരരോഗം ബാധിച്ച് മരിച്ചുപോയി. നിർമ്മലേച്ചിയുടെ വിവാഹം മാത്രമേ അപ്പോൾ കഴിഞ്ഞിരുന്നുള്ളൂ. ചെറിയ പ്രായമുള്ള ശോഭയാണ് പിന്നീട് കുഞ്ഞനിയത്തിയായ വീണയ്ക്ക് അമ്മയുടെ സ്നേഹം നൽകിയിരുന്നത്. മൂന്നുപേരുടെയും വിവാഹശേഷം വർഷങ്ങൾ കഴിഞ്ഞാണ് ഈ സ്നേഹ സംഗമം. എന്റെ ഏച്ചി ഒരു ദിവസം അവിചാരിതമായി നിർമ്മലേച്ചിയെ കാണാനിടയായതാണ് പുന:സമാഗമത്തിന് കാരണമായത്. ഏറെ വർഷങ്ങൾക്കുശേഷം കണ്ടുമുട്ടിയപ്പോൾ മൂന്നു പേരും എന്നെയും അമ്മയെയും സ്നേഹംകൊണ്ട് വീർപ്പുമുട്ടിച്ചു. അതിനു ശേഷം ഞങ്ങളെല്ലാവരും ഒരുദിവസം അവരുടെ വീട്ടിൽ പോകുകയും ചെയ്തു. നല്ല സ്വീകരണമായിരുന്നു ഞങ്ങൾക്കുവേണ്ടി അവർ ഒരുക്കിയത്. ശോഭയ്ക്ക് ഒരു മകളാണ്. അവൾ ഇപ്പോഴും എന്നെ ഇടയ്ക്കിടെ വിളിച്ച് എന്റെ സുഖവിവരങ്ങൾ അന്വേഷിക്കാറുണ്ട്.

നാലാംക്ലാസിൽ എന്റെ തൊട്ടടുത്ത് ഒരു ബെഞ്ചിലിരുന്ന് പഠിച്ച വരാണ് സുധയും സൗദയും. സുധയ്ക്ക് കണക്കിൽ എപ്പോഴും ഫുൾമാർക്കാ യിരുന്നു എന്നത് ഇന്നും എനിക്ക് ഓർമ്മയുണ്ട്. സ്കൂൾ വിട്ടതിനുശേഷം അവളെ ഞാൻ ഇതുവരെ കണ്ടിരുന്നില്ല. ഇതിനിടെ പങ്കജം എന്റെ ഫോൺനമ്പർ കൊടുത്തിട്ട് അവൾ വിളിച്ചു. നാല്പത്തിയഞ്ച് വർഷങ്ങൾ ക്കുശേഷമാണ് ഞാൻ അവളുടെ ശബ്ദം വീണ്ടും കേൾക്കുന്നത്. ഞങ്ങൾ ഇത്രയുംവർഷത്തെ വിശേഷങ്ങൾ ഫോണിൽക്കൂടെ കൈമാറി.

സൗദയും വിളിക്കുകയും മെസ്സേജ് അയക്കുകയും ചെയ്യാറുണ്ട്. അവളും എന്റെകൂടെ ഒരു ക്ലാസിൽ ഒരു ബെഞ്ചിലിരുന്നു പഠിച്ച കൂട്ടു കാരിയാണ്. രണ്ടുവർഷം ടൈപ്പ് റൈറ്റിങ് ഇൻസ്റ്റിറ്റ്യൂട്ടിൽ ഒരുമിച്ച് പഠിച്ച സൗദയും എന്റെ അനിയത്തിയും വലിയ കൂട്ടാണ്. വർഷങ്ങൾക്ക് ശേഷം എന്നോട് നമ്പർവാങ്ങി അവളുമായും സ്നേഹബന്ധം പുതുക്കി എന്നത് എന്നെ സംബന്ധിച്ച് സന്തോഷകരമായ കാര്യമാണ്. സ്കൂളിൽ എന്നെ പഠിപ്പിച്ച കണ്ണൻ മാഷിന്റെ മകൾ ലതയും എന്റെ അടുത്തകൂട്ടു കാരിയാണ്. സ്കൂളിൽ ഞങ്ങൾ അഞ്ചാംക്ലാസുവരെ ഒന്നിച്ചായിരുന്നു. ആറാംക്ലാസിൽ അവൾ വേറെ ഡിവിഷനിലേക്ക് മാറി. വിവാഹം കഴി ഞ്ഞശേഷം അവൾ കോഴിക്കോട്ടേക്ക് പോയി. ഇപ്പോഴും ഞങ്ങൾ പര സ്പരം ഫോണിലൂടെ സൗഹൃദം പങ്കിടാറുണ്ട്.

# അന്ധകാരത്തിന്റെ നാൾവഴികൾ

പയ്യന്നൂരിൽനിന്നും വന്നതിനുശേഷം കാലിക്കടവിലെ സ്നേഹ ബന്ധങ്ങളിലൂടെയും സ്കൂളിൽ കൂടെപ്പഠിച്ച കൂട്ടുകാരിൽനിന്നും ഫൈല്ല എന്ന സംഘടന മുഖാന്തരവും ലഭിച്ച സ്നേഹം, സാന്ത്വനം തുടങ്ങിയ അനുഭവ ങ്ങളുമായി ജീവിതം ഒരുവിധം ശാന്തമായി മുന്നോട്ടുപോകുമ്പോഴാണ് വീണ്ടും ദുരന്തങ്ങളുടെ ഘോഷയാത്ര തുടങ്ങുന്നത്. തുടർന്നുള്ള കാലം ദുരന്തങ്ങളാൽ നിരന്തരം വേട്ടയാടപ്പെട്ടുകയായിരുന്നു ഞങ്ങൾ. ജീവിത ത്തിലെ സുവർണ്ണകാലം അവസാനിക്കാൻ പോകുന്നു എന്ന തോന്നൽ ശക്തമായി. അനിയനും കുടുംബവും താമസം മാറ്റിയപ്പോൾ അച്ഛൻ വലിയ കുറ്റബോധത്തോടെ എന്നോടും അമ്മയോടും പറയുമായിരുന്നു: "ഇവിടെ ആരും ഇല്ലാത്തിടത്ത് ഞാൻ നിങ്ങളെ കൊണ്ടുവന്നു താമ സിപ്പിച്ചുവല്ലോ" എന്ന്. ഇവിടെനിന്നും എല്ലാം വിറ്റ് വീണ്ടും പയ്യന്നൂരി ലേക്കുതന്നെ പോകാമെന്നൊക്കെ അച്ഛൻ ഇടയ്ക്കിടെ പറയുമായിരുന്നു. ഞാനും അമ്മയും ഭാവിയിൽ ഒറ്റപ്പെട്ടുപോകുമോ എന്ന നീറ്റൽ അച്ഛനെ അലട്ടാറുണ്ട്.

2008 ൽ തുടങ്ങി 2014 ൽ എന്റെ അച്ഛന്റെ വേർപാടിൽ അവസാനി ച്ച അച്ഛന്റെ അസുഖങ്ങളുടെ പരമ്പരയെപ്പറ്റി എഴുതാൻ ഞാൻ ഇപ്പോഴും അശക്തയാണ്. എങ്കിലും ഞങ്ങൾ അനുഭവിച്ച വേദനയുടെയും കണ്ണീരി ന്റെയും ഒരു അരികുമാത്രം സ്പർശിച്ചുകൊണ്ട് കനലെരിയുന്ന ആ ദുരന്ത കാലത്തെക്കുറിച്ചുകൂടി കുത്തിക്കുറിക്കട്ടെ.

അതിനെക്കുറിച്ചെഴുതുമ്പോൾത്തന്നെ എന്റെ ഹൃദയമിടിപ്പു കൂട്ടുക യാണ്. 2008 ഏപ്രിൽ 16 ന് അച്ഛന് ഹെർണിയക്ക് ഒരു സർജറി വേ

ണ്ടിവന്നു. 74 വയസ്സായ അച്ഛന് ഓപ്പറേഷൻ അനിവാര്യമായതിനാൽ ഞങ്ങൾ എല്ലാവരും പ്രത്യേകിച്ച് ഞാൻ വല്ലാതെ ഉൽക്കണ്ഠപ്പെടുകയും ഭയപ്പെടുകയുംചെയ്തെങ്കിലും വലിയ ബുദ്ധിമുട്ടൊന്നുംകൂടാതെ കണ്ണൂരിൽ നിന്നും സർജറി കഴിഞ്ഞ് അച്ഛൻ തിരിച്ചുവന്നു.

കുറച്ചു ദിവസങ്ങൾക്കുള്ളിൽത്തന്നെ അച്ഛൻ ആരോഗ്യം വീണ്ടെടുക്കുകയും സാധാരണ ജീവിതത്തിലേക്കും ചികിത്സയുടെ ലോകത്തേക്കും തിരിച്ചുവരികയും ചെയ്തപ്പോൾ ഞങ്ങളെല്ലാവരും ആശ്വസിച്ചു. വരാൻപോകുന്ന ദുരന്തങ്ങളുടെ ഒരു 'ടെസ്റ്റ്ഡോസ്' മാത്രമായിരുന്നു അതെന്ന് അപ്പോൾ ഞങ്ങൾ അറിഞ്ഞിരുന്നില്ലല്ലോ.

2009 ജൂൺ 10. ആ കറുത്തദിനം ഒരിക്കലും മറക്കാൻപറ്റാതെ അണയാത്ത കനലായി ഇന്നും മനസ്സിൽക്കിടന്നു നീറുന്നു. അനിയന്റെ മകൻ ശ്രീക്കുട്ടനെ ഒന്നാംക്ലാസിൽ ചേർത്ത സമയം. അവൻ സ്കൂളിൽ പോകാൻ തുടങ്ങിയിട്ട് പത്തുദിവസം മാത്രമേ ആയിരുന്നുള്ളൂ. ഞാൻ പതിവുപോലെ രാവിലെ ഉറങ്ങിയെഴുന്നേറ്റ് കുളിമുറിയിലേക്ക് പോയിരുന്നു. വാഷിങ്ങും ക്ലീനിങ്ങും കുളിയുമൊക്കെ കഴിഞ്ഞ് പതിവുപോലെ ഞാൻ ഒമ്പത് മണിയോടെ പുറത്തുവന്നു. അപ്പോൾ അച്ഛനുമമ്മയും അനിയൻ രാജുവുമൊക്കെ ഡ്രസ്സുചെയ്ത് പുറത്തിറങ്ങി നില്ക്കുന്നത് കണ്ട് ഞാൻ അമ്പരന്നു. ഞാൻ അത്ഭുതത്തോടെ ചോദിച്ചു; "ഒരു മുന്നറിയിപ്പുപോലുമില്ലാതെ എല്ലാവരുംകൂടെ എങ്ങോട്ടാണ് പോകുന്നതെന്ന്." അനിയന് ഷോപ്പിൽ പോകേണ്ട സമയവുമായിരുന്നു. അച്ഛൻ ഒരു ഭാവഭേദവും കൂടാതെ പറഞ്ഞു: "നടുവിന് ചെറിയ ഒരു വേദന, ഡോക്ടറുടെ അടുത്ത് പോകണമെന്ന്." ഞാൻ അതുതീരെ വിശ്വസിച്ചിരുന്നില്ല. കാരണം, അച്ഛൻ ചെറിയ അസുഖത്തിനൊന്നും എല്ലാവരും നിർബന്ധിച്ചാൽപോലും ഡോക്ടറുടെ അടുത്ത് പോകാൻ സമ്മതിക്കാറില്ല. അപ്പോൾ അനിയന്റെ ഭാര്യ താര വേഗം കയറി പറഞ്ഞു:

"ഞാൻ നിർബ്ബന്ധിച്ചിട്ടാണ് അച്ഛൻ പോകുന്നതെന്നും അനിയൻ ഷോപ്പിൽ പോകുന്നതിനുമുന്നേ അച്ഛനെ ഡോക്ടറെ കാണിച്ചിട്ട് വേഗം വരട്ടെ പിന്നീട് വേദന കൂടിയാൽ വീട്ടിൽ ആരും ഉണ്ടാകില്ലല്ലോ എന്നും." അപ്പോഴേക്കും വണ്ടി വരുകയും അച്ഛനും അമ്മയും രാജുവും കയറിപ്പോകുകയും ചെയ്തു. അവൾ പറഞ്ഞത് പൂർണ്ണമായും വിശ്വസിച്ചില്ലെങ്കിലും ഒന്നും മിണ്ടാതെ അമ്പരപ്പോടെ ചായകുടിക്കാതെതന്നെ ഞാൻ എന്റെ റൂമിലേക്കുപോയി.

പതിനൊന്ന് മണിയായിട്ടും അവർ തിരിച്ചു വരാത്തതിനെ തുടർന്ന് എന്റെ മനസ്സ് ഏതോ ദുരന്തഭീതിയാൽ പെരുമ്പറ കൊട്ടാൻ തുടങ്ങി.

ഭയത്തോടെ ഞാൻ അനിയനെ ഫോൺവിളിച്ചു. അപ്പോൾ അവൻ ഒന്നും ഓർക്കാതെ "പരിയാരത്താണ്" ഉള്ളതെന്ന് പറഞ്ഞു. അതോടെ തളർന്നുപോയ എന്റെ കൈയിൽനിന്നും താര വേഗം ഫോൺവാങ്ങി.

അച്ഛനെന്താണെന്ന് ഞാൻ ആവർത്തിച്ച് ചോദിച്ചപ്പോൾ "ടെസ്റ്റ് ചെയ്യാൻവേണ്ടി പരിയാരം പോയതാണെന്നും ഡോക്ടർ ഇല്ലാത്തതു കൊണ്ട് താമസിക്കുന്നതാണെന്നും പറഞ്ഞു." വൈകുന്നേരമായിട്ടും തിരിച്ചുവരാത്തപ്പോൾ ഞാൻ പിലാത്തറയുള്ള അനിയത്തിയെ വിളിച്ചു ചോദിച്ചു. ഡോക്ടർ ഇല്ലാത്തതുകൊണ്ട് അച്ഛൻ അവളുടെ വീട്ടിലാണു ള്ളതെന്നും അടുത്ത ദിവസമേ ഹോസ്പിറ്റലിൽ പോകുകയുള്ളൂവെന്നും അവൾ എനിക്കൊരു സംശയം തോന്നാത്ത രീതിയിൽ പറഞ്ഞു. അച്ഛനു ഫോൺകൊടുക്കാൻ പറഞ്ഞപ്പോൾ അച്ഛൻ ഉറങ്ങുകയാണെന്നും പറഞ്ഞു.

അവൾ പറഞ്ഞതൊന്നും എനിക്ക് പൂർണ്ണമായും വിശ്വസിക്കാൻ പറ്റിയിരുന്നില്ല. എന്തൊക്കെയോ ആപത് ചിന്തകൾ മനസ്സിൽ കിടന്നു അലയടിക്കാൻ തുടങ്ങിയിരുന്നു. ഞാനും താരയും കിടന്നും ഇരുന്നും നേരം വെളുപ്പിച്ചു. രണ്ടുദിവസം ഓരോ നുണകൾ പറഞ്ഞു എല്ലാവരും എന്നെ ആശ്വസിപ്പിച്ചുകൊണ്ടിരുന്നു. മൂന്നാമത്തെ ദിവസം രാജു വീട്ടിൽ വരികയും കാര്യങ്ങൾ എന്നോട് തുറന്നുപറയുകയും ചെയ്തു. അവനും ആകെ തകർന്നമട്ടിലായിരുന്നു. അച്ഛന് ഹൃദയാഘാതം വന്നതായിരുന്നുവെന്നും ചിലപ്പോൾ ബൈപ്പാസ് സർജറി വേണ്ടിവരുമെന്ന് ഡോക്ടർ പറഞ്ഞിരുന്നെന്നും രണ്ടുദിവസം ഐ സി യുവിൽ ആയിരുന്നെന്നും അവൻ പറഞ്ഞപ്പോൾ ഞാനാകെ തളർന്നുപോയി. എന്തുചെയ്യണമെന്ന് ആർക്കും ഒരു രൂപവുമില്ലായിരുന്നു. 75 വയസ്സായ അച്ഛന് ബൈപാസ് സർജറി ചെയ്താൽ ഏറെ സങ്കീർണ്ണമാകുമോ എന്ന് ഞങ്ങൾ എല്ലാവരും ഭയന്നു. അങ്ങനെയൊരു കാര്യം ഞങ്ങൾ മക്കൾക്ക് ചിന്തിക്കുവാൻകൂടി വയ്യായിരുന്നു. അഞ്ചാമത്തെ ദിവസം അച്ഛൻ ഡിസ്ചാർജായി വീട്ടിൽ വന്നു. അച്ഛന്റെ മുന്നിൽ വിഷമങ്ങളൊന്നും കാണിക്കരുതെന്ന് രാജു എന്നെ താക്കീതുചെയ്തു. അതുകൊണ്ട് പരമാവധി കടിച്ചു പിടിച്ചെങ്കിലും അച്ഛനെ കണ്ടപ്പോൾ എന്റെ എല്ലാ നിയന്ത്രണങ്ങളും വിട്ടു. അച്ഛനെ കെട്ടിപ്പിടിച്ച് എത്രനേരം കരഞ്ഞുവെന്ന് എനിക്കുതന്നെ നിശ്ചയമില്ല.

പിന്നീടുള്ള അഞ്ചുവർഷവും മരുന്നുകളുടെയും ചികിത്സകളുടെയും ഇടയിൽക്കിടന്നു നീറുകയായിരുന്നു എന്റെ അച്ഛൻ.

അതിനിടയിൽ ഹൃദ്രോഗത്തിന് ബൈപാസ് സർജറി ചെയ്യാതെ മരുന്നുകൊണ്ട് ബ്ലോക്ക് നീക്കംചെയ്യുന്ന കാർഡിയോളജിസ്റ്റ് എറണാ

കുളത്തുണ്ടെന്ന് ഒരു ബന്ധുവിൽനിന്നും അറിയാനിടയായി. അച്ഛന്റെ തീരുമാനപ്രകാരം പിന്നീടുള്ള മൂന്നു വർഷക്കാലം എറണാകുളത്ത് ആ ഡോക്ടറുടെ ചികിത്സയിലായിരുന്നു. എറണാകുളത്തുള്ള അച്ഛന്റെ മരുമകളായ ലതയുടെ വീട്ടിൽ താമസിച്ചാണ് ചികിത്സയ്ക്ക് പോയിരുന്നത്. അവളും ഭർത്താവും വേണ്ട സഹായങ്ങളെല്ലാം ചെയ്തു കൊടുത്തു. അവളുടെ അച്ഛനമമ്മയും അകാലത്തിൽത്തന്നെ മാരകമായ അസുഖം ബാധിച്ച് മരിച്ചുപോയിരുന്നു. ലത എന്റെ ബാല്യകാലസഖി കൂടിയാണ്. കോഴിക്കോട് എഞ്ചിനീയറിങ് കോളേജിൽനിന്നും വിദ്യാഭ്യാസം കഴിഞ്ഞ് ജോലിയിൽ പ്രവേശിച്ചതിനുശേഷം വിവാഹം കഴിഞ്ഞ് അവൾ എറണാകുളത്ത് സെറ്റിൽഡായി. ഭർത്താവ് കസ്റ്റംസിൽ ജോലിചെയ്യുന്നു. ലെറ്റർ അയച്ച് സുഖവിവരങ്ങൾ അറിയാറുണ്ടെന്നല്ലാതെ വല്ലപ്പോഴുംമാത്രം നാട്ടിൽ വരുന്നതുകൊണ്ട് ഞങ്ങൾ തമ്മിൽ പിന്നീട് അപൂർവമായിട്ട് മാത്രമേ കാണാറുണ്ടായിരുന്നുള്ളൂ. അച്ഛൻ അവിടെ താമസിച്ച് ചികിത്സ തുടങ്ങിയപ്പോൾ സഹോദരി എന്നതിലുപരിയുള്ള ഞങ്ങളുടെ ബാല്യകാല സുഹൃദ്ബന്ധങ്ങൾ പൂർവാധികം ശക്തമായി.

ഇന്നും നാട്ടിൽവരുമ്പോൾ പുസ്തകങ്ങളും മറ്റു സമ്മാനങ്ങളുമായി അവൾ എന്നെക്കാണാൻ വരാറുണ്ട്. എന്റെ അച്ഛനുവേണ്ടി അവർ മക്കളുടെ സ്ഥാനത്തുനിന്ന് എല്ലാ സഹായങ്ങളും ചെയ്തുകൊടുത്തു.

അച്ഛൻ ചികിത്സയ്ക്കുവേണ്ടി ആദ്യം പോയപ്പോൾ 15 ദിവസം അവിടെ താമസിക്കേണ്ടി വന്നിരുന്നു. അച്ഛന്റെയും അമ്മയുടെയും കൂടെ രാജുവും അനിയത്തി ശോഭയുമായിരുന്നു അവിടെ ഉണ്ടായിരുന്നത്. ഇവിടെ ഞാനും താരയും മോനും മാത്രം. അച്ഛന്റെ കാര്യങ്ങൾ ഓർത്തുള്ള വിഷമവും ഇവിടെ ആരുമില്ലാത്ത അവസ്ഥയുമൊക്കെ എന്നെ വല്ലാതെ ബാധിച്ചു. ഊണും ഉറക്കവും ഇല്ലാത്ത ദിവസങ്ങളായിരുന്നു അത്. ഇടയ്ക്കൊന്നു കണ്ണ് ചിമ്മിപ്പോയാൽ ദുഃസ്വപ്നങ്ങൾ കണ്ട് ഞെട്ടിയുണരും. ഏച്ചിയും ഭർത്താവും രണ്ടുമൂന്നു ദിവസങ്ങളും നീലേശ്വരത്തുള്ള അനിയന്റെ ഭാര്യ രണ്ടുദിവസവും ഇവിടെ വന്ന് താമസിച്ചിരുന്നതല്ലാതെ ബാക്കിയുള്ള ദിവസങ്ങളൊക്കെ ഞങ്ങൾ മൂന്നുപേരും മാത്രമായിരുന്നു. ജീവിതത്തിൽ ആദ്യമായിട്ടായിരുന്നു ഞാൻ അച്ഛനും അമ്മയും ഇല്ലാതെ തനിയെ ആകുന്നത്. അച്ഛന്റെ അസുഖം എന്നെ മാനസികമായി വല്ലാതെ തളർത്തിയിരുന്നു. ആ ദിവസങ്ങൾ എങ്ങനെയാണ് തള്ളിനീക്കിയതെന്ന് എനിക്കിന്നും ഓർക്കാൻ വയ്യ..! സങ്കീർണ്ണമായ ആ ദിനങ്ങളിൽ എനിക്കും താരയ്ക്കും സാന്ത്വനമായി നീലേശ്വരത്തെ അനിയനും ഭാര്യയും കൂടെ നിൽക്കുമെന്നാണ് പ്രതീക്ഷിച്ചത്. എന്നാൽ കഷ്ടിച്ച്

രണ്ടുദിവസം അനിയന്റെ ഭാര്യമാത്രം നിന്നിട്ട് തിരിച്ചുപോയപ്പോൾ എന്റെ സങ്കടം അതിന്റെ പാരമ്യത്തിലെത്തി. രക്തബന്ധത്തിന്റെ നിരർത്ഥകത എന്തെന്ന് ഞാൻ തിരിച്ചറിയുകയായിരുന്നു.

ഒരു ദിവസംതന്നെ 20 വിധം ഗുളികകളും ഡോക്ടർ പറഞ്ഞത് പ്രകാരം ഭക്ഷണനിയന്ത്രണവുമൊക്കെയായി ക്ഷീണിച്ച് അവശനായിട്ടാണ് 15 ദിവസത്തെ താമസത്തിനുശേഷം അച്ഛൻ തിരിച്ചുവന്നത്. അച്ഛനെ കണ്ടപ്പോൾ ഞാൻ തകർന്നുപോയി. കണ്ടു സഹിക്കാൻ പറ്റാത്തവിധം അച്ഛൻ ക്ഷീണിച്ചുപോയിരിക്കുന്നു. പിന്നീട് ഗുളികകളുടേയും ഭക്ഷണ നിയന്ത്രണങ്ങളുടെയും ദിവസങ്ങളായിരുന്നു. ഇരുപതിലധികം ഗുളികകൾ കൃത്യസമയം നോക്കി ഞാനാണ് കൊടുത്തിരുന്നത്. ചിലപ്പോൾ ഞാൻ ഗുളിക കൊടുക്കാൻ പോകുമ്പോൾ നിരാശയും സങ്കടവും കൊണ്ട് അച്ഛൻ അതു നിരസിയ്ക്കുകയും എന്നോട് ദേഷ്യപ്പെടുകയും ചെയ്തിട്ടുണ്ട്. അച്ഛന്റെ മുന്നിൽനിന്നും ഞാൻ വിഷമങ്ങൾ മറച്ചുപിടിക്കുകയും സന്തോഷം അഭിനയിക്കുകയും ചെയ്യുമെങ്കിലും രാത്രി ഉറങ്ങാൻ കിടക്കുമ്പോൾ എല്ലാ നിയന്ത്രണങ്ങളുംവിട്ട് ഉറക്കംവരാതെ പുലരുംവരെ കരഞ്ഞിരിക്കും. വിഷമിച്ചിരിക്കുന്ന അമ്മയുടെ മുന്നിലും ഞാൻ സന്തോഷം അഭിനയിക്കും. ആ ദിവസങ്ങളിലൊക്കെ അച്ഛൻ എന്നോട് അകാരണമായി ദേഷ്യപ്പെടുമായിരുന്നു. അതിനെക്കുറിച്ച് അമ്മ ചോദിക്കുമ്പോൾ "അവൾ എന്നെ വെറുക്കട്ടെ..!! എങ്കിൽ മാത്രമേ ഞാൻ പോയാൽ അവൾക്കത് താങ്ങാൻ പറ്റുള്ളൂ..!" എന്ന് അച്ഛൻ പറയുന്നത് ഞാൻ പലപ്പോഴും കേട്ടിട്ടുണ്ട്. അച്ഛന്റെ സ്നേഹത്തിന്റെ ആഴമെന്തെന്ന് ഞാൻ തിരിച്ചറിയുകയായിരുന്നു ആ വാക്കുകളിലൂടെ.

ബ്ലോക്ക് മുഴുവൻ പോയിരുന്നെങ്കിലും മരുന്നുകളുടെ ആധിക്യവും ഭക്ഷണ നിയന്ത്രണവും അച്ഛന്റെ ആരോഗ്യത്തെ സാരമായി ബാധിച്ചു. മൂന്ന് വർഷങ്ങളോളം മാസങ്ങളുടെ ഇടവേളകളോടെ എറണാകുളത്ത് ടെസ്റ്റുചെയ്യാൻ പോകുകയും അതേ മരുന്നുകൾ തുടരുകയും ചെയ്തു. അതിനിടയിലാണ് ഭക്ഷണം കഴിച്ചുകഴിയുമ്പോൾ ചെറിയ ചുമ ആരംഭിച്ചത്. മൂന്നു വർഷത്തോളം കഴിച്ച ഇംഗ്ലീഷ് ഗുളികകളുടെ പാർശ്വഫലം ആണെന്നാണ് ഞങ്ങൾ ആദ്യം വിചാരിച്ചത്. ചുമ കൂടിക്കൂടിവരികയും അതിശക്തമാവുകയും ചെയ്തു. ഞങ്ങൾക്കുമുന്നിൽ ജീവിതംതന്നെ ഒരു ചോദ്യചിഹ്നമായിനിന്ന ദിവസങ്ങൾ. ഹോസ്പിറ്റലിൽനിന്നും ഹോസ്പിറ്റലിലേക്കുള്ള യാത്രകൾ, ടെസ്റ്റുകൾ, എന്നിൽനിന്നും എല്ലാവരും മറച്ചുവെക്കുന്ന അച്ഛന്റെ രോഗാവസ്ഥ.

ദിവസം കഴിയുന്തോറും വഷളായിവരുന്ന അച്ഛന്റെ ആരോഗ്യം.

ഓരോ ദിവസവും അച്ഛനിൽവരുന്ന മാറ്റങ്ങൾ, എന്റെ കൈകൊണ്ട് കൊടുക്കുന്ന അളവില്ലാത്ത മരുന്നുകൾ. ഹൃദയം നുറുങ്ങുന്ന വേദനയോടെ ഊണും ഉറക്കവുമില്ലാതെ കണ്ണും മനസ്സും ശരീരവുമെല്ലാം അച്ഛന്റെ പിന്നാലെ തന്നെയായിരുന്നു. രാവും പകലും വീൽച്ചെയറിൽ അച്ഛന്റെ റൂമിലേക്കും തിരിച്ച് എന്റെ റൂമിലേക്കും അങ്ങോട്ടുമിങ്ങോട്ടും ഓട്ടം തന്നെയായിരുന്നു ഞാൻ. കുളിക്കാൻ ബാത്റൂമിൽ കയറിയാലും രാത്രി ഒന്നു കണ്ണടക്കാൻ ശ്രമിക്കുമ്പോഴും അച്ഛന്റെ റൂമിൽനിന്നും എന്തെങ്കിലും ശബ്ദം കേൾക്കുന്നുണ്ടോ എന്ന് കാതോർക്കുകയായിരിക്കും ഞാൻ.

അമ്മ അച്ഛന്റെ അടുത്തുതന്നെയുണ്ടെങ്കിലും ചെറിയശബ്ദം കേട്ടാൽ പോലും ഞാൻ വേഗം വീൽച്ചെയറിൽ കയറി അവിടെ പറന്നെത്തുമായിരുന്നു. പാതിരവരെ അച്ഛന്റെ കട്ടിലിന്റെ അടുത്തിരിക്കുമ്പോൾ എന്നോടുപോയി കിടക്കാൻവേണ്ടി അച്ഛൻ കൈകൊണ്ട് ആംഗ്യം കാണിക്കും. എന്റെ റൂമിൽ കയറുമ്പോൾ സമാധാനം കിട്ടാതെ ഞാൻ അറിയാതെ വീണ്ടും അങ്ങോട്ടുതന്നെ പോകും. സമനില തെറ്റിയതുപോലെയായിരുന്നു ആ ദിവസങ്ങളിൽ എന്റെ മാനസികാവസ്ഥ. അച്ഛന്റെ മുന്നിൽ വിഷമങ്ങളൊന്നും കാണിക്കാതെ റൂമിൽവന്ന് വാതിൽ ലോക്ക് ചെയ്ത് നിയന്ത്രണമില്ലാതെ കരഞ്ഞുപോകാറുണ്ട് പലപ്പോഴും. രോഗത്തിനുമുന്നിൽ മനുഷ്യർ അനുഭവിക്കുന്ന നിസ്സഹായവസ്ഥയുടെ ഭീകരമുഖം ഞാൻ അനുഭവിച്ചറിയുകയായിരുന്നു. പത്തുവയസ്സ് മുതൽതന്നെ ഞാൻ അത് അനുഭവിക്കുന്നുണ്ടായിരുന്നെങ്കിലും ആ പ്രായത്തിൽ അതിന്റെ ഭീകരാവസ്ഥ എത്രമാത്രമാണെന്ന് തിരിച്ചറിയാനുള്ള പക്വത എനിക്കുണ്ടായിരുന്നില്ല.

എന്നാൽ അച്ഛന്റെ രോഗാവസ്ഥയിൽ അങ്ങനെ അല്ലല്ലോ.

നിസ്സഹായാവസ്ഥയോടെ ജീവിതത്തിന്റെ പച്ചയായ മുഖം ഞാൻ നേർക്കുനേർ കണ്ട് അനുഭവിക്കുകയും അമ്പരക്കുകയുമായിരുന്നു. ഞാൻ മാത്രമല്ല അമ്മയും വീട്ടിൽ മറ്റെല്ലാവരും സമാന അവസ്ഥയിൽത്തന്നെയായിരുന്നു.

ഏച്ചിയും അനിയത്തിയും കുട്ടികളുമൊക്കെ ഇടയ്ക്കിടെ ഓടിവരാറുണ്ടായിരുന്നെങ്കിലും ആരെയും ഞാൻ ശ്രദ്ധിക്കാറില്ലായിരുന്നു. അവരും അച്ഛന്റെ രോഗാവസ്ഥയിൽ വല്ലാതെ തളർന്നുപോയിരുന്നു. നീലേശ്വരത്തെ അനിയനും കുടുംബവും ഇടയ്ക്ക് വന്നിട്ടുപോകും. അച്ഛന്റെ എല്ലാ മക്കളും പേരക്കുട്ടികളും എന്നും എപ്പോഴും എന്തസുഖംവന്നാലും പ്രയാസങ്ങളുണ്ടെങ്കിലും അച്ഛന്റെ തണൽതേടി ഓടിവരാറാണ് പതിവ്. ചികിത്സകൊണ്ടും സാന്ത്വനംകൊണ്ടും എന്നും അച്ഛൻ എല്ലാവരെയും

ആശ്വസിപ്പിക്കാറുണ്ടായിരുന്നു. കാറ്റുംകോളും നിറഞ്ഞ നടുക്കടലിൽ തുഴയില്ലാത്ത തോണിയിൽ അകപ്പെട്ട യാത്രക്കാരെപ്പോലെ എന്തുചെയ്യണമെന്നറിയാതെ അന്തംവിട്ട അവസ്ഥയിലായിരുന്നു ഞങ്ങളെല്ലാവരും. ജനിച്ചത് മുതൽ ഞങ്ങൾ മക്കൾക്കും അമ്മയ്ക്കും പേരക്കുട്ടികൾക്കുമൊക്കെ എന്തസുഖം വന്നാലും അച്ഛനായിരുന്നു ചികിത്സിച്ച് സുഖമാക്കിയിരുന്നത്. എല്ലാവർക്കും തണലേകുന്ന ഒരു വടവൃക്ഷം തന്നെയായിരുന്നു എന്റെ അച്ഛൻ. ആ അച്ഛൻ തളർന്നുകിടക്കുന്നത് ഞങ്ങൾ എങ്ങനെ കണ്ടുനിൽക്കും..! നിലവിളക്കിലെ നിറഞ്ഞുകത്തുന്ന തിരി പോലെ പ്രകാശം പരത്തിക്കൊണ്ടാണ് അച്ഛൻ ഞങ്ങൾക്കിടയിൽ ജീവിച്ചിരുന്നത്. ആ ദീപം എന്നെങ്കിലും അണയുമെന്നു ചിന്തിക്കാൻ പോലും ഞങ്ങൾക്ക് കഴിയുമായിരുന്നില്ല.

ചുമ നിയന്ത്രണാതീതമായപ്പോഴാണ് വീണ്ടും ടെസ്റ്റുകൾ വേണ്ടിവന്നത്. പല ഡോക്ടർമാരെയും കാണിച്ചു. ഒടുവിൽ ഒരു ഡോക്ടർ ചൂണ്ടിക്കാട്ടിയ സംശയം എല്ലാവരിലും ആശങ്കപടർത്തി. പുതിയ ടെസ്റ്റുകൾക്കായി അച്ഛനെ മംഗലാപുരം കസ്തൂർബാ മെഡിക്കൽ കോളേജിലേക്ക് കൊണ്ടുപോയി. എന്റെ ആധി വീണ്ടുംകൂടി. അച്ഛന്റെ നിർത്താത്ത ചുമയ്ക്കുള്ള കാരണം മംഗലാപുരത്തെ ഡോക്ടർമാർ കണ്ടെത്തി. അച്ഛന് ശ്വാസകോശാർബുദം ബാധിച്ചിരിക്കുന്നു...! ഈ നടുക്കുന്ന സത്യം എന്നെയോ അമ്മയെയോ ആരും അറിയിച്ചില്ല. ഞാൻ തളർന്നുപോകുമെന്ന് കരുതിയാവണം എല്ലാവരും എല്ലാക്കാര്യങ്ങളും എന്നിൽനിന്നും മറച്ചുവെയ്ക്കാൻ ശ്രമിച്ചു. എല്ലാ നൊമ്പരവും മനസ്സിലടക്കിപ്പിടിച്ച് അച്ഛന് ഒന്നുമില്ലെന്ന മട്ടിൽ എല്ലാവരും വളരെ സ്വാഭാവികമായിത്തന്നെ പെരുമാറി. വർഷങ്ങൾക്കുശേഷം അച്ഛന്റെ രോഗാവസ്ഥ ഞാൻ ഊഹിച്ച് മനസ്സിലാക്കി. അപ്പോഴും എനിക്കത് താങ്ങാൻപറ്റിയില്ല.

ഇടയ്ക്ക് അസുഖം മൂർച്ഛിച്ചപ്പോൾ അച്ഛനെ പയ്യന്നൂരിലെ സഹകരണ ആശുപത്രിയിലേക്ക് മാറ്റി. അച്ഛന്റെ ആരോഗ്യനില വഷളായപ്പോൾ എല്ലാവരും എന്നെയുംകൂട്ടി ആശുപത്രിയിലെത്തി. അബോധാവസ്ഥയിൽ കിടക്കുന്ന അച്ഛനെ കണ്ടപ്പോൾ ഞാൻ തളർന്നുവീണു. ആരൊക്കെയോ ചേർന്ന് എന്നെ വീട്ടിലേക്കുതന്നെ കൊണ്ടുപോയി. അന്നുരാത്രി ആരോടും ഒന്നും പറയാൻകഴിയാതെ അച്ഛൻ വിധിയുടെ തീരുമാനത്തിനുമുന്നിൽ കീഴടങ്ങി. അച്ഛന്റെ ചേതനയറ്റ ശരീരമാണ് വീട്ടിലേക്ക് തിരിച്ചുകൊണ്ടുവന്നത്. 2014 ഫെബ്രുവരി 18 നായിരുന്നു ആ ദുരന്തം.

എന്റെ പ്രാണനായിരുന്ന അച്ഛൻ ഇനിയില്ലെന്ന കാര്യം ഉൾക്കൊള്ളാൻ എനിക്കായില്ല. ആ കൈകൾ പിടിക്കാതെ ഇനി ഞാൻ എങ്ങനെ മുന്നോട്ടുനീങ്ങും. ആ വാക്കുകൾ കേൾക്കാതെ എങ്ങനെ ഞാൻ ജീവിക്കും. മറ്റുള്ളവരുടെ അസുഖങ്ങൾ ചികിത്സിച്ച് ഭേദമാക്കിയ അച്ഛൻ സ്വന്തം രോഗത്തിനുമുന്നിൽ അടിയറവ് പറഞ്ഞപ്പോൾ ഒറ്റപ്പെട്ടത് ഞാനാണ്. മുറിഞ്ഞുപോയത് എന്റെ ചിറകുകളാണ്. കാലുകളോടൊപ്പം തളർന്നുപോയത് എന്റെ മനസ്സാണ്. പൊലിഞ്ഞുപോയത് എന്റെ ജീവപ്രകാശമാണ്. ശൂന്യമായത് എന്റെ ജീവിതവും.

# ജനകീയ ഡോക്ടർ

ഒരു ജനകീയ ഡോക്ടർ എന്ന നിലയിൽ അരനൂറ്റാണ്ടിലേറെക്കാലം പയ്യന്നൂരിലുള്ള ജനങ്ങളെ സേവിച്ച അച്ഛനെക്കുറിച്ചെഴുതാതെ ഈ പുസ്തകം ഒരിക്കലും പൂർണ്ണമാവില്ല. ഹോമിയോ ഡോക്ടറായിരുന്ന എന്റെ അച്ഛൻ ചിറയിൽ കുഞ്ഞമ്പു 55 വർഷത്തിലേറെക്കാലം പയ്യന്നൂരിൽ പ്രാക്ടീസ് ചെയ്തിരുന്നു. ഹോമിയോ ഡോക്ടർ എന്ന നിലയ്ക്ക് മാത്രമല്ല അസ്ഥിരോഗ ചികിത്സയിലും അച്ഛൻ വിദഗ്ധനായിരുന്നു. അഞ്ചുവർഷം ആയുർവേദത്തിന്റെ കോഴ്സ് കഴിഞ്ഞതുകൂടാതെ അച്ഛന്റെ പിതാവായിരുന്ന കുവോട്ടെ പ്രസിദ്ധനായ കുഞ്ഞപ്പ വൈദ്യരിൽനിന്നും ചെറുപ്പം മുതൽ പാരമ്പര്യമായി പകർന്നുകിട്ടിയ അനുഭവസമ്പത്തും ഒക്കെയായി അസ്ഥിരോഗ ചികിത്സയിൽ വലിയ നൈപുണ്യം നേടിയിരുന്നു അച്ഛൻ.

തെങ്ങിൽനിന്നും മരത്തിൽനിന്നും മറ്റു പലവിധത്തിലും വീണ് കൈയുടെയും കാലുകളുടെയും എല്ലുകളൊടിഞ്ഞ് നിലവിളിച്ചുകൊണ്ട് വീട്ടിൽവരുന്ന രോഗികളെ ചെറുപ്പം മുതൽ കണ്ടുകൊണ്ടാണ് ഞങ്ങൾ മക്കൾ വളർന്നത്. തൊട്ടുനോക്കിയും തടവിനോക്കിയും ഒടിഞ്ഞതും പൊട്ടിയതും ചതഞ്ഞതുമായ എല്ലുകളുടെ അവസ്ഥ കൃത്യമായി മനസ്സിലാക്കിയാണ് നൂറുകണക്കിന് രോഗികളെ അച്ഛൻ ചികിത്സിച്ച് ഭേദമാക്കിയിരുന്നത്. ഞങ്ങൾ പയ്യന്നൂരിൽ സ്വന്തമായി വീട് കെട്ടുന്നതിന് മുമ്പ് പരിമിതമായ സൗകര്യങ്ങൾ മാത്രമുള്ള വാടകവീട്ടിലായിരുന്നു താമസിച്ചിരുന്നത്. ദൂരസ്ഥലങ്ങളിൽ നിന്നൊക്കെ എല്ലുപൊട്ടി ചികിത്സയ്ക്കായി ധാരാളംപേർ വരും. രോഗികളെ വാഹനത്തിൽനിന്നും മൂന്നും നാലും ആളുകൾ ചേർന്നാണ് എടുത്തുകൊണ്ടുവരുന്നത്. അവരുടെ യാ

ശ്രുചെയ്യാനുള്ള ബുദ്ധിമുട്ടുകൾ മനസ്സിലാക്കി ഞങ്ങളുടെ വീട്ടിൽത്തന്നെ താമസസൗകര്യം ഒരുക്കിക്കൊടുത്തായിരുന്ന അച്ഛൻ ചികിത്സിച്ചിരുന്നത്. സ്വന്തമായി വീട് കെട്ടുന്നതിനുമുൻപ് രണ്ട് ബെഡ്റൂം മാത്രമുള്ള ചെറിയൊരു വാടക വീടായിരുന്നു ഞങ്ങളുടേത്. ഞങ്ങൾ അഞ്ചു മക്കളെയും അച്ഛനും അമ്മയും കിടക്കുന്ന മുറിയിൽ തറയിൽ ഒരു പായവിരിച്ച് ഏതെങ്കിലും ഒരു മൂലയിൽ ഒതുക്കിക്കിടത്തി വീട്ടിലെ പരിമിതികളൊന്നും നോക്കാതെ രോഗിയ്ക്കും അവരുടെ കൂടെനിൽക്കുന്ന ബന്ധുവിനും വേണ്ടുന്ന എല്ലാ സൗകര്യങ്ങളും അച്ഛൻ ചെയ്തുകൊടുക്കുമായിരുന്നു. രോഗികളുടെ കാര്യങ്ങൾ കഴിഞ്ഞാലെ അച്ഛൻ ഞങ്ങളുടെ കാര്യം നോക്കാറുണ്ടായിരുന്നുള്ളൂ. ഒന്നുരണ്ടു മാസം വീട്ടിൽ താമസിപ്പിച്ച് വേദനയൊക്കെ മാറി പൂർണ്ണമായി സുഖമായതിനുശേഷം മാത്രമേ അവരെ തിരിച്ചയക്കാറുള്ളൂ. കുറെപ്പേർ ചേർന്ന് എടുത്തുകൊണ്ട് വന്നിരുന്ന അവർ എല്ലാം സുഖമായി നടന്നു തിരിച്ചുപോകുമ്പോൾ അവരുടെ മുഖത്തുകാണുന്ന ആശ്വാസവും നന്ദിയും സ്നേഹവും മാത്രമായിരുന്നു അച്ഛൻ പ്രതീക്ഷിച്ചിരുന്ന പ്രതിഫലം.

തളിപ്പറമ്പിലെ കൂവോട് എന്ന ചെറുഗ്രാമത്തിനു 'ചിറയിൽ വൈദ്യന്മാരുടെ നാട്' എന്ന് പ്രസിദ്ധി കിട്ടുവാൻ കാരണമായ ചിറയിൽ കുടുംബത്തിൽനിന്നും നൂറ്റാണ്ടുകളായി പരമ്പരാഗതമായി കൈമാറി കിട്ടിക്കൊണ്ടിരിക്കുന്ന ചികിത്സാനൈപുണ്യവും കൈപ്പുണ്യവും കൂടെ സ്വന്തമായ കഴിവുകളും ചേർത്ത് അച്ഛൻ ജീവിതത്തിലേക്ക് കൈപിടിച്ചുകൊണ്ടുവന്ന നൂറുകണക്കിന് രോഗികളുടെ ആശ്വാസവും സ്നേഹവും നന്ദിയും വെളിച്ചമായി അച്ഛനിലൂടെ ഞങ്ങളെ മുന്നോട്ടുനയിക്കുന്നു എന്നുതന്നെയാണ് ഞാൻ വിശ്വസിക്കുന്നത്. പെരുമഴയും ഇടിയും കൊടുംകാറ്റുമൊക്കെയുള്ള പാതിരാത്രികളിലൊക്കെ സാധാരണക്കാരായ രോഗികളുടെ വീടുകളിൽനിന്നും അവരുടെ ബന്ധുക്കൾ അച്ഛനെക്കൂട്ടാൻ വീട്ടിൽ വരാറുണ്ടായിരുന്നു. മിക്കവാറും സീരിയസ്സ് കേസുകളായിരിക്കും അതൊക്കെ. കടപ്പുറത്തുള്ള വീടുകളിലൊക്കെ പോകണമെങ്കിൽ വലിയ രണ്ട് പുഴകടന്ന് മൂന്നുമണിക്കൂറോളം തോണിയിൽത്തന്നെ പോകണം. പേമാരിയുള്ള രാത്രികളിൽ അച്ഛനെ വീടുകളിലേക്ക് കൂട്ടാൻ കടപ്പുറമുള്ള രോഗികളുടെ ബന്ധുക്കളൊക്കെ വരുമ്പോൾ ഞങ്ങൾക്ക് വലിയ ഭയമായിരുന്നു. ഞാൻ അച്ഛനെ പോകാൻ സമ്മതിക്കാതെ കെട്ടിപ്പിടിച്ചു കരഞ്ഞിട്ടുണ്ട്. അപ്പോഴൊക്കെ അച്ഛൻ എന്നെ ബലമായി പിടിച്ചുമാറ്റിയിട്ട് ഇറങ്ങിപ്പോകാറാണ് പതിവ്. അച്ഛൻ തിരിച്ചുവരുന്നതുവരെ ഞാനും ഏച്ചിയും അമ്മയും ഉറങ്ങാതെ കാത്തിരിക്കും.

കത്തുന്ന വെയിലായാലും പെരുമഴയായാലും ഭക്ഷണം കഴിക്കുന്ന വേളയിലും രാത്രിയെന്നോ പകലെന്നോ നോക്കാതെ ഏത് സമയമാ

യാലും അച്ഛനെക്കൂട്ടാൻ രോഗികളുടെ ബന്ധുക്കൾ വന്നാൽ ഒട്ടും മടിക്കാതെ രണ്ടാമതൊന്നാലോചിക്കാതെ അച്ഛൻ അവരുടെകൂടെ പോകും. വണ്ടിയൊന്നും കിട്ടിയില്ലെങ്കിലും അച്ഛന് പരാതിയില്ല. അവരുടെകൂടെ എവിടെ വേണമെങ്കിലും നടന്നുപോകാൻ ഒരു മടിയും കാണിക്കാറില്ല അച്ഛൻ. രോഗികൾക്കുവേണ്ടി എന്തു ത്യാഗവും സഹിക്കുമായിരുന്നു എന്റെ അച്ഛൻ. രോഗികളും അവരുടെ പ്രശ്നങ്ങളുമൊക്കെ സ്വന്തം കാര്യം പോലെ ഏറ്റെടുക്കുമായിരുന്നു.

അന്നൊക്കെ ഞങ്ങൾ ഒരുപാട് സാമ്പത്തിക പ്രയാസങ്ങൾ അനുഭവിച്ചിരുന്നെങ്കിൽപ്പോലും രോഗികളോട് കണക്കുപറഞ്ഞു ഫീസ് വാങ്ങുന്ന സ്വഭാവം അച്ഛനില്ലായിരുന്നു. അവർ കൊടുക്കുന്നത് എന്തായാലും സന്തോഷത്തോടെ വാങ്ങാറാണ് പതിവ്. പാവപ്പെട്ടവരും സാധാരണക്കാരുമായിരുന്നു അച്ഛന്റെ അടുത്തുവരുന്ന രോഗികളേറെയും. അവർക്കൊക്കെ അച്ഛനെ ജീവനുതുല്യം സ്നേഹവും ബഹുമാനവുമായിരുന്നു. നന്ദിയും സ്നേഹവും പ്രകടിപ്പിക്കാൻ അവർ ഇടയ്ക്ക് പച്ചക്കറികളും തേങ്ങയും മത്സ്യവും പലവിധം സാധനങ്ങളുമായി അച്ഛനെയും ഞങ്ങളെയും കാണാൻ വരുമായിരുന്നു. എന്തസുഖം വന്നാലും അച്ഛന്റെ ചികിത്സ തേടുമായിരുന്ന കടപ്പുറത്തുനിന്നും വരുന്ന ഒരു സ്ത്രീ എപ്പോൾ വരുമ്പോഴും എനിക്ക് ഇളനീർ കൊണ്ടുത്തരുന്നത് ഇന്നും ഓർമ്മയിലുണ്ട്. കടപ്പുറം, ഒളവറ, കവ്വായി, കൊറ്റി, രാമന്തളി എന്നിങ്ങനെ പയ്യന്നൂർ ഭാഗത്തുള്ളവരും പഴയങ്ങാടി, തളിപ്പറമ്പ് തുടങ്ങി ദൂരെയുള്ള സ്ഥലങ്ങളിൽ നിന്നുമൊക്കെ ആളുകൾ ചികിത്സാർത്ഥം അച്ഛനെ തേടിയെത്താറുണ്ട്.

സഹജീവികളോട് എങ്ങനെയാണ് കരുണയും സ്നേഹവും നന്മയും കാണിക്കേണ്ടതെന്നും ധാർമ്മികമൂല്യങ്ങളും മാനവികതയും എന്താണെന്നും ഞങ്ങൾ പ്രത്യേകിച്ച് ഞാൻ, ചെറുപ്പം മുതലേ അച്ഛനിൽനിന്നാണ് പഠിച്ചത്. ഇങ്ങനെയൊരു സാഹചര്യത്തിൽ വളർന്നതുകൊണ്ട് നാല് ചുവരുകൾക്കുള്ളിൽ പുറംലോകവുമായി തീരെ ബന്ധമില്ലാതിരുന്നിട്ടും അക്കാലങ്ങളിൽ ഏകാന്തതയോ ഒറ്റപ്പെടലോ ഞാൻ അധികം അനുഭവിച്ചിരുന്നില്ല. അച്ഛനോടുള്ള നാട്ടുകാരുടെ അടുപ്പവും അയൽബന്ധങ്ങളും അച്ഛന്റെ രാഷ്ട്രീയ ബന്ധങ്ങളും എല്ലാംകൂടെ പയ്യന്നൂരിൽ താമസിക്കുന്നകാലത്തുള്ള ജീവിതം സന്തോഷവും സംതൃപ്തിയും നിറഞ്ഞതായിരുന്നു. സാമ്പത്തിക പ്രയാസങ്ങൾ ഏറെ അനുഭവിച്ചിരുന്നുവെങ്കിലും അതൊന്നും ഞങ്ങളെ ആരെയും മാനസികമായി തളർത്തിയിരുന്നില്ല. ഇന്നു തിരിഞ്ഞുനോക്കുമ്പോൾ ഒരിക്കലും തിരിച്ചുകിട്ടാത്ത ആ സുവർണ്ണകാലം ഏറെ നഷ്ടബോധവും നൊമ്പരവും ഉണ്ടാക്കുന്നു.

രോഗശയ്യയിലാകുന്നതിനുമുൻപ് അച്ഛൻ എന്നും പുലർച്ചെ എഴുന്നേറ്റ് കുളിച്ച് വിളക്ക് കത്തിയ്ക്കും. അതിന്റെകൂടെ ചെറിയൊരു

വിളക്കും ചന്ദനത്തിരിയും കത്തിച്ച് അച്ഛൻ എന്റെ റൂമിൽവന്നു തിരിച്ചുപോകുന്നത് ഞാൻ എന്നും അറിയാറുണ്ട്. ഞാൻ ഉറക്കമുണരുമോ എന്ന് വിചാരിച്ച് ചാരിയവാതിൽ ശബ്ദമുണ്ടാക്കാതെ മെല്ലെ തുറന്നിട്ടാണ് അച്ഛൻ വരാറുള്ളത്. എന്നാൽ എന്നും അച്ഛൻ വാതിൽ തുറക്കുമ്പോൾ എന്റെ ഉറക്കം ഞെട്ടുകയും വിളക്ക് എന്റെ റൂമിൽ കാണിക്കുന്നത് ഞാൻ അറിയുകയും ചെയ്യാറുണ്ട്. എന്നാൽ എനിക്കതറിയാമെന്ന കാര്യം ഒരിക്കലും അച്ഛനോട് പറഞ്ഞിട്ടില്ല. അച്ഛന് എന്നോടുള്ള അളവറ്റ സ്നേഹത്തിനുമുന്നിൽ നിറഞ്ഞുകവിയുന്ന മനസ്സോടെ ഞാൻ അച്ഛനുനേരെ കൈകൂപ്പുന്നത് എന്റെ അച്ഛൻ ഒരിക്കലും അറിഞ്ഞിരിക്കില്ല. ഈ സ്നേഹവും കരുതലും എനിക്ക് മറ്റാരിൽനിന്നാണ് ഇനി ഈ ജന്മത്തിൽ കിട്ടുക. വലിയ ദൈവഭക്തനായിരുന്ന അച്ഛൻ. അസുഖമാകുന്നതിന് മുമ്പുവരെ എന്നും രാവിലെയും സന്ധ്യയ്ക്കും കൃത്യസമയത്തുതന്നെ വിളക്ക് കത്തിക്കാറുണ്ട്. അസുഖമായതിന് ശേഷം രാവിലെ അമ്മയും സന്ധ്യയ്ക്ക് ഞാനുമായിരുന്നു വിളക്ക് കത്തിക്കാറുള്ളത്. കൃത്യസമയത്ത് കത്തിച്ചില്ലെങ്കിൽ അച്ഛന് ദേഷ്യം വരുമായിരുന്നു. ഇത്രവലിയ ദൈവഭക്തനായിരുന്നിട്ടും അച്ഛന്റെ അവസാനനാളുകൾ ഏറെ സങ്കടം നിറഞ്ഞതും ദുരിതം നിറഞ്ഞതുമായത് എന്റെ മനസ്സിൽ ദൈവഭക്തി കുറയാൻ കാരണമായി. അതുകൊണ്ടുതന്നെ അച്ഛന്റെ വേർപാടിനുശേഷം വർഷങ്ങളോളം ഞാൻ വിളക്ക് കത്തിക്കാറില്ലായിരുന്നു.

അമ്മയ്ക്കും താരയ്ക്കും വയ്യാണ്ടായാൽ മാത്രമേ ഞാൻ വിളക്ക് വെയ്ക്കാറുള്ളൂ. എനിക്ക് അസുഖമായ ആദ്യഘട്ടത്തിൽ ശരീരം അനക്കാൻ പറ്റാതെ കിടക്കുന്നകാലത്ത് ഗുരുവായൂരപ്പന്റെ വലിയ ഭക്തയായിരുന്നു ഞാൻ. കട്ടിലിന്റെയടുത്ത് ഗുരുവായൂരപ്പന്റെ ഒരു ചിത്രവും ഒരു ചെറിയ വിളക്കും ഒരു സ്റ്റൂളിന്റെ മുകളിൽ വെയ്ക്കുകയും മനമുരുകി പ്രാർത്ഥിക്കുകയും ചെയ്യാറുണ്ട്. ഗുരുവായൂരപ്പന്റെ ചിത്രം ആലേഖനംചെയ്ത മോതിരം, മാലയുടെ ലോക്കറ്റ് ഇതൊക്കെ എന്നും എന്റെ ശരീരത്തിൽ ഉണ്ടായിരുന്നു. ഞാൻ അസുഖംമാറി നടക്കാറായാൽ ഗുരുവായൂരിൽ തുലാഭാരം നടത്താൻ എന്റെ അച്ഛനും അമ്മയും അമ്മമ്മയുമൊക്കെ നേർന്നിരുന്നു. ഞാനും അതു സ്വപ്നംകണ്ട് കിടക്കാറുണ്ടായിരുന്നു. എന്നാൽ അതൊരിക്കലും സാക്ഷാൽക്കരിക്കാത്ത സ്വപ്നമായിരുന്നുവെന്ന് ഗുരുവായൂരപ്പനും കാലവും തെളിയിച്ചുകഴിഞ്ഞു. ശബരിമലയിൽ പതിനെട്ടാംപടി കയറ്റാനും അമ്മമ്മ എന്റെ തലയുഴിഞ്ഞുനേർച്ച നേർന്നിരുന്നു. എല്ലാം വ്യർത്ഥമെന്ന് ഇന്ന് ഞാൻ തിരിച്ചറിയുന്നു. ചെറിയകാര്യങ്ങൾക്കുപോലും പതറുന്ന സ്വഭാവക്കാരിയായ എനിക്ക് എന്തിലെങ്കിലും അഭയം കണ്ടെത്താതെ ജീവിതം മുന്നോട്ടുകൊണ്ടുപോകാൻ സാധിക്കില്ലായിരുന്നു. അതുകൊണ്ടുതന്നെ ഞാൻ ഇപ്പോഴും ഒരു ദൈവവിശ്വാസിതന്നെ

യാണ്. എന്നാൽ ദൈവങ്ങളുടെയും അമ്പലങ്ങളുടെയും ജാതിയുടെയും മതത്തിന്റെയും പേരിൽ മനുഷ്യർ കാട്ടിക്കൂട്ടുന്ന അനാചാരങ്ങളെയും അന്ധവിശ്വാസങ്ങളെയും എന്റെ മനസ്സിന് ഒരിക്കലും അംഗീകരിക്കാൻ പറ്റാറില്ല.

ഞാൻ വല്ലപ്പോഴും ആരോടെങ്കിലും പിണങ്ങിയിട്ട് ഭക്ഷണം കഴിക്കാതെ കിടന്നാൽ എന്നെ വിളിച്ചെഴുന്നേൽപ്പിച്ച് ഭക്ഷണം കഴിപ്പിച്ചതിനുശേഷം മാത്രമേ അച്ഛൻ മറ്റെന്തും ചെയ്യുമായിരുന്നുള്ളൂ. എന്ത് പ്രശ്നത്തിന്റെ പേരിലായാലും ഭക്ഷണത്തോട് വിമുഖത കാണിക്കുന്നത് അച്ഛന് സഹിക്കാൻപറ്റാത്ത കാര്യമാണ്. അങ്ങനെ എന്റെ കാര്യങ്ങളിൽ അച്ഛന്റെ സ്നേഹത്തുവൽസ്പർശമേൽക്കാത്ത ഒരു സംഭവവും ഇല്ലായിരുന്നു. മനസ്സിന്റെയും ശരീരത്തിന്റെയും ഒരു ഭാഗംതന്നെയായിരുന്നു അച്ഛൻ. അതുകൊണ്ടുതന്നെ അച്ഛന്റെ വേർപാട് എന്റെ ജീവിതത്തിൽ ഒരിക്കലും നികത്താൻപറ്റാത്ത ശൂന്യതയും നഷ്ടവും തന്നെയായിരിക്കും എന്നും.

# അണയാത്ത ജീവപ്രകാശം

അച്ഛന്റെ വേർപാടിനുശേഷം വേദനയുടെയും ഒറ്റപ്പെടലിന്റെയും അഗാധതയിലേക്ക് ഞാനും അമ്മയും കൂപ്പുകുത്തി. പകൽ മുഴുവനും ഞാനും അമ്മയും മാത്രമായിരുന്ന വീട്ടിൽ. ശബ്ദമുഖരിതമായിരുന്ന ഞങ്ങളുടെ വീട്ടിൽ നിശ്ശബ്ദത മാറാലകെട്ടി. നിലവിളക്കണഞ്ഞുപോയ വീട്ടിൽ രാത്രികളിലെ അന്ധകാരത്തിൽ ഏകയായി ഞാൻ തേങ്ങി. അശ്രുധാരയിൽ അലിയാത്ത നോവുകൾ എന്നെ ഒരു ദുഃഖശിലയാക്കി മാറ്റി. ആലംബഹീനയായി ഞാൻ സ്തംഭിച്ചുനിന്നു.

എന്റെ ജീവിതവുമായി ബന്ധപ്പെട്ട എല്ലാക്കാര്യങ്ങളും അച്ഛനുമായി പങ്കുവെക്കുമായിരുന്നു ഞാൻ. അച്ഛൻ അറിയാത്തതോ ഞാൻ പറയാത്തതോ ആയി ഒരു സംഭവവും എന്റെ ജീവിതത്തിലില്ലായിരുന്നു. അച്ഛന്റെ വേർപാടിനുശേഷം പകൽ ടി വി തീരെ തുറക്കാതായി. വർഷങ്ങൾ കഴിഞ്ഞിട്ടും ഇന്നും ടി വി ഓൺ ചെയ്യുമ്പോൾ അറിയാതെ എന്റെ കണ്ണുകൾ സോഫയിൽ അച്ഛൻ ഇരിക്കുമായിരുന്ന ഭാഗത്തേക്ക് പോകും. അതോടെ ടി വി കാണാനുള്ള എന്റെ മൂഡ് പോകുകയും ഞാൻ എന്റെ റൂമിലേക്കുതന്നെ തിരിച്ചുവരുകയും ചെയ്യും. രാത്രി അനിയനും ഭാര്യയും മോനും ഉള്ളപ്പോൾമാത്രമേ ടി വി ഓൺ ചെയ്യാറുള്ളൂ. എന്തെങ്കിലും പ്രധാനപ്പെട്ട ന്യൂസ് കാണാനുള്ളപ്പോൾ മാത്രമേ ഞാൻ പകൽ ടി വി തുറക്കാറുള്ളൂ.

ഇപ്പോൾ പുസ്തകങ്ങൾ മാത്രമാണ് എന്റെ കൂട്ടുകാർ. ഇരുപത്തിനാല് മണിക്കൂറും റൂമിൽത്തന്നെയായിരിക്കും. റൂമിൽനിന്നും പുറത്തേക്ക് വരുമ്പോൾ വീടിന്റെ ഓരോ ഇഞ്ച് സ്ഥലത്തും അച്ഛന്റെ അദൃശ്യമായ സ്നേഹസ്പർശം ഞാൻ അനുഭവിച്ചുകൊണ്ടിരിക്കുന്നു. വായനയിലും

അത്യാവശ്യം ചിത്രരചന, തയ്യൽ, മനസ്സിന്റെ വേദനകൾ അക്ഷരമായി പുറത്തുവരുമ്പോൾ കുത്തിക്കുറിക്കുന്ന വരികൾ, അത് കവിതയാണോ എന്നൊന്നും എനിക്കറിയില്ല, ഇതിലൊക്കെ മുഴുകി ഞാൻ എന്റെ വേദനകൾ മറക്കാൻ ശ്രമിച്ചുകൊണ്ടിരിക്കുന്നു. ഉറക്കം കുറവായതുകൊണ്ട് രാത്രി 12 മണിവരെയൊക്കെ വായിച്ചിരിക്കാറുണ്ട്. വായിച്ച് നല്ലവണ്ണം ഉറക്കംവന്നാൽ മാത്രമേ കിടക്കാറുള്ളൂ. അല്ലെങ്കിൽ ഉറക്കംവരാതെ നീറുന്ന ചിന്തകൾ മനസ്സിൽ അലയടിച്ചുകൊണ്ടിരിക്കും. മൂന്നോ നാലോ മണിക്കൂർ മാത്രമാണ് ഉറങ്ങുന്നത്.

അച്ഛന്റെ വേർപാടിന്റെ ആദ്യവർഷങ്ങളിലൊക്കെ സഹോദരങ്ങളെല്ലാവരും ഞങ്ങൾക്ക് സാന്ത്വനമായി വരാറുണ്ടായിരുന്നു. മെല്ലെമെല്ലെ അവരുടെ വരവിന്റെ ഇടവേളകൾ കൂടിവന്നു. സഹോദരങ്ങൾക്കും മറ്റു ബന്ധുക്കൾക്കുമൊക്കെ അച്ഛന്റെ വേർപാടിനുശേഷം ഇങ്ങോട്ട് വരാനുള്ള താല്പര്യം കുറഞ്ഞു. അവർ അകൽച്ച കാണിക്കുന്നതുപോലെ എനിക്ക് തോന്നിത്തുടങ്ങി. എന്തെങ്കിലും അത്യാവശ്യം വന്നാൽപ്പോലും നിർബന്ധിച്ചാൽ മാത്രമേ വരാറുള്ളൂ. ഏച്ചിയും അനിയത്തിയുമൊക്കെ ദിവസവും വിളിക്കാറുണ്ടെങ്കിലും അവരുടെ നേരിട്ടുള്ള സാമിപ്യം കുറഞ്ഞത് എന്റെ മനസ്സിന്റെ വേദനയുടെ ആക്കംകൂട്ടി. സ്വന്തമായി ജീവിതമില്ലാത്തതുകൊണ്ടായിരിക്കും എന്റെ എല്ലാ സഹോദരങ്ങളെയും മക്കളെയും അതിരുവിട്ടു സ്നേഹിക്കുകയും ലാളിക്കുകയും ചെയ്യുമായിരുന്നു ഞാൻ. അവരുടെ സുഖദുഃഖങ്ങൾ എന്റേതുകൂടി ആയിട്ടാണ് ഞാൻ കരുതിയിരുന്നത്. അതുകൊണ്ടുതന്നെ അവർ അകലുന്നു എന്ന തോന്നൽതന്നെ എനിക്ക് ഏറെ വിഷമം ഉണ്ടാക്കുന്നതാണ്. എനിക്ക് ഞാൻ മാത്രം എന്ന തിരിച്ചറിവിന്റെ വേദനപ്പിക്കുന്ന അനുഭവമായി തോന്നി അത്.

ചിലപ്പോൾ എല്ലാം എന്റെ തോന്നൽ മാത്രമായിരിക്കാം.

അച്ഛന്റെ വേർപാടിനുശേഷം പകൽ മുഴുവൻ ഞാനും അമ്മയും മാത്രമായി നിശ്ശബ്ദതയുടെ കൊച്ചുദ്വീപിൽ. ശ്രീക്കുട്ടൻ വൈകുന്നേരം സ്കൂളിൽനിന്നും വന്നാൽ മാത്രമേ ദിവസങ്ങൾക്ക് ഒരു ചലനം ഉണ്ടാകാറുള്ളൂ.

ദിവസങ്ങൾ കൊഴിഞ്ഞുപോകവേ അച്ഛന്റെ വേർപാടിന്റെ വിഷമങ്ങൾ അമ്മയെ കൂടുതൽ ബാധിക്കാൻ തുടങ്ങി.

വർഷങ്ങളായിട്ട് വീട്ടിലെ എല്ലാ ഉത്തരവാദിത്വങ്ങളും സന്തോഷത്തോടെ ഏറ്റെടുത്തു നടത്തുന്നത് അമ്മയായിരുന്നു. എല്ലാ കാര്യങ്ങളും സ്വയം ഏറ്റെടുത്തു ഊർജ്ജസ്വലയായി ഓടിനടക്കുന്ന അമ്മയെ ആയിരുന്നു ജനിച്ചതുമുതൽ ഞങ്ങൾ കണ്ടുകൊണ്ടിരുന്നത്. എല്ലാവരുടേയും ഭക്ഷണ കാര്യങ്ങളിൽ അമ്മക്ക് വലിയ ശ്രദ്ധയായിരുന്നു. പ്രത്യേകിച്ച് അച്ഛന്റെ ഭക്ഷണകാര്യത്തിൽ. യാത്രചെയ്യാനും ബന്ധുവീടുകളിൽ

പോകാനും അമ്മയ്ക്ക് ഏറെ താല്പര്യമായിരുന്നു. ഏച്ചിയുടെയും അനിയത്തിയുടെയും വീടുകളിലും അമ്മയുടെ തറവാട്ടിലുമൊക്കെ രണ്ടുംമൂന്നും ദിവസങ്ങൾ പോയി താമസിക്കാറുമുണ്ടായിരുന്നു. അച്ഛനും യാത്ര പോകാൻ ഇഷ്ടായിരുന്നെങ്കിലും എവിടെയും താമസിക്കാൻ ഇഷ്ടമല്ലായിരുന്നു. ഞാൻ വിഷമിക്കും എന്നായിരുന്നു അതിന് കാരണം പറയാറുള്ളത്.

അച്ഛനില്ലാതായപ്പോൾ അമ്മ എല്ലാ ഉത്തരവാദിത്വങ്ങളിൽനിന്നും വിട്ടുനിന്നതും കുറേക്കാലത്തോളം എവിടെയും യാത്ര പോകാതിരുന്നതും പെട്ടെന്ന് ഒറ്റപ്പെട്ട ശൂന്യമായ ഒരു മാനസികാവസ്ഥയിൽ അമ്മയെ എത്തിച്ചു. ദിവസങ്ങൾ കഴിയുംതോറും അമ്മ ഓരോ കാര്യങ്ങളിലും താല്പര്യക്കുറവ് കാട്ടിത്തുടങ്ങി. ഓർമ്മക്കുറവും വല്ലാതെ അലട്ടി. പിന്നീട് അത് പലവിധ മാനസിക പ്രശ്നങ്ങളായി മാറി. അച്ഛന്റെ വേർപാടിന്റെ തകർച്ചയിൽനിന്നും കരകയറുന്നതിനുമുമ്പ് അമ്മയും ഇങ്ങനെയൊരു മാനസികാവസ്ഥയിൽ എത്തിയതിൽ ഞങ്ങളെല്ലാവരും വല്ലാതെ വിഷമിച്ചു. അനിയനും ഭാര്യയും ഷോപ്പിലും മോൻ സ്കൂളിലും പോയാൽ പിന്നെ എല്ലാം കാണുകയും സഹിക്കുകയും ചെയ്യാൻ ഞാൻ മാത്രം..!

അച്ഛൻ പോയതിൽപ്പിന്നെ അമ്മയ്ക്ക് എല്ലാ കാര്യങ്ങൾക്കും ഒരാശ്രയം ഞാനായിരുന്നു. സ്നേഹം, സന്തോഷം, സങ്കടം, ദേഷ്യം അങ്ങനെ എല്ലാ വികാരങ്ങളും അമ്മ എന്നോടാണ് കൂടുതലും പ്രകടിപ്പിക്കുന്നത്. ഓർമ്മക്കുറവുകൊണ്ടുള്ള പ്രശ്നംകാരണം അമ്മ ചിലപ്പോൾ വല്ലാതെ ദേഷ്യപ്പെടുകയും ഒരു കാരണവുംകൂടാതെ എന്നെ വഴക്ക് പറഞ്ഞുകൊണ്ടിരിക്കുകയും ചെയ്യും. ഇത്തിരിവട്ടത്തിനുള്ളിൽ എല്ലാം ഒറ്റയ്ക്ക് സഹിച്ച് ഞാൻ വല്ലാത്തൊരു മാനസികാവസ്ഥയിലായി. ഈ ജന്മം എങ്ങനെയാണ് അവസാനിപ്പിക്കേണ്ടത് എന്നായി ഓരോ ദിവസവും ഉറങ്ങാൻ കിടക്കുമ്പോൾ എന്റെ ചിന്ത.

അച്ഛൻ നഷ്ടപ്പെട്ട എനിക്ക് ആലംബമായ അമ്മയുടെ ദുരവസ്ഥ എന്റെ മനസ്സിനെ ഏറെ മരവിപ്പിച്ചു. അമ്മയെ തനിച്ചാക്കി പോകാനുള്ള മടികൊണ്ട് ഞാൻ എവിടെയും യാത്രപോകാറില്ല. യാത്രപോകാൻ ഒരുപാട് അവസരങ്ങളുണ്ടാകാറുണ്ടെങ്കിലും ഞാൻ ഒഴിഞ്ഞുമാറുകയാണ് പതിവ്. എന്നെ ഇവിടെ കാണാതിരിക്കുമ്പോൾ അമ്മയ്ക്ക് വല്ലാത്ത വേവലാതികളും അസ്വസ്ഥതകളുമായിരുന്നു. ഗെയിറ്റിന്റെ അടുത്തുനിന്നും മാറാതെ എന്നെയും കാത്തിരിക്കും. അനിയന്റെ ഭാര്യ വിളിച്ചാലൊന്നും വീട്ടിലേക്ക് കയറില്ല. അതുകൊണ്ട് എനിക്ക് സന്തോഷം കിട്ടുന്ന എല്ലാ യാത്രകളും മാറ്റിവെച്ച് അമ്മയേയും കൂട്ടിപ്പോകാൻ പറ്റുന്നസ്ഥലങ്ങളിൽ മാത്രമേ ഞങ്ങൾ എല്ലാവരുംകൂടെ ഒരുമിച്ച് പോകാറുള്ളൂ.

അച്ഛന് അമ്മയുടെ എല്ലാക്കാര്യങ്ങളിലും വലിയ ശ്രദ്ധയായിരു

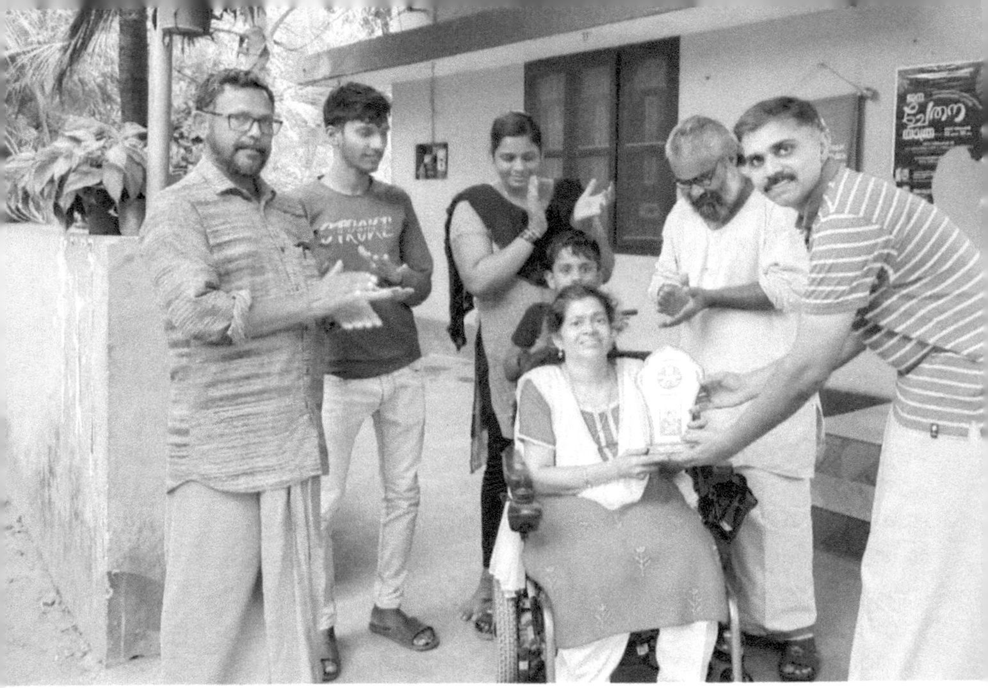


ന്നു. കൊച്ചുകുട്ടികളെപ്പോലെയാണ് അമ്മയെ അച്ഛൻ നോക്കിയിരു ന്നത്. അമ്മയ്ക്ക് ചെറിയ എന്തെങ്കിലും അസുഖം വന്നാൽപ്പോലും അടു ത്തിരുന്നു ശുശ്രൂഷിക്കും. എന്നും ഒന്നിച്ചുതന്നെ. അതുകൊണ്ടുതന്നെ അച്ഛന്റെ വേർപാടോടെ അമ്മ ഒറ്റപ്പെട്ടതുപോലെ തോന്നി. ഞങ്ങൾ എല്ലാവരും എത്രതന്നെ സ്നേഹവും ശ്രദ്ധയും കൊടുത്താലും അച്ഛനോളം വരില്ലല്ലോ ആരും. അതിന്റെകൂടെ മൂത്ത ആൺകുട്ടി എന്ന നിലയിൽ കൂടുതൽ ലാളിച്ചും ഓമനിച്ചും വളർത്തിയ മകന്റെ അകൽച്ചയും അമ്മയെ ബാധിച്ചു. സ്വത്ത് സംബന്ധമായ ചെറിയ തർക്കത്തിന്റെ കാരണം പറ ഞ്ഞാണ് അവൻ എല്ലാവരിൽനിന്നും അകന്നുനിൽക്കുന്നത്.

"Blood is thicker than water" എന്ന ചൊല്ല് തിരുത്തേണ്ട സമ യമായെന്നു തോന്നുന്നു. രക്തബന്ധമെന്നാൽ വെറും നീർക്കുമിളകൾ മാത്രമാണെന്ന് വീണ്ടുംവീണ്ടും ഞാൻ അനുഭവിച്ചറിയുന്നു. കിട്ടാനുള്ള സ്വത്തിന്റെയും പണത്തിന്റെയും മൂല്യമനുസരിച്ച് വിലയിടുന്ന രക്തബ ന്ധത്തേക്കാൾ വിലകല്പിക്കേണ്ടത് ഉപാധികളില്ലാതെ സ്നേഹിക്കുന്ന സുഹൃദ്ബന്ധങ്ങൾക്കാണ്.

രക്തബന്ധങ്ങളേക്കാൾ കൂടുതൽ സ്നേഹവും പരിഗണനയും നൽകു ന്ന സുഹൃദ്ബന്ധങ്ങൾ എനിക്കിപ്പോൾ ഏറെയുണ്ട്. അത് തീർച്ചയായും വാക്കുകളിൽ ഒതുക്കാൻ പറ്റാത്തത്രയും സന്തോഷം നൽകുന്നവയാണ്. ഒറ്റപ്പെടലിൽനിന്നും എനിക്ക് അല്പമെങ്കിലും ആശ്വാസംതരുന്നത് അവ രുടെയൊക്കെ ഇടയ്ക്കിടെയുള്ള സന്ദർശനങ്ങളും ഫോൺവിളികളുമാണ്.

അമ്മയുടെ ഓർമ്മക്കുറവും ചികിത്സയുമായി എല്ലാവരും വേദന

യുടെ ദിവസങ്ങളിലൂടെ കടന്നുപോയിക്കൊണ്ടിരിക്കുന്ന സമയത്ത് ഞങ്ങൾക്ക് കിട്ടിയ സന്തോഷകരമായ ഒരു സംഭവമായിരുന്നു അനിയത്തിയുടെ മകന്റെ കല്യാണം. എല്ലാവരെയും സ്നേഹിക്കാൻ കഴിവുള്ള നല്ല ഒരു പെൺകുട്ടിയാണ് കുടുംബത്തിൽ വന്നുകയറിയത് എന്നത് എല്ലാവരെയും ഏറെ സന്തോഷിപ്പിച്ചു. അനിയത്തിയുടെ നിർബന്ധത്താൽ ഞാനും കല്യാണത്തിൽ പങ്കെടുക്കുകയും മോനെയും വധുവിനെയും അനുഗ്രഹിക്കുകയും ചെയ്തു.

ബന്ധുമിത്രാദികളെയെല്ലാം അവിടെവെച്ച് കാണാൻ സാധിച്ചതിൽ ഞാൻ വലിയ സന്തോഷത്തിലായിരുന്നു. അമ്മയുടെയും അച്ഛന്റെയും ബന്ധുക്കൾ മുഴുവനും അവിടെയുണ്ടായിരുന്നു.

എന്നാൽ സന്തോഷകരമായ ആ ചടങ്ങിൽ അച്ഛനില്ലാത്ത നഷ്ടബോധം എന്നെയും അനിയത്തിയെയുമൊക്കെ വേദനിപ്പിക്കുകയും ചെയ്തിരുന്നു. അന്നവിടെ താമസിക്കാനായിരുന്നു ഞങ്ങൾ തീരുമാനിച്ചിരുന്നത്. എന്നാൽ അവിടെ ഒരുപാട് ആൾക്കാരെയൊക്കെ കണ്ടപ്പോൾ അമ്മയ്ക്ക് വല്ലാത്ത അസ്വസ്ഥതയായിരുന്നു. അതുകൊണ്ട് ഞങ്ങൾ വേഗം മടങ്ങാൻ തീരുമാനിച്ചു. റിസപ്ഷൻ നടക്കുന്ന സമയമായതിനാൽ രാത്രി പത്തരയായിട്ടും നൂറുകണക്കിന് ആൾക്കാർ മുറ്റത്ത് വരുകയും പോകുകയും ചെയ്തുകൊണ്ടിരുന്നു. ആളുകൾക്കിടയിൽ മുറ്റത്ത് വണ്ടികൊണ്ടുവരാൻ പറ്റുമായിരുന്നില്ല. അതുകൊണ്ട് എന്നെ എങ്ങനെ റോഡുവരെ എത്തിക്കുമെന്നറിയാതെ എന്റെ അനിയൻ രാജുവും ഭാര്യ താരയും ആകെ വിഷമിച്ചു. ആ തിരക്കിനിടയിൽത്തന്നെ നീലേശ്വരത്തെ അനിയനും കുടുംബവും അവിടെനിന്നും പോകുകയും ചെയ്തു. പിന്നീട് എല്ലാവരുംകൂടെ വീൽച്ചെയറിൽ എന്നെ റോഡുവരെ എത്തിച്ചു. അന്നവിടെ കയറിവന്ന വധുവായ മോളുപോലും എന്നെ സഹായിക്കാൻ ഓടിയെത്തിയപ്പോൾ ഞാൻ കരഞ്ഞുപോയി. വീട്ടിലെത്തി അമ്മയുടെ അസ്വസ്ഥതകളൊക്കെ മാറിയപ്പോഴാണ് ഞങ്ങൾക്കെല്ലാവർക്കും ആശ്വാസമായത്.

# ജാലകത്തിനപ്പുറം

ഞങ്ങൾ താമസിക്കുന്ന കാലിക്കടവിലെ വീടിനെക്കുറിച്ചൊന്നും ഞാൻ ഇതുവരെ പരാമർശിച്ചിട്ടില്ല. എന്റെ മുറിയിൽ ചെറിയൊരു ജാലകമുണ്ട്. അതിന്റെ ഇത്തിരി ചതുരക്കള്ളികൾക്കിടയിലൂടെയാണ് ഞാൻ പുറംകാഴ്ചകൾ കാണുന്നത്. ജാലകത്തിലൂടെ മാത്രം പുറംലോകം കാണുന്ന എന്റെ മനസ്സിൽ ഏറെ ആഴത്തിൽപ്പതിഞ്ഞ ചില കൗതുക കാഴ്ചകളുണ്ട്. ഋതുഭേദങ്ങൾ മാറുന്നതനുസരിച്ച് പ്രകൃതിയൊരുക്കുന്ന വ്യത്യസ്തമായ നയനമനോഹരമായ കൗതുക കാഴ്ചകൾ.

ഞങ്ങളുടെ വീട് വിശാലമായ വയലിന്റെ കരയിലാണ്. കണ്ണെത്താത്ത ദൂരം പരന്നുകിടക്കുന്ന വിശാലമായ വയലും അതിന്റെ മധ്യത്തിലൂടെ ഒഴുകുന്ന തോടും വയലിനപ്പുറത്തെ കരയിലുള്ള ഹരിതാഭയാൽ കണ്ണിന് കുളിരേകുന്ന തെങ്ങുകളും കവുങ്ങുകളും വാഴകളും നിറഞ്ഞ തോട്ടവുമാണ് എന്റെ ജാലകത്തിലൂടെ നോക്കിയാൽ കാണുന്ന കാഴ്ചകൾ.

വേനൽക്കാലത്ത് ക്രിക്കറ്റും ഫുട്ബോളും കളിക്കുന്ന കുട്ടികളുടെ ആരവങ്ങളാൽ മുഖരിതമാകുന്ന വൈകുന്നേരങ്ങൾ. വർഷകാലത്ത് മൂന്നോനാലോ ദിവസം തുടർച്ചയായി മഴപെയ്താൽ തോട് കരകവിഞ്ഞ് പുഴയായി മാറും. ഇടയ്ക്ക് വെയിലിലും ഇളംകാറ്റിലും കുഞ്ഞോളങ്ങൾ തിരമാലകളെപ്പോലെ കരയെ തഴുകിക്കൊണ്ടിരിക്കും. വെയിലിൽ വെട്ടിത്തിളങ്ങുന്ന നോക്കെത്താത്ത ദൂരത്തോളം വെള്ളി ഉരുക്കി ഒഴിച്ചതുപോലെ വെള്ളച്ചാൽ. പിന്നീട് നെൽവിത്തിടുമ്പോഴും ഞാറ് നടുമ്പോഴും കർഷകത്തരുണികളുടെ ശബ്ദങ്ങളാൽ മുഖരിതമായിരിക്കും വയലേലകൾ.

നെൽച്ചെടി ഒന്നുപിടിച്ച് നിൽക്കാൻ തുടങ്ങിയാൽ പച്ചപ്പട്ട് വിരി

ച്ചതുപോലെ കാണുന്ന വിശാലമായ വയലിന്റെ കാഴ്ച നയനമനോഹരം തന്നെ. കാറ്റൊന്നടിച്ചാൽ പച്ചക്കടലിൽ തിരമാലയെന്നപോലെ നെൽച്ചെടികൾ ചാഞ്ചാടിക്കൊണ്ടിരിക്കും. കതിരുകൾ വിളഞ്ഞ് കൊയ്യാറാകുമ്പോഴേക്കും വയൽ ആകെ മാറിമറഞ്ഞ് സ്വർണ്ണക്കസവുമുണ്ട് പുതച്ച് അല്പം ചരിഞ്ഞ് കിടപ്പായിരിക്കും. നെൽക്കതിരുകളുടെ ഭാരത്താൽ അലസമായി എന്നാൽ സംതൃപ്തിയോടെയായിരിക്കും ആ കിടപ്പ്. കൊയ്യാൻ സമയമാകുമ്പോൾ കർഷകസഹോദരിമാർ രാവിലെ മുതൽ ഉത്സാഹത്തോടെ വയലിൽ പ്രവേശിക്കുകയായി. പിന്നീട് ദിവസങ്ങളോളം അവരുടെ ആഹ്ലാദഭരിതമായ സംഭാഷണങ്ങളും നാടൻപാട്ടുകളും ആ പരിസരമാകെ നിറയും. സമീപപ്രദേശങ്ങളിലെ എല്ലാ വീടുകളിലും ആ സന്തോഷം അലയടിക്കും. പിന്നീട് കൊയ്ത്തുതീരുവോളം ആ പ്രദേശം ശബ്ദമുഖരിതമാകും. കൊയ്ത്തും മെതിയുമൊക്കെയായി ഉത്സാഹത്തിമിർപ്പിന്റെ നാളുകൾ.

വയലിൽത്തന്നെ വലിയ ഷീറ്റ് വിരിച്ചാണ് നെല്ല് മെതിക്കുകയും ചേറുകയും ചെയ്യുക. എല്ലാം കഴിഞ്ഞശേഷം നെല്ലുകൾ ചാക്കിൽ നിറയ്ക്കുകയും വൈക്കോൽ കെട്ടുകളാക്കി വെയ്ക്കുകയുംചെയ്യും. ഞങ്ങളുടെ വീടിന്റെ മുന്നിലാണ് നെല്ലും വൈക്കോലുമൊക്കെ കയറ്റുന്നതുവരെ ലോറി നിർത്തിയിടുക. മണിക്കൂറുകൾ വേണ്ടിവരും എല്ലാം കയറ്റിത്തീരാൻ. ഒന്നുരണ്ട് വർഷംമുമ്പ് യന്ത്രവണ്ടികൾ ഉപയോഗിച്ചാണ് കൊയ്ത്ത് നടത്തിയിരുന്നത്. അപ്പോഴത്തെ ആഘോഷം ഒന്ന് കാണേണ്ടതുതന്നെ. ഉതിർന്നുവീഴുന്ന നെന്മണികൾ കൊത്തിപ്പെറുക്കാൻ കൊക്കുകളുടെ സമ്മേളനംതന്നെ വയലിലുണ്ടാകും. വെള്ളപ്പട്ട് വിരിച്ചപോലെ വണ്ടിയുടെ പിന്നാലെയും നൂറുകണക്കിന് കൊക്കുകളെ കാണാം. അവ ഒരുമിച്ച് പറന്നുപോകുന്ന കാഴ്ച മനോഹരമാണ്. വിശാലമായ വെള്ളപ്പട്ട് ആകാശത്തേക്ക് പറന്നുപൊങ്ങുന്നതുപോലെ. വട്ടംചുറ്റി അവ വീണ്ടും വയലിലേക്ക് പറന്നിറങ്ങും. ഈ മനോഹര ദൃശ്യം ഞാൻ ചിലപ്പോൾ കണ്ണെടുക്കാതെ നോക്കിനിന്നിട്ടുണ്ട്. കൊയ്ത്തുകഴിഞ്ഞാൽ പിന്നെ വയൽ തരിശ് നിലമായി മാറും. ആഘോഷംകഴിഞ്ഞ ഉത്സവപ്പറമ്പുപോലെ അലസമായി, മൗനമായി നീണ്ടുനിവർന്ന് കിടപ്പാകും വയൽ. അടുത്ത കൃഷിയിറക്കാനായി ട്രാക്റ്റർ വന്ന് നിലം ഉഴുത് മറിയ്ക്കുന്നതുവരെ ഈ കിടപ്പ് തുടരും.

ഇതൊക്കെ എഴുതാൻമാത്രം എന്തുണ്ട്, സാധാരണ എല്ലായിടത്തും കാണുന്ന കാഴ്ചകളല്ലേ എന്ന് നിങ്ങൾ ചിന്തിച്ചേക്കാം. വിശാലമായ ലോകം നടന്നുചെന്ന് കാണാൻ പരിമിതിയുള്ള എന്നെ സംബന്ധിച്ച് പ്രകൃതിയുടെ ഈ വ്യത്യസ്തഭാവങ്ങൾ ഏറെ കൗതുകം ഉണർത്തുന്നവയാണ്, ഏറെ വിസ്മയകരവും.

# വല്മീകത്തിൽ നിന്നും പതിയെ...

ഓരോരുത്തരുടെയും ഓരോ ദിവസവും എങ്ങനെയായിരിക്കുമെന്ന് ചിന്തിക്കാൻ നല്ല രസമാണ്. വീടിനകത്തും പുറത്തുമുള്ള ലോകത്ത് എന്തെല്ലാം കാര്യങ്ങളായിരിക്കും ഓരോ ദിവസവും നമുക്ക് അഭിമുഖീകരിക്കേണ്ടിവരുന്നത്. എന്നാൽ പരിമിതികൾ നിറഞ്ഞ എന്റെ ദൈനംദിന കാര്യങ്ങളൊക്കെ വീടിനകത്തെ ചെറിയ ലോകത്ത് മാത്രം ഒതുങ്ങുന്നതാണ്. പുറംലോകത്തെ വിശാലവിഹായസ്സിൽ സ്വാതന്ത്ര്യത്തോടെ പാറിപ്പറന്നു കളിക്കാൻ എന്റെ മനസ്സും കൊതിക്കാറുണ്ട്. ഏറെ ആഹ്ലാദകരമായ അനുഭവങ്ങളുണ്ടെങ്കിലും പലപ്പോഴും ആശകളുടെ കത്തിക്കരിഞ്ഞ ചാരംനിറഞ്ഞ മനസ്സുമായി ദിവസങ്ങൾ തള്ളിനീക്കേണ്ടിവന്നിട്ടുണ്ട്. ഒരിക്കലും ചിരിയുടെ ഉല്ലാസത്തിലെത്താൻ, അതിൽ പങ്കാളിയാകാൻ എനിക്ക് സാധിക്കുന്നില്ലല്ലോ എന്നുള്ള മനസ്സിന്റെ നീറ്റൽ എങ്ങനെയാണ് ഞാൻ പറഞ്ഞുതരിക. അങ്ങനെ പറയുമ്പോൾ ജീവിതം മുഴുവനും ഞാൻ കരഞ്ഞുതീർക്കുകയാണെന്നായിരിക്കും നിങ്ങൾ കരുതുക. എന്നാൽ അതല്ല ശരി. ജീവിതാനുഭവങ്ങളോടുള്ള മനുഷ്യരുടെ കാഴ്ചപ്പാടുകൾതന്നെയാണ് സുഖദുഃഖങ്ങളുടെ ഏറ്റക്കുറച്ചിലുകൾ നിർണ്ണയിക്കുന്ന പ്രധാനഘടകം എന്നെനിക്കറിയാം. ജീവിതത്തിലെ പ്രതിസന്ധികളെയും ദുരിതങ്ങളെയും പോസിറ്റീവായെടുത്താൽ മനസ്സിന്റെ പിരിമുറുക്കം കുറയും.

എന്റെ ജീവിതത്തിൽ സന്തോഷംനിറഞ്ഞ എത്രയോ അനുഭവങ്ങൾ ഉണ്ടായിട്ടുണ്ട്. നല്ല കാര്യങ്ങളിൽ അമിതമായി സന്തോഷിക്കുകയും നിസ്സാരകാര്യങ്ങൾക്കുപോലും സങ്കടപ്പെടുകയും ചെയ്യുന്ന പ്രകൃതമായിരുന്നു എന്റേത്. എനിക്ക് ഏറ്റവും സന്തോഷംതോന്നുന്ന കാര്യമാ

ണ് എന്റെ സഹോദരങ്ങളുടെയും അവരുടെ കുട്ടികളുടെയും സാന്നിധ്യം. പിന്നെ വല്ലപ്പോഴും വീട്ടിൽ വരുന്ന മാമന്മാർ, മാമിമാർ, എന്റെ അച്ഛന്റെ അനിയത്തി, മറ്റു ബന്ധുക്കൾ ഇവരൊക്കെ വീട്ടിൽ വരുമ്പോൾ ഞാൻ ഏറെ സന്തോഷിക്കാറുണ്ട്. പ്രായാധിക്യം കാരണം യാത്രചെയ്യാൻ ബുദ്ധിമുട്ടുള്ളതുകൊണ്ട് അപൂർവമായിട്ടേ ഇപ്പോൾ പല ബന്ധുക്കളും വരാറുള്ളൂ. അതുകൂടാതെ എന്നെ സ്വന്തം സഹോദരി എന്നപോലെ സ്നേഹിക്കുന്ന എന്റെ ബാല്യകാലസഖികളും കളിക്കൂട്ടുകാരുമായ സഹപാഠികൾ, നാട്ടിലെ അടുത്ത കൂട്ടുകാർ, ഇവരിലാരെങ്കിലുമൊക്കെ വീട്ടിൽ വരുമെന്നറിഞ്ഞാൽ എത്ര സന്തോഷമാണെന്നറിയോ. വീട് നിറയെ ആൾക്കാരുണ്ടായിരുന്നെങ്കിൽ എന്ന് ഞാൻ പലപ്പോഴും കൊതിച്ചിട്ടുണ്ട്. വീട്ടിൽ ഞാനും അമ്മയും മാത്രമാകുമ്പോൾ, എന്തിനെന്നറിയാതെ മനസ്സ് നീറിക്കൊണ്ടിരിക്കും. അതിൽനിന്നൊക്കെ രക്ഷപ്പെടാൻ ഞാൻ എന്തെങ്കിലും കാര്യങ്ങളിൽ മുഴുകി സജീവമാകാൻ ശ്രമിച്ചുകൊണ്ടിരിക്കും. പ്രധാനമായി ചെയ്യുന്നത് വായനതന്നെ. പുസ്തകങ്ങളുണ്ടെങ്കിൽ പരിസരബോധമില്ലാതെ എപ്പോഴും അതിൽ മുഴുകാറാണ് പതിവ്. പുസ്തകം വായിച്ചുകഴിഞ്ഞാൽ അതിനെക്കുറിച്ച് എഴുതിവെയ്ക്കുക എന്നതും എന്റെ ശീലമാണ്. പിന്നെ തയ്യൽ. എന്റെയും അമ്മയുടെയും വസ്ത്രങ്ങൾ ഞാൻ തന്നെയാണ് തയ്ക്കാറ്. ഓണം, വിഷു മുതലായ വിശേഷ ദിവസങ്ങൾ വരുമ്പോൾ തയ്ക്കാൻ ധാരാളം ഉണ്ടാകും. ചിത്രം വരയ്ക്കാൻ തുടങ്ങിയാലും മറ്റെല്ലാം മറന്ന് അതിൽ പൂർണ്ണമായും ലയിച്ചിരിക്കും.

എന്റെ മുറി പതിവായി വൃത്തിയാക്കുന്നത് ഞാൻ തന്നെയാണ്. മാറാല അടിയ്ക്കുക, നിലം അടിച്ചുവാരുക, അത്യാവശ്യം തറയൊക്കെ തുടയ്ക്കുക, അലമാര വൃത്തിയാക്കി എന്റെ വസ്ത്രങ്ങളും പുസ്തകങ്ങളുമൊക്കെ അടുക്കിവെയ്ക്കുക ഇതൊക്കെ എനിയ്ക്കിഷ്ടപ്പെട്ട വീട്ടുജോലികളാണ്. ഇതിനൊന്നും ആരെയും ആശ്രയിക്കാറില്ല. എന്റെ വസ്ത്രങ്ങൾ ഞാൻതന്നെ കഴുകുന്നതാണ് എനിക്കിഷ്ടം. അത് വല്ലാത്തൊരു സംതൃപ്തിതരുന്ന കാര്യമാണ്. പിന്നെ ഇസ്തിരിയിടൽ. കാലിപ്പർ ഉപയോഗിച്ച് നടക്കാൻ തുടങ്ങിയതിനുശേഷം പതിമൂന്ന് വയസ്സുമുതൽതന്നെ അച്ഛന്റെ വസ്ത്രങ്ങളൊക്കെ ഞാനാണ് ഇസ്തിരിയിട്ട് കൊടുക്കാറുള്ളത്. അത് അച്ഛന്റെ വേർപാടുവരെ കൃത്യമായി ഒരു പ്രാർത്ഥനപോലെ ചെയ്യാറുണ്ടായിരുന്നു.

വീട്ടിൽ വീൽച്ചെയർ എത്തുന്നിടത്തും എന്റെ കൈ എത്തുന്നിടത്തുമൊക്കെ എല്ലാ സാധനങ്ങളും അടുക്കിപ്പെറുക്കി വെയ്ക്കുക എന്നത് എന്റെ ഒരു ശീലമാണ്. പിന്നെ അമ്മയ്ക്ക് പച്ചക്കറികൾ മുറിച്ചുകൊടുക്കുക, വിളക്ക് തുടച്ച് വെയ്ക്കുക, എണ്ണയും ചാരവും നിറഞ്ഞ് വൃത്തികേടായ പേപ്പറുകൾ മാറ്റി പുതിയത് വിരിയ്ക്കുക, ഇതൊക്കെ എന്റെ ഇഷ്ടജോലിയിൽപ്പെട്ടതാണ്.

ഏതെങ്കിലും സാധനങ്ങൾ അടുക്കും ചിട്ടയുമില്ലാതെ കിടക്കുന്നതോ മാറാല തൂങ്ങിക്കിടക്കുന്നതോ കണ്ടാൽ എനിക്ക് വട്ടുപിടിക്കുന്നതുപോലെ തോന്നും. ശരീരംകൊണ്ട് ഇതൊക്കെ ചെയ്യാൻ പ്രയാസമുണ്ടെങ്കിലും എന്തുവിഷമങ്ങൾ സഹിച്ചും വൃത്തിയായും നിരതെറ്റാതെയും സാധനങ്ങൾ സൂക്ഷിക്കാതിരിക്കാൻ എനിക്ക് കഴിയില്ല. അതുകൊണ്ടുതന്നെ ശരീരവേദനയും മറ്റു പ്രയാസങ്ങളുമൊക്കെ ഉണ്ടാകുമ്പോൾ അച്ഛന്റെയും അമ്മയുടെയും വഴക്കും കേൾക്കാറുണ്ട്. മനസ്സെത്തുന്നിടത്ത് ശരീരം എത്താതിരിക്കുമ്പോഴുള്ള മാനസിക സംഘർഷങ്ങൾ വേറെ. എങ്കിലും എനിക്ക് അങ്ങനെ മാത്രമേ ജീവിക്കാൻ പറ്റൂ. ഇന്നും അങ്ങനെ തന്നെ.

ഇങ്ങനെ വീട്ടിലെ ചെറുതും വലുതുമായ ജോലികൾ ചെയ്തും വായന, ചിത്രരചന, തയ്യൽ, അത്യാവശ്യം എഴുത്ത് തുടങ്ങിയ സർഗാത്മക പ്രവൃത്തികളിൽ ഏർപ്പെട്ടും എന്റെ ദിവസങ്ങളും മാസങ്ങളും വർഷങ്ങളും മുന്നോട്ടു നീങ്ങിക്കൊണ്ടിരുന്നു. ഇത്തരം പ്രവൃത്തികളിലൂടെ എന്റെ സങ്കടക്കടലിന്റെ ആഴം നികത്തുവാൻ എനിക്ക് ഒരു പരിധിവരെ സാധിക്കാറുണ്ട്.

ഇനി ഫേസ്ബുക്ക്, വാട്ട്സ്ആപ്പ് തുടങ്ങിയ സാമൂഹിക മാധ്യമങ്ങളിൽ സജീവമായതിനെക്കുറിച്ചും പറയാം. അച്ഛന്റെ വേർപാടിന് ശേഷം മാനസികമായി വല്ലാതെ തളർന്ന് ഒരു കാര്യത്തിലും ശ്രദ്ധിക്കാതെ സങ്കടപ്പെട്ടിരുന്ന എന്നെ സാധാരണ ജീവിതത്തിലേയ്ക്ക് തിരിച്ചു കൊണ്ട് വരാൻവേണ്ടി ഏച്ചിയുടെ മക്കളാണ് ഈ നവമാധ്യമങ്ങളുടെ പുതിയലോകം എന്റെ മുന്നിൽ തുറന്നിട്ടത്. ആദ്യമൊക്കെ ഒരു കൗതുകം കൊണ്ട് നോക്കുമായിരുന്നെങ്കിലും പിന്നെ ഞാൻ മാസങ്ങളോളം അതൊന്നും ഉപയോഗിക്കാറില്ലായിരുന്നു. മെല്ലെ മെല്ലെ ഹൈലയിലെ കൂട്ടുകാർ ഫേസ്ബുക്കിലും വാട്സ്ആപ്പിലും ചാറ്റുചെയ്യാൻ തുടങ്ങിയപ്പോൾ മനസ്സില്ലാമനസ്സോടെ അവർക്ക് മറുപടി അയച്ചുതുടങ്ങി. പ്രധാനമായും ഇതിലേക്ക് വരാൻ എന്നെ ഏറെ നിർബന്ധിച്ചുകൊണ്ടിരുന്നത് എന്റെ കൂട്ടുകാരി സതിയാണ്. സതിയും എന്നെപ്പോലെതന്നെ അച്ഛന്റെ വേർപാടിന്റെ കഠിനദുഃഖം അനുഭവിച്ചുകൊണ്ടിരിക്കുകയായിരുന്നു. അവളുടെ അച്ഛന്റെ അപ്രതീക്ഷിതമായ വേർപാടിനുശേഷം മൂന്നു ആഴ്ച കഴിഞ്ഞിട്ടാണ് എനിക്ക് അച്ഛനെ നഷ്ടപ്പെട്ടത്. സമാനദുഃഖം അനുഭവിച്ചുകൊണ്ടിരുന്ന ഞങ്ങൾ കുറെക്കാലത്തേക്ക് പരസ്പരം ഫോൺ വിളികൾ ഒന്നും ഉണ്ടായിരുന്നില്ല. ഞാനും ഫോൺ മാറ്റിവെച്ചിരിക്കുകയായിരുന്നു. ഏതാനും മാസങ്ങൾ കഴിഞ്ഞപ്പോൾ സതി എനിക്ക് വാട്സ്ആപ്പ് സന്ദേശങ്ങൾ അയച്ചുതുടങ്ങി. അവൾ സ്വയം ആശ്വസിച്ചും എന്നെ ആശ്വസിപ്പിച്ചും സന്ദേശങ്ങൾ അയച്ചു. അവൾക്ക് പൊതുവെ എല്ലാക്കാര്യത്തിലും നല്ല ധൈര്യമായിരുന്നു. അതുകൊണ്ട് അവൾക്ക് വേഗം സാധാരണ ജീവി

ത്തിലേയ്ക്ക് തിരിച്ചുവരാൻ സാധിച്ചു. എന്നാൽ അച്ഛന്റെ അസുഖങ്ങളും വേദനകളും കുറെക്കാലം കണ്ട് സഹിച്ച എനിക്ക് പെട്ടെന്നൊന്നും തിരിച്ചുവരാൻ പറ്റിയില്ല. സതിയുടെ നിർബന്ധത്താൽ ഞാൻ മെല്ലെമെല്ലെ അവൾക്ക് മറുപടി അയച്ചുതുടങ്ങി. പൈലയിലെ കൂട്ടുകാരുടെ ഫോൺവിളികളും കൂടെക്കൂടെ വരും. അവരുടെ സ്നേഹപൂർണ്ണമായ നിർബന്ധവും സാമൂഹിക മാധ്യമങ്ങളിൽ സജീവമാകാൻ കാരണമായി. വേദനിപ്പിക്കുന്ന ഓർമ്മകളിൽനിന്നും എന്നെ മോചിപ്പിക്കാൻവേണ്ടിയാണ് എല്ലാവരുംകൂടെ നിർബന്ധിച്ച് അതിലേക്ക് കൊണ്ടുവന്നത്.

അതുകൂടാതെ സതിയെയും എന്നെയും കോഴിക്കോട്ടുള്ള ഞങ്ങളുടെ അടുത്ത കൂട്ടുകാരിയായ പുഷ്പയും പത്തനംതിട്ടയിലുള്ള ബൈക്ക് ആക്സിഡന്റിൽ ശരീരം തളർന്ന് നടക്കാൻപറ്റാത്ത ഷെറിൻ എന്ന പേരുള്ള അനിയനുംകൂടെ ദിവസവും വിളിക്കാൻ തുടങ്ങി. ഞങ്ങളെ രണ്ടുപേരെയും ആശ്വസിപ്പിക്കാൻ വേണ്ടിയാണ് അവർ എല്ലാദിവസവും കോൺഫറൻസ് കോൾ വിളിച്ചുകൊണ്ടിരുന്നത്. ഞങ്ങൾ നാലുപേരെ കൂടാതെ പൈലയിലെ മറ്റുചില കൂട്ടുകാരും അതിൽ പങ്കെടുക്കാറുണ്ടായിരുന്നു. ആദ്യമൊക്കെ ഞാൻ സംസാരിക്കാൻ മടികാണിച്ചെങ്കിലും പതിയെ അവരുടെ കളിതമാശകളിലും ദുഃഖങ്ങളിലും ഞാനും പങ്കുചേർന്നു.

പല കാര്യങ്ങളിലും സജീവമായതുകൊണ്ടുതന്നെ ഇപ്പോൾ എന്റെ ദിവസങ്ങൾക്ക് 24 മണിക്കൂർ മതിയാകുന്നില്ല. എന്റെ സ്വന്തം കാര്യങ്ങൾ ആരെയും ആശ്രയിക്കാതെ ചെയ്യാനുള്ള ആരോഗ്യം ഇന്നെനിക്കുണ്ടെങ്കിലും പ്രായമേറുമ്പോൾ മറ്റുള്ളവരെ ആശ്രയിക്കേണ്ടിവരുമോ എന്നുള്ള ഭയവും ടെൻഷനും ചിലപ്പോഴൊക്കെ അലട്ടാറുണ്ട്. മരണംവരെ ആരെയും ആശ്രയിക്കാതെ സ്വന്തം കാര്യങ്ങളെങ്കിലും ചെയ്യുവാൻ സാധിക്കണേ എന്നാണ് എന്റെ ഒരേയൊരു പ്രാർത്ഥന.

# ആ മണ്ണിൽ വീണ്ടുമൊരിക്കൽക്കൂടി

എന്റെ ബാല്യകാലസ്മരണകൾ ഏറ്റവുംകൂടുതൽ വീണുകിടക്കുന്ന മണ്ണാണ് അമ്മയുടെ തറവാട് നിലകൊള്ളുന്ന പ്രദേശം. വീൽച്ചെയറിൽ ആയതിനുശേഷം ആ മണ്ണിൽ ഒരിക്കൽക്കൂടി എത്താൻ കഴിയുമെന്ന് ഒരിക്കലും കരുതിയിരുന്നില്ല. യാത്രചെയ്യാനുള്ള ബുദ്ധിമുട്ടുതന്നെ കാരണം. ജീവിതത്തിന്റെ പകുതിയും പിന്നിട്ട എനിക്ക്, പണ്ട് ഓടിച്ചാടി കളിച്ചിരുന്ന സ്ഥലങ്ങൾ വീണ്ടും കാണണമെന്നുള്ള ഒരു കുഞ്ഞു മോഹം മനസ്സിൽ ഉദിച്ചുതുടങ്ങിയിട്ട് കുറച്ചുകാലമായി. യാത്രചെയ്യാൻ ഏറെ ഇഷ്ടമുള്ള എന്റെ അമ്മ സമയം കിട്ടുമ്പോഴൊക്കെ തറവാട്ടിൽ പോകാറുണ്ടായിരുന്നു. ഓർമ്മക്കുറവ് ബാധിച്ചതോടെ അതും നിലച്ചു. അങ്ങോട്ട് പോകണമെന്ന് അമ്മ ചിലപ്പോഴൊക്കെ പറയാറുമുണ്ടായിരുന്നു. അതുകൊണ്ട് എന്റെയും അമ്മയുടെയും സന്തോഷത്തിനുവേണ്ടിയാണ് ഇങ്ങനെയൊരു യാത്രയ്ക്ക് അനിയൻ രാജു തീരുമാനിച്ചത്. അച്ഛന്റെ വേർപാടിനുശേഷം വിഷമിച്ചിരിക്കുന്ന എന്റെയും അമ്മയുടെയും സന്തോഷത്തിനുവേണ്ടി ചെയ്യുവാൻ പറ്റുന്നതൊക്കെ അവൻ ചെയ്യാറുണ്ട്.

പത്തുവയസ്സിൽ എനിക്ക് അസുഖമായതിനുശേഷം പിന്നെ അവിടെപ്പോയത് എന്റെ ഇളയ മാമന്റെ വിവാഹത്തിനാണ്. അന്ന് ഒരു 13 വയസ്സുകാണും എനിക്ക്. അതിനുശേഷം അമ്മമ്മയെ കാണാൻ ഒരു തവണ പോയിരുന്നെങ്കിലും വണ്ടി മുറ്റംവരെ പോകാത്തതുകൊണ്ട് ഇറങ്ങാൻ പറ്റിയിരുന്നില്ല. പിന്നെ അങ്ങോട്ടുപോകാൻ ശ്രമിച്ചതുമില്ല. ഏകദേശം ഇരുപത് വർഷങ്ങൾക്കുശേഷം ഒരു ജൂണിലാണ് ഞങ്ങൾ വീണ്ടും അങ്ങോട്ടേക്ക് യാത്രതിരിച്ചത്. അമ്മയും അനിയനും അനിയ

ത്തിയും മോനും കൂടെയുണ്ടായിരുന്നു. ഗുളിക കഴിച്ചിരുന്നതുകൊണ്ട് എനിക്ക് യാത്രയിലെന്നും ശല്യമായിരുന്ന ഛർദ്ദി ഉണ്ടായിരുന്നില്ല. അതുകൊണ്ട് യാത്ര രസകരമായി തോന്നി. യാത്രാവേളയിൽ വിശാലമായ ആകാശം നീലക്കടൽപോലെ തോന്നി. ആകാശത്ത് പഞ്ഞിക്കെട്ടുകൾപോലെ മേഘക്കൂട്ടം ഒഴുകിനടക്കുന്നു.

പഞ്ഞിക്കെട്ടുകൾ താഴേക്കു വീഴാതിരിക്കുവാൻ കൈകൾ നീട്ടി തടുക്കുന്നതുപോലെ അംബരചുംബികളായ മരക്കൂട്ടം റോഡിനിരുവശവും നിരന്നുനിന്നിരുന്നു. പഴയങ്ങാടി പാലത്തിന് മുകളിലുള്ള കാഴ്ച അതിമനോഹരമായിരുന്നു.

തലേദിവസം ചെറിയമ്മാവനെ വിളിച്ച് പറഞ്ഞിരുന്നതുകൊണ്ട് എല്ലാവരും മുറ്റത്തുതന്നെ ഞങ്ങളെ കാത്തിരിക്കുന്നുണ്ടായിരുന്നു.

വല്യമ്മാവന്റെയും ചെറിയമ്മാവന്റെയും മക്കളും അവരുടെ കുടുംബവും മാമിമാരുമൊക്കെ ഞങ്ങളെ കണ്ടപ്പോൾ ഏറെ സന്തോഷിച്ചു. ഇളയമ്മാവനാണ് തറവാട്ടിൽ താമസിക്കുന്നത്. വല്യമ്മാവൻ അതേപറമ്പിൽത്തന്നെ വേറെ വീടുകെട്ടി താമസിക്കുന്നു. രണ്ടു കുടുംബങ്ങളും ഒരേ പറമ്പിൽ തന്നെയായിരുന്നു. വല്യമ്മാവന്റെ വീട്ടിലായിരുന്നു ഞാൻ ആദ്യം കയറിയത്.

വീടിനുള്ളിൽ കയറാൻ മക്കളൊക്കെ സഹായവുമായി ഓടിവന്നു.

കുറെനാൾ കാണാത്തതുകൊണ്ട് വലിയമാമനെ കണ്ടയുടനെ ഞാൻ കെട്ടിപ്പിടിച്ചു. അമ്മ സന്തോഷത്താൽ രണ്ടു വീട്ടിലും ഓടിനടന്നു.

വല്യമ്മാവന്റെ വീട്ടിലായിരുന്നു എന്റെ ഉച്ചഭക്ഷണം. അമ്മായിക്ക് തീരെ വയ്യെങ്കിലും വർഷങ്ങൾക്കുശേഷം അവിടെയെത്തിയ എന്നെ വിരുന്നൂട്ടാൻ അവർ വലിയ ഉത്സാഹത്തിലായിരുന്നു. മറ്റെല്ലാവരും ചെറിയമ്മാവന്റെ വീട്ടിൽനിന്നും ഭക്ഷണം കഴിച്ചു.

ഭക്ഷണത്തിനുശേഷം ഞാൻ തറവാടായ ചെറിയമ്മാവന്റെ വീട്ടിലേക്കുപോയി. ഞാൻ സ്കൂൾ വെക്കേഷൻ കാലത്ത് മദിച്ചുനടന്ന, എന്റെ അമ്മമ്മ കടലോളം സ്നേഹവാത്സല്യങ്ങൾ തന്ന് എന്നെ ഹൃദയത്തോട് ചേർത്തുപിടിച്ച് താമസിച്ചിരുന്ന ഞങ്ങളുടെ തറവാട്. അവിടെ മുറ്റത്തിരുന്നപ്പോൾ മനസ്സിൽ സങ്കടക്കടൽ അലയടിച്ചുയർന്നു. തേങ്ങലുകൾ അടക്കിപ്പിടിച്ചു.

ഞാൻ ഓടിച്ചാടി കളിച്ചിരുന്ന വീടും പരിസരവും വയലും എല്ലാ ചിത്രങ്ങളും ഫ്ലാഷ്ബാക്കുപോലെ മനസ്സിൽ നിറഞ്ഞു. കാലത്തിന്റെ ഒഴുക്കിൽ വീടും പറമ്പുമൊക്കെ ഏറെ മാറിപ്പോയിരിക്കുന്നു. എങ്കിലും ബാല്യകാലത്ത് ഓടിച്ചാടിനടന്ന ഓരോ ഇഞ്ച് സ്ഥലവും മനസ്സിൽ കടന്നുവന്നു. പഴയ കൗതുക കാഴ്ചകളുടെ ശേഷിപ്പുകൾ മാത്രം അവിടെ എന്നെ കാത്തിരിക്കുന്നതായി തോന്നി. മനസ്സിൽ നിറഞ്ഞ അമ്മമ്മയു

ടെ ഓർമ്മകൾ കണ്ണീരായി പെയ്തിറങ്ങി. ആ സുവർണ്ണകാലം തിരിച്ചു വന്നെങ്കിലെന്ന് വെറുതെ മോഹിച്ചുപോയി. പരിസരം മറന്ന്, ചുറ്റുമുള്ള ആൾക്കാരെ മറന്ന് ഞാൻ എന്റേതായ സ്വപ്നലോകത്തിൽ മണിക്കൂറുകളോളം ലയിച്ചിരുന്നു. "പ്രേമേച്ചി ഏതു ലോകത്താണ്...?" എന്റെ മാമന്റെ മകന്റെ വാക്കുകൾ എന്നെ ഉണർത്തി.

ഏറെക്കാലത്തിനുശേഷം തന്റെ വീടും സഹോദരങ്ങളേയും ഭാര്യമാരെയും മക്കളെയുമെല്ലാം കണ്ട സന്തോഷത്തിൽ അമ്മ മതിമറന്നിരിക്കുകയായിരുന്നു. ഇനിയും വരണമെന്ന് എന്റെ രണ്ട് മാമിമാരും സ്നേഹത്തോടെ പറഞ്ഞു. എല്ലാവരും ഒന്നിച്ചിരുന്ന് കുടുംബ ഫോട്ടോ എടുത്തതിനുശേഷം വൈകുന്നേരം ഞങ്ങൾ ഗൃഹാതുരതയുടെ ഭാരവും പേറി ആ മണ്ണിൽനിന്നും മടങ്ങി. സന്തോഷവും നൊമ്പരവും എല്ലാം മനസ്സിൽ തിങ്ങിയ ഞാൻ മടക്കയാത്രയിൽ മൂകയായിരുന്നു.

ഒരുമാസം കഴിഞ്ഞപ്പോൾത്തന്നെ എന്റെ ബാല്യകാലത്തിന്റെ സ്മരണകൾ ഉറങ്ങിക്കിടക്കുന്ന പറശ്ശിനിക്കടവിൽ പോകാനുള്ള സുവർണ്ണാവസരവും അപ്രതീക്ഷിതമായി കൈവന്നു. ഫ്ലൈ എന്ന സംഘടനയിലെ എന്റെ ഏറ്റവുമടുത്ത കൂട്ടുകാരികളിൽ ഒരാളായ കുഞ്ഞിമംഗലത്തുള്ള സുനിതയാണ് അതിനു വഴിയൊരുക്കിയത്. അനിയനോട് പറഞ്ഞപ്പോൾ അവനും അനുകൂലിച്ചു.

"എന്തായാലും പ്രേമേച്ചിയെ കൂട്ടിയിട്ടേ പോകുള്ളൂ" എന്ന് സുനിതയും മറ്റൊരു കൂട്ടുകാരിയായ സജിതയും നിർബന്ധംപിടിച്ചു. അമ്മ എന്നെ കാണാതെ പ്രശ്നമാക്കുമോ എന്ന ടെൻഷനായി പിന്നീട്. അനിയന്റെ ഭാര്യ അമ്മയെ സമാധാനിപ്പിക്കാമെന്ന് ഉറപ്പുതന്നു. എവിടെയും എനിക്ക് കൂട്ടുവരാറുള്ള മണിയേച്ചി ഒപ്പം വരാമെന്നു സമ്മതിച്ചു.

അങ്ങനെ 2019 ജൂലായ് 8 തിങ്കളാഴ്ച രാവിലെ പത്തരയ്ക്ക് രണ്ട് വീൽച്ചെയർ വെക്കാൻപറ്റുന്ന ഗുഡ്സ് ഓട്ടോയിൽ സുനിയും മണിയേച്ചിയും ഫ്ലൈയിലെ നീതു എന്ന അനിയത്തിയും എന്നെ കൂട്ടാൻവന്നു. ബാല്യത്തിൽ അസുഖം വന്നതിനുശേഷം പറശ്ശിനിക്കടവിൽ പോയിട്ടില്ലെന്നറിഞ്ഞപ്പോൾ സുനിതയ്ക്ക് അതു വല്ലാതെ ഫീൽ ചെയ്തെന്ന് തോന്നുന്നു. അതുകൊണ്ടാവണം അവൾ എന്നെ അത്രയേറെ നിർബന്ധിച്ചത്. ചിരിച്ചുല്ലസിച്ചുകൊണ്ടൊരു യാത്ര. 12 മണിക്കവിടെ എത്തിയപ്പോൾ സജിതയും അവളുടെ അമ്മയും ഞങ്ങളെ കാത്തിരിക്കുന്നുണ്ടായിരുന്നു. അവിടെ ക്ഷേത്രത്തിൽ ജോലിചെയ്യുന്ന അമ്മമ്മയുടെ അനിയത്തിയുടെ മകൻ ദയേട്ടൻ ഞങ്ങൾക്ക് എല്ലാ സഹായങ്ങളും ചെയ്തുതന്നു. പ്രശസ്ത ചിത്രകാരികളായ സുനിതയെയും സജിതയെയും ദയേട്ടന് പരിചയപ്പെടുത്തിക്കൊടുത്തു.

വഴിപാടൊക്കെ കഴിച്ചതിനുശേഷം ഞങ്ങൾ പുഴയോരത്തെ കല്പ

ടവുകളിൽ വന്നിരുന്നു. ഒരുപാട് വർഷങ്ങൾക്കുശേഷം ക്ഷേത്രത്തിന് മുന്നിലെ പറശ്ശിനിപ്പുഴയും കല്പടവുകളുമൊക്കെ കണ്ടപ്പോൾ എന്റെ ഗൃഹാതുരതയുണർന്നു. മനസ്സ് ചിറകടിച്ച് വർഷങ്ങൾക്ക് പിറകിലേയ്ക്ക് പറന്നുപോയി. അമ്മമ്മയുടെയും ഇളയമ്മയുടെ മകളുടെ കൂടെയുമൊക്കെ അവിടെ വന്നിരുന്ന കാലഘട്ടം മനസ്സിൽ നിറഞ്ഞുനിന്നു. അവിടെനിന്നും ഞങ്ങൾ ശ്രീകോവിലിന്റെ മുന്നിലേക്ക് പോയി. ക്ഷേത്ര ജീവനക്കാരൻ ഞങ്ങളെ തടഞ്ഞു. വീൽച്ചെയർ അവിടെ കടത്തരുതെന്ന് പറഞ്ഞു. മൃഗത്തിന്റെ തോലുകൊണ്ടാണ് വീൽ ഉണ്ടാക്കിയതെന്ന ന്യായീകരണവും.

ഈ സംഭവം ഞങ്ങളെ വല്ലാതെ വേദനിപ്പിച്ചു. മറ്റുള്ള ഭക്തരിൽ നിന്നും ഞങ്ങളെ വേർതിരിച്ചുകാണുന്നത് എന്തായാലും മുത്തപ്പന് ഇഷ്ടമാകില്ലെന്ന കാര്യം ഉറപ്പായിരുന്നു. സഹോദരതുല്യനായ വണ്ടിയുടെ ഡ്രൈവർ ഞങ്ങൾക്കുവേണ്ടി വാദിച്ചപ്പോൾ ആൾക്കാരെയെല്ലാം മാറ്റി ഞങ്ങൾക്കുവേണ്ടി മാത്രമായി ശ്രീകോവിൽ തുറന്നുതന്നത് മറക്കാനാവാത്ത അനുഭവമായി മാറി. അങ്ങനെ തൊഴുത് ഭണ്ഡാരത്തിൽ പൈസ ഇട്ട് മുത്തപ്പന്റെ അനുഗ്രഹവും വാങ്ങി ഞങ്ങൾ പുറത്തുകടന്നു.

ഞങ്ങൾക്ക് പ്രത്യേകം കൊണ്ടുവന്ന ഭക്ഷണം കഴിച്ചതിനുശേഷം മൂന്നുപേരും വീണ്ടും കല്പടവുകൾക്കടുത്ത് വരാന്തയിലിരുന്ന് പുഴയുടെ ഭംഗി ആസ്വദിച്ചു. എനിക്ക് അവിടെനിന്നും വരാനേ മനസ്സില്ലായിരുന്നു. പുഴയിലെ വെള്ളം മണിയേച്ചി ഞങ്ങളുടെ കാലിലും കൈയിലുമൊക്കെ ഒഴിച്ചുതന്നപ്പോൾ പറഞ്ഞറിയിക്കാൻ പറ്റാത്ത ഒരു അനുഭൂതിയിലായി ഞാൻ. മണിയേച്ചി ഞങ്ങളുടെ കുറെ ഫോട്ടോസെടുത്തു. പിന്നെ ഞങ്ങൾ ചന്തയുടെ ഭാഗത്തേക്കുപോയി. ചന്തയിൽ ഞങ്ങൾ എല്ലാവരും പലവിധം സാധനങ്ങൾ വാങ്ങുന്ന തിരക്കിൽ പലവഴിയ്ക്ക് പിരിഞ്ഞു.

മണിയേച്ചിയും സുനിതയും നീതുവുമൊക്കെ എനിക്കായി പലവിധ സാധനങ്ങളുമായി തിരിച്ചുവന്നു. മൂന്നു മണിവരെ അവിടെയൊക്കെ കറങ്ങിനടന്നു. അതിനിടയിൽ അനിയന്റെ ഭാര്യ വിളിച്ച് അമ്മ എന്നെ കാണാതെ പരിഭ്രമത്തോടെ ചോദിക്കുന്നുണ്ടെന്ന് പറഞ്ഞപ്പോൾ എന്റെ മനസ്സ് വല്ലാതെ നൊമ്പരപ്പെട്ടു. എത്രയുംപെട്ടെന്ന് തിരിച്ചുപോകാൻ മനസ്സ് വെമ്പിയെങ്കിലും എല്ലാംമറന്ന് സന്തോഷിക്കുന്ന എന്റെ കൂട്ടുകാരികളെ കണ്ടപ്പോൾ തിരിച്ചുപോകേണ്ട കാര്യം അവരോട് പറയാൻ എനിക്ക് മനസ്സ് വന്നില്ല.

സജിതയെ കൊണ്ടുവന്ന വണ്ടിയുടെ ഡ്രൈവർ തിരക്കുകൂട്ടിയതുകൊണ്ട് അവളും അമ്മയും വേഗം തിരിച്ചുപോയി. ഞങ്ങൾ നേരെ സ്നേക്ക് പാർക്കിലേക്ക് പോയി. എന്റെ മനസ്സിൽ അമ്മയെക്കുറിച്ചുള്ള ചിന്തകൾ മഥിക്കുന്നുണ്ടായിരുന്നെങ്കിലും അവരുടെ മുന്നിൽ ഞാൻ

സന്തോഷം അഭിനയിച്ചുകൊണ്ടിരുന്നു. സ്നേക്ക് പാർക്കിൽ വിവിധയിനം പക്ഷികളെയും മൃഗങ്ങളെയും പാമ്പുകളെയും കണ്ട് കറങ്ങി നടക്കുകയും കുറെ ഫോട്ടോസെടുക്കുകയും ചെയ്തു. നാലുമണിയായപ്പോൾ നല്ല കാറ്റും മഴയും. നീതുവും മണിയേച്ചിയുംകൂടി ഞങ്ങളെ വേഗം സ്നേക്ക് പാർക്കിന്റെയുള്ളിൽ മഴയില്ലാത്ത ഭാഗത്തേക്ക് കൊണ്ടുപോയി. സുനിതയേയും എന്നെയും മണിയേച്ചി കുറെ സമയം വീൽച്ചെയറിൽ മഴയത്തുകൊണ്ടുപോയി. മഴയുടെ തനിമ അറിഞ്ഞുകൊണ്ടുള്ള നല്ലരസമുള്ളൊരനുഭവമായിരുന്നത്. പിന്നെ ഞങ്ങളെ പുറത്തേക്ക് കൊണ്ടുവന്നു. മനസ്സില്ലാമനസ്സോടെ ഞങ്ങൾ പറശ്ശിനിക്കടവിൽനിന്നും മടങ്ങി. നീതു അവിടെനിന്നും ബസ് കയറി കണ്ണൂരേക്ക് പോയി. തിരിച്ചുവരുമ്പോൾ ദയേട്ടന്റെ നിർബന്ധംകൊണ്ട് അവരുടെ വീടിന്റെ മുറ്റത്തും കുറച്ചുസമയം വണ്ടി നിർത്തി. ഞങ്ങൾ നേരെ വീട്ടിലേയ്ക്ക് പുറപ്പെട്ടെങ്കിലും എന്റെ സ്കൂൾ സഹപാഠിയായ പപ്പിയുടെ പിലാത്തറയിലുള്ള വീടിന്റെ മുന്നിലും വണ്ടി നിർത്തി കുറെ സമയം സംസാരിച്ചിരുന്നു. പിന്നീട് നേരേ വീട്ടിലേക്ക്.

അമ്മയുടെ നാട്ടിലും പറശ്ശിനിക്കടവിലും പോയതിനുപിറകെ അക്കൊല്ലംതന്നെ അച്ഛന്റെ വീട്ടിലും പോകാനെനിക്ക് ഭാഗ്യമുണ്ടായി. ജീവിതാരംഭത്തിലെ വേരുകൾ ആണ്ടുകിടക്കുന്ന അച്ഛന്റെയും അമ്മയുടെയും ജന്മസ്ഥലങ്ങൾ കാണണമെന്ന ആഗ്രഹത്തിന്റെ സാഫല്യമായിരുന്നു അത്.

2019 നവംബർ മൂന്നാം തിയതിയാണ് യാത്രയ്ക്ക് കളമൊരുങ്ങിയത്. ഏകദേശം നാല്പത്തിയഞ്ച് വർഷത്തിനുശേഷം അച്ഛന്റെ നാട്ടിലേയ്ക്ക് ഒരുയാത്ര. അമ്മയ്ക്ക് തന്നെ വിവാഹം കഴിച്ചുകൊണ്ടുവന്ന അച്ഛന്റെ തറവാടുവീടും അച്ഛന്റെ സഹോദരങ്ങളുമൊക്കെ സ്വന്തം ജീവനേക്കാൾ പ്രിയപ്പെട്ടതായിരുന്നു. ഓർമ്മക്കുറവുണ്ടായിട്ടും അമ്മ ആ പഴയകാലമൊന്നും തീരെ മറന്നിരുന്നില്ല. അമ്മയെ കല്യാണം കഴിച്ചുകൊണ്ടുവന്ന ആ വീടും അച്ഛന്റെ മാതാപിതാക്കളെയും സഹോദരങ്ങളെയും കുറിച്ച് അമ്മ എന്നും പറഞ്ഞുകൊണ്ടിരിക്കും. അതുകൊണ്ട് ഈ യാത്ര അമ്മയ്ക്കുംകൂടി ഏറെ സന്തോഷകരമാകും എന്നതുകൂടിയായിരുന്നു ഈ യാത്രയുടെ പ്രധാന ഉദ്ദേശ്യം.

ഞാനും അമ്മയും അനിയൻ രാജു, താര, മോൻ എല്ലാവരുംകൂടി രാവിലെ ഒമ്പതുമണിക്ക് പുറപ്പെട്ട് പത്ത് മണിയാകുമ്പോഴേക്കും അവിടെയെത്തി. ശാരീരിക ബുദ്ധിമുട്ടുകൾ ഏറെ അനുഭവപ്പെട്ടെങ്കിലും അച്ഛന്റെ നാട്ടിൽ വർഷങ്ങൾക്കുശേഷം എത്തിയപ്പോൾ എന്റെ മനസ്സ് ആഹ്ലാദംകൊണ്ട് തുള്ളിച്ചാടി.

തന്റെ വീട്ടിൽ ആദ്യം വരണമെന്ന അച്ഛന്റെ മരുമകന്റെ (അച്ഛന്റെ മൂത്ത പെങ്ങളുടെ മകൻ) നിർബന്ധത്താൽ അവിടെയായിരുന്നു ആദ്യം

ഇറങ്ങിയത്. വണ്ടിയിൽനിന്നും ഇറങ്ങാനൊക്കെ അവൻതന്നെ എന്നെ സഹായിച്ചു. സ്വന്തം അനിയനെപ്പോലെ എന്നെ ഇടയ്ക്കിടെ വിളിച്ച് സുഖ വിവരം തിരക്കുന്ന അവനും കുടുംബത്തിനും ഞങ്ങളുടെ സന്ദർശനം ഏറെ സന്തോഷംപകർന്നു. അവിടെ ചുറ്റുവട്ടത്തുതന്നെയുള്ള അച്ഛന്റെ മറ്റു മരുമക്കളൊക്കെ ഞങ്ങളെ കാണാൻ അവിടെ ഓടിയെത്തി. സ്നേഹംകൊണ്ട് എല്ലാവരും ഞങ്ങളെ വീർപ്പുമുട്ടിച്ചു. അച്ഛന്റെ അനിയത്തിയായ ഞങ്ങളുടെ പ്രിയ ഇളയമ്മയുടെ വീട്ടിലുംപോയി. റോഡ് കുന്നിന്റെ മുകളിൽ ഉയരത്തിലായതിനാൽ വീൽച്ചെയറിൽ നിന്ന് ഇറങ്ങാനൊക്കെ ഏറെ വിഷമിച്ചു. ഇളയമ്മയും താരയും മോനുമൊക്കെ സഹായിച്ചതുകൊണ്ട് കുന്നിന്റെ മുകളിൽനിന്നും വലിയ കുഴപ്പമില്ലാതെ ഇറങ്ങാൻ പറ്റി.

വീട്ടിനുള്ളിൽ കയറിയപ്പോൾ ഒരുപാടുകാലത്തെ സ്വപ്നസാഫല്യത്താൽ ഏറെ സന്തോഷംതോന്നി. അമ്മ ഏറെ ഉത്സാഹത്തോടെ വീടിന്റെ ചുറ്റുവട്ടത്തും പറമ്പിലുമൊക്കെ ഓടിനടന്നു. അമ്മയുടെ സന്തോഷം ഞങ്ങളുടെ മനസ്സ് നിറച്ചു. ഭക്ഷണം കഴിച്ചശേഷം കുറച്ചുനേരം ഇളയമ്മയോട് കളിചിരി പറഞ്ഞിരുന്നു. വൈകുന്നേരമായപ്പോഴാണ് ഞങ്ങൾ മടങ്ങിയത്. അച്ഛന്റെ സ്നേഹിക്കാൻ മാത്രമറിയാവുന്ന ആറു സഹോദരങ്ങളും പകർന്നുനൽകിയ സ്നേഹാമൃതം മനസ്സിൽ നിറച്ചുകൊണ്ടാണ് ഞങ്ങൾ മടങ്ങിയത്.

# കൗതുകങ്ങളുടെ തേരിൽ

വയനാടിന്റെ കൗതുകങ്ങളുടെ തേരിൽ യാത്രചെയ്യാൻ എനിക്ക് വലിയ ഇഷ്ടമായിരുന്നു. വീൽച്ചെയറിൽ ഒതുങ്ങിയശേഷം മനസ്സിന്റെ തേരിലായി സഞ്ചാരം മുഴുവൻ. ഇപ്പോൾ വീൽച്ചെയറിലായാലും കൂട്ടുകാരുടെ സഹായത്തോടെ കടലുംപുഴയുമൊക്കെ കാണാനും ആസ്വദിക്കാനുമൊക്കെ കഴിയുന്നുവെന്നത് വലിയ ഭാഗ്യമായിട്ട് തോന്നുന്നു. യാത്ര ചെയ്യാനും കാണാത്ത സ്ഥലങ്ങളൊക്കെ കാണാനും എനിക്കും ഒരുപാട് ആഗ്രഹങ്ങളുണ്ടെങ്കിലും ആരോഗ്യപ്രശ്നങ്ങളും വീട്ടുകാരെ ബുദ്ധിമുട്ടിക്കാനുള്ള മടിയും കാരണം മിക്കവാറും അവസരങ്ങൾ ഒഴിവാക്കുകയാണ് പതിവ്. പിലിക്കോട് ഗ്രാമപഞ്ചായത്തിന്റെയും പാലിയേറ്റീവ് ജനകീയ സമിതിയുടെയും നേതൃത്വത്തിൽ ബേക്കലവും ഹൗസ് ബോട്ട് യാത്രയുമൊക്കെ നടത്തിയിരുന്നെങ്കിലും എനിയ്ക്ക് പോകാൻ പറ്റിയിരുന്നില്ല. 2015 ലോ 2016 ലോ എന്ന് ഓർമ്മയില്ല, അവർ നടത്തിയിരുന്ന ഹൗസ് ബോട്ട് യാത്രയിൽ പങ്കെടുക്കുവാൻ എന്റെ പ്രിയ കൂട്ടുകാരികൂടിയായ പാലിയേറ്റീവിന്റെ സിസ്റ്റർ സ്മിത എന്നെ ഒരുപാട് നിർബന്ധിച്ചു.

അതുകൊണ്ട് പോകാനുള്ള എല്ലാ ഒരുക്കങ്ങളും ഞാൻ നടത്തിയിരുന്നെങ്കിലും അവസാന ദിവസം വീട്ടിൽ പെട്ടെന്നുണ്ടായ ചില സാഹചര്യങ്ങൾ കാരണം എന്റെ യാത്രമുടങ്ങി. അതിന്റെ നിരാശയും സങ്കടവും കുറെദിവസം നൊമ്പരമായി മനസ്സിൽ നീറ്റലുണ്ടാക്കി. അതുകൊണ്ടുതന്നെ ഫ്ലൈ നടത്തിയ 2017 ലെ ക്യാമ്പിൽപോയിവന്ന് രണ്ട് ദിവസം കഴിഞ്ഞയുടൻ സ്മിത ഇങ്ങനെയൊരു ഏകദിന യാത്രയെക്കുറിച്ച് പറഞ്ഞപ്പോൾ എനിക്ക് വലിയ സന്തോഷമൊന്നും തോന്നിയില്ല. ഇനി വീണ്ടുമൊരു തയ്യാറെടുപ്പും പോകാൻ പറ്റിയില്ലെങ്കിൽ അതിന്റെ

നിരാശയും ഒന്നും വേണ്ടെന്ന് എന്റെ മനസ്സ് തീരുമാനിച്ചു. പ്രത്യേകിച്ചും ഇങ്ങനെയുള്ള യാത്രകളൊക്കെ തീരുമാനിക്കുന്നത് പ്രവൃത്തി ദിനങ്ങളിലായതുകൊണ്ട് എന്നെപ്പോലെ വീട്ടിൽ ആളില്ലാത്തവർക്ക് ഒരുപാട് പ്രയാസം അനുഭവിക്കേണ്ടിവരാറുണ്ട്.

പ്രായമായ അമ്മയെ വീട്ടിൽ തനിച്ചാക്കി എവിടെയും പോകാറുമില്ല. എന്റെകൂടെ വരാനും അമ്മയുടെയടുത്ത് നില്ക്കാനും അത്തരം ദിവസങ്ങളിൽ ആർക്കും സാധിക്കാറില്ല. അതുകൊണ്ട് ഞാൻ വരുന്നില്ലെന്ന് സ്മിതയോട് പറഞ്ഞു. രണ്ടുദിവസം കഴിഞ്ഞപ്പോൾ സ്മിത വീണ്ടും വിളിച്ച്, ആയിറ്റി റിസോർട്ടിലേക്കാണ് പോകുന്നത് ഞങ്ങൾ ചേച്ചിയെ കൂട്ടാൻ വരുമെന്ന് പറഞ്ഞു.

കടലും പുഴയുമൊക്കെ കാണുകയെന്നത് ചെറുപ്പംമുതൽ എനിക്ക് ഏറെ ഇഷ്ടമുള്ള കാര്യമാണ്. പറശ്ശിനിക്കടവ് പുഴയുടെ തീരത്തുള്ള അമ്മയുടെ തറവാട്ടിൽ സ്കൂൾ അവധിക്കാലത്ത് ഞാൻ പോയി താമസിച്ചിട്ടുണ്ട്. അപ്പോൾ ഞങ്ങൾ കുട്ടികൾ ആ പുഴയുടെ തീരത്തുനിന്നാണ് സ്ഥിരം കളിക്കാറുള്ളത്. വലിയമ്മാവൻ വഴക്ക് പറഞ്ഞാലും അവരുടെയൊക്കെ കണ്ണുവെട്ടിച്ച് പിന്നെയും പുഴക്കരയിൽ പോയി ഇരിക്കും ഞാൻ. അതുപോലെ ചെറിയ ക്ലാസ്സിൽ പഠിക്കുമ്പോൾ സ്കൂളിൽ നിന്നും ഞങ്ങളെ അസ്തമയംകാണുവാൻ കടൽക്കരയിൽ കൊണ്ടുപോയിരുന്നു. ചെറിയ കുട്ടിയായിരുന്ന എന്നെ പോകാൻ ആദ്യമൊന്നും വീട്ടിൽനിന്നും അനുവദിച്ചില്ലെങ്കിലും എന്റെ കണ്ണുനീരിനും നിരാഹാരത്തിനും ശേഷമാണ് സമ്മതിച്ചിരുന്നത്. അതിനുശേഷം ചികിത്സയുടെ ആവശ്യത്തിനുവേണ്ടി രോഗികളുടെ ബന്ധുക്കൾ അച്ഛനെ കടപ്പുറത്തുള്ള അവരുടെ വീടുകളിലേക്ക് കൂട്ടാൻ വരുമ്പോൾ കൂടെ ഞാനുംപോകും. അങ്ങനെ കുറെത്തവണ കടപ്പുറത്തുപോകാനും കടലും പുഴയുമൊക്കെ കാണാനും ഏറെ അവസരം കിട്ടി. ഇതൊക്കെ പത്തുവയസ്സിന് മുമ്പായിരുന്നു. അതിനുശേഷം പോളിയോ ബാധിച്ച് വീടിന്റെ നാല് ചുവരുകളിൽക്കുള്ളിൽ കഴിയാൻ വിധിക്കപ്പെട്ടതിനുശേഷം കടൽ, പുഴ, മറ്റ് പ്രകൃതിരമണീയമായ സ്ഥലങ്ങൾ ഇതൊക്കെ വെറും സ്വപ്നം മാത്രമായി മാറി. എന്നാൽ ഇവിടെവന്ന് എന്നെ കൂട്ടിക്കൊണ്ടുപോയി റിസോർട്ടും പുഴയുമൊക്കെ കാണിക്കുമെന്നു കേട്ടപ്പോൾത്തന്നെ പോകണമെന്ന് തീരുമാനിച്ചു. അടുത്തദിവസം സ്മിതയെപ്പോലെതന്നെ എന്റെ കൂട്ടുകാരിയും ആശാവർക്കറുമായ രമണിയും ഇവിടത്തെ വാർഡ് മെമ്പർ ഗീതയും (അവർ പഞ്ചായത്തിന്റെ പരിപാടികൾക്കൊക്കെ പോകുവാൻ എന്നെ സഹായിക്കാറുണ്ട്) വീട്ടിൽ വന്ന്, ഞങ്ങൾ കൂടെവരാം എന്തായാലും പോകണമെന്ന് സ്നേഹപൂർവം എന്നെ നിർബന്ധിച്ചു. അമ്മയുടെ അടുത്തു നിൽക്കാൻ ഏച്ചി വരാമെന്നുകൂടി സമ്മതിച്ചപ്പോൾ വലിയ ആശ്വാസമാ

യി. ഉച്ചയ്ക്കുശേഷം ഏച്ചിക്ക് വീട്ടിലെത്തേണ്ട അത്യാവശ്യമുള്ളതുകൊണ്ട് രണ്ടു മണിയാകുമ്പോൾ ഞാൻ തിരിച്ചെത്തുമെന്ന് വാക്കുകൊടുക്കുകയും ചെയ്തു.

അങ്ങനെ 2017 ജനുവരി 8 ന് രാവിലെ 10 മണിയ്ക്ക് ഞാനും രമണിയും ഗീതയും വീട്ടിൽനിന്നും പുറപ്പെട്ടു. 10.30 ന് അവിടെയെത്തി. പടികളൊക്കെ കടന്ന് റിസോർട്ടിനുള്ളിൽ കയറുവാൻ അവിടെയുള്ള വളണ്ടിയർമാർ സഹായിച്ചു. ഹാളിൽനിന്നും പുറത്തേക്കുള്ള ബാൽക്കണിയിൽ ഇറങ്ങുവാനും പലരും സഹായിച്ചു. ബാൽക്കണിയിലേക്ക് ഇറങ്ങിയപ്പോൾ നേരെ മുന്നിൽ തൊട്ടടുത്ത് ഗാംഭീര്യത്തോടെ പുഴയൊഴുകുന്നു.

എന്നെ സ്നേഹത്തോടെ പുഴ മാടിവിളിക്കുന്നതായി തോന്നി. പുഴയും പ്രകൃതിരമണീയമായ ആ സ്ഥലവും കണ്ടപ്പോൾ സന്തോഷത്താൽ ഞാൻ മതിമറന്നു. എന്നെക്കാൾ മുമ്പേ അവിടെയെത്തിയ എന്റെ പ്രിയ കൂട്ടുകാരിയായ സതി പുഴയിലേക്ക് നോക്കി സ്വപ്നം കണ്ടുകൊണ്ടിരിക്കുന്നു. വേഗം അവളുടെയടുത്തുപോയി അവളോടും അമ്മയോടും വിശേഷങ്ങൾ കൈമാറി. മത്സ്യബന്ധന ബോട്ടുകളും തോണികളുമൊക്കെ തൊട്ടുമുമ്പിൽക്കൂടെ കടന്നുപോകുന്ന കാഴ്ച മനംകുളിർപ്പിച്ചു. വീഡിയോകളും ഫോട്ടോസുമൊക്കെ എടുക്കുവാൻ ആശാവർക്കറായ പ്രഭേച്ചിയെ ഏൽപ്പിച്ചു. സ്മിതയുടെ കൂടെ വീട്ടിൽ വരാറുള്ള മറ്റ് ആശാവർക്കർമാരായ സുഭാഷിണി, ശനിത ഇവരൊക്കെ അടുത്തുവന്ന് ഞങ്ങളുടെ ആവശ്യങ്ങൾ ചോദിച്ചറിയുകയും സ്മിത അവിടത്തെ തിരക്കുകൾക്കിടയിൽ ഓടിനടക്കുകയും ചെയ്യുന്നുണ്ടായിരുന്നു.

ചായയും ലഘുഭക്ഷണവും കഴിഞ്ഞ് ഞങ്ങളെ പരിപാടി നടക്കുന്ന ഹാളിലേക്ക് കൊണ്ടുപോയി. പഞ്ചായത്ത് പ്രസിഡണ്ട് ശ്രീധരൻമാഷ് പരിപാടി ഉദ്ഘാടനംചെയ്തു. അതിനുശേഷം തന്റെ ശാരീരിക പരിമിതികൾക്കിടയിലും തന്നെപ്പോലെ പരിമിതികളും മാറാവ്യാധികളും അനുഭവിക്കുന്നവർക്കുവേണ്ടി ജീവകാരുണ്യ പ്രവർത്തനം നടത്തുന്ന ബിജു വെള്ളച്ചാലിന് അനുമോദനവും പുരസ്കാരം നല്കുന്ന ചടങ്ങും നടന്നു. പിന്നീട് പ്രധാനപ്പെട്ട അതിഥികളുടെ പ്രസംഗവും സ്മിതയുടെ നന്ദിപ്രകടനവും കഴിഞ്ഞതിനുശേഷം പ്രധാന പരിപാടി ബാലചന്ദ്രൻ കൊട്ടോളിയുടെ മായാജാല പ്രകടനമായിരുന്നു. ഗംഭീര പ്രകടനം. അദ്ദേഹം കാണിച്ച മായാജാല പ്രകടനവും നർമ്മ സംഭാഷണത്തോടെയുള്ള അവതരണ രീതിയും എല്ലാവർക്കും വളരെ ഇഷ്ടപ്പെട്ടു. എല്ലാവരും തങ്ങളുടെ വേദനകൾ മറന്ന് ഒരുപാട് ചിരിച്ചു. അവിടെവന്ന ഒരു വല്യമ്മ പറയുന്നുണ്ടായിരുന്നു, പതിനെട്ട് വർഷത്തിനുശേഷമാണ് ഇങ്ങനെ ചിരിക്കുന്നതെന്ന്. അവരുടെ പുറത്തുതട്ടി ബാലചന്ദ്രൻ കൊട്ടോളി പറഞ്ഞു, വലിയമ്മയുടെ

ഈ വാക്കുകളാണ് തനിക്ക് കിട്ടിയ ഏറ്റവും വലിയ അംഗീകാരമെന്ന്. അതിനുശേഷം സതിയുടെ പാട്ടും ഉണ്ടായിരുന്നു.

പരിപാടികളൊക്കെ കഴിഞ്ഞപ്പോൾ ഭക്ഷണത്തിനുശേഷം 3 മണിക്ക് ഒരു ബോട്ട് യാത്ര ഉണ്ടെന്ന് ശ്രീധരൻ മാഷ് അനൗൺസ് ചെയ്തു. എനിക്ക് വീട്ടിൽ എത്തേണ്ട കാര്യമുള്ളതുകൊണ്ട് അത് കേട്ടപ്പോൾ എന്റെ സന്തോഷത്തിന് മങ്ങലേറ്റു. ഗീതയ്ക്കും രമണിയ്ക്കും എന്റെ കൂടെ വരേണ്ടതുകൊണ്ട് അവർക്കും ബോട്ട് യാത്ര ചെയ്യാൻ പറ്റില്ലല്ലോ എന്നകാര്യം എനിക്ക് ടെൻഷനുണ്ടാക്കി. വീട്ടിൽ നിന്നും അമ്മയും ഏച്ചിയുമൊക്കെ വിളിച്ചപ്പോൾ ഞാൻ ബോട്ട് യാത്രയുടെ കാര്യം പറഞ്ഞു. അമ്മയ്ക്ക് പുഴ, കടൽ എന്നൊക്കെ കേൾക്കുമ്പോൾ തന്നെ പേടിയാണ്., എന്നോട് ബോട്ട് യാത്രയ്ക്ക് പോകേണ്ട എന്ന് പറഞ്ഞ് അമ്മ വേവലാതിയോടെ വിളിച്ചുകൊണ്ടിരുന്നപ്പോൾ എന്തു ചെയ്യണമെന്നറിയാതെ ഞാൻ കുഴങ്ങി. ഭക്ഷണത്തിനുശേഷം എല്ലാവരെയും ബോട്ടിന്റെ അടുത്തേക്ക് കൊണ്ടുപോകുന്നത് കണ്ടപ്പോൾ എനിക്ക് സങ്കടവും വിഷമവും തോന്നി. പോകാനും പോകാതിരിക്കുവാനും പറ്റാതെ ഞാൻ നിസ്സഹായതോടെ നോക്കിനിന്നു. സ്നേഹത്തോടെ എന്റെകൂടെ വന്ന രമണിയ്ക്കും ഗീതയ്ക്കും സ്മിതയ്ക്കും ഞാൻ കാരണം നല്ലൊരവസരം നഷ്ടപ്പെട്ടതിൽ അവർക്കും ബുദ്ധിമുട്ടായല്ലോ എന്ന ചിന്ത അതുവരെയുണ്ടായിരുന്ന എന്റെ എല്ലാ സന്തോഷവും കെടുത്തി.

അമ്മയെ വിഷമിപ്പിച്ചാലും ബോട്ട് യാത്രയിൽ പങ്കെടുക്കാമായിരുന്നു എന്ന കുറ്റബോധം എന്റെ മനസ്സിനെ വല്ലാതെ മുറിവേൽപ്പിച്ചു. തിരിച്ചുവരുമ്പോൾ ഗീതയും രമണിയും പലതുംപറഞ്ഞ് എന്നെ ആശ്വസിപ്പിച്ചുകൊണ്ടിരുന്നെങ്കിലും സന്തോഷവും സ്നേഹവും നിറഞ്ഞ ഈ യാത്രയുടെ അവസാനം ഇങ്ങനെയൊരു മനോവിഷമത്തിനിടയാക്കിയല്ലോ എന്ന ദുഃഖം ആഴ്ചകളോളം എന്റെ മനസ്സിനെ വല്ലാതെ അലട്ടി. ആയിറ്റി റിസോർട്ടിന്റെ ബാൽക്കണിയിൽ പ്രകൃതിഭംഗി ആസ്വദിച്ച് ആ പുഴയിലെ ഓളങ്ങളോട് കിന്നാരം പറഞ്ഞ് വൈകുന്നേരംവരെ അവിടെ ഇരിക്കാൻ വല്ലാതെ കൊതിതോന്നിയെങ്കിലും മനസ്സില്ലാമനസ്സോടെ ഞാൻ അവിടെനിന്നും തിരിച്ചുവന്നു. എങ്കിലും യാത്രയിലെ അവിസ്മരണീയ മുഹൂർത്തങ്ങളും കാഴ്ചകളും എനിക്ക് നൽകിയ സന്തോഷം ചെറുതൊന്നുമല്ല.

# സാന്ത്വനത്തിന്റെ ശീതളച്ഛായ

ജീവിതമാകുന്ന മണലാരണ്യത്തിലെ കനൽക്കാറ്റേറ്റ് ശൂന്യമായ മനസ്സുമായി കഴിഞ്ഞിരുന്ന എനിക്ക് സാന്ത്വനത്തിന്റെ ശീതളച്ഛായ പകർന്നുതന്നവരാണ് ഫ്ലൈയിലെ സഹോദരങ്ങൾ. സമാനസ്വഭാവമുള്ളവരുമായി ജീവിതപ്രശ്നങ്ങൾ പരസ്പരം ഫോണിൽക്കൂടെ പങ്കുവെയ്ക്കുകയെന്നത് വീടിന്റെ പുറംലോകവുമായി ബന്ധമില്ലാതെ ഏകാന്ത ജീവിതം നയിച്ചിരുന്ന എനിക്ക് ആശ്വാസപ്രദമായിരുന്നു. അവിചാരിതമായി ഞാൻ പരിചയപ്പെട്ട സമാനദുഃഖമനുഭവിക്കുന്ന സതിയുമായുള്ള ഫോൺബന്ധവും അവൾ മുഖാന്തരം സുഹൃദ്‌വലയം സൃഷ്ടിക്കാൻ കഴിഞ്ഞ ഫ്ലൈയിലെ മറ്റു അംഗങ്ങളുമായുള്ള ബന്ധങ്ങളുമാണ് 2011 ലെ ഫ്ലൈയുടെ ക്യാമ്പിൽ ആദ്യമായി പങ്കെടുക്കുവാൻ എനിക്ക് പ്രേരണയായത്. സതിയുടെയും ഫ്ലൈയിലെ മറ്റു സുഹൃത്തുക്കളുടെയും സ്നേഹപൂർവമായ നിർബന്ധമാണ് ക്യാമ്പ് എന്താണെന്നറിയാനുള്ള ഒരു താല്പര്യം എന്നിൽ ഉളവാക്കിയത്. ആദ്യമായി ക്യാമ്പിൽ പോയപ്പോൾ രണ്ടു മൂന്നു മണിക്കൂർ മാത്രമേ അവിടെ ഞാൻ ചെലവഴിച്ചിരുന്നുള്ളൂ. എങ്കിലും ആ ചുരുങ്ങിയ സമയംതന്നെ എനിക്ക് അവിസ്മരണീയമായിരുന്നു. ദുഃഖത്തിന്റെ ഒരു കൂട്ടായ്മയാണ് ഞാൻ അവിടെ പ്രതീക്ഷിച്ചതെങ്കിലും സന്തോഷത്തിന്റെയും സ്നേഹത്തിന്റെയും സാഹോദര്യത്തിന്റെയും സേവനസന്നദ്ധതയുടെയും ഒരു കൂട്ടായ്മയാണ് എനിക്കവിടെ അനുഭവപ്പെട്ടത്. ശാരീരികപരിമിതികളുള്ളവർക്ക് വേണ്ടി എന്തു സഹായങ്ങൾ ചെയ്യാനും ഓടിനടക്കുന്ന സഹോദരീ സഹോദരന്മാരുടെ സേവനമനോഭാവം, പയ്യന്നൂർ കോളേജിലെ വിദ്യാർത്ഥികളുടെ സേവനസന്നദ്ധത

ഇതൊക്കെ എനിക്ക് പുതിയ അനുഭവമായിരുന്നു. ഏറെ പരിമിതികൾക്കിടയിലും ഇങ്ങനെയൊരു സൗഹൃദക്കൂട്ടായ്മക്ക് രൂപംകൊടുക്കുകയും തങ്ങളെപ്പോലെതന്നെ പരിമിതികൾ അനുഭവിക്കുന്നവർക്ക് സാന്ത്വനവും സ്നേഹവും പകർന്നുനൽകുകയും ചെയ്യുന്ന ഫ്ലൈയിലെ സഹോദരങ്ങൾ സമൂഹത്തിനുതന്നെ മാതൃകയാണ്. ഫ്ലൈയിലെ സഹോദരിമാരായ മണിയേച്ചി, പ്രസന്നേച്ചി, ശ്യാമളേച്ചി എന്നിവരുടെ സേവനം എടുത്തു പറയേണ്ടതാണ്. ഫ്ലൈയുടെ ചെയർമാൻ രാജീവേട്ടനാണ് സംഘടനയുടെ എല്ലാ പ്രവർത്തനങ്ങൾക്കും നേതൃത്വം കൊടുക്കുന്നത്. അദ്ദേഹത്തെ ഫ്ലൈയിൽ എല്ലാവരും ഏറെ സ്നേഹിക്കുകയും ബഹുമാനിക്കുകയും ചെയ്യുന്നു.

ജീവിതാനുഭവങ്ങളോടുള്ള നമ്മുടെ കാഴ്ചപ്പാടുകളും അതിനോടുള്ള സമീപനവുംതന്നെയാണ് സുഖദുഃഖങ്ങളുടെ ഏറ്റക്കുറച്ചിലുകൾ നിർണ്ണയിക്കുന്ന പ്രധാനഘടകങ്ങൾ. സ്വന്തം പരിമിതികളെക്കുറിച്ചല്ല, മറിച്ച് തങ്ങൾക്കുള്ള കഴിവുകളെക്കുറിച്ചാണ് ചിന്തിക്കേണ്ടത് എന്ന അവബോധം ഞങ്ങൾക്ക് നൽകിയത് ഫ്ലൈയിലെ കൂട്ടായ്മയാണ്. ഫ്ലൈയുടെ സ്നേഹക്കൂട്ടായ്മയിലൂടെ എനിക്കുകിട്ടിയ വിലമതിക്കാനാവാത്ത നേട്ടമാണ്, സഹജീവിസ്നേഹത്തിന്റെ ആൾരൂപം തന്നെയായ മണിയേച്ചിയുമായുള്ള ബന്ധം. മണിയേച്ചി എന്ന് ഞാനും മണിയമ്മ എന്ന് മറ്റുള്ളവരും വിളിക്കുന്ന അവരെക്കുറിച്ച് എഴുതാൻ തുടങ്ങിയാൽ വാക്കുകൾ പോരാതെവരും. അതുകൊണ്ട് അവരുടെ വീട്ടിൽ ആദ്യമായി സന്ദർശിക്കാനുള്ള ഭാഗ്യംകിട്ടിയ ആ ദിവസത്തെ അപൂർവ അനുഭവങ്ങളെക്കുറിച്ച് മാത്രമാണ് ഞാൻ ഇവിടെ എഴുതുന്നത്. കാരുണ്യത്തിന്റെയും മനുഷ്യത്വത്തിന്റെയും സഹവർത്തിത്വത്തിന്റെയും പകരംവെയ്ക്കാനില്ലാത്ത സ്നേഹ സൗഹൃദങ്ങളാണ് ഫ്ലൈയുടെ പ്രധാന പ്രവർത്തകരായ മണിയേച്ചിയും അവരുടെ ഭർത്താവായ പുഷ്പേട്ടനും. 2011 ലെ ഫ്ലൈ ക്യാമ്പിൽ പോയപ്പോഴാണ് അവരെ ആദ്യമായി പരിചയപ്പെട്ടുന്നത്. അവരുടെ സ്നേഹപൂർവമായ നിർബന്ധംകൊണ്ടാണ് 2012 ലെ ക്യാമ്പിൽ ഞാൻ ഒരുദിവസം താമസിച്ചത്.

അവിടെ താമസിക്കുന്നകാര്യം മുൻകൂട്ടി രജിസ്റ്റർ ചെയ്യാത്തതുകൊണ്ട്, എനിക്ക് കിടക്കാൻ കട്ടിൽ കിട്ടിയിരുന്നില്ല. അന്ന്, മണിയേച്ചിയുടെ കട്ടിൽ എനിക്കുതന്നിട്ട് അവർ നിലത്ത് ഒരു തുണിവിരിച്ച് കിടന്നു. ക്യാമ്പിൽ നമ്മൾ എല്ലാവർക്കുംവേണ്ടി രാവും പകലുമെന്നില്ലാതെ വിശ്രമമില്ലാതെ ഓടിനടക്കുകയായിരുന്നു അവരും പ്രസന്നേച്ചിയുമെല്ലാം. പിന്നീട് വർഷങ്ങൾ കഴിഞ്ഞപ്പോൾ വ്യക്തിപരമായ ചിലകാരണങ്ങളാൽ ഫ്ലൈയുടെ പ്രവർത്തനങ്ങളിൽനിന്നും വിട്ടുനിന്ന മണിയേച്ചി

ഞങ്ങളോടുള്ള സ്നേഹബന്ധവും സഹായ മനഃസ്ഥിതിയും തുടർന്നുകൊണ്ടേയിരുന്നു.

എനിയ്ക്ക് മണിയേച്ചി സ്വന്തം കൂടപ്പിറപ്പിനെപ്പോലെയോ അതിനേക്കൾ മേലെയോ ആയിരുന്നു. ഇന്നും അതുപോലെതന്നെ. എനിക്ക് എവിടെയെങ്കിലും യാത്രപോകേണ്ട ആവശ്യംവന്നാൽ സ്വന്തം കാര്യങ്ങൾ മാറ്റിവെച്ച് ഓടിവരും. സതിയുടെയും സ്മിതയുടേയും വീടുകളിൽ പോകാനും പറശ്ശിനിക്കടവിൽ പോയപ്പോൾ ഞങ്ങളെ ക്ഷേത്രത്തിലും അവിടെനിന്നും സ്നേക്ക്പാർക്കിലുമൊക്കെ വീൽച്ചെയറിൽ കൊണ്ടുപോയി കാണിക്കാനും മണിയേച്ചി മുന്നിൽത്തന്നെയുണ്ടായിരുന്നു. അവിടെ വെച്ച് ശക്തമായ കാറ്റും മഴയും വന്നപ്പോൾ അതാസ്വദിക്കാൻ എന്നെയും സുനിതയേയും കുടപിടിച്ച് പുറത്തിറക്കിയതും മണിയേച്ചിതന്നെ. പിന്നീടൊരിക്കൽ ഒരു വീൽച്ചെയറിന്റെ ആവശ്യത്തിനുവേണ്ടി എന്നെ കണ്ണൂരിലേക്ക് കൊണ്ടുപോയതും മണിയേച്ചിയായിരുന്നു. പറഞ്ഞാൽ തീരാത്തത്ര സഹായങ്ങളാണ് മാനവികതയുടെ ആൾരൂപമായ ആ ചേച്ചിയിൽനിന്നും എനിക്കനുഭവിക്കാൻ ഭാഗ്യംകിട്ടിയത്.

മണിയേച്ചി ഒരു എഴുത്തുകാരിയുംകൂടിയാണെന്നുള്ള കാര്യം എടുത്തുപറയേണ്ടതാണ്. അവരുടെ മൂന്നോളം ചെറുകഥാസമാഹാരങ്ങൾ പ്രസിദ്ധീകരിച്ചിട്ടുണ്ട്. അതിൽ *മതങ്ങളില്ലാത്ത മരങ്ങൾ* എന്ന ചെറുകഥാസമാഹാരം എനിക്കേറെ ഇഷ്ടപ്പെട്ട പുസ്തകമാണ്. 2017 ൽ ആ പുസ്തകത്തിന്റെ ചർച്ച അവരുടെ ഏഴിലോടുള്ള വീട്ടിൽ നടക്കുമ്പോൾ അവരുടെ സ്നേഹപൂർണ്ണമായ നിർബന്ധംകൊണ്ട് ആ ചടങ്ങിൽ ഞാനും പങ്കെടുത്തിരുന്നു. അങ്ങോട്ടേക്കുള്ള സാഹസികമായ യാത്ര ഞാനൊരിക്കലും മറക്കില്ല. അന്ന് രാവിലെ പോകാനിറങ്ങിയപ്പോൾ കോരിച്ചൊരിയുന്ന മഴ...! അല്പംകഴിഞ്ഞ് മഴ കുറച്ച് ശമിച്ചപ്പോൾ അമ്മയെയുംകൂട്ടി ഞാനും രാജുവും ശ്രീക്കുട്ടനും പുറപ്പെട്ടു. അടയാളമായി പറഞ്ഞ വീടിന്റെ മുന്നിൽ മണിയേച്ചിയും പുഷ്പേട്ടനും കാത്തിരിക്കുന്നുണ്ടായിരുന്നു. കാറിൽനിന്നും ഇറങ്ങാൻനോക്കിയപ്പോൾ മഴ വീണ്ടും കനത്തു. എനിക്കും അമ്മയ്ക്കും കാറിൽനിന്നും ഇറങ്ങാൻകഴിഞ്ഞില്ല. മഴവെള്ളം കുത്തിയൊലിച്ച് കാറിനുചുറ്റും ഒഴുകുന്നു. മഴകുറച്ച് കുറഞ്ഞപ്പോൾ വീൽച്ചെയറിൽ പോകാൻ പറ്റില്ലെന്നും അവരുടെകൂടെ ബൈക്കിൽ കയറിയാൽ മാത്രമേ പോകാൻ കഴിയൂ എന്നും രാജു പറഞ്ഞു. തിരിച്ചു പോകുന്നതാണ് നല്ലതെന്ന് ഞാനും പറഞ്ഞു. എന്നാൽ മണിയേച്ചി നിർബന്ധപൂർവം എന്നെയുംകൂട്ടി ബൈക്കിൽ അവരുടെ നെഞ്ചോടു ചേർത്തുപിടിച്ചിരുത്തി. പേടിക്കേണ്ടെന്നു രാജു ധൈര്യം തന്നു. പേടിയുണ്ടായിരുന്നെങ്കിലും ഞാനും ആ സാഹസിക യാത്ര ആസ്വദിച്ചുകൊണ്ട്

അവരുടെ വീട്ടിലെത്തി. രാജുവും അമ്മയും ശ്രീക്കുട്ടനും പിന്നാലെ വന്നു. മണിയേച്ചിയുടെ വീട്ടിൽ ഫ്ലൈയിലെ കുറച്ചുപേർ ഉണ്ടായിരുന്നു. ഭക്ഷണത്തിനുശേഷം അമ്മയും രാജുവും ശ്രീയും തിരിച്ചുപോയി.

പരിപാടി രണ്ടാമത്തെ നിലയിലാണെന്ന് മണിയേച്ചി പറഞ്ഞപ്പോൾ എനിക്ക് വീണ്ടും ടെൻഷനായി. പിന്നെ എനിക്ക് ഭക്ഷണമൊന്നും ഇറങ്ങിയില്ല. മണിയേച്ചി എന്നെ സമാധാനിപ്പിച്ചു. ഡി വൈ എഫ് ഐയുടെ ചുണക്കുട്ടികൾ വന്ന് വീൽച്ചെയറിൽത്തന്നെ എന്നെ മുകളിലെത്തിച്ചു. അപ്പോഴേക്കും ധാരാളം ആൾക്കാർ എത്തിയിരുന്നു. കുറച്ചുകഴിഞ്ഞപ്പോൾ എഴുത്തുകാരിയായ ശാന്ത കാവുമ്പായിയെ അതേ കുട്ടികൾ മുകളിലെത്തിച്ചു. റിട്ടയേർഡ് ടീച്ചറായ അവരും ഭിന്നശേഷിക്കാരിയാണ്. ഏറെ വിഷമിച്ച് വന്നതുകൊണ്ടായിരിക്കാം അവർ തളർന്നുപോയി. മുൻപേ പരിചയപ്പെടാൻ ആഗ്രഹിച്ചിരുന്ന ടീച്ചറെ അടുത്തുകണ്ടപ്പോൾ വളരെ സന്തോഷംതോന്നി. ഞങ്ങൾ കുറെ സമയം ഒന്നിച്ചിരുന്ന് വിശേഷങ്ങൾ പങ്കുവെച്ചു.

*മതങ്ങളില്ലാത്ത മരങ്ങൾ* എന്ന പുസ്തകത്തെക്കുറിച്ച് 15 ഓളം പേർ സംസാരിച്ചു. ശാന്ത ടീച്ചറുടെ പ്രസംഗം നന്നായിരുന്നു. ഞാനും സംസാരിച്ചു. പരിപാടി കഴിഞ്ഞശേഷം മണിയേച്ചിയുടെ ബന്ധുവും പ്രശസ്ത എഴുത്തുകാരനുമായ വൈ വി കണ്ണൻമാസ്റ്ററെ പരിചയപ്പെട്ടത് പുതിയൊരു അനുഭവമായി. എല്ലാവരും പിരിഞ്ഞപ്പോൾ എന്നെയും ശാന്ത ടീച്ചറെയും കുട്ടികൾ താഴെ ഇറക്കുകയും അവർ യാത്രപറഞ്ഞു പിരിയുകയും ചെയ്തു. പുറത്ത് അപ്പോഴും കോരിച്ചൊരിയുന്ന മഴതന്നെ. സന്ധ്യ കഴിഞ്ഞതുകൊണ്ട് രാജു വിളിക്കാൻ തുടങ്ങിയിരുന്നു. ഭക്ഷണത്തിനുശേഷം എന്നെ ബൈക്കിൽത്തന്നെ റോഡിലെത്തിച്ച്, കാറിൽ കയറ്റി വീട്ടിലിറക്കുകയും ചെയ്തു. കാറിൽവെച്ച് എനിക്ക് ഓക്കാനം വന്നപ്പോൾ മണിയേച്ചി എന്നെ കെട്ടിപ്പിടിച്ചിരുന്നു. പുഷ്പേട്ടനും അവരുടെ അനിയനും കാറിലുണ്ടായിരുന്നു. വീട്ടിലെത്തിയപ്പോൾ മഴയൊന്നും കൂട്ടാക്കാതെ അമ്മ എന്നെയുംകാത്ത് കാർപ്പോർച്ചിൽ നിൽക്കുന്നു. അതുകണ്ടപ്പോൾ വല്ലാത്ത വിഷമംതോന്നി. അമ്മ ഏറെ പരിഭ്രമിച്ചെന്ന് രാജു പറഞ്ഞു. അമ്മയുടെ വിഷമം കണ്ടപ്പോൾ സങ്കടം തോന്നിയെങ്കിലും, ജീവിതത്തിലൊരിക്കലും മറക്കാൻ പറ്റാത്ത അപൂർവാനുഭവങ്ങൾ നിറഞ്ഞ ഒരു യാത്രതന്നെയായിരുന്നു അത്. ജീവിതത്തിൽ ഇടയ്ക്ക് ഇങ്ങനെയുള്ള പുതുമകളില്ലെങ്കിൽ പിന്നെ എന്താണൊരു രസം എന്ന് പിന്നീടുതോന്നി. എല്ലാത്തിനും മീതെയായി മണിയേച്ചിയുടെയും പുഷ്പേട്ടന്റെയും സ്നേഹവാത്സല്യങ്ങൾ അനുഭവിക്കാൻ സാധിച്ചതിന്റെ നിർവൃതിയിലായിരുന്നു ഞാൻ.

ഫ്ലൈ സൗഹൃദ കൂട്ടായ്മയിലൂടെ കിട്ടിയ മറ്റൊരു കൂട്ടാണ് പ്രസന്നേച്ചി. സ്നേഹത്തിന്റെയും മാനവികതയുടെയും ആൾരൂപം. പ്രസന്നേച്ചിയും മണിയേച്ചിയുമൊക്കെ ഫ്ലൈക്യാമ്പിൽ ഞങ്ങൾക്ക് എന്ത് സഹായത്തിനും ഓടിഎത്തുന്നവരാണ്. കണ്ണപുരത്ത് താമസിക്കുന്ന അവർ വീടിന് സമീപം ഒരു ടെക്സ്റ്റൈൽ ഷോപ്പും നടത്തുന്നുണ്ട്. ഞാൻ വീട്ടിൽനിന്നും ആദ്യമായി പുറത്ത് മറ്റൊരുവീട്ടിൽ പോയത് സതിയുടെ വീട്ടിലാണ്. അവിടെ എന്നെ കൊണ്ടുപോയത് പ്രസന്നേച്ചിയും മണിയേച്ചിയും ചേർന്നാണ്. അവരെ രണ്ടുപേരെയും എന്റെ അച്ഛനും അമ്മയ്ക്കും ഒരുപാടിഷ്ടമായിരുന്നു. അവരുടെകൂടെ എവിടെ വേണമെങ്കിലും പോകാമെന്ന് അച്ഛൻ പറയാറുണ്ട്.

ഫ്ലൈ നടത്തുന്ന *ചിറക്* മാഗസിന്റെ എഡിറ്റർ എന്ന നിലയിൽ വർഷങ്ങളായി കഴിവ് തെളിയിച്ച ഒരു പ്രതിഭയുണ്ട്, ഷാജി തലോറ. നല്ലൊരു എഴുത്തുകാരനും സഞ്ചാരിയുമായ ഷാജി, യാത്രാവിവരണത്തിലൂടെ താൻ സഞ്ചരിക്കുന്ന സ്ഥലങ്ങളൊക്കെ വായനക്കാർക്ക് പരിചയപ്പെടുത്തിക്കൊടുക്കാറുണ്ട്. മാഗസിനിൽ ഞാൻ എഴുതാൻ തുടങ്ങിയതുതന്നെ ഷാജിയുടെയൊക്കെ പ്രോത്സാഹനം കാരണമാണ്. 2019 മുതൽ തുടങ്ങിയ കോവിഡ് മഹാവ്യാധി കാരണം രണ്ടുമൂന്നു വർഷമായി ഫ്ലൈയുടെ ക്യാമ്പും മാഗസിന്റെ പ്രസിദ്ധീകരണവും മുടങ്ങിപ്പോയെങ്കിലും അതിന് പകരമായി ***ഇതൾ, ഇടം*** എന്നിങ്ങനെ രണ്ട് ഡിജിറ്റൽ മാഗസിനുമായി സജീവമായി. ***ഇതളി***ന്റെ എഡിറ്റർ അവനാണ്. അതിലൊക്കെ എന്റെ കവിതയും ആസ്വാദനക്കുറിപ്പുകളുമൊക്കെ കൊടുക്കാറുണ്ട്. സ്വന്തം ശാരീരികപരിമിതികൾക്കിടയിലും ഈ മാഗസിന്റെയൊക്കെ പ്രവർത്തനം നല്ലനിലയിൽ നടത്തുകയും ഞങ്ങൾക്കൊക്കെ എഴുതാനുള്ള പ്രചോദനം തരികയും ചെയ്യുന്ന ഈ സഹോദരന്റെ പ്രവർത്തനം പ്രശംസനീയവും അഭിനന്ദനീയവുമാണ്. അതുപോലെ ഫ്ലൈയിലെ സുരേഷ് എന്ന സഹോദരൻ. തെങ്ങിൽനിന്നും വീണ് പരിക്കുപറ്റി കാലുകൾക്ക് ബലക്കുറവ് വന്ന സുരേഷ് ത്യാഗമനസ്കനും സദാ സേവനനിരതനുമാണ്. ഞങ്ങളുടെ വീൽച്ചെയറിന് എന്തെങ്കിലും പ്രശ്നംവന്നാൽ അതിൽ വിദഗ്ധനായ സുരേഷ് എത്രയുംവേഗം ഓടിയെത്തി സർവീസ് ചെയ്തു ശരിയാക്കിത്തരും. എന്റെ വീൽച്ചെയറിന് ബ്രേക്ക് പ്രശ്നമായപ്പോഴൊക്കെ, പഴയങ്ങാടിയിൽ താമസിക്കുന്ന സുരേഷാണ് ഇത്രയും ദൂരം യാത്രചെയ്ത് വീട്ടിലെത്തി അത് ശരിയാക്കിത്തന്നത്. സുരേഷിന്റെ ഭാര്യ മഞ്ജുവും എന്റെ കൂട്ടുകാരിയാണ്. രാജീവേട്ടൻ, ബിജു ചെറുതാഴം, ഗണേശേട്ടൻ, ജിഷ, നിജ, അവളുടെ ഭർത്താവായ പ്രശസ്ത ചിത്രകാരൻ സുരേന്ദ്രൻ, പുഷ്പ, ഷെറിൻ, സതി, കവിത, ബിജു ചുണ്ട, സുനിത, സജിത,

അജിത തുടങ്ങി എണ്ണിയാൽ തീരാത്തത്ര കൂട്ടുകാർ. കൂടാതെ ശ്രീജിത്ത്, ഹരി മാഷ്, രതീഷ് കാനായി, സുധ, ശ്യാമളേച്ചി... അങ്ങനെ ഞങ്ങളെ സഹായിക്കുന്ന സേവനസന്നദ്ധതയും മാനവികതയും നിറഞ്ഞ മനസ്സുള്ള സഹോദരീ സഹോദരൻമാർ. ഇതൊക്കെ ഫൈല്ല മുഖാന്തരം കിട്ടിയ സ്നേഹബന്ധങ്ങളാണ്. എനിക്ക് സാന്ത്വനത്തിന്റെ ശീതളഛായ പകർന്നു നൽകുന്ന സൗഹൃദങ്ങൾ.

# സ്വപ്നചിത്ര

ചെറുപ്പത്തിൽത്തന്നെ ചിത്രങ്ങൾ കാണാൻ എനിക്കിഷ്ടമായിരുന്നു. എന്നിൽ എപ്പോഴാണ് വരയ്ക്കാനുള്ള കഴിവ് പ്രകടമായതെന്ന് കൃത്യമായി ഓർക്കുന്നില്ല. പ്രകൃതി വിഷയമാക്കിയാണ് കൂടുതൽ ചിത്രങ്ങളും വരച്ചിട്ടുള്ളത്. ഉദയവും അസ്തമയവും മരങ്ങളും പുഴയുമൊക്കെ കാണാൻ ഇഷ്ടമുള്ളതുപോലെ അവയൊക്കെ വരയ്ക്കാനും വലിയ ഉത്സാഹമായിരുന്നു. വായനയിൽ എല്ലാംമറന്നു മുഴുകുന്നതുപോലെ ചിത്രരചനയിലൂടെയും മറ്റെല്ലാ വിഷമങ്ങളും ഞാൻ മറക്കും. ഇപ്പോഴും ഞാൻ വരച്ച കുറേ ചിത്രങ്ങൾ സൂക്ഷിച്ചുവെച്ചിട്ടുണ്ട്. 2018 അവസാനം അപ്രതീക്ഷിതമായി ഫ്ലൈയുടെ വാട്സ്ആപ്പ് ഗ്രൂപ്പിൽ 'സ്വപ്നചിത്ര'എന്ന സംഘടനയുടെ ഒരു അറിയിപ്പ് കണ്ടു. ഭിന്നശേഷിക്കാർ വരയ്ക്കുന്ന ചിത്രങ്ങളുടെ പ്രദർശനം കോഴിക്കോട് ലളിതകലാ അക്കാദമിയുടെ ആർട്ട് ഗ്യാലറിയിൽവെച്ച് നടക്കുന്നുണ്ടെന്നും ചിത്രങ്ങൾ അയച്ചുകൊടുത്താൽ അവർ സെലക്ടുചെയ്യുമെന്നും ആയിരുന്നു അറിയിപ്പ്. അത് എന്റെ ജീവിതത്തിൽ നല്ലൊരു വഴിത്തിരിവായി മാറുമെന്ന് ഞാൻ സ്വപ്നേപി പ്രതീക്ഷിച്ചിരുന്നില്ല.

ഞാൻ ഈ അറിയിപ്പ് കണ്ടു എന്നല്ലാതെ അത്ര കാര്യമായി ശ്രദ്ധിച്ചിരുന്നില്ല. പിന്നീട് ഫ്ലൈയിലെ എന്റെ പ്രിയ കൂട്ടുകാരികളും ചിത്രകാരികളുമായ സുനിതയും സജിതയും, ഞാൻ വരച്ച് അണ്ടർഗ്രൗണ്ടിൽ സൂക്ഷിച്ചുവെച്ചിരുന്ന ചിത്രങ്ങൾ അയച്ചുകൊടുക്കണമെന്ന് നിർബന്ധപൂർവം ആവശ്യപ്പെട്ടു. ഞാൻ വരയ്ക്കുന്ന ചിത്രങ്ങൾ മികച്ചവയാണെന്നുള്ള ആത്മവിശ്വാസമൊന്നും എനിക്കില്ലായിരുന്നു. എങ്കിലും അവർ നിർബ്ബന്ധിച്ചതുകൊണ്ട് വരച്ചുവെച്ചിട്ടുണ്ടായിരുന്ന അഞ്ചാറുചിത്രങ്ങളുടെ ഫോട്ടോസ് സ്വപ്നചിത്രയുടെ പ്രധാനപ്പെട്ട സംഘാടകനായ സുഖ

ദേവിന്റെ വാട്സ്ആപ്പ് നമ്പറിൽ അയച്ചുകൊടുത്തു. കുറച്ച് ദിവസങ്ങൾ ക്കള്ളിൽത്തന്നെ മൂന്നു ചിത്രങ്ങൾ തെരഞ്ഞെടുത്തതായി സുഖദേവിന്റെ സന്ദേശം വന്നപ്പോൾ ഞാൻ അത്ഭുതപ്പെട്ടു. ആദ്യം വിശ്വസിക്കാൻ പറ്റി യില്ല. വെറുതെ ടൈംപാസിന് വേണ്ടി വരച്ചിട്ട് ഒരുവിലയും ഇല്ലാതെ ഞാൻ വെയിസ്റ്റ് പേപ്പറുകൾ ഇടുന്ന തട്ടിൻപുറത്ത് ഇട്ടതായിരുന്നു ചില ചിത്രങ്ങൾ. അതിൽ ഒരു ചിത്രം കുറെ സമയമെടുത്ത് ഏറെ പ്രയത്നിച്ച് വരച്ചതും എനിക്ക് ഇഷ്ടപ്പെട്ടതുമാണ്. പ്രദർശനത്തിന് വെച്ചാൽ അതു വിറ്റുപോയേക്കുമോ എന്നൊരു ആശങ്ക എന്നെ അലട്ടി. അതുകൊണ്ടുത ന്നെ അത് കൊടുക്കുവാനും ഒരു മടി. ഞാൻ വരയ്ക്കുന്ന ചില ചിത്രങ്ങളോ ട് എനിക്ക് വല്ലാത്തൊരു അറ്റാച്ച്മെന്റായിരുന്നു. ഒന്ന്, ഒരു കടവിന്റെ തീരവും തോണിക്കാരനും, രണ്ടാമത്തേത് ഒരു തടാകത്തിന്റെ തീരത്തു ള്ള പുൽമൈതാനിയിൽ മേയുന്ന രണ്ടു പശുക്കളുള്ള ഒരു ഗ്രാമീണ അന്ത രീക്ഷവും, പിന്നെ ഏകാന്തത പ്രമേയമായ മറ്റൊരു ചിത്രവും. അങ്ങനെ മൂന്നു ചിത്രങ്ങളാണ് തെരഞ്ഞെടുത്തത്. അവയൊക്കെ പ്രദർശനത്തിനു വെച്ചാൽ മതി, ഒന്നും സെയിൽ ചെയ്യേണ്ടെന്ന് ഞാൻ പറഞ്ഞപ്പോൾ സുഖ്ദേവ് അത് തമാശയായി കരുതി ചിരിച്ചു തള്ളി. സാമ്പത്തികത്തി നും മീതെ മൂല്യംകല്പിക്കുന്ന ചില കാര്യങ്ങളും ജീവിതത്തിൽ ഉണ്ടാകു മെന്ന ചിന്താഗതി മറ്റു പലരെയുംപോലെ എനിക്കുമുണ്ട്. അങ്ങനെ സ്വ പ്നചിത്ര എന്ന മഹത്തായ സംഘടനയുടെ സ്നേഹമുള്ള ഇടപെടൽമൂലം ചിത്രരചനയോടുള്ള താല്പര്യം വർധിച്ചു തുടങ്ങി.

2019 ഫെബ്രുവരി നാലിനാണ് ജീവിതത്തിൽ ആദ്യമായി ഞാൻ വരച്ച ചിത്രങ്ങൾകൂടി ഉൾപ്പെടുത്തി സ്വപ്നചിത്രയുടെ ചിത്രപ്രദർശനം കേരള ലളിതകലാഅക്കാദമിയുടെ കോഴിക്കോട് ആർട്ട് ഗ്യാലറിയിൽ തുടങ്ങിയത്. എന്റെ ജീവിതത്തിൽ ഏറെ സന്തോഷം തോന്നിയ ദിവ സങ്ങളായിരുന്നു അത്. നേരിട്ട് പങ്കെടുക്കുവാൻ സുഖദേവ് എന്നെ ക്ഷ ണിച്ചിരുന്നെങ്കിലും പോകാൻ സാധിച്ചില്ല. അതിന്റെ നിരാശ കുറച്ചു നാൾ എന്നെ അലട്ടി. "പറക്കാനായി സ്വപ്നചിത്രയുടെ ചിറകുകൾ വിരിച്ചു തുടങ്ങുന്നു."

കേരളത്തിലെ 14 ജില്ലകളിൽനിന്നും ഭിന്നശേഷിക്കാരായ കലാ കാരന്മാർ അയച്ചുകൊടുത്ത അറുന്നൂറോളം ചിത്രങ്ങളിൽ നിന്നാണ് 80 കലാകാരൻമാരുടെ 150 ചിത്രങ്ങൾ 'സ്വപ്നചിത്ര-2019'-ലേക്ക് തെര ഞ്ഞെടുത്തത്. സ്വപ്നചിത്രയിൽ പ്രവർത്തിക്കുന്ന രജീഷ് എന്നൊരാൾ വന്നാണ് എന്റെ ചിത്രങ്ങൾ കൊണ്ടുപോയത്. സ്വപ്നചിത്രയിലെ ദൃശ്യ എന്ന സഹോദരി എന്നെക്കുറിച്ചുള്ള വിവരണങ്ങളുമായി ഫോട്ടോ സഹിതം സ്വപ്നചിത്രയുടെ ഫേസ്ബുക്ക് പേജിൽ പോസ്റ്റിട്ടിരുന്നു. കൂടാതെ വീണ പാലക്കാട് എന്ന കൂട്ടുകാരിയും എന്നെ വിളിച്ച് ഇന്റർ

വ്യൂ നടത്തി ഫേസ്ബുക്കിൽ സ്റ്റോറി പോസ്റ്റ് ചെയ്തു. കാസർകോട് ജില്ലയിൽ നിന്നും ഞാൻ മാത്രമായിരുന്നു തെരഞ്ഞെടുക്കപ്പെട്ടിരുന്നത്. പ്രദർശനം തീരാറായപ്പോൾ സുഖദേവ് എന്റെ ചിത്രങ്ങൾ സെയിലായ വിവരം വിളിച്ചറിയിച്ചു.

മൂന്നു ചിത്രങ്ങൾക്കും കൂടെ 13,000 രൂപ കിട്ടിയ കാര്യം പറഞ്ഞപ്പോൾ അപ്രതീക്ഷിതമായി കിട്ടിയ ഈ സൗഭാഗ്യത്തിൽ ഏറെ സന്തോഷിച്ചെങ്കിലും എന്റെ ചിത്രങ്ങളോടുള്ള അറ്റാച്ച്മെന്റ് ഉള്ളിൽ ചെറിയ നീറ്റലുണ്ടാക്കി.

"നമ്മുടെ ചിത്രങ്ങൾ സ്വയം കണ്ടാസ്വദിക്കുന്നതിനു പകരം ചിത്രരചനകളെ ആരാധിക്കുന്നവരുടെ ചുവരിൽ തൂങ്ങുമ്പോഴല്ലേ അതിന്റെ മൂല്യം വർദ്ധിയ്ക്കുന്നത്" എന്ന കൂട്ടുകാരി സജിതയുടെ വാക്കുകൾ കേട്ടപ്പോഴാണ് ആശ്വാസമായത്. ചിത്രരചനയിൽ താല്പര്യംതോന്നാനുള്ള പ്രചോദനം കൂടിയായിരുന്നു ആ വാക്കുകൾ. 2020 ൽ സ്വപ്നചിത്ര നടത്തിയ പ്രദർശനത്തിലും എന്റെ രണ്ടുചിത്രങ്ങൾ സെലക്റ്റ് ചെയ്യപ്പെട്ടിരുന്നു. നിലാവത്ത് വയലിൻ വായിക്കുന്ന പെൺകുട്ടിയും, രണ്ടാമത്തേത് ബോഗൺവില്ല പൂക്കളുടെ നടുവിലെ രണ്ട് പക്ഷികളുമായിരുന്നു. രണ്ടും എനിക്കേറെ പ്രിയപ്പെട്ടവ. അതുകൊണ്ട് ആ രണ്ടു ചിത്രങ്ങളും ചാർട്ട് പേപ്പറിൽ വീണ്ടും വരച്ചതിനുശേഷമാണ് കൊടുത്തത്. അഞ്ചാറു ദിവസങ്ങൾ ഊണും ഉറക്കവുമില്ലാതെ അതു വരച്ചുതീർക്കുകയായിരുന്നു. കുറച്ചു ദിവസം കഴിഞ്ഞപ്പോൾ എന്റെ രണ്ടു ചിത്രങ്ങളും സെയിലായെന്നും, 5500 രൂപ കിട്ടിയെന്നും സുഖദേവ് വിളിച്ചു പറഞ്ഞു. അവർ ആ തുക ബാങ്ക് അക്കൗണ്ടിലേക്ക് അയയ്ക്കുവാൻ ശ്രമിക്കുമ്പോഴാണ് കോവിഡ് പൊട്ടിപ്പുറപ്പെട്ടത്.

പുറംലോകം അധികം കാണാത്ത ഒരാളാണ് ഞാൻ. അതുപോലെ എന്റെ ചിത്രങ്ങളും. ചെറുപ്പത്തിൽ സ്കൂളിൽപ്പോകുന്ന കാലത്തൊന്നും എനിക്ക് ചിത്രരചനയിൽ വലിയ കഴിവൊന്നുമില്ലായിരുന്നു. ചിത്രം വരയ്ക്കാഞ്ഞതിന് സ്കൂളിൽനിന്നും ഡ്രോയിംഗ് മാഷുടെ തല്ല് വാങ്ങിയ ചരിത്രവുമുണ്ട്. വരയ്ക്കാൻ താല്പര്യം തോന്നിത്തുടങ്ങിയത് എപ്പോഴാണെന്ന് കൃത്യമായി ഓർമ്മവരുന്നില്ല. എനിക്ക് അസുഖമായി സ്കൂളിൽ പോകാൻ പറ്റാത്ത കാലത്ത് അച്ഛൻ ധാരാളം വാരികകളും ബാലപ്രസിദ്ധീകരണങ്ങളും പത്രങ്ങളുമൊക്കെ വീട്ടിൽ വരുത്താറുണ്ടായിരുന്നു. *അമ്പിളിയമ്മാവൻ, ബാലരമ, മനോരമ, മനോരാജ്യം, വനിത* എന്നീ പ്രസിദ്ധീകരണങ്ങളിലൊക്കെ ധാരാളം വർണ്ണചിത്രങ്ങൾ ഉണ്ടായിരിക്കും. വാരികകളിൽ വരുന്ന തുടർനോവലുകളിൽ സുന്ദരികളായ നായികമാരുടെ ആകർഷകമായ ചിത്രങ്ങൾ കാണാം. അതൊക്കെ നോക്കി വരയ്ക്കാൻ എനിക്ക് ഏറെ ഇഷ്ടമായിരുന്നു. അങ്ങനെയാണ് ചിത്രരചനയിൽ

താല്പര്യം ജനിക്കുന്നത്. പിന്നെ ഇങ്ങനെയുള്ള ധാരാളം ചിത്രങ്ങൾ വരയ്ക്കുകയും ആരേയും കാണിക്കാതെ കിടക്കയുടെ അടിയിലോ മറ്റോ പൂഴ്ത്തി വെയ്ക്കുകയുമായിരുന്നു പതിവ്.

സ്വപ്നചിത്രയെപ്പോലുള്ള വലിയൊരു സംഘടനയുടെ മഹത്തായ ചിത്രപ്രദർശനത്തിന് എന്റെ ചിത്രങ്ങൾ തെരഞ്ഞെടുത്തത് ഞാൻ ഒരിക്കലും പ്രതീക്ഷിക്കാത്ത കാര്യമായിരുന്നു. അവരോട് വാക്കുകളിൽ ഒതുക്കാൻ പറ്റാത്തത്ര സന്തോഷവും തീർത്താൽത്തീരാത്ത കടപ്പാടുമുണ്ട്. അതിലുപരിയായി, "Dream of us" എന്ന മാനവികതയുടെ അടയാളമായ സംഘടനയുടെ നിസ്വാർത്ഥ സ്നേഹ സാന്ത്വന പ്രവർത്തനങ്ങളെ അടുത്തറിയാൻ സാധിച്ചതിലും ഏറെ സന്തോഷിക്കുന്നു. ചിത്രങ്ങൾ വരയ്ക്കാനും അയയ്ക്കാനും പ്രദർശനത്തിൽ പങ്കെടുക്കാനും എനിക്ക് എല്ലാ പ്രോത്സാഹനങ്ങളും സഹായവും ചെയ്തുതന്ന സുഖദേവ്, ദൃശ്യ, സജിത, സുനിത തുടങ്ങി എല്ലാ സഹോദരങ്ങൾക്കും എന്റെ സ്നേഹവും നന്ദിയും അറിയിക്കുന്നു.

## ചില ലോക്ഡൗൺ വിഹ്വലതകൾ

രണ്ടായിരത്തി പത്തൊമ്പതിൽ ലോകമെമ്പാടും ഭീതിപരത്തി ക്കൊണ്ട് മനുഷ്യരുടെ ജീവിതസാഹചര്യങ്ങളെ കീഴ്മേൽമറിച്ച കോവിഡ് മഹാമാരിക്കാലം ഓരോ വ്യക്തിയെയും ഓരോ തരത്തിലാണ് ബാധിച്ചത്. അന്നത്തെ ലോക്ഡൗൺ സമയത്ത് വീട്ടിൽനിന്നും ഒന്ന് പുറത്തിറങ്ങാൻപോലും സാധിക്കാതെ വീർപ്പുമുട്ടിയവരായിരുന്നു എനിക്കുചുറ്റും. ലോക്ഡൗൺ കാലം എന്റെ ജീവിതത്തിൽ വരുത്തിയ മാറ്റങ്ങളും ചെറിയ സംഭവങ്ങളും എഴുതാതെ പോകുന്നതും ശരിയല്ല. ആ കാലത്ത് എല്ലാവരും വീട്ടിൽത്തന്നെയുണ്ടായിരുന്നു എന്നത് എന്നെ സംബന്ധിച്ച് വലിയ ആശ്വാസമായിരുന്നു.

മഹാമാരിയുടെ ഭീകരതയിലും ലോക്ഡൗണിന്റെ അനിശ്ചിതത്വത്തിലും ലോകംമുഴുവൻ സ്തംഭിച്ചുനിന്ന വേളയിൽ സർഗാത്മക സൃഷ്ടികളിലും വിനോദ പരിപാടികളിലൂമൊക്കെ ഏർപ്പെട്ട് മനസ്സിന്റെ സംഘർഷങ്ങൾ കുറയ്ക്കാൻ ശ്രമിക്കുകയായിരുന്നു ഭൂരിപക്ഷംപേരും. ജാതിമത ധനികദരിദ്ര രാഷ്ട്രീയ ഭേദമന്യേ എല്ലാവരും ഒത്തുചേർന്ന് പരസ്പരം ഹൃദയത്തിൽ തൊട്ടറിഞ്ഞ് ചൊരിഞ്ഞ സ്നേഹത്തിന്റെയും സാന്ത്വനത്തിന്റെയും ത്യാഗത്തിന്റെയും സ്പർശം ഒരിക്കലും മറക്കാൻപറ്റില്ല. കേരളം കാണിച്ചുകൊടുത്ത മാനവികതയും സഹജീവിസ്നേഹവും ലോകത്തിനുതന്നെ മാതൃകയായി. ഡോക്ടർമാർ, നഴ്സുമാർ, പൊലീസുകാർ, ആരോഗ്യപ്രവർത്തകർ, മറ്റു സന്നദ്ധപ്രവർത്തകർ ഇവരൊക്കെ സ്വന്തം ജീവൻപോലും ത്യജിച്ചുകൊണ്ട് രാപ്പകൽ വ്യത്യാസമില്ലാതെ കോവിഡ് പ്രതിരോധ പ്രവർത്തനത്തിന്റെ ഭാഗമായി പകർന്നു

കൊടുത്ത ധൈര്യവും ആത്മവിശ്വാസവും ഹൃദയസ്പർശിയായ അനുഭവം തന്നെയാണ്.

വീടിന്റെ നാലുചുവരുകൾക്കുള്ളിൽ കഴിയുന്ന എനിക്ക് ഈ ഭയാനക കാലത്ത് അതിജീവനപ്രവർത്തനങ്ങളിൽ എങ്ങനെ ഒരു പങ്കാളിയാകാൻ കഴിയും എന്ന ചിന്ത മനസ്സിനെ മഥിച്ചുകൊണ്ടിരിക്കുമ്പോഴാണ് ഇവിടത്തെ ആശാവർക്കറായ അടുത്ത കൂട്ടുകാരി രമണി പാലിയേറ്റിവ് പ്രവർത്തനത്തിന്റെ ഭാഗമായി വീട്ടിൽവന്നത്. തിരക്കിനിടയിൽ പ്രതിരോധ പ്രവർത്തനങ്ങളുടെ ഭാഗമായി ചെയ്യേണ്ട മാസ്ക് നിർമ്മാണത്തിന് സമയം തികയാത്തതിന്റെ ബുദ്ധിമുട്ടുകൾ അവൾ സൂചിപ്പിച്ചു. അല്പം തയ്യൽ അറിയാവുന്ന എനിക്ക് അവളെ സഹായിച്ചാൽ കൊള്ളാമെന്നുണ്ടായിരുന്നു. അങ്ങനെ പ്രതിരോധപ്രവർത്തനങ്ങളിൽ എനിക്കും ഒരു പങ്കാളിയാകാലോ എന്ന ചിന്തയും മനസ്സിലുദിച്ചു. ഞാൻ എന്റെ ആശയം തുറന്നുപറഞ്ഞപ്പോൾ അവൾക്ക് വലിയ സന്തോഷമായി. അങ്ങനെ ഇവിടത്തെ ഏരിയയിലുള്ള വീടുകളിൽ സൗജന്യമായി വിതരണംചെയ്യേണ്ട ആവശ്യത്തിനും വീട്ടിലെ ആവശ്യത്തിനുവേണ്ടിയും "പുതിയകാലത്തെ പുതുമകളായ" ധാരാളം മാസ്കുകൾ ഞാൻ തയ്ച്ചുതുടങ്ങി. എനിക്ക് ഒരുപാട് ശാരീരിക പ്രശ്നങ്ങളുണ്ടായിരുന്നെങ്കിലും അതൊന്നും കാര്യമാക്കാതെ സന്തോഷത്തോടെതന്നെ ഞാൻ ഈ പ്രവർത്തനവുമായി മുന്നോട്ടുപോയി. ഈ എളിയ ഉദ്യമത്തിലൂടെ മഹത്തായ പ്രതിരോധ പ്രവർത്തനത്തിന്റെ ചെറിയൊരു ഭാഗമാകാനെങ്കിലും സാധിച്ചതിൽ എനിക്ക് വലിയ സന്തോഷവും സംതൃപ്തിയും തോന്നി. ഇതേ സമയത്തു തന്നെ പാലിയേറ്റീവ് കെയർ കണ്ണൂർ സംഘടിപ്പിച്ച കാൻ ഫെസ്റ്റ്-2020 ന്റെ ഭാഗമായി നടത്തിയ ജീവിതാനുഭവക്കുറിപ്പ് ഓൺലൈൻ മത്സരത്തിൽ പങ്കെടുത്ത് ഒന്നാം സമ്മാനം കിട്ടിയത് എനിക്കുണ്ടായ മറ്റൊരു സന്തോഷകരമായ അനുഭവമാണ്. ലോക്ഡൗൺ കാലത്തെ പുതിയ സംരംഭമായ *ഇതൾ* എന്ന ഡിജിറ്റൽമാസികയുടെ മെയ് മാസത്തെ ആദ്യ ലക്കത്തിൽത്തന്നെ നിരഞ്ജനയുടെ പ്രസിദ്ധ നോവലായ *മൃത്യുഞ്ജയൻ* എന്ന പുസ്തകത്തെക്കുറിച്ചുള്ള എന്റെ ആസ്വാദനക്കുറിപ്പ് പ്രസിദ്ധീകരിച്ചത് മറ്റൊരു സന്തോഷം.

നീലേശ്വരം നഗരസഭ ലോക്ഡൗൺകാലത്ത് നടത്തിയ സാഹിത്യ ആസ്വാദന മത്സരത്തിന് ഞാൻ അയച്ചുകൊടുത്ത കുറിപ്പിന് സമ്മാനം കിട്ടിയപ്പോൾ അതിന്റെ സമ്മാനദാനവും അനുമോദനവും എന്റെ വീട്ടിൽവെച്ച് നടത്തിയതും മറക്കാനാവാത്ത അനുഭവമാണ്. നഗരസഭ ചെയർമാൻ പ്രൊഫ. കെ പി ജയരാജന്റെയും വിദ്യാഭ്യാസ സ്റ്റാന്റിങ് കമ്മിറ്റി ചെയർമാൻ പി പി മുഹമ്മദ് റാഫിയുടെയും നേതൃത്വത്തിലാണ് എന്റെ വീട്ടിൽ ആ ചടങ്ങ് നടന്നത്. നഗരസഭ കാര്യാലയ

ത്തിൽവെച്ച് സമ്മാനദാന ചടങ്ങ് നടന്നിരുന്നെങ്കിലും എനിക്ക് പങ്കെടുക്കാൻ പറ്റാത്തതിനാൽ വീട്ടിൽവന്ന് ഇങ്ങനെയൊരു ചടങ്ങ് സംഘടിപ്പിക്കുവാൻ സന്മനസ്സ് കാണിച്ച നഗരസഭാ അധികൃതരെ നന്ദിയോടെ സ്മരിക്കുന്നു. അതുകൂടാതെ ലോക്ഡൗൺകാലഘട്ടത്തിൽ വായനാപക്ഷാചരണത്തോടനുബന്ധിച്ച് ഏച്ചിക്കൊവ്വൽ ഗ്രാമീണ വായനശാല നടത്തിയ പുസ്തകാസ്വാദന മത്സരത്തിൽ ഒന്നാംസ്ഥാനം നേടിയതും എന്നെ സംബന്ധിച്ച് അവിസ്മരണീയമായ അനുഭവമാണ്.

ഫേസ്ബുക്കിൽ എന്റെയൊരു സുഹൃത്തിന്റെ റീഡിംഗ് ചലഞ്ച് സ്വീകരിച്ച് 7 ദിവസം ഇഷ്ടപ്പെട്ട ഓരോ പുസ്തകംവീതം വായിച്ച്, ഓരോ ദിവസവും പുസ്തകത്തിന്റെ മുഖചിത്രവും വായനക്കുറിപ്പും ഞാൻ പോസ്റ്റ് ചെയ്യുതിലൂടെ ധാരാളംപേരെ ചലഞ്ചിൽ പങ്കെടുപ്പിക്കാൻ കഴിഞ്ഞതും വലിയ സന്തോഷംതന്നെ. എന്റെ കുറച്ച് ഫ്രണ്ട്സിനെ ചലഞ്ചുചെയ്ത് അവരും 7 ദിവസം അവർക്ക് ഇഷ്ടപ്പെട്ട പുസ്തകത്തിന്റെ മുഖചിത്രം പോസ്റ്റുചെയ്യുതിലൂടെ പുസ്തകങ്ങളെയും വായനയേയും പ്രോത്സാഹിപ്പിക്കാൻ കഴിഞ്ഞതിൽ ഏറെ ചാരിതാർത്ഥ്യമുണ്ട്. പുസ്തകങ്ങളെയും വായനയെയും ഇഷ്ടപ്പെടുന്ന എനിക്ക് ഈ അനുഭവങ്ങൾ പകർന്നു തന്നത് വലിയ ഊർജ്ജമാണ്. മഹാമാരി വിതച്ച ഭീതിയുടെ കാലത്ത് ഇത്തരം കൊച്ചു കൊച്ചനുഭവങ്ങളാണ് ആശ്വാസം പകർന്നത്. നിത്യേന മാധ്യമങ്ങളിൽ നിറയുന്ന കോവിഡ് വാർത്തകളും അതുമൂലമുണ്ടായ ജീവഹാനിയും ഞെട്ടിക്കുന്ന അനുഭവങ്ങൾ തന്നെയാണ്. ഓരോ ദിവസവും കൂടിക്കൂടി വരുന്ന രോഗികളുടെ എണ്ണം, പെരുകിക്കൊണ്ടിരിക്കുന്ന മരണസംഖ്യ ഇതിനിടയിലും പതറാതെ നിൽക്കാൻ സാധിച്ചത് നല്ല കുറച്ച് അനുഭവങ്ങൾകൊണ്ടാണ്. ലോക്ഡൗൺകാലത്ത് സ്നേഹ സന്ദർശനങ്ങളൊക്കെ നഷ്ടപ്പെട്ടത് എന്നെ ഏറെ വേദനിപ്പിച്ചിട്ടുണ്ടെങ്കിലും, കോവിഡ് കുറച്ചൊന്നടങ്ങിയപ്പോൾ ആ സൗഹൃദം വീണ്ടും തുടരാൻ കഴിഞ്ഞു. പുറത്തധികം യാത്രചെയ്യാൻ കഴിയാത്ത എനിക്ക് സഹോദരങ്ങളുടെയും അടുത്ത സുഹൃത്തുക്കളുടെയുമൊക്കെ സൗഹൃദസന്ദർശനം ഏറെ ആഹ്ലാദംപകർന്നു. കോവിഡ് എന്ന മഹാമാരി ലോകത്ത് ഏറെ ദുരന്തങ്ങൾ വിതച്ചെങ്കിലും ആ കാലം നമുക്ക് നൽകിയ അതിജീവനത്തിന്റെ പാഠങ്ങൾ ചെറുതൊന്നുമല്ല.

ലോകജനതയെ ഭീതിയിലാഴ്ത്തി 2019 ൽ പൊട്ടിപ്പുറപ്പെട്ട കോവിഡ് മഹാമാരി എന്റെ ജീവിതത്തിലും മാറ്റങ്ങൾ വരുത്തി. ലോക്ഡൗൺകാലത്ത് എല്ലാവരും വീട്ടിൽ എന്റെ കൂടെത്തന്നെയുണ്ടായിരുന്നു എന്നത് വലിയ ആശ്വാസമായിരുന്നു. കേരളം കാണിച്ചുകൊടുത്ത മാനവികതയും സഹജീവിസ്നേഹവും ലോകത്തിനുതന്നെ മാതൃകയായി. ജാതിമത രാഷ്ട്രീയ ഭേദമന്യെ എല്ലാരും ഒത്തുചേർന്ന് സ്വന്തം

നാടിന്റെ ദുരന്തകാലത്ത് പരസ്പരം ചൊരിഞ്ഞ കനിവിന്റെയും സാന്ത്വനത്തിന്റെയും ത്യാഗത്തിന്റെയും സ്നേഹസ്പർശം ഒരിക്കലും മറക്കാൻ കഴിയില്ല. ഡോക്ടർമാർ, നഴ്സുമാർ, പൊലീസുകാർ, ആരോഗ്യപ്രവർത്തകർ, മറ്റു സന്നദ്ധപ്രവർത്തകർ ഇവരൊക്കെ സ്വന്തം ജീവൻപോലും പണയംവെച്ച് രാപ്പകൽ വ്യത്യാസമില്ലാതെ കോവിഡിന്നെതിരായ പ്രതിരോധ പ്രവർത്തനത്തിന്റെ ഭാഗമായി ധൈര്യം പകർന്നതുതന്നെയാണ് ഈ കാലത്തെക്കുറിച്ച് എടുത്തുപറയാനുള്ളത്.

അങ്ങനെ കൊച്ചുകൊച്ചു സന്തോഷങ്ങളിലൂടെ കോവിഡുകാലത്തെ ഞാനും തരണംചെയ്തു. കോവിഡുകാലം നമ്മെ പഠിപ്പിച്ച മറ്റൊരുകാര്യം കൂടിയുണ്ട്. പുറത്തുപോകാതെയും പല കാര്യങ്ങളും വീട്ടിനകത്തുനിന്നുതന്നെ ഓൺലൈൻവഴി ചെയ്യാമെന്ന്. വീട്ടിലേക്കാവശ്യമായ സാധനങ്ങളെല്ലാം മൊബൈലിൽ ഒരു ക്ലിക്കുകൊണ്ട് വീട്ടുപടിക്കൽ എത്തുന്ന സാഹചര്യം വലിയ തോതിൽ ഉപയോഗപ്പെടുത്താൻ കഴിഞ്ഞത് ലോക്ക്ഡൗൺ സമയത്താണ്. സ്കൂളിൽപ്പോകാതെ മൊബൈൽ വഴിയോ ലാപ്ടോപ്പ് വഴിയോ കുട്ടികൾക്ക് ക്ലാസുകൾ നഷ്ടപ്പെടാതെ പാഠ്യവിഷയങ്ങളും പരീക്ഷകളും സമയത്തിന് തീർക്കാൻ കഴിഞ്ഞത് പുതിയ കാലത്തിന്റെ സാധ്യതകൾ പ്രയോജനപ്പെടുത്തിയതുകൊണ്ട് തന്നെയാണ്. അതിനു നിമിത്തമായതോ..? നമ്മൾ ഭീതിയോടെ നോക്കിക്കണ്ട കോവിഡും.

# തോരാത്ത അശ്രുധാര

കഴിഞ്ഞ കുറച്ചുകാലത്തെ മാനസികമായ തയ്യാറെടുപ്പിന് ശേഷമാണ് ഞാൻ എന്റെ അമ്മയെക്കുറിച്ചെഴുതാൻ ഒരു ശ്രമം നടത്തുന്നത്. എന്തെഴുതണം, എങ്ങനെയെഴുതണം, എവിടെ തുടങ്ങണം... മുന്നിൽ ആശയക്കുഴപ്പത്തിന്റെ വലിയൊരു മറ. അമ്മയെക്കുറിച്ച് ഈ ജന്മംമുഴുവൻ എഴുതിയാലും തീരില്ലെന്നറിയാം. എന്റെ അച്ഛന്റെ വേർപാടിനുശേഷം ഞാൻ അനുഭവിച്ചുകൊണ്ടിരുന്ന വേദനകൾ ശതകോടിയായി ഇരട്ടിച്ച് ഇങ്ങനെയൊരു നൊമ്പരക്കുറിപ്പുകൂടി എഴുതേണ്ടിവന്നത് ഞാൻ അത്രയും നിർഭാഗ്യവതിയായതുകൊണ്ട് മാത്രമാണ്. ദുരന്തങ്ങൾ നിരന്തരം എന്നെ വേട്ടയാടിക്കൊണ്ടിരിക്കുകയാണ്.

ഈ ജീവിതാനുഭവക്കുറിപ്പുകൾ എഴുതിത്തുടങ്ങിയ സമയത്ത് ചുറ്റിലും നിറഞ്ഞുനിന്നിരുന്ന എന്റെ അമ്മയെക്കുറിച്ച് ഇങ്ങനെയൊരു സങ്കടക്കുറിപ്പ് എഴുതേണ്ടിവരുമെന്ന് സ്വപ്നത്തിൽപ്പോലും നിനച്ചിരുന്നില്ല. സുനാമിപോലെ വലിയൊരു ദുഃഖസാഗരം ആർത്തലച്ച് വരുന്നുണ്ടെന്നും അതിൽ എന്റെ ശേഷിച്ച ജീവിതം മുങ്ങിത്താഴുമെന്നും അറിയാൻ കഴിഞ്ഞില്ല. പച്ചയായ ജീവിത യാഥാർത്ഥ്യങ്ങളുടെ മുൾക്കാടുകൾ താണ്ടിയുള്ള സഞ്ചാരമായിരിക്കും അമ്മയ്ക്കുശേഷമുള്ള നാളുകളെന്ന് മുൻകൂട്ടി അറിയാനുള്ള ശേഷിയൊന്നും എനിക്കില്ലല്ലോ. സത്യങ്ങളുടെ മുൾമുനകൾ കുത്തി മുറിവേൽപ്പിച്ച, രക്തം കിനിയുന്ന മനസ്സുമായി ഇനിയുള്ള കാലം കഴിയേണ്ടിവരുമെന്നും ഞാനറിഞ്ഞില്ല.

വിസ്മൃതികളുടെ മാറാലകളാൽ മൂടിക്കെട്ടിയ മനസ്സുമായ് വർത്തമാന നിമിഷങ്ങളിൽക്കൂടെ മാത്രം നടക്കുവാൻ വിധിക്കപ്പെട്ട നിഷ്കളങ്കമായ ജീവിതം. അതായിരുന്നു അച്ഛൻ പോയശേഷമുള്ള എന്റെ അമ്മ.

കൊച്ചുകുട്ടികളുടെ മനസ്സുമായി കഴിയുന്ന അമ്മയ്ക്ക് എന്തിനുമേതിനും വേവലാതി മാത്രമാണ്.

മറവി കൂടുമ്പോഴുള്ള അമിതമായ ദേഷ്യം, നിരന്തരമായ സംസാരം ഇങ്ങനെയൊക്കെയായിരുന്നു ചിലപ്പോൾ അമ്മ. അച്ഛന്റെ വേർപാടിനുശേഷം എന്തിനുമേതിനും എന്നെയാണ് അമ്മ ആശ്രയിച്ചിരുന്നത്. കൊച്ചുകൊച്ചു കാര്യങ്ങൾവരെ കൗതുകത്തോടെ എന്നോട് വന്നു പറയും. സാധാരണ രാവിലെ ആറരയോടെ ഉറക്കമുണരുന്ന അമ്മ പാതിരാവരെ നിരന്തരം എന്റെ മുറിയിൽവരികയും ദേഷ്യമായാലും സന്തോഷമായാലും സങ്കടമായാലും എല്ലാം എന്റെമുന്നിൽ പ്രകടിപ്പിക്കുകയും ചെയ്യും. അമ്മയ്ക്ക് എല്ലാ ഭാരങ്ങളും ഇറക്കിവെയ്ക്കാനുള്ള ഒരു അത്താണിയായിരുന്നു ഞാൻ.

അപ്പോഴൊക്കെ അമ്മയുടെ സ്വഭാവരീതികളിൽ അടിക്കടി ഉണ്ടായിക്കൊണ്ടിരുന്ന മാറ്റം എന്നിൽ ഒരു ആപൽശങ്കയുണ്ടാക്കിയിരുന്നു. എന്റെ കാര്യത്തിൽ അമിതമായി ശ്രദ്ധകാണിക്കുക, ഞാൻ ഉറങ്ങുന്നതുവരെ അമ്മയും ഉറങ്ങാതിരിക്കുക, ഇങ്ങനെയൊക്കെയായി അമ്മയുടെ ശീലങ്ങൾ. അമ്മയ്ക്കെന്തെങ്കിലും ആവശ്യംവന്നാലോ എന്നുകരുതി രാത്രിയിൽ ഞാൻ കിടക്കുന്ന മുറിയുടെ വാതിൽ പാതി ചാരാറേ ഉണ്ടായിരുന്നുള്ളൂ. ചില ദിവസങ്ങളിൽ, ഞാൻ ഉറങ്ങാൻ കിടന്നാൽ അമ്മ എഴുന്നേറ്റുവന്ന് എന്റെ കട്ടിലിന്റെ അരികത്തുനിന്ന് എന്നെത്തന്നെ നോക്കിനിൽക്കുന്നത് പലപ്പോഴും കണ്ടിട്ടുണ്ട്. ഉറങ്ങാറായില്ലേ എന്നു ചോദിച്ചാൽ നീ ഉറങ്ങിയോ എന്നറിയാൻ വന്നതാണ്, എന്നും പറഞ്ഞ് അമ്മ പെട്ടെന്നുതന്നെ പോയിക്കിടക്കും.

ഈ സ്വഭാവരീതികളാണ് പല ദിവസങ്ങളിലും എന്നെ ഏറെ ആശങ്കപ്പെടുത്തിയിരുന്നത്. അങ്ങനെയുള്ള ദിവസങ്ങളിൽ അമ്മയെ ഓർത്തുള്ള മാനസിക സമ്മർദ്ദംമൂലം എന്റെ ഉറക്കവും നഷ്ടപ്പെടും. ശാരീരികമായി പ്രശ്നങ്ങളൊന്നുമില്ലാത്ത അമ്മയെക്കുറിച്ച് വെറുതെ അതുമിതും ആലോചിച്ച് വിഷമിക്കുന്നതെന്തിനെന്ന് പിന്നീട് ഞാൻ സ്വയം സമാധാനിക്കാറാണ് പതിവ്. രാവിലെ എഴുന്നേറ്റാൽ രാത്രി കിടക്കുന്നതുവരെ ചെയ്യാൻ സാധിക്കുന്ന ജോലികളൊക്കെ ചെയ്ത്, നല്ല ഊർജ്ജസ്വലതയോടെ തന്നെയാണ് എന്നും അമ്മയെ കാണാറുള്ളത്. അതുകൊണ്ടുതന്നെ അമ്മയ്ക്ക് എന്തെങ്കിലും അസുഖം വരുമെന്നുള്ള ഒരു വിദൂരചിന്തപോലും ഞങ്ങൾക്കാർക്കും ഉണ്ടായിരുന്നില്ല. അമ്മയെ തനിച്ചാക്കി ഞാൻ എവിടെയും പോകാറില്ലായിരുന്നു. എവിടെയെങ്കിലും പോകേണ്ട അത്യാവശ്യം വന്നാൽ കൂടെക്കൂട്ടുകയോ അല്ലെങ്കിൽ സഹോദരിമാരെ വീട്ടിൽ വരുത്തുകയോ ചെയ്യാറാണ് പതിവ്. എന്നെ വീട്ടിൽ കാണാതാകുമ്പോൾ അമ്മ വല്ലാതെ പരിഭ്രമിക്കുകയും ഗെയിറ്റി

ന്റെ അടുത്തുനിന്നും മാറാതെ എന്നെ കാത്തിരിക്കുകയും ചെയ്യും. പിന്നെപ്പിന്നെ മറവി കലശലായപ്പോൾ, വീട്ടിലുള്ള ആര് കുറച്ചുസമയം മാറിനിന്നാലും അമ്മ വല്ലാതെ പരിഭ്രമിക്കുകയും പരിഭവിക്കുകയും ചെയ്യും. സഹോദരിമാരെയൊക്കെ കൂടെക്കൂടെ ചോദിക്കും.

അമ്മയുടെ അന്നത്തെ പെരുമാറ്റവും രീതിയും ഓർക്കുമ്പോൾ കണ്ണീരോടെയാണെങ്കിലും എനിക്കത് വായിച്ചെടുക്കാൻ കഴിയുന്നു. പെട്ടെന്നുള്ള ഈ വേർപാട് അമ്മ അകക്കണ്ണിൽ കണ്ടിരുന്നോ..? അങ്ങനെയൊരു തിരിച്ചറിവ് ആ മനസ്സിന്റെ ഉള്ളറകളിലെവിടെയെങ്കിലും ഉണ്ടായിരുന്നോ...? അപ്രതീക്ഷിത വേർപാട് അമ്മ മുൻകൂട്ടി അറിഞ്ഞിരുന്നു...! അതുകൊണ്ടായിരിക്കും തന്റെ മക്കളും പേരക്കുട്ടികളുമൊക്കെ തന്റെ ചിറകിൻകീഴിൽത്തന്നെ ഏതു നിമിഷവും ഉണ്ടാകണമെന്നുള്ള കാര്യം നിർബന്ധബുദ്ധിയോടെ പറഞ്ഞുകൊണ്ടിരുന്നത്. അമ്മയ്ക്ക് ശാരീരികമായ ഒരു പ്രശ്നവും ഉണ്ടായിരുന്നില്ല. മുമ്പ് എപ്പോഴോ കാലിന്റെ മുട്ടിനും നടുവിനും ചെറിയ തേയ്മാനംവന്ന് ഡോക്ടറെ കാണിച്ചതൊഴിച്ചാൽ മറ്റ് ആരോഗ്യപ്രശ്നങ്ങൾക്കായ് ഡോക്ടറെ കാണുകയോ ഹോസ്പിറ്റലിൽ പോകുകയോ ചെയ്തതായി എന്റെ ഓർമ്മയിലില്ല. എന്തെങ്കിലും അസുഖങ്ങൾ വന്നാൽ അച്ഛൻതന്നെ ഹോമിയോ മരുന്നുകൊടുത്ത് ചികിത്സിച്ച് ഭേദമാക്കും. അച്ഛന് അമ്മയുടെ കാര്യങ്ങൾക്കൊക്കെ വലിയ ശ്രദ്ധയായിരുന്നു. അതുകൊണ്ടുതന്നെ അച്ഛന്റെ വേർപാട് അമ്മയെ മാനസികമായി തളർത്തി. അതിനുശേഷമാണ് മറവി വന്നുതുടങ്ങിയത്. അത് പിന്നീട് മാനസികപ്രശ്നമായി മാറി.

എന്നാലും ശാരീരികമായി ഒരു ചെറിയ ക്ഷീണംപോലും കാണിക്കാതെ ഊർജ്ജസ്വലയായി എന്നും ഓടിനടക്കുമായിരുന്നു അമ്മ. പറമ്പിലും വീടിനുള്ളിലുമായി ഇരുപത്തിനാല് മണിക്കൂറും അമ്മ നിറഞ്ഞുനിന്നു. അതുകൊണ്ടുതന്നെ ഇങ്ങനെയൊരു ദുരന്തം മുന്നിലുണ്ടെന്നുള്ളതിന്റെ ഒരു ദുസ്സൂചനയും ശാരീരികമായി ഏതെങ്കിലും വിധത്തിൽ അമ്മയിൽ കണ്ടിരുന്നില്ല.

കഴിഞ്ഞ രണ്ടുമൂന്നു വർഷത്തിനിടയിൽ ഓർമ്മക്കുറവിനും മാനസികപ്രശ്നങ്ങൾക്കും വേണ്ടി ഡോക്ടർമാരെ മാറിമാറി കാണിച്ചുകൊണ്ടിരുന്നു. പക്ഷേ, ഒന്നും ഫലംകണ്ടില്ല. അവസാനം കാണിച്ച ഡോക്ടർ അഭിപ്രായപ്പെട്ടത് പ്രായാധിക്യംമൂലം മരുന്നിന് കാര്യമായ ഫലം കിട്ടാൻ സാദ്ധ്യതകുറവാണെന്നാണ്. അതോടെ എല്ലാവരും നിരാശരായി. അമ്മയുടെ ഓർമ്മക്കുറവ് ഞങ്ങളെ എല്ലാവരെയും സങ്കടപ്പെടുത്തി, പ്രത്യേകിച്ച് എന്നെ. അച്ഛന്റെ വേർപാടിനുശേഷം തണലായിരുന്ന അമ്മയുടെ ഈ അവസ്ഥ എന്നെ മാനസികമായി വല്ലാതെ തളർത്തി. അവസാന നാളുകളിൽ അമ്മയ്ക്ക് എല്ലാ കാര്യങ്ങൾക്കും കൂടെ ആളുവേ

ണ്ടിവരാറുണ്ട്. അതുകൊണ്ട് ഇരുപത്തിനാല് മണിക്കൂറും ഞങ്ങൾ അമ്മയുടെ പിന്നാലെ തന്നെയായിരുന്നു.

റോഡിലേക്ക് ഇറങ്ങിപ്പോകാതിരിക്കാൻ ഗേറ്റ് അടയ്ക്കാനും, ഗ്യാസ് സ്റ്റൗവിൽ തൊടുമെന്ന് ഭയന്ന് അടുക്കളവാതിൽ അടച്ചിടാനും എന്നും ഞങ്ങൾ ശ്രദ്ധിച്ചു. മുകളിലേക്കുള്ള ഏണിപ്പടികൾ കയറുമെന്ന് പേടിച്ച് ഞങ്ങൾ മാറിമാറി അമ്മയുടെ കൂടെത്തന്നെ നിൽക്കാറുണ്ട്. ചെറിയകുട്ടികളെ നോക്കുന്നതുപോലെ മാസങ്ങളോളം ഞങ്ങളുടെ മനസ്സും ശരീരവും അമ്മയ്ക്കുവേണ്ടി സമർപ്പിച്ചു. ഒന്നും തിരിച്ചറിയാൻപറ്റാത്ത സങ്കീർണ്ണമായ മാനസികാവസ്ഥയിൽ, ചിലപ്പോൾ ദേഷ്യം നിയന്ത്രിക്കാൻ പറ്റാതെ അമ്മയെന്നെ വഴക്ക് പറയുകയും ചെയ്തിട്ടുണ്ട്.

എന്നെയൊരു ചെറിയ കുട്ടിയായിട്ടായിരിക്കും അമ്മ മനസ്സിൽ കരുതിയിട്ടുണ്ടാവുക. തിരിച്ചറിവില്ലാത്ത അമ്മയോട് പ്രതികരിച്ചിട്ട് കാര്യമില്ലല്ലോ എന്ന നിസ്സഹായവസ്ഥയിൽ എല്ലാ വേദനകളും സങ്കടങ്ങളും മനസ്സിലടക്കി ജീവിക്കുകയായിരുന്നു ഞാൻ. അമ്മയുടെ വേർപാടിനെക്കുറിച്ചെഴുതാൻ ഇന്നും ഞാൻ അശക്തയാണ്. എന്നും ഉന്മേഷത്തോടെ മാത്രം കാണുന്ന അമ്മയുടെ തൊട്ടടുത്തുതന്നെ മരണം ഉണ്ടായിരുന്നുവെന്ന് ഞങ്ങൾക്ക് തിരിച്ചറിയാൻ കഴിയാതെ പോയി. അറിഞ്ഞിരുന്നെങ്കിൽ ആ പ്രാണൻ വിടാതെ ചേർത്തുപിടിച്ച് കിടക്കുമായിരുന്നു ഞാൻ. നിയതിയുടെ നിശ്ചയത്തെ നിസ്സഹായതയോടെ നോക്കി നിൽക്കാനല്ലേ കേവലം മനുഷ്യർക്ക് സാധിക്കൂ.

2020 നവംബർ 27 മുതൽ ഡിസംബർ 15 വരെ, ഓരോ നിമിഷവും ഓരോ മണിക്കൂറും ഓരോ ദിവസവും ഊണും ഉറക്കവുമില്ലാതെ മനമുരുകി പ്രാർത്ഥനയിലായിരുന്നു ഞങ്ങൾ. എന്നിട്ടും എത്ര കണ്ണീർവാർത്താലും തീരാത്ത ദുഃഖത്തിലേക്ക് ഞങ്ങളെ തള്ളിവിട്ട് അമ്മ പോയ്ക്കളഞ്ഞല്ലോ. കണ്ണീരിൽക്കുതിർന്ന ആ ദിനങ്ങൾ ഇനിയൊരിയ്ക്കൽക്കൂടി ഓർക്കാൻ ഞാൻ അശക്തയാണ്. ഒളിച്ചുകളിക്കുന്ന കുട്ടികളെപ്പോലെ കണ്ണുചിമ്മി തുറക്കുമ്പോഴേക്കും മറഞ്ഞുപോയതുപോലെ... കൈപിടിച്ചു നടന്നുകൊണ്ടിരിക്കുമ്പോൾ പൊടുന്നനേ ഒന്നുംപറയാതെ കൈവിട്ട് ഓടിപ്പോയതുപോലെ... ദിശയറിയാതെ പെരുവഴിയിൽ നിൽക്കുന്ന ഒരു കുഞ്ഞിനെപ്പോലെ ഞാൻ നട്ടംതിരിഞ്ഞ നാളുകൾ. ഒന്നും ഉരിയാടാതെ എന്നെ തനിച്ചാക്കി അച്ഛന്റെയടുത്തേക്ക് അമ്മ പൊയ്ക്കളയുമെന്ന് ഞാൻ കരുതിയിരുന്നില്ല. പേടിപ്പിക്കുന്ന ഇരുളിൽ മറഞ്ഞുനിന്ന മരണം അച്ഛനെ തട്ടിയെടുത്തതുപോലെ അമ്മയെയും എന്റെ കൈയിൽനിന്നും പിടിച്ചുപറിച്ച് കൊണ്ടുപോയി. മനസ്സിന്റെ സമനിലതെറ്റിയതുപോലെ ഞാൻ ഏകാന്തതയുടെ വിശ്വരൂപംകണ്ട് ആർത്തലച്ച് കരഞ്ഞു. അച്ഛനെയും അമ്മയെയും എന്റെ കൺമുന്നിൽനിന്നും തട്ടിപ്പറിച്ചുകൊണ്ട്

പോയപ്പോൾ മരണത്തിന്റെ ആ കറുത്ത കൈകൾ എന്നെമാത്രം തൊട്ടില്ല. നിശയുടെ അന്ധകാരത്തിൽ ഭയവിഹ്വലയായി ഞാൻ തേങ്ങിക്കരഞ്ഞു. പ്രപഞ്ചത്തിന്റെ ഒരുമൂലയിൽ ഒരു മുറിയുടെ ഇത്തിരി ചതുരക്കള്ളിക്കള്ളിൽനിന്നുമുള്ള ആ വിലാപം പുറത്താരും കേട്ടില്ല.

എന്നെപ്പോലുള്ള ഒരു മകളോ മകനോ ഉള്ള മാതാപിതാക്കൾ ഭൂമിയിൽ അവരെ തനിച്ചാക്കിപ്പോയാൽ ചിലപ്പോൾ സ്നേഹിക്കാനും ശ്രദ്ധിക്കാനും സഹോദരങ്ങളോ ബന്ധുക്കളോ സമൂഹമോ ഒക്കെ ഉണ്ടായെന്നുവരാം. എന്നാൽ അച്ഛനും അമ്മയും തീർത്ത ആ സുരക്ഷാമതിൽ തകർന്നുവീണാൽ വ്യക്തിസ്വാതന്ത്ര്യം നഷ്ടപ്പെട്ട്, അനാഥത്വത്തിന്റെ ഭാരവും പേറി, നിരാശ്രയരായി, നിസ്സഹായരായി, ഏകാന്തതയുടെ അഗാധതയിലേക്ക് കൂപ്പുകുത്തുകയായിരിക്കും ശേഷിക്കുന്ന ജീവിതകാലം.

ചേർത്തുപിടിക്കാനും സ്നേഹിക്കുവാനും മറ്റാരെല്ലാം കൂടെയുണ്ടായാലും അച്ഛനമ്മമാർക്കും പകരമാകില്ല എന്ന യാഥാർത്ഥ്യം കണ്ണുനീരോടെ ഞാനിന്ന് തിരിച്ചറിയുന്നു. ശൂന്യതയുടെ ലോകത്തെ ഈ മൗനനൊമ്പരം, ഭൂമിയിലാർക്കും ഒരിക്കലും മനസ്സിലാക്കാൻ കഴിയില്ല.

ഞാനും അച്ഛനും അമ്മയും മാത്രമുള്ള ഒരു കൊച്ചുലോകം തന്നെയുണ്ടായിരുന്നു. ഒരു കൊച്ചുസ്വർഗം. ഒരുമിച്ച് ടി വി കണ്ട് അന്നന്നുള്ള സമകാലിക രാഷ്ട്രീയ സാമൂഹിക സംഭവവികസങ്ങളും വീട്ടിലെ പൊതുവായ കാര്യങ്ങളും ഭാവികാര്യങ്ങളും ചർച്ചചെയ്ത്, ഒരുമിച്ച് ഭക്ഷണം കഴിച്ച്, പരിഭവങ്ങളും സങ്കടങ്ങളും സന്തോഷങ്ങളും തമാശകളും പങ്കുവെച്ച് ഒറ്റ മനസ്സോടെ കഴിഞ്ഞിരുന്ന ഒരു കൊച്ചു സ്നേഹത്താഴ്വര. ആ ലോകമാണ് എനിക്ക് നഷ്ടമായത്. ഹൃദയത്തിൽ ഒരിക്കലും മുറിവുണങ്ങാത്ത, രക്തബിന്ദുക്കൾ അക്ഷരങ്ങളായി ഇറ്റിറ്റുവീഴുന്ന എന്റെമാത്രം നഷ്ടസ്വർഗം. ഇനിയൊരിക്കലും തിരിച്ചുവരാത്ത സ്വർഗലോകം.

# പ്രതീക്ഷയുടെ പുതുനാമ്പുകൾ

അമ്മയുടെ വേർപാടിന്റെ ദുഃഖത്തിൽ ഞാൻതന്നെ ഇല്ലാതായിപ്പോകുന്നു എന്നതോന്നൽ ശക്തമായ സമയത്താണ് എന്റെ സഹപാഠികൾ എന്നെ ചേർത്തുപിടിച്ച് സാന്ത്വനമേകിയത്. അവർ ഒരുക്കിയ സ്നേഹസംഗമത്തിൽ പങ്കെടുക്കാൻ കഴിഞ്ഞതോടെ ജീവിതത്തിൽ വീണ്ടും പ്രതീക്ഷയുടെ പുതുനാമ്പുകൾ കിളിർത്തുതുടങ്ങി. സ്കൂളിൽ എന്റെ സഹപാഠികളായിരുന്ന ലേഖയും മനോഹരനുമാണ് ഇങ്ങനെയൊരു സംഗമം നടത്താൻ തീരുമാനിച്ചകാര്യം എന്നെ വിളിച്ചറിയിച്ചത്. ഒരുപാട് വർഷങ്ങൾക്കുശേഷം എന്നെ വിളിച്ച് ഇങ്ങനെയൊരു കാര്യം പറഞ്ഞപ്പോൾ സന്തോഷം തോന്നിയെങ്കിലും, അത് നടക്കുമോ അതിൽ പങ്കെടുക്കാനുള്ള ഭാഗ്യം എനിക്കുണ്ടാകുമോ എന്നുള്ള ആശങ്കയായിരുന്നു മനസ്സുനിറയെ. ലഭ്യമായ എല്ലാ സഹപാഠികളെയും ഉൾപ്പെടുത്തി വാട്സ്ആപ്പ് ഗ്രൂപ്പ് രൂപീകരിക്കാനായി അറിയുന്ന സഹപാഠികളുടെയൊക്കെ നമ്പറുകൾ അയച്ചുകൊടുക്കാൻ മനോഹരൻ ആവശ്യപ്പെട്ടപ്പോൾ എന്റെ സഹപാഠികളും ഗുരുനാഥൻമാരുമൊത്തൊരു സ്നേഹസംഗമം വർഷങ്ങൾക്കുമുമ്പേ സ്വപ്നംകണ്ടിരുന്ന, പിന്നീട് അസ്തമിച്ചുപോയ ആ പ്രതീക്ഷകൾ മനസ്സിൽ വീണ്ടും ഉണരുകയായിരുന്നു. ഏറെ അടുപ്പമുള്ള സഹപാഠികൾ ഈ കാര്യങ്ങളെക്കുറിച്ച് ചർച്ച ചെയ്യുവാൻവേണ്ടി എന്നെ വിളിക്കാൻ തുടങ്ങിയപ്പോൾ ദിവസങ്ങൾക്ക് വർണ്ണങ്ങൾ കൂടിയതുപോലെ തോന്നി.

വാട്സ്ആപ്പ് കൂട്ടായ്മ നിലവിൽവന്നപ്പോൾ ഏറ്റവും അടുത്ത സഹപാഠികളെയല്ലാതെ വേറെ ആരെയും എനിക്ക് തിരിച്ചറിയാൻ പറ്റിയിരുന്നില്ല. ബാല്യകാലസ്മൃതികളിലൂടെ പിന്നിട്ട അമ്പത് വർഷങ്ങൾ

തിരിച്ചു സഞ്ചരിക്കുകയായിരുന്നു ഞാൻ. അന്നത്തെ ചില കുഞ്ഞുമുഖങ്ങൾ അവ്യക്തമായെങ്കിലും മനസ്സിന്റെ കണ്ണാടിയിൽ പ്രതിഫലിച്ച് തുടങ്ങി. എന്നാൽ എന്റെ സഹപാഠികളിൽ പലർക്കും പാതിവഴിയിൽ പിരിഞ്ഞുപോയ ഈ കുഞ്ഞു സഹപാഠിയുടെ മുഖം ഒരു നൊമ്പരമായി മനസ്സിൽ പതിഞ്ഞിരുന്നെന്നും, അവർക്കൊക്കെ ഇത്രയും വർഷങ്ങൾക്കുശേഷവും എന്നെ തിരിച്ചറിയാൻ സാധിക്കുന്നുണ്ടെന്നുമുള്ള അറിവ് സന്തോഷത്തേക്കാളുപരി എന്നെ ഏറെ അത്ഭുതപ്പെടുത്തി.

പത്തുവയസ്സുമുതൽ തന്നെ മനസ്സിന്റെ ഉള്ളറകളിലെ മോഹഭംഗങ്ങളുടെ അറയിൽ അടച്ചുവെച്ചിരുന്ന സ്കൂൾ എന്ന വികാരം അതിതീവ്രമായി പുറത്തുവരികയായിരുന്നു പിന്നീടുള്ള നാളുകളിൽ. സഹപാഠികളായ രാജീവനും മനോഹരനും മുകുന്ദനും പീതാംബരനുമൊക്കെ സ്നേഹസംഗമത്തെ കുറിച്ച് സംസാരിക്കാൻ വീട്ടിൽ വന്നു. അങ്ങനെ 2022 മെയ് 29 ന് പയ്യന്നൂരിലുള്ള സ്കന്ദ ഓഡിറ്റോറിയത്തിൽവെച്ച് സംഗമം നടത്താൻ തീരുമാനമായി.

അമ്മയുടെ വേർപാടിനുശേഷം പുറത്തിറങ്ങാൻ തന്നെ മടിയായിരുന്നു. പിന്നെ ശാരീരികമായ ചില പ്രശ്നങ്ങളും ഇതൊക്കെ യാത്ര ചെയ്യുന്നതിൽനിന്നും എന്നെ വിലക്കിയെങ്കിലും നഷ്ടപ്പെട്ടുപോയ സ്കൂൾകാലം വീണ്ടെടുക്കാനുള്ള ഈ സുവർണ്ണാവസരം വിട്ടുകളയുന്ന കാര്യം ആലോചിക്കാനേ വയ്യായിരുന്നു. അങ്ങനെ ആ സുദിനം വന്നെത്തി. അനിയൻ കാറിൽ സ്കന്ദാ ഓഡിറ്റോറിയത്തിലെത്തിച്ചപ്പോൾ രാജീവനും മണിയേച്ചിയും മനോഹരനും എന്നെ കാത്തിരിക്കുന്നുണ്ടായിരുന്നു. സുഖമില്ലാതിരുന്നിട്ടും ഞാൻ വിളിച്ചപ്പോൾ മണിയേച്ചി എനിയ്ക്കുവേണ്ടി ഓടിയെത്തി. വണ്ടിയിൽനിന്നും ഇറങ്ങാൻ രാജീവനും മണിയേച്ചിയും സഹായിച്ചു. എല്ലാവരുംചേർന്ന് എന്നെ പരിപാടി നടക്കുന്ന ഹാളിലെത്തിച്ചു. അമ്പത് വർഷങ്ങൾ പിന്നിട്ടിട്ടും എന്റെ അടുത്തേക്കുവന്ന പല മുഖങ്ങളേയും ഞാൻ തിരിച്ചറിഞ്ഞു. എല്ലാവരേയും കണ്ടപ്പോൾ പറഞ്ഞറിയിക്കാൻ വയ്യാത്ത വികാരങ്ങൾ മനസ്സിൽ അലയടിക്കാൻ തുടങ്ങി. എന്നോട് സ്റ്റേജിലിരിക്കാൻ മനോഹരൻ ആവശ്യപ്പെട്ടുവെങ്കിലും ഞാൻ സമ്മതിച്ചില്ല. സ്കൂളിൽ എന്റെ അടുത്ത കൂട്ടുകാരി ആയിരുന്ന സുധയെ ഞാൻ അമ്പത് വർഷങ്ങൾക്കുശേഷമാണ് കാണുന്നത്. അവൾ ഒരുപാട് മാറിയിരുന്നു. ഞങ്ങൾ രണ്ടുപേരും കെട്ടിപ്പിടിച്ചിരുന്നു. വർഷങ്ങളായി കാണാതിരുന്ന എന്റെ സഹപാഠികളൊക്കെ പരിചയപ്പെടാൻ വന്നപ്പോൾ സന്തോഷംകൊണ്ട് മനസ്സ് നിറഞ്ഞു.

മനോഹരനും രാജീവനുമാണ് സ്നേഹസംഗമത്തിന്റെ കാര്യങ്ങളെല്ലാം ഓടിനടന്നു ചെയ്തത്. കുറച്ചു കഴിഞ്ഞപ്പോൾ മൂന്ന് ടീച്ചർമാരെ വേദിയിൽക്കൊണ്ടിരുത്തി. ചന്ദ്രമതി ടീച്ചറും കല്യാണി ടീച്ചറും സാവിത്രി

ടീച്ചറും. അവരെ കണ്ടപ്പോൾത്തന്നെ എന്റെ മനസ്സ് വിവിധ വികാരങ്ങ ളാൽ നിറഞ്ഞു.

ചന്ദ്രമതി ടീച്ചർ വേഗം താഴേക്ക് ഇറങ്ങിവരികയും നിറഞ്ഞ കണ്ണു കളോടെ എന്നെ കെട്ടിപ്പിടിക്കുകയും ചെയ്തതോടെ എന്റെ എല്ലാ നി യന്ത്രണവും നഷ്ടപ്പെട്ടു. പരമാവധി പിടിച്ചുനിൽക്കാൻ ശ്രമിച്ചെങ്കിലും എനിക്ക് കരച്ചിലടക്കാൻ കഴിഞ്ഞില്ല. കല്യാണി ടീച്ചറും സാവിത്രി ടീച്ചറും അടുത്തുവന്നിരുന്നു. അവർ രണ്ടുപേരുടെയും ക്ലാസിൽ ഞാൻ ഇല്ലായിരുന്നുവെങ്കിലും ചന്ദ്രമതി ടീച്ചറെപ്പോലെതന്നെ അവരും എന്റെ പ്രിയപ്പെട്ടവരായിരുന്നു. പ്രായമായ ടീച്ചർമാർക്ക് അമ്പത് വർഷങ്ങൾ ക്കുമുമ്പേ കണ്ട ഈ ശിഷ്യയെ ഓർമ്മയുണ്ടാകില്ല എന്ന എന്റെ കണക്കു കൂട്ടൽ തെറ്റി. ചന്ദ്രമതി ടീച്ചർ എന്നെക്കുറിച്ച് പ്രസംഗിച്ചത് കേട്ടപ്പോൾ ഞാൻ അത്ഭുതപ്പെട്ടുപോയി. അപ്രതീക്ഷിതമായി ഒരു സുപ്രഭാതത്തിൽ ക്ലാസിൽനിന്നും അപ്രത്യക്ഷയായ തന്റെ കൊച്ചുശിഷ്യയുടെ മുഖം ഒരു നൊമ്പരമായി സ്നേഹനിധിയായ ആ അദ്ധ്യാപികയുടെ മനസ്സിൽ കഴിഞ്ഞ അമ്പത് വർഷവും ഉണ്ടായിരുന്നു എന്ന അറിവ് എന്നെ പറ ഞ്ഞറിയിക്കാൻ വയ്യാത്ത ഒരു ലോകത്ത് എത്തിക്കുകയായിരുന്നു. എന്റെ പ്രിയപ്പെട്ട ക്ലാസ് ടീച്ചറായിരുന്ന ചന്ദ്രമതി ടീച്ചറുടെ ക്ലാസിൽ പഠിച്ച് എനിക്ക് കൊതിതീർന്നിരുന്നില്ല.

ചന്ദ്രിയുടെയും പങ്കജത്തിന്റെയും പ്രാർത്ഥനാ ഗാനത്തോടെയാ ണ് പരിപാടികൾ തുടങ്ങിയത്. ചടങ്ങിന്റെ തുടക്കത്തിൽത്തന്നെ വേർ പിരിഞ്ഞുപോയ ഞങ്ങളുടെ സഹപാഠികളെയും ഗുരുനാഥന്മാരെയും അനുസ്മരിച്ചതിനുശേഷം അവർക്ക് ആദരാഞ്ജലി അർപ്പിച്ചു. അതിനുശേ ഷം മൂന്ന് ടീച്ചർമാരെയും സുധ, രതി, പപ്പി എന്നീ ശിഷ്യകൾ ചേർന്ന് ഷാൾ അണിയിച്ച് ആദരിച്ചു. ഞങ്ങളുടെ സഹപാഠിയും പയ്യന്നൂരിന്റെ പ്രിയ എം എൽ എയുമായ ടി ഐ മധുസൂദനൻ പരിപാടി ഉദ്ഘാടനം ചെയ്തു. മധുവിന് ബൊക്കെ കൊടുക്കാൻ എന്നെയാണ് ചുമതലപ്പെടുത്തി യത്. അതും എനിക്ക് കിട്ടിയ വലിയൊരംഗീകാരമായി തോന്നി. മധു വിന്റെ സാന്നിധ്യം എല്ലാവരുടെയും ആവേശവും സന്തോഷവും വർധി പ്പിച്ചു. ഈ സഹപാഠി സംഗമത്തിന്റെ ആശയം മുന്നോട്ടുവെച്ചതുതന്നെ മധുവാണ്. ഇങ്ങനെയൊരു സംഗമം നടത്തണമെന്ന് വർഷങ്ങൾക്ക് മുൻപുതന്നെ മധു എല്ലാവരോടും പറഞ്ഞതുമാണ്. മധു ഉദ്ഘാടന പ്രസം ഗത്തിനിടെ എന്നെക്കുറിച്ചും എന്റെ അച്ഛനെയും അമ്മയെയും കുറിച്ചും ഒരുപാട് സംസാരിച്ചപ്പോൾ ഞാൻ വികാരാധീനയായി. അച്ഛന്റെയും അമ്മയുടെയുംകൂടെ വർഷങ്ങൾക്കുമുമ്പേ ഇവിടെ വന്ന കാര്യമൊക്കെ പറഞ്ഞപ്പോൾ നിറഞ്ഞ കണ്ണുകളോടെ ഞാൻ എല്ലാം കേട്ടിരുന്നു. ഇത്രയും ഉന്നതപദവിയിൽ എത്തിയിട്ടും മധു കഴിഞ്ഞ കാര്യങ്ങൾ

ഒന്നും മറന്നിട്ടില്ല. സ്റ്റേജിൽ നിന്നിറങ്ങിയ ശേഷം മധു എന്റെ അടുത്തു വന്ന് സംസാരിച്ചു.

ഈ സംഗമം മറ്റെല്ലാവരേക്കാളും എന്നെയാണ് ഏറെ സന്തോഷിപ്പിച്ചത്. മണിയേച്ചി എല്ലാ അസുലഭ നിമിഷങ്ങളും മൊബൈലിൽ പകർത്തി. സുഖമില്ലാതെ തീരെ വയ്യാതിരുന്നിട്ടും അതൊന്നും കാര്യമാക്കാതെ അവർ എനിക്കുവേണ്ടി വന്നതാണ്. അവരെപ്പോലെ അവർ മാത്രമേ ഉണ്ടാകൂ..! എല്ലാവർക്കും അവരെ പരിചയപ്പെടുത്തിക്കൊടുത്തു. എന്റെ മണിയേച്ചിയെ എല്ലാവർക്കും ഏറെ ഇഷ്ടമായി. അവരും വേദിയിൽ കയറി എന്നെക്കുറിച്ച് സംസാരിച്ചു. മുകുന്ദൻ, മനോഹരൻ, പങ്കജം, ചന്ദ്രി, രാജീവൻ, സദാശിവൻ എന്നിവരൊക്കെ പാട്ടുപാടി. എല്ലാവരും സ്വയം പരിചയപ്പെടുത്തി.

അൽപ്പനേരം സംസാരിക്കാനായി എന്നെയും സ്റ്റേജിൽ കയറ്റി. ഏറെ വികാരാധീനയായ എന്റെ വാക്കുകൾ തൊണ്ടയിൽ കുരുങ്ങി. ഒരായിരം കാര്യങ്ങൾ മനസ്സിൽ കിടന്നു വിങ്ങുന്നുണ്ടായിരുന്നുവെങ്കിലും ഒന്നും പുറത്തേക്ക് വന്നില്ല. ടീച്ചർമാരുടെയും കൂട്ടുകാരുടെയും അളവറ്റ സ്നേഹം എന്നെ അങ്ങനെയൊരവസ്ഥയിൽ കൊണ്ടുചെന്നെത്തിക്കുകയായിരുന്നു. അല്പംമാത്രം സംസാരിച്ച് ഞാൻ നിർത്തി.

മധു എല്ലാ സഹപാഠികളുമായി സംസാരിച്ചും മനോഹരനും രാജീവനുമായി തമാശകൾ പറഞ്ഞ് ചിരിച്ചും സ്നേഹത്തിന്റെയും സന്തോഷത്തിന്റെയും ഒരു നല്ല അന്തരീക്ഷംതന്നെ സൃഷ്ടിച്ചു. പിന്നെ എല്ലാവരും ചേർന്നുള്ള ഒരു ഗ്രൂപ്പ് ഫോട്ടോ. അതുകഴിഞ്ഞു മധു എല്ലാവരോടും യാത്ര പറഞ്ഞിറങ്ങി. അതിനുശേഷം ചായ കുടിക്കാൻവേണ്ടി എന്നെ വീൽച്ചെയറിൽത്തന്നെ ഹോട്ടലിലേക്ക് കൊണ്ടുപോയി. ഞങ്ങൾ അടുത്ത കൂട്ടുകാർ മേശയ്ക്കുചുറ്റും ഇരുന്നു തമാശയൊക്കെ പറഞ്ഞു ഭക്ഷണം കഴിച്ചു. യാത്രപറഞ്ഞു പിരിയാൻനേരം എല്ലാവരുടെയും കണ്ണുകൾ നിറഞ്ഞു. രാജീവന്റെ വണ്ടിയിൽ മണിയേച്ചി എന്നെ കയറ്റി. എല്ലാവരും സഹായിക്കാൻ ചുറ്റിനും ഉണ്ടായിരുന്നു. വീൽച്ചെയർ കാറിന്റെ ഡിക്കിയിൽ കയറ്റാൻ പറ്റിയിരുന്നില്ല. അവസാനം ബാലഗോപാലനും രാജീവനും മനോഹരനും കൂടി എങ്ങനെയോ കാറിൽ ഞങ്ങളിരിക്കുന്ന സീറ്റിൽ ഒതുക്കിവെച്ചു. ഞാനും ചന്ദ്രിയും ലേഖയും സീറ്റിൽ ഞെരുങ്ങിയിരുന്നു. ബാലഗോപാലൻ മുൻസീറ്റിൽ ഇരുന്നു. സന്ധ്യയായിട്ടും പോകാതെ എന്നെ യാത്രയയയ്ക്കാൻവേണ്ടി കാത്തിരിക്കുന്ന കൂട്ടുകാരികളെക്കണ്ട് എന്റെ കണ്ണ് നിറഞ്ഞു. പാവം എന്റെ കൂട്ടുകാരികൾ. എന്നെ യാത്ര അയയ്ക്കുവാൻ വേണ്ടിയാണ് അവരൊക്കെ അത്രയും വൈകിയത്.

മണിയേച്ചിയും സൗദയും പപ്പിയും പങ്കജവും ഒരുമിച്ചാണ് പോയത്. അവരൊക്കെ വീട്ടിലെത്താൻ ഒരുപാട് താമസിച്ചുകാണും.

സ്നേഹസംഗമം കഴിഞ്ഞതിനുശേഷം എന്റെ പ്രിയ അദ്ധ്യാപിക യായ ചന്ദ്രമതി ടീച്ചർ മിക്കവാറും ദിവസങ്ങളിൽ എന്നെ വിളിക്കുകയും സുഖവിവരങ്ങൾ അന്വേഷിക്കുകയും ചെയ്യാറുണ്ട്.

സാവിത്രി ടീച്ചറും ഒന്നുരണ്ട് പ്രാവശ്യം വിളിച്ചിരുന്നു. ഒരമ്മയു ടെ സ്നേഹവാത്സല്യമാണ് എന്റെ പ്രിയ അദ്ധ്യാപികമാരിൽനിന്നും എനിക്കിപ്പോൾ കിട്ടുന്നത്. സഹപാഠി സംഗമത്തിൽ പങ്കെടുത്തതിനു ശേഷം എനിക്കുകിട്ടിയ അനുഗ്രഹമാണ് വർഷങ്ങൾക്കുശേഷം ടീച്ചർ മാരുടെ പ്രത്യേകിച്ച് ചന്ദ്രമതി ടീച്ചറുടെ സ്നേഹം അനുഭവിക്കാനുള്ള സൗഭാഗ്യം. അതിനുശേഷം ഒരുതവണ ചന്ദ്രമതി ടീച്ചറും മകൻ രമേഷും ഭാര്യ പ്രീതയും കല്യാണി ടീച്ചറും എന്നെക്കാണാൻ വീട്ടിൽ വന്നിരുന്നു. മകളുടെ വിവാഹത്തിനു ക്ഷണിക്കാൻ ടി ഐ മധുസൂദനൻ എം എൽ എ യും ഇവിടെവരെ വന്നത് മറ്റൊരു സന്തോഷം. പിന്നെ എന്റെ മൂന്നു പ്രിയ സഹപാഠികളായ പപ്പി, പങ്കജം ശോഭന എന്നിവരും സംഗമം കഴിഞ്ഞതിനുശേഷം എന്നെക്കാണാൻ വീട്ടിൽ വന്നിരുന്നു. എന്റെ കൂ ട്ടുകാരി പങ്കജത്തിന് എന്നോടുള്ള സ്നേഹത്തിന്റെ തിളക്കം എടുത്തുപറ യേണ്ടതാണ്. വീട്ടിൽ ആരുമില്ലാതിരുന്ന ഒരു ദിവസം എനിക്ക് കൂട്ടി രിയ്ക്കാൻ എന്റെ പങ്കി കാനായിയിൽനിന്നും വന്നു. ആ ദിവസം മുഴുവൻ എന്റെ കൂടെ ചെലവഴിച്ചു. അവൾക്ക് എന്നോടുള്ള സ്നേഹവും കരുതലും എത്രമാത്രമാണെന്നുള്ളതിന്റെ ഉത്തമ ഉദാഹരണമാണ് ഈ സംഭവം. നിനക്ക് ബുദ്ധിമുട്ടാകില്ലേ എന്ന് ഞാൻ ചോദിച്ചപ്പോൾ "എന്റെ മക്കൾ ക്കോ കൂടപ്പിറപ്പിനോ ഒരു പ്രയാസം വന്നാൽ എന്ത് ബുദ്ധിമുട്ടായാലും ഞാൻ പോകില്ലേ, അതുപോലെയല്ലേ നീയെനിക്ക്.." എന്നാണവൾ പറ ഞ്ഞത്. ഈ സ്നേഹത്തിന് പകരംവെയ്ക്കാൻ മറ്റെന്തുണ്ട് ഈ ഭൂമിയിൽ.

സംഗമം കഴിഞ്ഞതിനുശേഷം ഗ്രൂപ്പ് ഫോട്ടോ സഹപാഠിയായ രാജീവൻ വീട്ടിൽ എത്തിച്ചുതന്നത് എന്നെ ഏറെ സന്തോഷിപ്പിച്ചു. എന്റെ കവിതകളും വരയ്ക്കുന്ന ചിത്രങ്ങളുമൊക്കെ ഫേസ്ബുക്കിൽ പോസ്റ്റ് ചെയ്ത് രാജീവൻ എനിക്ക് നല്ല പ്രോത്സാഹനം നല്കാറുണ്ട്. ദൈവാനു ഗ്രഹവും എന്റെ പ്രിയസഹപാഠികളുടെ നിരുപാധികമായ സ്നേഹവും കരുതലും കാരണം, ഒരിക്കലും നടക്കില്ലെന്ന് കരുതി അസ്തമിച്ചുപോയി രുന്ന എന്റെ ഒരു വലിയ സ്വപ്നം സാക്ഷാൽക്കരിക്കാൻ സാധിച്ചതിലുള്ള സന്തോഷം പറഞ്ഞറിയിക്കാൻ വാക്കുകളില്ല.

എന്റെ പ്രിയപ്പെട്ട കൂട്ടുകാരിൽ പലർക്കും സംഗമത്തിനെത്താൻ പറ്റിയിരുന്നില്ല. അതിൽ ഒരാളാണ് പയ്യന്നൂർ കേളോത്ത് സെൻട്രൽ യു പി സ്കൂളിലെ ഞങ്ങളുടെ പ്രിയ ഗുരുനാഥനായിരുന്ന കണ്ണൻ മാഷിന്റെ മകൾ ലത. ഈ കുറിപ്പ് തയ്യാറാക്കുന്നതിനിടയിലാണ് ലതയും അവ ളുടെ ചേച്ചി ശോഭയും ഞങ്ങളുടെയെല്ലാം അദ്ധ്യാപികയായിരുന്ന

സരോജിനി ടീച്ചറുടെ മകൾ ലേഖയും എന്നെക്കാണാൻ വീട്ടിലെത്തിയത്. ലതയും ലേഖയും എന്റെകൂടെ പഠിച്ചവർ. സഹപാഠി എന്നതിലുപരി സ്കൂളിൽ എന്റെ ഏറ്റവും അടുത്ത കൂട്ടുകാരിയായിരുന്നു ലത. ഒരു മനസ്സും ഒരു ശരീരവുംപോലെ ആയിരുന്നു ഞങ്ങൾ. എവിടെ പോകുമ്പോഴും എന്നും ഒരുമിച്ചുകാണുന്ന ഞങ്ങളെ 'പുട്ടും കടലയും' എന്ന് വിളിച്ച് ടീച്ചർമാർപോലും കളിയാക്കാറുണ്ട്. ജോലിയും കുടുംബജീവിതവുമൊക്കെയായി കോഴിക്കോട് താമസിക്കുന്ന ലതയ്ക്ക് പൂർവവിദ്യാർത്ഥി സംഗമത്തിൽ പങ്കെടുക്കാൻ സാധിക്കാത്തതിന്റെ വിഷമം മനസ്സിലുണ്ട്. അദ്ധ്യാപികമാരായ എന്റെ ഈ മൂന്ന് പ്രിയ കൂട്ടുകാരികളും നിനച്ചിരിക്കാതെ എന്റെ വീട്ടിലെത്തിയപ്പോൾ എനിക്കുതന്നെ വിശ്വസിക്കാൻ പറ്റിയില്ല. ഏകദേശം 45-50 വർഷത്തിന് ശേഷമുള്ള എന്റെ ബാല്യകാലസഖികളുമായുള്ള കൂടിക്കാഴ്ച നൽകിയ ആനന്ദം വാക്കുകളിലൊതുങ്ങില്ല. വർഷങ്ങൾ പലത് കൊഴിഞ്ഞിട്ടും ഒട്ടും മങ്ങലേൽക്കാത്ത ഈ സൗഹൃദത്തിന്, ഹൃദയത്തിന്റെ അടിത്തട്ടിൽനിന്നുള്ള സ്നേഹമല്ലാതെ മറ്റെന്താണ് ഞാൻ പകരം നൽകുക..?

ആഹ്ലാദംനിറഞ്ഞ ഈ സ്കൂൾ സ്നേഹസംഗമത്തിന്റെ അനുഭവക്കുറിപ്പിൽ അഗാധദുഃഖം നിറഞ്ഞ വരികൾ കൂട്ടിച്ചേർക്കേണ്ടിവന്നത് വേദനയോടെയാണ്. ഈ സംഗമത്തിന്റെ സംഘാടകരിൽ പ്രധാനിയായിരുന്ന മനോഹരൻ ഞങ്ങളോടൊപ്പമില്ല എന്നത് ഇപ്പോഴും വിശ്വസിക്കാൻ കഴിയുന്നില്ല. സംഗമത്തിന്റെ കാര്യം ആദ്യം എന്നെ വിളിച്ചറിയിച്ചത് മനോഹരനായിരുന്നു. പിന്നീടുള്ള ദിവസങ്ങളിൽ സംഗമത്തിന്റെ ഓരോ കാര്യങ്ങളും എന്നെ അറിയിക്കാൻ അവൻ നിരന്തരം വിളിച്ചു. അപ്പോഴൊക്കെ ഒന്നാംക്ലാസ് മുതലുള്ള സ്കൂളിന്റെ ഓർമ്മകൾ പങ്കുവെച്ച് തമാശകൾപറഞ്ഞു ചിരിക്കുന്നത് ഇപ്പോഴും ചെവിയിൽ മുഴങ്ങുന്നതുപോലെ. സ്കൂൾകാലത്തെ ചെറിയ ചെറിയ സംഭവങ്ങൾ വരെ പറയുന്നത് കേൾക്കുമ്പോൾ അവന്റെ ഓർമ്മശക്തിയിൽ എനിക്ക് അത്ഭുതം തോന്നിയിട്ടുണ്ട്. സംഗമം നടത്തേണ്ട സ്ഥലവും തീയതിയുമൊക്കെ ചർച്ചചെയ്യാൻ മനോഹരനും രാജീവനും പീതാംബരനും മുകുന്ദനുമെല്ലാം ഇവിടെ വന്നപ്പോൾ എന്തൊരു സ്നേഹത്തോടെയാണ് അവൻ ഞങ്ങളോടൊക്കെ സംസാരിച്ചത്. അമ്പതു വർഷത്തിനുശേഷം വീൽച്ചെയറിൽ എന്നെ കണ്ടപ്പോൾ മനോഹരന്റെ മുഖം വിവർണ്ണമായി. തിരിച്ചുപോകാൻ യാത്രചോദിച്ചപ്പോൾ അവൻ ഏറെ സങ്കടപ്പെട്ടു.

സംഗമദിവസം പാട്ടുപാടിയും നർമ്മസംഭാഷണങ്ങളോടെയും സ്നേഹംനിറഞ്ഞ മനസ്സോടെയും എല്ലാവരുടെയും കാര്യങ്ങൾ തിരക്കാൻ ഓടിനടന്ന പ്രിയ കൂട്ടുകാരനെ ഞങ്ങൾ സഹപാഠികൾക്ക് ഒരിക്കലും മറക്കാൻ പറ്റില്ല. സംഗമം കഴിഞ്ഞു തിരിച്ചുവരുമ്പോൾ ഏറെ തമാശ

കൾ പറഞ്ഞു ചിരിപ്പിച്ചുകൊണ്ട് എന്നെ വീൽച്ചെയറിൽ വണ്ടിയുടെ അടുത്തുവരെയെത്തിച്ചു. വീൽച്ചെയർ വണ്ടിയിൽ കയറ്റി യാത്ര ചോദിച്ചപ്പോൾ ഞാൻ കരുതിയില്ല, സ്നേഹംകൊണ്ട് എല്ലാവരുടെയും മനസ്സിൽ നിറഞ്ഞുനിൽക്കുന്ന പ്രിയ സഹപാഠിയെ ഇനിയൊരിക്കലും കാണാൻ കഴിയില്ലെന്ന്. ഞങ്ങളുടെ സ്കൂൾഗ്രൂപ്പ് ഫോട്ടോ കൊണ്ടുവരാൻ വീട്ടിൽ വരുമെന്ന് മനോഹരനും രാജീവനും എന്നെ വിളിച്ച് പറഞ്ഞിരുന്നു. എന്നാൽ മനോഹരന് പനിയായതിനാൽ രാജീവൻ ഒറ്റക്കാണ് വന്നത്. ആഴ്ചകൾക്കുശേഷം ഫോണിൽ വിളിച്ച് മകൻ വരുന്നുണ്ടെന്നും കുടുംബസമേതം ഉടനെ എന്നെക്കാണാൻ എത്തുമെന്നും പറഞ്ഞപ്പോൾ ഞാൻ സന്തോഷിച്ചു. എന്നാൽ പിന്നീട് അവൻ വരികയോ വിളിക്കുകയോ ചെയ്തില്ല. തിരക്കായതുകൊണ്ടായിരിക്കുമെന്ന് കരുതി ഞാനും പിന്നീട് വിളിച്ചില്ല. പിന്നെയറിഞ്ഞത് ഞെട്ടലുളവാക്കുന്ന ഒരു വാർത്തയാണ്. മനോഹരൻ എന്നെന്നേയ്ക്കുമായി വിടപറഞ്ഞുവെന്ന്.

പ്രിയ സഹോദരാ, ഇങ്ങനെയൊരു തീരാദുഃഖം നൽകാനായിരുന്നോ അമ്പത് വർഷങ്ങൾക്കുശേഷം വീണ്ടും നമ്മൾ കണ്ടതും കടലോളം സ്നേഹം തന്നതും..? ഞങ്ങൾ സഹപാഠികളുടെ മനസ്സിൽ സ്നേഹത്തോടെയും നർമ്മ സംഭാഷണങ്ങളോടെയുമുള്ള ഇടപെടൽകൊണ്ട് നിറഞ്ഞു നിൽക്കുന്ന മനോഹരന്റെ അപ്രതീക്ഷിതമായ വിയോഗം ഒരിക്കലും നികത്താനാകാത്ത നഷ്ടംതന്നെയാണ്. എല്ലാ സഹപാഠികൾക്കും വേണ്ടി, ഞങ്ങളുടെ സ്കൂൾഗ്രൂപ്പിലെ എല്ലാ അംഗങ്ങൾക്കും വേണ്ടി, പ്രിയ കൂട്ടുകാരന് കണ്ണീരിൽ കുതിർന്ന പ്രണാമം.

# വാതിൽപ്പുറക്കാഴ്ചകൾ

അമ്മയുടെ വിയോഗത്തിനുശേഷം എനിക്ക് വീട്ടിനു പുറത്തിറങ്ങാൻ മടിയായിരുന്നു. വീടിനുള്ളിലായാലും പറമ്പിലായാലും ഓരോ അണുവിലും അമ്മയുടെ അദൃശ്യ സാന്നിദ്ധ്യമുണ്ട്. അമ്മയുടെ ഓർമ്മകൾ വീടിനകത്തുതന്നെ എന്നെ തളച്ചിട്ടു എന്ന് പറയുന്നതാകും ശരി.. അതിനിടയിലാണ് അമ്മയുടെ വേർപാടിന്റെ വേദനയിൽക്കഴിയുന്ന എന്നെ ക്കാണാൻ അച്ഛന്റെ മരുമകൾ ലത എറണാകുളത്തുനിന്നും വീട്ടിൽ വന്നത്. എന്റെ മാനസികാവസ്ഥ നേരിൽക്കണ്ട അവൾ ഒരു ഇലക്ട്രോണിക് വീൽച്ചെയർ വാങ്ങേണ്ട അത്യാവശ്യത്തെക്കുറിച്ച് പറഞ്ഞു. പുറത്തിറങ്ങിയാൽ മാത്രമേ വിഷമതകൾ കുറയുകയുള്ളൂവെന്നും അതിനു ഇതേറെ സഹായകമാകുമെന്നും അവൾ സ്നേഹത്തോടെ ഉപദേശിച്ചു. അവൾ പറഞ്ഞത് ഏറെക്കുറെ ശരിയാണെങ്കിലും അപ്പോഴത്തെ മാനസികാവസ്ഥയിൽ അതൊന്നും ഒരു അത്യാവശ്യമായി എനിക്ക് തോന്നിയതേയില്ല. പിന്നീട് പലപ്രാവശ്യം അവൾ വിളിച്ച് നിരന്തരം ആവശ്യപ്പെട്ടപ്പോൾ ഞാൻ എന്റെ സുഹൃത്തുക്കളോടൊക്കെ ഇക്കാര്യം പറഞ്ഞു. അവർ ഇലക്ട്രോണിക്സ് വീൽച്ചെയറിന്റെ കാര്യങ്ങൾ അന്വേഷിച്ച് വിശദവിവരങ്ങളൊക്കെ തന്നത് ഞാൻ അതേപോലെ ലതക്ക് അയച്ചുകൊടുത്തു. ഞാൻ വർഷങ്ങൾക്ക് മുമ്പുതന്നെ ഇലക്ട്രോണിക് വീൽച്ചെയറിനുവേണ്ടി സാമൂഹികനീതി വകുപ്പിലൊക്കെ ധാരാളം അപേക്ഷകൾ അയച്ചിരുന്നെങ്കിലും അനുകൂലമായ മറുപടിയൊന്നും കിട്ടിയിരുന്നില്ല. അതൊക്കെ അറിയാമായിരുന്ന ലത ഇനി എവിടെയും അപേക്ഷ അയയ്ക്കേണ്ടതില്ലെന്നും അവൾതന്നെ അതിനുവേണ്ട കാര്യങ്ങൾ ചെയ്യാമെന്നും ഉറപ്പുതന്നു. കോവിഡ് രൂക്ഷമായ മാസങ്ങളായിരുന്നു അത്. ലത

എറണാകുളത്തുനിന്നും ഇലക്ട്രോണിക് വീൽച്ചെയർ വാങ്ങി കൊറിയ റിൽ അയച്ചുതന്നു. ലോക്ഡൗൺ കാരണം അവൾക്ക് നേരിട്ട് വരാൻ പറ്റിയില്ല. എനിക്ക് അനായാസം ഓടിക്കാൻപറ്റിയ വീൽച്ചെയർ തന്നെ യായതിൽ ഏറെ സന്തോഷംതോന്നി. അപ്പോൾത്തന്നെ വീൽച്ചെയ റിൽ മുറ്റത്തൊക്കെ ഇറങ്ങി ലതയ്ക്ക് വീഡിയോയും ഫോട്ടോസും അയച്ചു കൊടുത്തു.

അമ്മയുടെ ഓർമ്മകളാൽ മനസ്സ് നീറുന്നുണ്ടായിരുന്നെങ്കിലും നാലു ചുവരുകൾക്കുള്ളിലെ തടവറയിൽനിന്നും ഒരു മോചനം എന്ന നിലയിൽ വീൽച്ചെയറിൽ ഞാൻ പറമ്പിലൊക്കെ ഇറങ്ങിത്തുടങ്ങി. കാലിക്കട വിൽ വന്നതിനുശേഷം ആദ്യമായിട്ടാണ് ഞാൻ വീടിന്റെ പറമ്പ് മുഴുവൻ കാണുന്നത്. എന്നാൽ റോഡിലിറങ്ങാൻ എനിക്ക് ധൈര്യം കിട്ടിയി രുന്നില്ല. അപ്പോഴാണ് സഹായവുമായി മാലാഖയെപ്പോലെ എന്റെ മണിയേച്ചി ഓടിയെത്തിയത്. ഞങ്ങളുടെ സഹപാഠി സംഗമത്തിൽ കണ്ടുമുട്ടിയപ്പോൾ ഈ കാര്യമൊക്കെ ഞാൻ അവരുമായി സംസാരിച്ചി രുന്നു. അപ്പോൾത്തന്നെ അവർ ഉറപ്പിച്ചുപറഞ്ഞു വീൽച്ചെയറിൽ റോഡി ലൊക്കെ കൊണ്ടുപോകാമെന്ന്. പക്ഷേ, എനിക്ക് ധൈര്യം പോരാ യിരുന്നു. പറഞ്ഞതുപോലെതന്നെ അവർ ഒരുദിവസം വീട്ടിൽവന്ന് റോഡിൽ ഇറങ്ങാൻ വിമുഖത കാണിച്ചിരുന്ന എന്നെ നിർബന്ധപൂർവം റോഡിൽ കൊണ്ടുപോയി, ഞങ്ങളുടെ വീടിന്റെ തൊട്ടടുത്തുള്ള അമ്പ ലക്കുളത്തിനരികിൽ എനിക്ക് ആത്മവിശ്വാസവും ധൈര്യവും പകർ ന്നുതന്നുകൊണ്ട് കുറച്ചുസമയം കൂടെയിരുന്ന് സംസാരിച്ചു. എന്നാൽ എത്രയോ വർഷങ്ങൾക്കുശേഷം ഓപ്പൺ എയറിൽ വീൽച്ചെയറിൽ കറങ്ങിയതുകൊണ്ടോ എന്തോ എനിക്ക് തലകറങ്ങാൻ തുടങ്ങി. അതു കൊണ്ട് ഞങ്ങൾ വേഗം മടങ്ങിവന്നു. ഒരിക്കൽക്കൂടി പോയാൽ ശരി യാകുമെന്ന് ധൈര്യംതന്ന് അവർ തിരിച്ചുപോയി. അങ്ങനെ കരുതലാ യി നിന്നുകൊണ്ട് അവർ എന്റെ ഭയവും മാറ്റിത്തന്നു. മറ്റൊരു ദിവസം എന്നെയുംകൂട്ടി വീടിനടുത്തുള്ള വായനശാല, അമ്പലം, അംഗൻവാടി, അയൽവീടുകൾ എന്നിവിടങ്ങളിലെല്ലാം കൊണ്ടുപോയി. അംഗൻവാ ടിയിലെ കുഞ്ഞുമക്കളുടെ കൂടെ കുറെയേറെ സമയം ചെലവഴിച്ചപ്പോൾ സന്തോഷംകൊണ്ട് മനസ്സ് നിറഞ്ഞു. അതോടെ എനിക്ക് റോഡിലൂടെ യാത്രചെയ്യാനുള്ള ഭയം പൂർണ്ണമായും മാറിക്കിട്ടി. കുറച്ചു മാസങ്ങൾ കഴി ഞ്ഞപ്പോൾ ഞങ്ങളുടെ വീടിനടുത്തുള്ള ഒരു ടീച്ചറെ മറ്റൊരു കൂട്ടുകാരി മുഖാന്തരം ഫോണിലൂടെ പരിചയപ്പെടാൻ ഇടയായി. ഈ ടീച്ചർ ആക്സി ഡന്റിൽ മുട്ടിനുതാഴെ ഒരു കാൽ നഷ്ടപ്പെട്ട ഹതഭാഗ്യയാണ്. എന്നെ ക്കുറിച്ചറിയാൻ ഇടയായപ്പോൾ കൂട്ടുകാരി മുഖാന്തരം എന്റെ നമ്പർ സംഘടിപ്പിച്ച് അവർ എന്നെ കുറെ പ്രാവശ്യം വിളിച്ചു. നമ്മൾ എല്ലാ

സുഖദുഃഖങ്ങളും പരസ്പരം പങ്കുവെച്ച് നല്ല സുഹൃത്തുക്കളായി മാറി. അവർ എന്നെക്കാണാൻ ആഗ്രഹമുണ്ടെന്ന് പല പ്രാവശ്യം ആവശ്യപ്പെട്ടതുപ്രകാരം ഞാൻ മണിയേച്ചിയെ വിളിച്ചുവരുത്തുകയും ടീച്ചറെ കാണുവാൻ വീൽച്ചെയറിൽ പോകുകയും ചെയ്തു. ടീച്ചർ കൃത്രിമക്കാലിന്റെ സഹായത്തോടെ കുറച്ചൊക്കെ നടക്കുന്നുണ്ടെങ്കിലും ജീവിതത്തിൽ എല്ലാം നഷ്ടപ്പെട്ടുവെന്ന നൈരാശ്യം അവരുടെ വാക്കുകളിൽ നിഴലിച്ചിരുന്നു. എന്നാൽ ഞങ്ങളുമായി സംസാരിച്ചപ്പോൾ അവർക്ക് ആത്മവിശ്വാസം കൂടിയതുപോലെ തോന്നി. അവരുടെ മിടുക്കനായ മൂന്നു വയസ്സുള്ള കുട്ടി ഞങ്ങളുമായി പെട്ടെന്നുതന്നെ കൂട്ടായി. മണിയേച്ചിയെ പരിചയപ്പെട്ടത് അവരിൽ പോസിറ്റിവ് എനർജിയുണ്ടാക്കി. അതുകൊണ്ടുതന്നെ ജീവിതത്തെ പ്രത്യാശയോടെ കാണാനും തുടങ്ങി. ഒന്നുരണ്ട് മാസം കഴിഞ്ഞപ്പോൾത്തന്നെ അവർ സ്വയം നടന്ന് ഞങ്ങളുടെ വീട്ടിൽവന്നത് എന്നെ അത്ഭുതപ്പെടുത്തി.

വീടിന് പുറത്തെ ലോകംകാണാൻ തുടങ്ങിയപ്പോൾ അത് എന്റെ മനസ്സിലും പുതിയ ഉണർവുണ്ടാക്കി. അതിനുശേഷം ഇവിടെ ഏച്ചിക്കൊവ്വൽ അമ്പലത്തിൽവെച്ച് നടത്തിയ ഒരു പരിപാടിയിലും എനിക്ക് പങ്കെടുക്കാൻ സാധിച്ചു. വീടിനടുത്തുള്ള ഏത് പരിപാടിക്കും പങ്കെടുക്കുവാൻ സാധിക്കും എന്ന തിരിച്ചറിവ് എന്റെ ആത്മവിശ്വാസം വളർത്തി. സന്തോഷംനിറഞ്ഞ മറ്റൊരു യാത്രയെക്കുറിച്ചുകൂടി പറയേണ്ടിയിരിക്കുന്നു. ഒരിക്കൽ എന്റെ കൂട്ടുകാരി സതിയുടെ വീട്ടിൽവെച്ചാണ് ഞാൻ പയ്യന്നൂരിലെ മലയാള ഭാഷാ പാഠശാലയുടെ സ്ഥാപകനായ ടി പി ഭാസ്കര പൊതുവാൾ മാഷെ ആദ്യമായി നേരിട്ടുകാണുന്നത്. അതിനുമുമ്പ് ഫോൺ വിളിച്ചു സംസാരിക്കാറുണ്ടെങ്കിലും മാഷെ അടുത്തറിയാൻ അവസരം കിട്ടിയത് അന്നായിരുന്നു. അന്നുമുതൽ ആഗ്രഹിക്കുന്നതാണ് മാഷുടെ പയ്യന്നൂരിലുള്ള പ്രശസ്തമായ മലയാള ഭാഷാ പാഠശാലയിൽ പോകണമെന്നും മാഷേയും ഭാര്യ ജാനകി അമ്മയേയും കാണണമെന്നും. അപ്പോഴാണ് പ്രതിമാസ സന്ദർശനത്തിന്റെ ഭാഗമായി ഇവിടെ വന്ന പാലിയേറ്റീവിന്റെ സിസ്റ്റർ സ്മിത എന്നെയുംകൂട്ടി മാഷെ കാണാൻ പോകാമെന്നു പറഞ്ഞത്.

അങ്ങനെ 2022 ലെ അഷ്ടമിരോഹിണി ദിവസം കർമ്മംകൊണ്ട് എന്റെ സ്വന്തം കൂടപ്പിറപ്പുകളായി മാറിയ സ്മിതയുടെയും മണിയേച്ചിയുടെയും സ്നേഹക്കരുത്തിൽ മലയാള ഭാഷാ പാഠശാലയിൽ പോകാനും മാഷിന്റെയും ജാനകിയമ്മയുടെയും സ്നേഹവാത്സല്യം ആവോളം നുകരുവാനുമുള്ള ഭാഗ്യംകിട്ടി. മാഷിന്റെ അക്ഷരവെളിച്ചം നിറഞ്ഞ മനസ്സിന്റെ പ്രകാശത്തിൽ, പ്രമുഖരായ ഒരുപാട് കലാ സാഹിത്യ സാംസ്കാരിക പ്രവർത്തകരുടെ പാദസ്പർശം ഏറ്റുവാങ്ങിയ മലയാളപാഠശാലയിൽ

മൂന്നു മണിക്കൂറോളം ചെലവഴിച്ചപ്പോൾ വല്ലാത്തൊരു അനുഭൂതിയായി രുന്നു മനസ്സിൽ. കൂടെ എപ്പോഴും തമാശകൾ പറഞ്ഞ് ചിരിച്ചുകൊണ്ടിരി ക്കുന്ന എന്റെ അടുത്ത കൂട്ടുകാരിയായ അശ്വതിയും അവളുടെ ഭർത്താവ് വിഷ്ണുവും അവിടെയുണ്ടായിരുന്നത് കൂടുതൽ സന്തോഷത്തിനിടയാക്കി. മാഷെ സന്ദർശിക്കുവാൻ തളിപ്പറമ്പിൽനിന്നും വന്ന പഴയ സഹപ്രവർ ത്തകൻ ബൽറാം മാഷിന്റെ പാട്ടുകളും അവിടത്തെ മണിക്കൂറുകൾ ഏറെ ധന്യമാക്കി. വരുന്നവഴിയിൽ തലകറക്കംവന്നു വീഴാറായ ബൽറാം മാഷെ സഹായിക്കുവാൻ കൂടെവന്ന സഹയാത്രികൻ സിബി, അവിടെ നിന്ന് തിരിച്ചുപോകുമ്പോഴേക്കും ഭാസ്കരൻ മാഷിന്റെ സ്വന്തം ആളായി മാറി. ഈ സംഭവത്തെ സ്പർശിച്ചുകൊണ്ട് ജീവിതത്തിൽ വന്നുചേരുന്ന യാദൃച്ഛികതകളെയും നിമിത്തങ്ങളെയുംകുറിച്ച് ഭാസ്കരൻ മാഷ് സംസാ രിച്ചു. വിജ്ഞാനപ്രദമായ സംഭാഷണത്തിനു ശേഷം മാഷ് എന്നെക്കൊ ണ്ടും സംസാരിപ്പിച്ചു. അതിനുശേഷം മാഷ് ഷാൾ അണിയിച്ച് എന്നെ അനുമോദിച്ചത് ജീവിതത്തിലെ ധന്യമുഹൂർത്തങ്ങളിൽ ഒന്നായി മാറി. മാഷിന്റെ ആത്മകഥയായ *അക്ഷരസൂര്യൻ* കൈയിൽ ഉണ്ടായിരുന്ന ഒരേ യൊരു കോപ്പി സ്നേഹോപഹാരമായി എനിക്ക് സമ്മാനിച്ചത് ആഹ്ലാദം ഇരട്ടിയാക്കി.

മാഷിന്റെയും അമ്മയുടെയും സ്നേഹാമൃതം ആവോളം നുകർന്ന് പാഠ ശാലയിൽ ചെലവഴിച്ച രണ്ടുമൂന്നു മണിക്കൂറുകൾ എന്നെ സംബന്ധിച്ച് ജീവിതത്തിലൊരിക്കലും മറക്കാൻ പറ്റാത്തതാണ്. അകാലത്തിൽ മകൾ നഷ്ടപ്പെട്ട വേദന കടിച്ചമർത്തി, തങ്ങളെ സന്ദർശിക്കുവാൻ വരു ന്നവർക്കൊക്കെ അക്ഷരവെളിച്ചവും സ്നേഹവാത്സല്യങ്ങളും പകർന്നു നൽകുന്ന ആ മാതാപിതാക്കളുടെ നൊമ്പരങ്ങൾ മനസ്സിൽ ഏറ്റുവാങ്ങി യാണ് ഞങ്ങൾ അവിടെനിന്നിറങ്ങിയത്. വീട്ടിൽവന്ന് *അക്ഷരസൂര്യൻ* വായിച്ചതിനുശേഷം അതിന്റെ ആസ്വാദനക്കുറിപ്പ് അദ്ദേഹത്തിന് അയ ച്ചുകൊടുക്കുകയും ഫെയ്സ്ബുക്കിൽ പോസ്റ്റിടുകയും ചെയ്തപ്പോൾ മാഷ് അഭിനന്ദനങ്ങളും അനുഗ്രഹവർഷവും ചൊരിഞ്ഞത് മനസ്സിനെ സ്പർശി ച്ച അനുഭവമായി മാറി.

*അക്ഷരസൂര്യ*ന്റെ എഴുത്തുകാരിയായ ഇന്ദിര ബാലനും എന്നെ വിളിച്ച് അഭിനന്ദനങ്ങൾ അറിയിച്ചപ്പോൾ വാക്കുകളിൽ ഒതുങ്ങാത്ത സന്തോഷംകൊണ്ട് കണ്ണുനിറഞ്ഞു.

വരുന്ന വഴിയിൽ എന്റെ പ്രിയപ്പെട്ട ചന്ദ്രമതി ടീച്ചർ ആവശ്യപ്പെ ട്ടപ്രകാരം അവരുടെ വീട്ടിലും പോകാൻ സാധിച്ചു എന്നത് ഇരട്ടിമധുരം പോലെയായി. അവിടെവെച്ച് ടീച്ചറുടെ മകൻ രമേഷ് പയ്യന്നൂരിനെയും ഭാര്യ പ്രീതയേയും പരിചയപ്പെടാൻ ഇടയായി. അപ്രതീക്ഷിതമായി ടീച്ചർ മകനോട് ഞാൻ എഴുതിവെച്ചിരുന്ന ആത്മകഥയെക്കുറിച്ച് സം

സാരിക്കുകയും അത് പുസ്തകമാക്കാൻ സഹായിക്കണമെന്ന് ആവശ്യപ്പെടുകയും ചെയ്തു. അപ്പോൾത്തന്നെ രമേഷ് അത് ഏറ്റെടുത്തു. എനിക്ക് ജീവിതത്തിൽ നിനച്ചിരിക്കാതെ കിട്ടിയ സൗഭാഗ്യവും വാക്കുകളിൽ ഒതുക്കാൻ പറ്റാത്ത ആനന്ദവുമായിരുന്നു ആ അനുഭവം. എന്റെ ആത്മകഥ എന്നെങ്കിലും കാലം പുസ്തകമാക്കാൻ പറ്റുമെന്ന് നേരിയ പ്രതീക്ഷപോലും ആ നിമിഷംവരെ എനിക്കില്ലായിരുന്നു. രമേഷ് അതേറ്റെടുത്തതുകൊണ്ടാണ് ഈ വരികൾ ഇപ്പോൾ പുസ്തകമായി നിങ്ങളുടെ മുന്നിൽ നിറഞ്ഞുനിൽക്കുന്നത്. ടീച്ചറുടെ മനസ്സിന്റെ നന്മയും സ്നേഹവും അതേപടി പകർന്നുകിട്ടിയ മകൻ തന്നെയാണ് രമേഷ്. ഏകദേശം നാലുമാസം കഴിഞ്ഞപ്പോൾ ചന്ദ്രമതി ടീച്ചറെയും എന്റെ മറ്റൊരു പ്രിയ അദ്ധ്യാപികയായ കല്യാണി ടീച്ചറെയും കൂട്ടി ഭാര്യ പ്രീതയോടൊപ്പം രമേഷ് ഞങ്ങളുടെ വീട്ടിൽവന്നു. ടീച്ചർ ഞങ്ങളുടെ വീട്ടിൽവരുമെന്ന് ഞാൻ ഒരിക്കലും പ്രതീക്ഷിച്ചിരുന്നില്ല. 50 വർഷംമുമ്പ് തന്റെ ക്ലാസിൽ നിന്നും പെട്ടെന്ന് അപ്രത്യക്ഷയായ പ്രിയ ശിഷ്യ, ടീച്ചറുടെ മനസ്സിൽ നൊമ്പരമായി, സ്നേഹമായി എന്നുമുണ്ടായിരുന്നെന്നുള്ളതിന് നേർസാക്ഷ്യം തന്നെയാണ് ഈ സ്നേഹസാന്ത്വന സന്ദർശനം. ടീച്ചർ ആവശ്യപ്പെട്ടപ്രകാരം ഞാൻ വരച്ച ചിത്രങ്ങളെല്ലാം കാണിക്കുകയും എന്നെ ഏറെ അഭിനന്ദിക്കുകയും ചെയ്തത് എന്നെ സംബന്ധിച്ച് വിലമതിക്കാനാകാത്ത വലിയൊരു അംഗീകാരമാണ്. രണ്ട് അദ്ധ്യാപികമാരുടെയും എന്നോടുള്ള സ്നേഹവും വാത്സല്യവും കണ്ട് എന്റെ കണ്ണുകൾ നിറഞ്ഞു. പ്രീത ഒരു സഹോദരിയെപ്പോലെ ഞങ്ങളുടെ കൂടെ ചേർന്നുനിന്നു.

# സ്നേഹത്തിന്റെ കരങ്ങൾ

പറശ്ശിനിക്കടവിലേക്ക് വീണ്ടുമൊരിക്കൽക്കൂടി യാത്രപോകാൻ കഴിയുമെന്ന് ഞാനൊരിക്കലും കരുതിയിരുന്നില്ല. അത് സാധ്യമാക്കിത്തന്നത് സ്നേഹത്തിന്റെ കരങ്ങൾ നീട്ടി എനിക്ക് പുറത്തിറങ്ങാൻ ധൈര്യംപകർന്ന് എല്ലാ യാത്രകളിലും തുണയായിവന്ന മണിയേച്ചിയും, പിന്നെ എന്റെ പ്രിയപ്പെട്ട സഹപാഠികളായ പങ്കജവും പപ്പിയും സൗദയും കൂടിയാണ്. എന്റെ പ്രിയ കൂട്ടുകാരിയും പാലിയേറ്റീവ് സിസ്റ്ററുമായ സ്മിതയുടെ പ്രോത്സാഹനവും കൂടിയായപ്പോൾ യാത്രചെയ്യാനുള്ള എന്റെ ആവേശം വർധിച്ചു. 2022 ഒക്ടോബർ മൂന്നിനായിരുന്നു പറശ്ശിനിക്കടവിലേക്കുള്ള ഞങ്ങളുടെ യാത്ര. ഒപ്പം മണിയേച്ചിയുടെ രണ്ടു കുട്ടികളും അശ്വതിയും കൂട്ടിനുണ്ട്. വണ്ടിയുടെ ഡ്രൈവറാണെങ്കിലും യാത്രയിൽ വലിയ പിന്തുണനൽകിയ ഉണ്ണിയെ മറക്കാൻ കഴിയില്ല. ഞാൻ വിളിച്ച് പറഞ്ഞതനുസരിച്ച് പറശ്ശിനിക്കടവ് ക്ഷേത്രത്തിൽ ജോലി ചെയ്യുന്ന അമ്മയുടെ അടുത്തബന്ധു ഞങ്ങൾക്ക് എല്ലാ സഹായവും ചെയ്യാൻ അവിടെ കാത്തിരിപ്പുണ്ടായിരുന്നു. അവർവന്ന് എന്നെ വേഗം മുത്തപ്പന്റെ ശ്രീകോവിലിനുള്ളിലേക്ക് കൊണ്ടുപോയി. കഴിഞ്ഞപ്രാവശ്യം വന്നപ്പോൾ ശ്രീകോവിലിന്റെ അടുത്ത് വീൽച്ചെയർ കൊണ്ടുപോകുവാൻ സമ്മതിച്ചിരുന്നില്ല. ഇപ്രാവശ്യം ഒരു തടസ്സവും കൂടാതെ പോകാൻ പറ്റിയതിൽ ഏറെ സന്തോഷിച്ചു.

എല്ലാവരും വഴിപാടൊക്കെ കഴിപ്പിച്ച് പ്രസാദവും ഉച്ചഭക്ഷണവുമൊക്കെ കഴിച്ചശേഷം മണിയേച്ചിയും ഉണ്ണിയും സ്മിതയും കൂടെ എന്നെ പുഴയുടെയടുത്ത് കൊണ്ടുപോയി. പുഴ കണ്ടപ്പോൾത്തന്നെ എന്റെ മനസ്സ് ആഹ്ലാദത്തോടെ തുള്ളിച്ചാടി. മണിയേച്ചിയും സ്മിതയും ഉണ്ണിയും ഞാന

റിയാതെ പ്ലാൻ ചെയ്തതനുസരിച്ച് അവർ എന്നെ നേരെ ബോട്ടിലേക്ക് കയറ്റിയപ്പോൾ ഞാൻ പേടിച്ചു. വർഷങ്ങൾക്കുമുൻപ് ആയിറ്റി റിസോർട്ടിൽ വൺഡേ ടൂറിന് പോയപ്പോൾ സ്മിത നിർബന്ധിച്ചിട്ടും ബോട്ട് യാത്രയിൽ പങ്കെടുക്കാതെ ഞാൻ മടങ്ങിയതാണ്. അതുമനസ്സിൽവെച്ച് സ്മിത എന്നോട് മധുരമായി പകരംവീട്ടിയതാണ് 'ഗൂഢമായ' ഈ ബോട്ട് യാത്രാ തീരുമാനം. എന്നാൽ ബോട്ടിൽക്കയറി പുഴയുടെ നിഗൂഢമായ സൗന്ദര്യം തൊട്ടടുത്ത് ആസ്വദിക്കാൻ കഴിഞ്ഞപ്പോൾ മനസ്സിലെ ഭയം എങ്ങോ പോയിമറഞ്ഞു. പുഴയിലെ ഓളപ്പരപ്പിനെ തലോടിയെത്തുന്ന കാറ്റൊന്നു തഴുകിയപ്പോൾ മനസ്സിനും ശരീരത്തിനും സുഖദമായ ഒരു കുളിർമ്മ അനുഭവപ്പെട്ടു. വളപട്ടണം പാലത്തിന്റെ അരികെ ചുറ്റിക്കറങ്ങി മടങ്ങിയപ്പോൾ ബോട്ടുജെട്ടിയിൽ മറ്റൊരു ബോട്ട് നിർത്തിയിട്ടിരുന്നു. വീൽച്ചെയറിൽ ഇറങ്ങേണ്ട ആളുണ്ടെന്നും ബോട്ട് മാറ്റണമെന്നും ബോട്ടിലെ ജീവനക്കാർ വിളിച്ചുപറഞ്ഞതനുസരിച്ച് നിർത്തിയിട്ടിരുന്ന ബോട്ട് മാറ്റുകയും എന്നെ അവിടെ ഇറക്കുകയും ചെയ്തു. ബോട്ടിൽ കയറാനും ഇറങ്ങാനുമൊക്കെയുള്ള ബോട്ട് ജീവനക്കാരുടെ സഹായ സഹകരണങ്ങൾ മറക്കാൻകഴിയില്ല. സഹജീവിസ്നേഹത്തിന്റെ നേർ സാക്ഷ്യങ്ങളാണ് എനിക്കവിടെ അനുഭവപ്പെട്ടത്. വീൽച്ചെയറിൽ മണിയേച്ചി എന്നെ എല്ലായിടത്തും കൊണ്ടുപോകുമ്പോൾ സഹായിക്കാൻ എത്രപേരാണ് ഓടിയെത്തുന്നത് എന്നത് എന്നെ എപ്പോഴും അത്ഭുതപ്പെടുത്താറുണ്ട്. ജനമനസ്സുകളിൽ സഹജീവിസ്നേഹവും മനുഷ്യത്വവും മാനവികതയുമൊന്നും നഷ്ടപ്പെട്ടിട്ടില്ലെന്ന അറിവ് ഏറെ സന്തോഷിപ്പിച്ചു. അതിനുശേഷം കുറേ സമയം ഗൃഹാതുരത നിറഞ്ഞ മനസ്സോടെ പുഴയുടെ സൗന്ദര്യമാസ്വദിച്ച് ഞാൻ അവിടെത്തന്നെ ഇരുന്നു. ഉണ്ണി ധാരാളം ഫോട്ടോസും വീഡിയോസും എടുത്തു.

പിന്നീട് ഞങ്ങൾ ചന്തയിൽപ്പോയി കുറച്ചു ഷോപ്പിങ്ങൊക്കെ നടത്തിയതിനുശേഷം മണിയേച്ചിയും അശ്വതിയും കുട്ടികളുമൊക്കെ യാത്ര പറയാൻ തയ്യാറെടുത്തു. ഞാൻ വണ്ടിയിൽ കയറിയതിനുശേഷം മാത്രമാണ് അവർ മടങ്ങിപ്പോയത്. അവർ പോയപ്പോൾ വിഷമം തോന്നി.

വീൽച്ചെയറിൽ എല്ലാ സ്ഥലങ്ങളും കാണിക്കാനും ബോട്ടിൽ കയറാനും ഇറങ്ങാനുമൊക്കെ മണിയേച്ചിയുടെ ധൈര്യവും കരുതലും തന്നെയാണ് എനിക്ക് തുണയായത്. അവരെപ്പോലെ അവർ മാത്രമേ ഉണ്ടാവുകയുള്ളൂ. സ്നേഹത്തിന്റെയും കാരുണ്യത്തിന്റെയും ആൾരൂപമായ അപൂർവ വ്യക്തിത്വത്തിന് ഉടമയായ അവർക്ക് പകരംവെക്കാൻ ആരും തന്നെ ഉണ്ടാകില്ല. ഇങ്ങനെയുള്ള യാത്രകളിലൂടെ വേറിട്ട നവ്യാനുഭവങ്ങൾ നൽകുന്ന മണിയേച്ചിക്കും കുടുംബത്തിനും നന്മകൾനേരുന്നു.

അമ്മയുടെ വേർപാടിനുശേഷം രണ്ടുവർഷമായി പ്രായാധിക്യം

കൊണ്ട് യാത്രചെയ്യാൻ വയ്യാതായ എന്റെ മാമന്മാരെയൊന്നും ഞാൻ കണ്ടിരുന്നില്ല. അവരെ കാണാനുള്ള ആഗ്രഹംകൊണ്ട് പറശ്ശിനിക്കട വിൽനിന്നും തിരിച്ചുവരുമ്പോൾ അവിടെ വണ്ടിനിർത്തി. മാമന്മാരെയും മാമിമാരെയും കാണണമെന്ന് പോകുമ്പോൾത്തന്നെ ഞാൻ തീരുമാനി ച്ചിരുന്നു. എന്റെ കൂടെയുള്ള മൂന്നു സഹപാഠികളും പോകാമെന്ന് സമ്മതി ക്കുകയും ചെയ്തു. അതുപ്രകാരം ഞാൻ ചെറിയ മാമനെ വിളിച്ച് വീട്ടിൽ എല്ലാവരുമുണ്ടെന്ന് ഉറപ്പുവരുത്തി വണ്ടി കണ്ണപുരം ഭാഗത്തേക്ക് തിരിച്ചു. എന്റെ സഹപാഠികളിൽ ഒരാൾക്ക് വേഗം വീട്ടിൽ എത്തേണ്ടതുകൊണ്ട് വണ്ടിയിൽനിന്നും ഇറങ്ങാൻ സമയമില്ലെന്നും എല്ലാവരും റോഡ്സൈ ഡിൽ വന്നുനിൽക്കണമെന്നും ഞാൻ മാമനോട് പറഞ്ഞേൽപ്പിച്ചിരുന്നു. അതുകൊണ്ട് രണ്ട് മാമന്മാരും മാമിമാരും എന്റെ കളിക്കൂട്ടുകാരനും സമ പ്രായക്കാരനുമായ വലിയമ്മയുടെ മകനുമൊക്കെ റോഡ്സൈഡിൽ കാ ത്തുനിന്നു. രണ്ട് മാമന്മാരും വണ്ടിയിൽ കയറിയിരുന്നു. മാമിമാർ എന്റെ കൈപിടിച്ച് പുറത്തുനിന്നു. മാമൻമാരെ കണ്ടപ്പോൾ ഞാൻ നിയന്ത്രണം വിട്ട് കരഞ്ഞുപോയി. അമ്മയുടെ ഓർമ്മകളാൽ എല്ലാവരും സങ്കടപ്പെട്ടു.

തിരിച്ചുവരുമ്പോൾ എനിക്ക് വിഷമം സഹിക്കാൻ പറ്റിയില്ല.

എന്റെ കൂട്ടുകാരൊക്കെ എന്നെ ആശ്വസിപ്പിച്ചു. എല്ലാവരെയും അവ രവരുടെ വഴിയിൽ ഇറക്കി ഞാനും സ്മിതയും മാത്രമായി യാത്രതുടർന്നു. വീട്ടിലെത്തുമ്പോൾ ഏഴു മണിയാകാറായിരുന്നു. സ്മിതയും ഉണ്ണിയും യാത്രപറഞ്ഞു പിരിഞ്ഞു. നീണ്ട യാത്രയായിട്ടും യാത്രയിൽ ഛർദ്ദിച്ചില്ല എന്നത് എന്റെ മനസ്സിന്റെ സന്തോഷംകൊണ്ടുതന്നെ ആയിരിക്കണം. അങ്ങനെ പറശ്ശിനിക്കടവ് ക്ഷേത്രം ഒരിക്കൽക്കൂടി കണ്ട് ബോട്ട് യാ ത്രയുടെ ഭയവുംമാറ്റി, എന്റെ മാമന്മാരെയും മാമിമാരേയും കണ്ടുമടങ്ങിയ പ്പോൾ മനസ്സിന് എന്തെന്നില്ലാത്ത സന്തോഷം തോന്നി. അവിസ്മരണീ യമായ ആ യാത്രയിൽ കൂട്ടുകാരുടെകൂടെ ചെലവഴിച്ച മണിക്കൂറുകളുടെ അനുഭൂതി ജീവിതാന്ത്യംവരെ എന്നിൽ നിറഞ്ഞുനിൽക്കും.

പറശ്ശിനിക്കടവിലെ യാത്രയുടെ മധുരം മനസ്സിൽനിന്നും മാറുന്ന തിനുമുമ്പ് സന്തോഷകരമായ ഒരു ചടങ്ങിൽ പങ്കെടുക്കാനും സാഹചര്യ മൊരുങ്ങി. 2022 ഡിസംബർ ഒന്നിനു നടന്ന ഏച്ചിയുടെ മകൾ വന്ദനയുടെ കല്യാണ റിസപ്ഷൻ. പിലാത്തറ ഒരു റെസ്റ്റോറന്റിൽ വെച്ചായിരുന്നു ചടങ്ങ്. എനിക്ക് എളുപ്പത്തിൽ പങ്കെടുക്കാൻവേണ്ടി റാമ്പ് സൗകര്യ മുള്ള റസ്റ്റോറന്റാണ് ബുക്കുചെയ്തത്. എനിക്ക് അപൂർവമായി മാത്രമേ ഇങ്ങനെയുള്ള അവസരങ്ങൾ കിട്ടാറുള്ളൂ. അവൾ എനിക്ക് സ്വന്തം മോ ളെപ്പോലെയാണ്. അതുകൊണ്ടുതന്നെ ആ സൽക്കാരച്ചടങ്ങിൽ പങ്കെ ടുത്തപ്പോൾ ഒരുപാട് സന്തോഷം തോന്നി. വിവാഹം വരന്റെ നാടായ കോഴിക്കോട്ടുവെച്ചായതിനാൽ അതിൽ പങ്കെടുക്കാൻ പറ്റിയിരുന്നില്ല.

വർഷങ്ങൾക്കുശേഷം അച്ഛന്റെയും അമ്മയുടെയും ബന്ധുക്കളെയും മറ്റ് കുടുംബസുഹൃത്തുക്കളെയും കാണാൻപറ്റിയതും വലിയ സന്തോഷത്തിനിടയാക്കി. ഞങ്ങളെ കണ്ടപ്പോൾ വരനായ അനസും മോളും തിരക്കിനിടയിലും എന്റെ അടുത്തേക്കുവന്നു. ഞാൻ അവിടെ എത്തുമ്പോഴേക്കും ഹാൾ മുഴുവൻ ആൾക്കാരെക്കൊണ്ട് നിറഞ്ഞിരുന്നു. അച്ഛന്റെയും അമ്മയുടെയും ബന്ധുക്കളും ഏച്ചിയുടെയും അനിയത്തിയുടെയും ഭർത്താവിന്റെ ബന്ധുക്കളും വർഷങ്ങളോളം കാണാതിരുന്ന സുഹൃത്തുക്കളും എല്ലാവരും എന്റെ അടുത്തുവന്ന് സുഖവിവരം അന്വേഷിച്ചപ്പോൾ മനസ്സ് നിറഞ്ഞു. അച്ഛന്റെയും അമ്മയുടെയും അസാന്നിധ്യം മനസ്സിൽ നീറുന്നുണ്ടായിരുന്നെങ്കിലും എല്ലാവരേയും കാണാൻപറ്റിയത് വലിയ കാര്യമായി. അനസ് അവന്റെ ബന്ധുക്കളെയെല്ലാം പരിചയപ്പെടുത്തിത്തന്നു. മാമന്മാരും മാമിമാരും അച്ഛന്റെ അനിയത്തിയുമെല്ലാം ചടങ്ങുകളെല്ലാം കഴിയുന്നതുവരെ എന്റെ അടുത്തുതന്നെയിരുന്നു. ചടങ്ങുകളെല്ലാം കഴിഞ്ഞ് എല്ലാവരും ഭക്ഷണംകഴിച്ച് പിരിഞ്ഞതിനുശേഷം കുടുംബഫോട്ടോ എടുത്തു ഞങ്ങളും യാത്രപറഞ്ഞിറങ്ങി.

ഷൈല്ലയുടെ ത്രിദിന ക്യാമ്പിൽ പങ്കെടുക്കാൻ കഴിഞ്ഞതും ജീവിതത്തിലെ മറക്കാനാവാത്ത അനുഭവമാണ്. കോവിഡ് കാരണം രണ്ടുവർഷത്തെ ഇടവേളയ്ക്കുശേഷമാണ് ക്യാമ്പിൽ പങ്കെടുക്കാൻ പറ്റിയത്. 2022 ഡിസംബർ 30, 31 ജനുവരി ഒന്ന് എന്നീ തീയതികളിലായി ഏഴിലോട് പുറച്ചേരി കേശവതീരം ആയുർവേദ ഹോസ്പിറ്റലിൽവെച്ചായിരുന്നു ക്യാമ്പ്. ഇപ്രാവശ്യം ഷൈല്ലയുടെ *ചിറക്* മാഗസിന്റെ എഡിറ്റോറിയൽ കമ്മിറ്റിയിൽ ഉൾപ്പെട്ടതുകൊണ്ട് വലിയ ഉത്സാഹത്തിലായിരുന്നു ഞാൻ. നീണ്ട ഇടവേളക്കുശേഷമാണ് ഷൈല്ലയിലെ പ്രിയപ്പെട്ടവരെയെല്ലാം കാണുന്നത്. സുനിത കോർഡിനേറ്റുചെയ്ത ഫാഷൻ ഷോയിൽ പങ്കെടുക്കാൻ ഹരിമാഷ് വിളിച്ചെങ്കിലും സങ്കോചം നിമിത്തം ഞാൻ കയറിയില്ല. ഫാഷൻ ഷോ നന്നായി നടന്നു. അതിനുശേഷം പാട്ടുകളും കൊച്ചുകൊച്ചു കളികളും. ഇടയ്ക്ക് സുനിതയേയും അനുദർശൻ എന്ന കുട്ടിയെയും ആദരിച്ചു.

ഏറെ ബ്രില്യന്റായ അനുദർശനെ വീൽച്ചെയറിൽ കാണുമ്പോൾ വല്ലാത്ത സങ്കടം തോന്നാറുണ്ട്. കുട്ടികളെ ഇങ്ങനെയൊക്കെ കാണുമ്പോഴാണ് ഏറെ വിഷമം തോന്നുന്നത്. ഭക്ഷണത്തിനുശേഷം ഞാനും നിജയും രാജീവേട്ടനെ കാണാൻപോയി. ക്ഷീണിച്ചുകിടക്കുന്ന രാജീവേട്ടനെ കണ്ടപ്പോൾ വിഷമംതോന്നി. അതിനുശേഷം ഞങ്ങൾ എല്ലാവരും മുറ്റത്ത് മരത്തിന്റെ തണലിലിരുന്നു ഫോട്ടോയെടുത്തു. കുറെ സമയം കൊച്ചുവർത്തമാനം പറഞ്ഞതിനുശേഷം ഞങ്ങളെ വീണ്ടും പരിപാടി നടക്കുന്ന വേദിയിലെത്തിച്ചു. വീൽച്ചെയർ ഓട്ട മത്സരം, അമ്മമാരുടെ

മെഴുകുതിരി കത്തിക്കൽ, ഒറ്റക്കാലിൽ നിൽക്കുന്ന മത്സരം എന്നിവയൊക്കെ കഴിഞ്ഞപ്പോൾ അഞ്ചു മണിയായി.

അപ്പോഴേയ്ക്കും *ചിറക്* മാഗസിൻ പ്രകാശനം ചെയ്യാനായി പയ്യന്നൂർ എം എൽ എ, ടി ഐ മധുസൂദനൻ എത്തിച്ചേർന്നു. മധു എല്ലാവരോടും സംസാരിക്കുകയും ഷേക്ക്ഹാൻഡ് കൊടുത്ത് പരിചയപ്പെടുകയും ചെയ്തു. മധുവിനെ സ്റ്റേജിലേക്ക് ക്ഷണിച്ചിരുത്തിയതിനുശേഷം എന്നെയും സതിയേയും വേദിയിൽ കൊണ്ടുപോയിരുത്തി. രാജീവേട്ടന്റെ അദ്ധ്യക്ഷപ്രസംഗവും ശ്രീജിത്തിന്റെ സ്വാഗതപ്രസംഗവും കഴിഞ്ഞ് മധു മാഗസിൻ പ്രകാശനംചെയ്തു. കുത്തുപറമ്പിലെ സജിത ഏറ്റുവാങ്ങി. പിന്നീട് ലതികയെയും സതിയെയും ആദരിച്ചു. ഭിന്നശേഷിക്കാരുടെ കാര്യങ്ങളൊക്കെ നന്നായി സ്പർശിച്ചുകൊണ്ടാണ് മധു സംസാരിച്ചത്. ഷാജി തലോറയുടെ പ്രസംഗവും കഴിഞ്ഞതിനുശേഷം സതിയും ഞാനും നന്ദിപ്രകടനം നടത്തി.

എല്ലാംകൊണ്ടും ഏറെ സന്തോഷിച്ചെങ്കിലും വേഗം തിരിച്ചു വരേണ്ട കാര്യം ഓർത്തപ്പോൾ സങ്കടം തോന്നി. അവിടെ താമസിക്കാതെ തിരിച്ചുവരുന്നതിന് എല്ലാവരും പരിഭവിച്ചു. ശാലിനിവന്ന് കുറച്ചുസമയം സംസാരിച്ചതിനുശേഷം തിരിച്ചുപോയി. എനിക്ക് കിട്ടിയ വീൽച്ചെയർ അവളുടെ വണ്ടിയിൽ കൊടുത്തയച്ചു. നാലു വർഷത്തെ ഇടവേളക്കുശേഷം കണ്ടുമുട്ടിയ കോഴിക്കോടുനിന്നും വന്ന എന്റെ പ്രിയകൂട്ടുകാരിയായ പുഷ്പയോട് യാത്രപറഞ്ഞപ്പോൾ സങ്കടം തോന്നി. പുഷ്പ വാങ്ങിയ ഗിഫ്റ്റ് അവളുടെ അമ്മ കൊണ്ടുതന്നു. എല്ലാ അമ്മമാരെയും കണ്ടപ്പോൾ എന്റെ അമ്മയുടെ രൂപം മനസ്സിൽ നിറഞ്ഞുനിന്നു. തിരിച്ചുവരുമ്പോൾ സെക്രട്ടറി ശ്രീജിത്ത് ഒരുകെട്ട് മാഗസിൻ എന്റെ കയ്യിൽ ഏൽപ്പിച്ചു. ഞാൻമുഖേന പരസ്യംകൊടുത്തവർക്കൊക്കെ നൽകാനായിരുന്നു അത്. എഡിറ്റോറിയൽ കമ്മിറ്റിയിൽ അംഗമായതുവഴി മാഗസിന്റെ പ്രസിദ്ധീകരണത്തിൽ ഒരു പരിധിവരെ പങ്കാളിയാകാൻ കഴിഞ്ഞത് എന്നെ സംബന്ധിച്ച് പുതുമയുള്ള ഒരു കാര്യമായിരുന്നു. മാത്രമല്ല എന്റെ സഹപാഠികൂടിയായ മധുവിന്റെ സാന്നിധ്യത്തിൽ പ്രകാശനച്ചടങ്ങിൽ പങ്കെടുക്കാൻ കഴിഞ്ഞതിന്റെ അഭിമാനവുമുണ്ട്. പൈല്ലയിലെ ഏതാണ്ട് എല്ലാ കൂട്ടുകാരെയും ഒന്നിച്ചുകാണാൻ കഴിഞ്ഞതും വലിയ സന്തോഷംതന്നെ. അങ്ങനെ പൈല്ല ക്യാമ്പ് അവിസ്മരണീയമായ ഒരനുഭവമായി മാറി.

2023 ജനവരിയിലെ ഒരു ഞായറാഴ്ച ഇവിടെ അടുത്ത് കരക്കക്കാവ് ഓഡിറ്റോറിയത്തിൽവെച്ച് നടന്ന പഞ്ചായത്തിന്റെ പാലിയേറ്റീവ് സ്നേഹസംഗമത്തിൽ പങ്കെടുക്കാൻ അവസരം കിട്ടിയത് എന്റെ ഭാഗ്യവും പുതിയൊരു അനുഭവവുമായിരുന്നു. ആരാദ്ധ്യയായ എം എൽ എ ശ്രീമതി. കെ കെ ശൈലജ ടീച്ചറുടെ സാന്നിധ്യംകൊണ്ട് ഏറെ

ശ്രദ്ധേയമായിരുന്നു ആ പരിപാടി. വീൽച്ചെയറിൽ ആകെ നാലു പേർ മാത്രമേ ഉണ്ടായിരുന്നുള്ളൂ. ടീച്ചർ എല്ലാവരോടും സ്നേഹത്തോടെ കുശലം ചോദിച്ചുകൊണ്ടാണ് ഹാളിലൂടെ മുന്നോട്ടുവന്നത്. എന്റെ അടുത്തെത്തി സ്നേഹവും കരുതലും നിറഞ്ഞ വാക്കുകളിലൂടെ എന്റെ കാര്യങ്ങൾ അന്വേഷിച്ചപ്പോൾ എനിക്ക് അത്ഭുതം തോന്നി. എന്നെ ആദ്യമായാണ് കാണുന്നതെങ്കിലും നല്ല പരിചയമുള്ളതുപോലെ അടുത്തുവന്ന് എന്നെ ആശ്ലേഷിച്ചു. നന്നായി വായിക്കണമെന്നും എഴുതണമെന്നുമൊക്കെ സ്നേഹം കവിഞ്ഞൊഴുകുന്ന വാക്കുകളിലൂടെ എന്നോടു പറഞ്ഞു. എന്തൊരു സാന്ത്വനസ്പർശമായിരുന്നു ടീച്ചറുടെ വാക്കുകളിൽ. കെട്ടിപ്പിടിച്ച് നെറ്റിയിൽ ചുംബിച്ചതിനുശേഷമായിരുന്നു അവർ എന്റെ അടുത്തുനിന്നും പോയത്. ഭിന്നശേഷിക്കാരെയും പാർശ്വവൽക്കരിക്കപ്പെട്ടവരേയുമൊക്കെ ഹൃദയത്തോട് ചേർത്തുനിർത്തുന്ന സമീപനമായിരുന്നു അവരുടെ പ്രസംഗത്തിലുടനീളം. ഭക്ഷണത്തിനുശേഷം ഭിന്നശേഷിക്കാർക്കും കിടപ്പ് രോഗികൾക്കുമുള്ള ഉപകരണ വിതരണമായിരുന്നു. എനിക്ക് ഒരു റേഡിയോ ഉപഹാരമായി ലഭിച്ചു.

2023 മാർച്ച് 8 ന് ഇവിടെ അടുത്ത് ഏച്ചിക്കൊവ്വൽ ഗ്രാമീണവായനശാലയുടെയും വനിതാവേദിയുടെയും നേതൃത്വത്തിൽ നടന്ന വനിതാദിനാചരണ പരിപാടിയിൽ പങ്കെടുക്കാൻ സാധിച്ചതിന്റെ ആഹ്ലാദവും ഇവിടെ ചേർത്തുവെയ്ക്കട്ടെ. പരിപാടി ഉദ്ഘാടനം ചെയ്യാനെത്തിയ മുൻ ആരോഗ്യ വകുപ്പ് മന്ത്രി പി കെ ശ്രീമതി ടീച്ചറെ അടുത്തുകാണുവാനും സംസാരിക്കാനും സാധിച്ചതിൽ ഏറെ സന്തോഷം തോന്നി. ടീച്ചർ പയ്യന്നൂർ എം എൽ എയായ കാലത്ത് എന്റെ അനിയന്റെ വിവാഹത്തിന് വീട്ടിൽവന്ന കാര്യമൊക്കെ പറഞ്ഞപ്പോൾ സ്നേഹത്തോടെ അടുത്തിരുന്ന് സംസാരിച്ചു. എല്ലാംകൊണ്ടും ആ പരിപാടി നല്ലൊരു അനുഭവമായി മാറി.

# വാൽക്കഷണം

വല്മീകത്തിൽനിന്നും ഞാനിപ്പോൾ പതിയെ പുറത്തു വന്നുകൊണ്ടിരിക്കുകയാണ്. നാല് ചുവരുകൾക്കുള്ളിൽ ഒതുങ്ങിക്കൂടിയ എന്നെ പുറംലോകത്തിന്റെ മനോഹാരിതയിലേക്ക് നയിച്ചത് എന്റെ കൂട്ടുകാരാണ്. കൂടെ പഠിച്ചവർ, കൂടെ നടന്നവർ, വീണുപോകുമ്പോൾ കൈത്താങ്ങായവർ... അവരെല്ലാംകൂടി എന്റെ മനസ്സിലെ അടഞ്ഞുകിടന്ന വാതായനങ്ങൾ സ്നേഹംകൊണ്ട് തുറക്കുകയായിരുന്നു. അവരെപ്പോലെ നടക്കാനും ഓടാനും പരിമിതികൾ എന്നെ അനുവദിക്കുന്നില്ല. പക്ഷേ, ഞാനെല്ലാം ആസ്വദിക്കുന്നു. അവരുടെ പ്രോത്സാഹനമാണ് ഇന്നത്തെ ജീവിതത്തിലെ സന്തോഷങ്ങളുടെ ഹേതു. ഈ പുസ്തകമെഴുതാൻ എന്നെ പ്രേരിപ്പിച്ചതുപോലും ആ സ്നേഹമനസ്സുകളാണ്.

ഇപ്പോൾ സ്വയം തിരിച്ചറിയുന്നു, ഈ ലോകത്ത് പരിമിതികളിൽ ഒതുങ്ങിക്കൂടേണ്ടവളല്ല ഞാൻ. എന്റെ ദുഃഖങ്ങളെക്കാൾ വലിയ സങ്കടക്കടലുംപേറി നടക്കുന്നവർ പുറംലോകത്തുണ്ടെന്ന് ഞാനറിയുന്നു. പൊതുപരിപാടികളിൽ പങ്കെടുക്കാനും മറ്റുള്ളവരുമായി ഇടപഴകാനും എനിക്കിപ്പോൾ കഴിയുന്നു. ഞാനിന്നു മനസ്സുകൊണ്ട് അനന്തവിഹായസ്സിൽ പറന്നുനടക്കുന്നു. കഴിയാവുന്ന ഇടങ്ങളിലെല്ലാം കൂട്ടുകാരോടൊപ്പം സഞ്ചരിക്കുന്നു.

ഈ ജീവിതത്തിൽ ഞാൻ അനുഭവിച്ച സങ്കടങ്ങളും കൊച്ചുകൊച്ചു സന്തോഷങ്ങളും പകർത്തിവെച്ചതാണ് ഈ പുസ്തകം. ഇത് സ്വീകരിച്ച് നിങ്ങളുടെ വായനാനുഭവം പങ്കുവെച്ചാൽ ഞാൻ കൃതാർത്ഥയായി.

സദയം സ്വീകരിച്ചാലും !

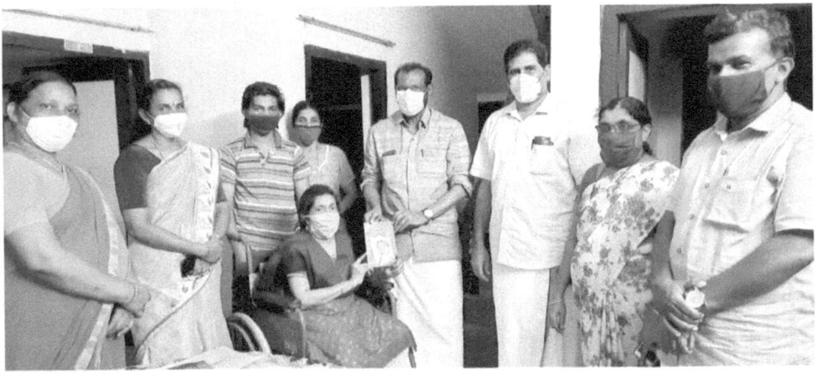

www.ingramcontent.com/pod-product-compliance
Lightning Source LLC
LaVergne TN
LVHW090327051026
849518LV00005B/1905
* 9 7 8 9 3 4 8 5 7 3 2 4 7 *